லீ குவான் யூ

எஸ்.எல்.வி. மூர்த்தி

சொந்த ஊர் நாகர்கோவில். சென்னையில் உள்ள மெட்ராஸ் இன்ஸ்டிட்யூட் ஆஃப் டெக்னாலஜியில் பொறியியல் படித்துவிட்டு அகமதாபாத் இந்தியன் இன்ஸ்டிட்யூட் ஆஃப் மேனேஜ்மென்டில் எம்.பி.ஏ. பட்டம் பெற்றவர்.

கிரைன்ட்வெல் நார்ட்டன் கம்பெனியின் பெங்களூரு தொழிற் சாலையின் சேல்ஸ் மேனேஜராகப் பணியாற்றியபோது, ஏற்றுமதியில் சாதனை படைத்து, மத்திய அரசின் பரிசை வாங்கித் தந்தார்.

'மூர்த்தி மார்க்கெட்டிங் அசோசியேட்ஸ்' நிறுவனத்தை நடத்தி வருகிறார். வெளிநாட்டு உற்பத்தியாளர்களுக்கு உதவிக்கரம், மேனேஜ்மென்ட் ஆலோசனை, பயிற்சிப் பணிகள் எனப் பல பாதைகளில் இவர் பயணம் தொடர்கிறது.

முப்பத்துக்கும் மேற்பட்ட கதைகள், ஆங்கிலத்திலும் தமிழிலும் நூற்றுக்கணக்கான கட்டுரைகள், 38 புத்தகங்கள் எனப் பல படைப்புகள். தமிழ் மேனேஜ்மென்ட் எழுத்துகளின் முன்னோடி. இவரது 'தொழில் முனைவோர் கையேடு' என்னும் புத்தகம், 2008-ன் சிறந்த பிசினஸ் புத்தகமாக தமிழக அரசால் தேர்ந்தெடுக்கப்பட்டுப் பரிசு பெற்றது.

தி இந்து (தமிழ்), நாணயம் விகடன், தினமணி.காம் போன்ற இதழ்களில் தொடர்கள் எழுதிவருகிறார். ஆங்கிலத்திலும் தமிழிலும் எழுத்தாற்றல், பேச்சாற்றல் கொண்டவர்.

லீ குவான் யூ

எஸ்.எல்.வி. மூர்த்தி

கிழக்கு

லீ குவான் யூ
Lee Kuan Yew
by *S.L.V. Moorthy* ©

First Edition: May 2016
272 Pages
Printed in India.

ISBN: 978-93-84149-82-6
Kizhakku 920

Kizhakku Pathippagam
177/103, First Floor,
Ambal's Building, Lloyds Road
Royapettah, Chennai 600 014.
Ph: +91-44-4200-9603

Email : support@nhm.in
Website : www.nhm.in

kizhakkupathippagam
kizhakku_nhm

Author's Email: slvmoorthy@yahoo.com

Cover Image: Reuters

Kizhakku Pathippagam is an imprint of New Horizon Media Private Limited

This book is sold subject to the condition that it shall not, by way of trade or otherwise, be lent, resold, hired out, or otherwise circulated without the publisher's prior written consent in any form of binding or cover other than that in which it is published and without a similar condition including this the rights under copyright reserved above, no part of this publication may be reproduced, stored in or introduced into a retrieval system, or transmitted in any form or by any means (electronic, mechanical, photocopying, recording or otherwise), without the prior written permission of both the copyright owner and the above-mentioned publisher of this book.

சேறுகள் நிறைந்த இடங்களில்
சிதறிய கனவுகளோடு
வறுமை தாண்டவமாடும் குடிசைகளில்
நாங்கள் வாழ்ந்தோம்.

பெருமையோடு நிமிர்ந்து நிற்கும்
விண்ணளாவிய பலமாடிக் கட்டடங்களுக்கு
நீங்கள் எங்களை அழைத்து வந்திருக்கிறீர்கள்
நம் தேசியக்கொடி அந்தக் கட்டடங்களில்
பட்டொளி வீசிப் பறக்கிறது.

அகில உலகமும் பார்க்கும்படி
எங்கள் வாழ்க்கை செழிப்பாக இருக்கிறது,
ஜொலிக்கிறது.

இவை அத்தனையும்
நீங்கள் எங்களுக்குத்
தலைமையேற்று நடத்தியதால்தான்.

உள்ளே...

1.	இவர் ஒரு சகாப்தம்!	....	09
2.	சிங்கப்பூராவுக்கு வாருங்கள்!	....	17
3.	சிங்கப்பூரின் அம்மையப்பர்	....	25
4.	வளரும் நாடு: குமுறும் பிரச்னைகள்	....	35
5.	ஒரு மாமனிதர் செதுக்கப்படுகிறார்!	....	42
6.	இன்று இங்கு செல்லும் சிறுவனே நாளை நாட்டை ஆளப்போகிறான்....	....	48
7.	(தடு) மாற்றங்கள்	....	55
8.	அக்னிப் பரீட்சைகள்	....	62
9.	காதல் பிறந்தது!	....	69
10.	இருட்டில் சில மின்னல்கள்	....	76
11.	போய்வருகிறேன் சிங்கப்பூர்!	....	86
12.	லண்டன் கசப்புகள்	....	92
13.	புதிய பூமி, புதிய வாழ்க்கை	....	97
14.	வெற்றிமீது வெற்றி வந்து இவரைச் சேரும்!	....	105
15.	எல்லோர்க்கும் வழிகாட்ட நான் இருக்கிறேன்!	....	112
16.	கட்சி ஒன்று; அணிகள் இரண்டு	....	121
17.	விஷ விருட்சம் விதை விட்டது!	....	130
18.	நாளை நமதே!	....	137

19.	நான் ஆணையிட்டால்...	....	147
20.	சவாலே சமாளி!	....	154
21.	மலாயாவுடன் சிங்கப்பூர் இணைந்தது	....	163
22.	இனவெறிப் பிசாசின் கோர தாண்டவம்	....	172
23.	உறவு என்றொரு சொல் இருந்தால், பிரிவு என்றொரு பொருள் இருக்கும்	....	179
24.	இப்படை தோற்கின் எப்படை ஜெயிக்கும்?	....	186
25.	உலகத் தொழில் அனைத்தும் உவந்து செய்வோம்!	....	197
26.	பொன்மகள் வந்தாள்!	....	209
27.	உழைக்கும் தோழர்கள் என் பக்கம்!	....	214
28.	ஆளுக்கொரு வீடு கட்டுவோம்!	....	221
29.	சொர்க்கம் என்பது நமக்கு சுத்தம் உள்ள நாடுதான்!	....	229
30.	எல்லோரும் நலம் வாழ...	....	238
31.	ஊழலே போ, போ, போ...	....	243
32.	திறமைசாலிகள் தேசம்	....	250
33.	பாசத்தோடு ஒரு கடிதம்	....	257
	லீ குவான் யூ - குடும்பம்	....	260
	லீ குவான் யூ - காலச்சக்கரம்	....	261
	ஆதாரங்கள்	....	266

1

இவர் ஒரு சகாப்தம்!

மார்ச் 23, 2015

அதிகாலை 3.18.

பொழுது விடியும், உதயசூரியன் சூழ்ந்திருக்கும் இருட்டைப் போக்குவான், ஒளி வெள்ளம் பாய்ச்சுவான் என்று எல்லோரும் நம்பிக்கையோடு காத்திருக்கும் நேரம். ஆனால், உலகத்தை இருட்டு, கும்மிருட்டு கவ்வியது. வரலாற்றில், குறிப்பாகச் சிங்கப்பூர் வரலாற்றில் இது ஒரு கறுப்பு நாள், கண்ணீரால் எழுதப்பட்ட நாள். லீ குவான் யூ, சிங்கப்பூர் அரசு மருத்துவமனையில் மரணமடைந்தார்.

மதியம் 1 மணி

லீ குவான் யூ உடல் வீட்டுக்குக் கொண்டுவரப்படுகிறது. இரண்டு நாட்கள், குடும்பம், நெருங்கிய உறவினர்கள், நண்பர்கள் கலந்து கொள்ளும் இறுதிச் சடங்குகள் நடக்கின்றன. அப்பாவை இழந்தது போல், ஒவ்வொரு சிங்கப்பூரியனும் கண்ணீர்க் கடலில் மிதக்கிறான்.

மார்ச் 25

காலை. லீ உடல் சகல மரியாதைகளோடு சவப்பெட்டியில் வைக்கப் படுகிறது. சிவப்பு, வெள்ளை நிறத்தில், பிறைச் சந்திரனும், ஐந்து நட்சத்திரங்களும் கொண்ட இரு வண்ணத் தேசியக்கொடி பெட்டியின்மேல் போர்த்தப்பட்டிருக்கிறது – தன் செல்லப்பிள்ளை தன்னைவிட்டுப் போய்விடக்கூடாதே என்னும் ஆதங்கத்தோடு சிங்கப்பூர்த் தாய் அவனை இறுகக் கட்டி அணைத்துக் கொண்டிருப்பதைப் போல.

ராணுவ வீரர்கள் சவப்பெட்டியைப் பீரங்கி வண்டியில் ஏற்றுகிறார்கள். ஊர்வலம் நாடாளுமன்றக் கட்டடம் நோக்கிப் புறப்படுகிறது.

அவருடைய இரு பேரன்களும், கைகளில் தாத்தாவின் உருவப் படத்தை ஏந்தியபடி, பீரங்கி வண்டியின் பின்னால் நடந்து வருகிறார்கள்.

சிங்கப்பூர் போலீஸின் அங்கமான கூர்க்கா படை வீரர் ஒருவர் Auld Lang Syne என்னும் ஸ்காட்லாந்து நாட்டின் பாரம்பரியப் பாடலைத் தன் பைப் (Pipe) இசைக்கருவியில் வாசிக்கிறார்.

பழைய நாட்களின் தொடர்புகளை மறக்கலாமா?
அவற்றை நினைக்காமலே இருக்கலாமா?
கடந்துவிட்ட நாட்களை நினைப்போம்,
கருணை என்னும் கோப்பையைக் கைகளில் எடுப்போம்.

பிரிவு உபசாரப் பாடலின் இசை பசுமை நிறைந்த நினைவுகளை அசைபோட வைக்கிறது. கண்கள் பனிக்கின்றன, இதயங்கள் கனக்கின்றன.

ஆயிரக்கணக்கான ஆண்கள், பெண்கள், குழந்தைகள் பீரங்கி வண்டி ஊர்வலத்தைப் பார்க்கக் காத்திருக்கிறார்கள். நாங்கள் உன்னை நேசிக்கிறோம், Wǒmen ài nǐ, Kita suka anda, We love you என்று தமிழ், சீனம், மலாய், ஆங்கிலம் என்னும் பல்வேறு மொழிகளில் கோஷங்கள், பதாகைகள். டாலியா டான் என்னும் ஐந்து வயதுச் சிறுமி அப்பாவோடு வந்திருக்கிறாள். We will miss you. Lee Kuan Yew. bye bye என்று தன் பிஞ்சுக் கைகளால் எழுதி, லீ படத்தையும் வரைந்து, சோகத்துக்கு வடிகால் தேடுகிறாள்.

சுமார் 3000 கிலோமீட்டர்கள் தூரத்தில், திருவாரூர், தஞ்சை மாவட்டங்களிலுள்ள உள்ளிக்கோட்டை, பரவாக்கோட்டை, ஆலங்கோட்டை, கண்டிதம்கோட்டை, கூப்பாச்சிக்கோட்டை, திருமக்கோட்டை, மேலத் திருப்பாலக்குடி, உள்ளிட்ட பல கிராமங்களிலும், மன்னார்குடி நகரிலும் நூற்றுக்கணக்கான பதாகைகள் லீக்கு வணக்கம் சொல்கின்றன.

'மண்வீட்டில் வாழ்ந்த எங்களை மாடிவீட்டில் வாழவைத்த தெய்வமே' என்று நன்றியுடன் பதாகையில் தெரிவிக்கிறார்கள், கூப்பாச்சிக்கோட்டை குமார், ராஜராஜன் இருவரும். இன்னொரு பதாகை சொல்கிறது, லீ இமயமலை போன்றவர். ஏராளமான தமிழ்க் குடும்பங்களின் வறுமையை ஒழித்த மாபெரும் தலைவர். அவருக்கு எங்கள் இதயபூர்வமான அஞ்சலி.'

லீ நினைவாக மன்னார்குடியில், ஒரு கோடி ரூபாய் மதிப்பில் மணிமண்டபம் எழுப்ப உள்ளூர் மக்கள் திட்டமிட்டுள்ளார்கள். ஒரு வெளிநாட்டுத் தலைவருக்கு நினைவு மண்டபம்! இந்த அதிசயம்,

தமிழகம் அன்போடு, பாசத்தோடு, மரியாதையோடு செய்யும் வணக்கம்.

மன்னார்குடிப் பகுதியில், பல வீடுகளில் நெருங்கிய உறவுகளில் ஒருவரை இழந்த துயரம் மண்டிக் கிடக்கிறது. இந்தியக் கம்யூனிஸ்ட் கட்சியின் மாநிலக் கட்டுப்பாட்டுக் குழுத் தலைவர் வீரசேனன் சொல்கிறார், 'அண்ணா, எம்.ஜி.ஆர் உயிரிழந்தபோது காணப்பட்ட அதே துக்க உணர்வு, தற்போது லீ மறைவால் மன்னார்குடி மக்களிடத்தில் ஏற்பட்டுள்ளது. இந்தப் பகுதிகளில் மாடிவீடும், வறுமை இல்லாத வாழ்க்கையும் ஆயிரக்கணக்கான மக்களுக்கு வாய்த்திருக்கிறது என்றால், அது சிங்கப்பூர் சென்று உழைத்ததனால்தான்.'

மார்ச் 26, 27, 28

லீ உடல் பார்லிமென்ட் இல்லத்தில், மக்கள் அஞ்சலி செலுத்து வதற்காக வைக்கப்பட்டிருக்கிறது. சுமார் ஏழு கிலோ மீட்டர் நீள க்யூ. பத்து மணி நேரம் காத்திருக்கவேண்டும். பொறுமையோடு நிற்கிறார்கள். 4,54,687 பேர் இறுதி மரியாதை செலுத்திவிட்டார்கள். அதாவது, ஒரு நிமிடத்துக்கு 108 பேர்.

அரசாங்கமும் நிர்வாகத் திறமையோடு, மனித நேயத்தோடு செயல்படுகிறது. கூட்டத்தைச் சமாளிக்க நாடாளுமன்ற இல்லத்தில் பார்வை நேரம் 24 மணி நேரங்களாக்கப்படுகிறது. மக்கள் வந்துபோக வசதியாக மெட்ரோ ரயில் இரவும், பகலும் இயங்குகிறது. க்யூ தொடரும் இடங்களில் குடிநீர் வசதிகள், நடமாடும் கழிப்பறைகள், நடு நடுவே இளைப்பாறும் இடங்கள். மூத்த குடிமக்கள், கர்ப்பமான பெண்கள், உடல் ஊனமுற்றோர் ஆகியோருக்குத் தனி க்யூ.

லீ கண் விழித்தால் பெருமைப்படுவார். இடி தாக்கிய இந்த வேளையிலும், பொது மக்களிடமும் அரசு அதிகாரிகளிடமும், அவர் உருவாக்கிய ஒழுங்கு, கட்டுப்பாடு.

மார்ச் 29

பல்லாயிரக்கணக்கான மக்கள் இறுதி ஊர்வலம் பயணிக்கும் பாதையில் காத்திருக்கிறார்கள். காலையிலிருந்து மழை கொட்டுகிறது. மக்களோடு இயற்கையும் சேர்ந்து அழுகிறது.

மதியம் மணி 12.30. ராணுவத்தையும், காவல் துறையையும் சேர்ந்த எட்டுப் பேர், லீ பூத உடல் அடங்கிய, தேசியக் கொடியால் போர்த்தப் பட்ட பெட்டியைப் பார்லிமென்ட் இல்லத்திலிருந்து எடுத்துக்கொண்டு வருகிறார்கள். பீரங்கி வண்டியில் ஏற்றுகிறார்கள். பீரங்கி 21 முறை முழங்குகிறது.

நான்கு ராணுவ ஜெட் விமானங்கள் பீரங்கி வண்டியின் மேல் வட்டமிட்டு இறுதி வணக்கம் சொல்கின்றன. கறுப்புக் கொடி கட்டிய இரண்டு படைக் கப்பல்கள் கரையை நோக்கிப் பயணித்து வருகின்றன. Sail-by salute என்னும் இந்த மரியாதை முறை, பண்டைய கிரேக்க, ரோம் சாம்ராஜ்ஜியக் காலங்களிலிருந்தே பின்பற்றப்படும் ஒரு பாரம்பரியம்.

தொழிலாளர் யூனியன் அலுவலகம், லஞ்ச விசாரணை பீரோ, சிங்கப்பூர் பாலிடெக்னிக், தேசியப் பல்கலைக் கழகம், பொது மருத்துவ மனை போன்ற லீயின் வாழ்க்கையோடு நெருங்கிய தொடர்புகொண்ட இடங்கள் வழியாகப் பதினைந்து கிலோ மீட்டர் தூரம் ஊர்வலம் தொடர்கிறது. வழி முழுக்கக் கொட்டும் மழையில் நனைந்தபடி பல்லாயிரக்கணக்கான ஆண்கள், பெண்கள், குழந்தைகள். கண்ணீர், அழுகைகள், தேம்பல்கள், லீ குவான் யூ, நாங்கள் சிங்கப்பூர் (We are Singapore) என்னும் சோகக் கோஷங்கள்.

இதோ வந்துவிட்டது, இறுதிச் சடங்குகள் நடக்கப்போகும் தேசியப் தேசியப் பல்கலைக்கழகக் கலாசார மையம். ராணுவத்தினர், மரண இசை (Death March) என்னும் சோக கீதம் வாசிக்கிறார்கள். சவப்பெட்டி மெள்ள இறக்கப்பட்டு, கலாச்சார மையத்தினுள் வைக்கப் படுகிறது. அரங்கத்தில் இந்திய பிரதமர் நரேந்திர மோதி, ஜப்பான் பிரதமர் ஷின்ஸோ அபே (Shinzo Abe), சீனக் குடியரசின் உதவித் தலைவர் லீ யுவான் செள (Li Yuanchao), தென்கொரிய அதிபர் பார்க் கூன் ஹே (Park Geun&hye), ஆஸ்திரேலிய பிரதமர் டோனி ஆபட் (Tony Abbott), இந்தோனேசிய அதிபர் ஜொக்கோ விடோடோ (Joko Widodo), அமெரிக்க முன்னாள் அதிபர் பில் கிளிண்டன் இன்னும் பலர். சிங்கப்பூரின் பல தலைவர்களின் பேச்சு, அஞ்சலி, புகழாரம். அதைத் தொடர்ந்து நாடு முழுக்க ஒரு நிமிட மௌனம். தேசிய கீதம்.

இனிமேல், வெளி உலகத்துக்கு இடமில்லை. குடும்பமும், மிகவும் நெருங்கியவர்களுக்கும் மட்டுமே அனுமதி. உடலை, மண்டாய் (Mandai) தகனச் சாலைக்கு எடுத்துப்போகிறார்கள். அங்கே அவர் இரண்டு மகன்கள் லீ ஸியென் லூங் (Lee Hsien Loong), லீ ஸெயின் யாங் (Lee Hsien Yang), மகள் லீ வே லிங் (Lee Wei Ling), அவர்கள் குடும்பங்கள், உறவுகள், நண்பர்கள் காத்திருக்கிறார்கள். சுமார் ஆறரை மணியளவில் சிங்கப்பூரின் மாபெரும் சகாப்தம் சாம்பலாகிவிட்டார்.

77 வயதான தமிழ்ச்செல்வி சொல்கிறார், 'லீ குவான் யூ எங்களுக்காக எத்தனையோ செய்திருக்கிறார். நாங்கள் செம்பாவாங் (Sembawang) பகுதியில் புறம்போக்கு நிலத்தில் வறுமையில் வாழ்ந்தோம். என் கணவர் பஸ் டிரைவர் வேலை பார்த்தார். இன்று என் மூன்று மகன்களும்

நல்ல வேலை பார்க்கிறார்கள். வசதியான வீடுகளில் வசிக்கிறார்கள். என் பேரக் குழந்தைகள் நல்ல பள்ளிக்கூடங்களுக்குப் போகிறார்கள். லீ இல்லாவிட்டால் நாங்கள் என்ன செய்திருப்போமோ, எப்படி இருந்திருப்போமோ?'

ஷாரன் லீ என்னும் 58 வயதுப் பெண்மணி பேசத் தொடங்குகிறார். துக்கம் தொண்டையை அடைக்கிறது. 'எனக்கு ஆறு வயதாகும்போது என் அப்பா இறந்துவிட்டார். அம்மா, நான்கு உடன் பிறந்தவர்கள். குடிசை வீடு. நாய்களும், பன்றிகளும் வீட்டைச் சுற்றி ஓடும். சில சமயங்களில் வீட்டுக்குள்ளும். அரசாங்க உதவியில்தான் நாங்கள் படித்தோம், லீ மட்டும் இருந்திருக்காவிட்டால், எங்கள் வறுமை நிலை மாறியே இருக்காது.'

உலகத் தலைவர்கள் சூட்டிய புகழாரங்கள்:

'லீ தொலைநோக்குக்கொண்ட அரசியல் மேதை. உலகத் தலைவர்களுக்குள் அவர் ஒரு சிங்கம்' - நரேந்திர மோடி, பாரதப் பிரதமர்.

'அவர் வரலாற்றின் மாமனிதர். நவீன சிங்கப்பூரின் தந்தை, ஆசியாவின் மாபெரும் ராஜதந்திரி. இனி வரப்போகும் எண்ணற்ற சந்ததிகள் அவரை நினைவில் வைத்திருப்பார்கள்.' - பாரக் ஒபாமா, அமெரிக்கக் குடியரசுத் தலைவர்.

'லீ குவான் யூ மறைவு சிங்கப்பூருக்கும், அகில உலகத்துக்கும் மாபெரும் இழப்பு.' - ஷீ ஜின்பிங் (Xi Jinping), சீனக் குடியரசுத் தலைவர்.

'இதுவரை ஆசியா உருவாக்கியுள்ள மாபெரும் தலைவர்களுள் மாண்புக்குரிய லீ குவான் யூ ஒருவர். ஒப்பிடமுடியாத நுண்ணறிவும், தலைமைக் குணங்களும் கொண்டவர். சிங்கப்பூரின் அற்புதமான பொருளாதார வளர்ச்சிக்கும், ஆசியப் பசிஃபிக் நாடுகளின் அமைதிக்கும் ஐம்பது ஆண்டுகளுக்கும் அதிகமாக அயராது உழைத்தவர்.'- ஷின்ஸோ அபே, ஜப்பான் பிரதமர்.

'ஒரு சிலருக்குத்தான் தங்கள் நாட்டின் தலைவிதியை நிர்ணயிக்கும் வாய்ப்புக் கிடைக்கும். அவர்களிலும் மிகச் சிலருக்கே, நாட்டை உருவாக்கி, நாடு கட்டும் நாயகர்களாகும் பாக்கியம் கிடைக்கும். லீ குவான் யூ அப்படிப்பட்ட மனிதர். சுதந்திரம் கிடைத்த நாள் முதல், எத்தனையோ சோதனைகளுக்கும், அக்னிப் பரீட்சைகளுக்கும் நடுவே, அவர் சிங்கப்பூரை வழி நடத்தினார். இன்றைய சிங்கப்பூர் உலக அரங்கில் நிமிர்ந்து நிற்பதற்கு அவருடைய ஆண்டாண்டு காலத் தியாகங்கள், ஆற்றல், கடும் உழைப்பு, மன உறுதி, தொலைநோக்குப்

பார்வை ஆகியவை காரணங்கள்.'- டேவிட் காமெரான் (David Cameron), இங்கிலாந்து பிரதமர்.

இன்றைய உலகம் அதிவேக உலகம். தொழில்நுட்ப வேகத்தால், இன்றைய தலைப்புச் செய்திகளையும், சாதனைகளையும் மக்கள் நாளைக்கே தங்கள் மனங்களிருந்து தூக்கி எறிந்துவிடுகிறார்கள். நாளுக்கு நாள், விநாடிக்கு விநாடி புதிய தலைவர்கள் உருவாகிறார்கள். வெளிச்சம் இவர்கள்மேல் விழுகிறது. பழையவர்கள் காணாமலே போய்விடுகிறார்கள்.

லீ, 1959 முதல் 1990வரை சிங்கப்பூரின் பிரதமராக இருந்தார். பிறகு 2011 வரை, 21 ஆண்டுகள், மூத்த அமைச்சர், வழிகாட்டும் அமைச்சர் (Minister Mentor) என்னும் அலங்காரப் பதவிகள். பதவிப் பீடத்திலிருந்து தாமாகவே இறங்கியவர். இவர்மேல், உலகத் தலைவர் களிருந்து சாமானியத் தமிழ்ச் செல்வியும், ஷாரன் லீயும், கூப்பாச்சிக் கோட்டை குமார், ராஜராஜனும் பாசமும், மரியாதையும் காட்டுவது ஏன்?

1959-ல் லீ சிங்கப்பூர் பிரதமராகப் பதவி ஏற்றார். அன்று சிங்கப்பூர் எப்படி இருந்தது தெரியுமா? அது நாடே இல்லை. வெறும் நகரம். மும்பையைவிடச் சற்றே பெரியது!* மக்கள் தொகை 16 லட்சம். மலாய், சீனர்கள், தமிழர்கள் என்று மூன்றுவகை வம்சாவளியினர். இவர்கள் யாருமே தங்களைச் சிங்கப்பூரியர்கள் என்று நினைக்க வில்லை. மூன்று தீவுகளாக வாழ்ந்தார்கள்.

இயற்கை வளங்கள் இல்லாத நாடு. குடிக்கும் தண்ணீரையே அண்டைய நாடான மலேஷியாவிலிருந்து இறக்குமதி செய்யும் நிலை. நாட்டின் பல பகுதிகளில் குடிசைகள். சுகாதார உணர்வேயற்ற மக்கள். தெருவெங்கும் கொட்டிக் கிடக்கும் குப்பைகள்.

வேலையில்லாத் திண்டாட்டம் தலைவிரித்து ஆடியது. சும்மா இருப்பவர்களின் மனம் சாத்தானின் இருப்பிடம். இதனால், ஏகப்பட்ட திருட்டுக்கள், குற்றங்கள். அதே சமயம், மக்கள் திறமைசாலிகளாக இல்லை. அர்ப்பணிப்போடு உழைக்கும் மனப்பாங்கும் கிடையாது. ஆகவே, தொழிற்சாலைகள் நிறுவவும், கட்டுமானப் பணிகள் செய்யவும் வெளிநாட்டுத் தொழிலாளிகளை வெற்றிலை பாக்கு வைத்து அழைக்கவேண்டும்.

பிரதமர் பொறுப்பேற்ற லீ வயது 35. இயற்கை வளங்கள் இல்லை, உழைக்கும் மக்கள் இல்லை, தேசப்பற்று இல்லை, தலைமை தாங்கும்

---

* சிங்கப்பூரின் பரப்பளவு 697 சதுரக் கிலோமீட்டர்: மும்பை 603.

பிரதமருக்கு அனுபவம் இல்லை - சிங்கப்பூர் ஜெயிக்கும் என்றே யாருக்கும் கொஞ்சநஞ்ச நம்பிக்கையும் இல்லை. எத்தனை மாதங்களில் இந்த நாடு கவிழப்போகிறதோ என்று எல்லோரும் கெடுவைத்தார்கள். சிங்கப்பூரின் எதிர்காலம்பற்றி ஆயிரம் ஆயிரம் கேள்விகள்.

56 வருடங்கள் ஓடிவிட்டன. ஒரு நாட்டில் தயாராகும் மொத்தப் பொருட்கள், சேவைகள் ஆகியவற்றின் மதிப்பு மொத்த உள்நாட்டு உற்பத்தி (Gross Domestic Product) என்று அழைக்கப்படுகிறது. இதை மொத்த மக்கள் தொகையால் வகுத்தால், வருவது தனிமனித மொத்த உள்நாட்டு உற்பத்தி (Percapita Gross Domestic Product). நாட்டின் பொருளாதாரத்தை எடைபோடும் சிறந்த அளவுகோலாக எல்லோ ராலும் ஏற்றுக்கொள்ளப்பட்டிருக்கிறது. ஐக்கிய நாடுகள் சபையின் அங்கமான பன்னாட்டு நாணய நிதியம் (International Monetary Fund) ஒவ்வொரு வருடமும் உலக நாடுகளின் பொருளாதார வளர்ச்சியைத் தனிமனித மொத்த உள்நாட்டு உற்பத்தி மூலம் ஒப்பிடுகிறது, வரிசைப்படுத்திப் பட்டியலிடுகிறது. இதன்படி, முதலிடம் பிடிப்பது, மேற்கு ஐரோப்பாவில் இருக்கும் லக்ஸெம்பர்க் (Luxembourg). இரண்டாம் இடம் சிங்கப்பூர்!

உலகப் பொருளாதார மன்றம் (World Economic Forum), ஸ்விட்சர்லாந்தில் இருக்கும் தனிப்பட்ட அமைப்பு. அரசியல், பிசினஸ், கல்வி ஆகிய பல்வேறு துறை அறிஞர்கள் சந்தித்து, கருத்து களைப் பகிர்ந்துகொண்டு, சர்வதேச முன்னேற்றத்துக்குப் பாடுபடும் மன்றம். உலக அரங்கில் மாபெரும் மதிப்பைப் பெற்ற அமைப்பு. எல்லா நாடுகளையும் சீர்தூக்கி இவர்கள் ஒவ்வொரு வருடமும் வெளியிடும் அகில உலகப் போட்டித்திறன் அறிக்கை (Global Competitiveness Report) அனைத்து நாடுகளும் மதிக்கும், எதிர் பார்க்கும் அறிக்கை. இந்த அறிக்கையின்படி, நம்பர் 1 ஸ்விட்சர்லாந்து: நம்பர் 2 சிங்கப்பூர்!

இதுமட்டுமா? பொருளாதார சுதந்தரம், லஞ்ச ஒழிப்பு, வேலை யில்லாதோர் சதவிகிதம், கட்டமைப்பு, வீட்டு வசதிகள், தொழில் நுட்ப முன்னேற்றம் போன்ற பல்வேறு அம்சங்களில், உலகின் மொத்த 196 நாடுகளில் சிங்கப்பூர் பிடித்திருக்கும் இடம் டாப் 10- க்குள்.

இந்தச் சாதனையையும், பெருமையையும் பிரதிபலிக்கிறது, கிரியேட்டிவ் க்யூலினையர் (Creative Culinaire) என்னும் சிங்கப்பூரின் அடுமனைப் பள்ளி உருவாக்கியிருக்கும் கவிதை அஞ்சலி:

சேறுகள் நிறைந்த இடங்களில்
சிதறிய கனவுகளோடு

வறுமை தாண்டவமாடும் குடிசைகளில்
நாங்கள் வாழ்ந்தோம்.

பெருமையோடு நிமிர்ந்து நிற்கும்
விண்ணளாவிய பலமாடிக் கட்டடங்களுக்கு
நீங்கள் எங்களை அழைத்து வந்திருக்கிறீர்கள்
நம் தேசியக்கொடி அந்தக் கட்டடங்களில்
பட்டொளி வீசிப் பறக்கிறது.

அகில உலகமும் பார்க்கும்படி
எங்கள் வாழ்க்கை செழிப்பாக இருக்கிறது,
ஜொலிக்கிறது.

இவை அத்தனையும்
நீங்கள் எங்களுக்குத் தலைமையேற்று நடத்தியதால்தான்.

இந்தப் பாடல் முழுக்க முழுக்க உண்மை. சிங்கப்பூரின் பலமாடிக் கட்டடங்களை மட்டுமல்ல, அத்தனை சாதனைகளையும், உலகம் அண்ணாந்து பார்க்கிறது. இன்று சிங்கப்பூர் என்றால், உலக மூலைகள் அனைத்திலும் ஆச்சரியக் குறிகள்.

கேள்விக்குறிகளை ஆச்சரியக்குறிகளாக்கிய சரித்திர நாயகர் : லீ குவான் யூ!

2

சிங்கப்பூராவுக்கு வாருங்கள்!

1959 முதல், சிங்கப்பூர் என்றாலே லீ குவான் யூதான். லீ வாழ்க்கையும், சிங்கப்பூர் வரலாறும் ஒன்றோடு ஒன்று பின்னிப் பிணைந்தவை. அவரைப் புரிந்துகொள்ள வேண்டுமானால், சிங்கப்பூரைத் தெரிந்து கொள்ளவேண்டும். நாம் 1900 ஆண்டுகளுக்கும் அதிகமாகப் பின்னோக்கிப் போகவேண்டும்.

சிங்கப்பூர் தென்கிழக்கு ஆசியாவில் உள்ள ஒரு தீவு. நகரம்தான். நாடாயிருக்கிறது. மலேசியத் தீபகற்பத்தின் தென் முனையில் இருக்கிறது. மலேசியாவிலிருந்து ஜோஹோர் நீர்ச்சந்தியும் (Straits of Johore)*, இந்தோனேஷியாவிலிருந்து சிங்கப்பூர் நீர்ச்சந்தியும், சிங்கப்பூரைப் பிரிக்கின்றன.

சிங்கப்பூரில் மனிதக் குடியேற்றம் கி.பி. இரண்டாம் நூற்றாண்டில் தொடங்கியிருக்கலாம் என்று வரலாற்று நிபுணர்கள் யூகிக்கிறார்கள். 13-ம் நூற்றாண்டுவரையிலான வரலாற்றுக்கு நேரடி ஆதாரங்களோ சான்றுகளோ கிடைக்கவில்லை. அனுமானங்கள்தாம்.

நம் முதல் வழிகாட்டி தாலமி (Ptolemy). கி.பி. 90 முதல் 168வரை வாழ்ந்த இவர் கிரேக்கத்தில் பிறந்து, எகிப்தில் வாழ்ந்தவர். கணிதம், வானியல், பூகோளம், ஜோதிடம் ஆகிய பல்வேறு துறைகளில் வல்லுநர். இவர் எழுதிய பூகோளம் (Geographia) என்னும் நூல் உலக நாடுகளின் வரைபடங்களை அறிவியல்ரீதியாக வழங்குகிறது. இந்தப் புத்தகத்தில் ஸபானா (Sabana) என்னும் நிலப்பகுதி பற்றிக்

---

* Straits என்றால், இரண்டு கடல்களையோ அல்லது பரந்த நீர்ப்பரப்புகளையோ இணைக்கும் குறுகிய நீர்ப்பாதை. தமிழில் ஜலசந்தி அல்லது நீரிணை என்று சொல்கிறோம்.

குறிப்பிடுகிறார். ஸபானா என்று தாலமி குறிப்பிடும் தீவு, சிங்கப்பூராக இருக்கலாம் என்பது பலர் கருத்து.

கி.பி. மூன்றாம் நூற்றாண்டில் எழுதப்பட்ட ஒரு சீன ஆவணம் பூ லுவோ சுங் (Pu Luo Chung) என்னும் நிலப்பகுதி பற்றிக் குறிப்பிடுகிறது. பூ லுவோ சுங் என்றால், மலாய் மொழியில் 'கடைசியாக இருக்கும் தீவு' என்று அர்த்தம். அன்றைய பூகோள அறிவுப்படி, மலேசியாவைத் தாண்டி இறுதியாக இருந்த தீவு 'சிங்கப்பூரா'தான்.

மலாய் வரலாற்றுப் பதிவேடுகள் அல்லது மன்னர்களின் வம்சாவளி என்னும் கற்பனை கலந்த வரலாற்றுப் புத்தகம் கி.பி.15 அல்லது 16-ம் நூற்றாண்டில் எழுதப்பட்டது. ஆறாம் நூற்றாண்டு முதல் பதின்மூன்றாம் நூற்றாண்டுவரை கொடிகட்டிப் பறந்த இந்தோனேஷியாவின் ஸ்ரீவிஜய சாம்ராஜ்யம் பற்றிய விவரங்கள் இந்த நூலில் இருக்கின்றன. ஸ்ரீவிஜய சாம்ராஜ்யத்தின் தலைநகர் சுமத்ரா (Sumatra). செல்வச் செழிப்போடு நல்லாட்சி நடந்த இந்த நாடு தென்கிழக்கு ஆசியாவின் பலம் வாய்ந்த பேரரசாக இருந்தது. தமிழகத்தோடு, குறிப்பாக ராஜராஜசோழர் ஆட்சி செய்த பத்தாம் நூற்றாண்டில், சோழப் பேரரசோடு நெருங்கிய நட்புறவு வைத்திருந்தது. தென்னிந்தியா வோடு மட்டுமல்ல, வட இந்தியாவோடு புத்தமதத் தொடர்புகள்: சீனாவோடு அமோகமான ஏற்றுமதி, இறக்குமதி வியாபாரம்: மத்திய கிழக்கு அரேபிய நாடுகளோடு மதத் தொடர்புகள்.

ஸ்ரீவிஜய ராஜ்யத்தின் செல்வமும், செல்வாக்கும் அண்டைய ஜாவா (Java), கம்போஜம் (Kambuja), சம்பா (Champa) ஆகிய நாட்டு அரசர்களின் பொறாமையை எழுப்பியது. அடிக்கடி படையெடுத்து வந்தார்கள். இந்த முயற்சிகள் பதின்மூன்றாம் நூற்றாண்டில் பலன் கொடுத்தன. இந்தக் காலகட்டத்தில், கிழக்கு ஜாவாவைத் தலைநகரமாகக்கொண்டு ஆட்சி செய்த மஜாபாஹித் பேரரசு (Majapahit Empire) மாபெரும் படைபலம் கொண்டதாக இருந்தது. ஸ்ரீவிஜய நாட்டைத் தாக்கினார்கள். நாட்டின் இளவரசராக இருந்த சாங் நிலா உத்தமா (Sang Nila Utama) தப்பி ஓடினார். ஓடினார், ஓடினார், 'கடைசியாக இருக்கும் தீவு'க்கே ஓடினார்.

ஆண்டவர்கள் அரியணையை இழக்கும்போது மூச்சுத் திணறிப் போவார்கள். எப்படியாவது ஆட்சிபீடம் ஏறத் துடிப்பார்கள். உத்தமாவும் அப்படித்தான். 'கடைசியாக இருக்கும் தீவின்' மன்னரைத் துரத்தினார். ஆட்சியைக் கைப்பற்றினார். அந்தத் தீவு காடுகள் அடர்ந்த பகுதி. அங்கே ஏராளமான புலிகள் நடமாடிக்கொண்டிருந்தன. ராஜா ஏனோ, புலிகளைச் சிங்கங்கள் என்று நினைத்துவிட்டார். காட்டு ராஜாவான சிங்கங்களைப் பார்த்த அதிர்ஷ்டத்தால்தான் தனக்கு நாட்டு

ராஜ்யம் கிடைத்தது என்று நம்பினார். மலாய் மொழியில் சிங்கா என்றால் சிங்கம்: பூரா என்றால், ஊர். இதன் அடிப்படையில், சிங்கங்களுக்கு நன்றியறிவிப்பாகப் புதிய நாட்டுக்குச் (தீவுக்குச்) சிங்கப்பூரா என்று பெயர் சூட்டினார்.

காடுகள் நிறைந்த சிங்கப்பூராவில் யானைகளும் அதிகம். ஏனென்றால். கி.பி. 1320-ல் மத்திய ஆசியாவில் இருந்த மங்கோலியப் பேரரசர்கள், யானைகள் வாங்குவதற்காக, மலாய் நாட்டை அடுத்திருந்த Dragon's Teeth Gate* என்னும் துறைமுகத்துக்கு ஒரு தூதுக்குழுவை அனுப்பினார்கள். இந்த Dragon's Teeth Gate, சிங்கப்பூரில் இருக்கும் கெப்பெல் துறைமுகம் (Keppel Harbour) என்று அனுமானிக்கப் பட்டுள்ளது.

புதிய மன்னர், புதிய ஆட்சி, மக்கள் தொகை மிகக் குறைவான நிலப்பகுதி. வாய்ப்புகள் அதிகமாக இருக்கும் என்னும் நம்பிக்கையில் அண்டைய மலாயா, சீன நாடுகளிலிருந்து மக்கள் புலம் பெயர்ந்து வரத் தொடங்கினார்கள். வாங் டயுவான் (Wang Dayuan) என்னும் சீனர் உலகம் சுற்றும் வாலிபர், வியாபாரி. இந்தியா, ஸ்ரீலங்கா, மலேஷியா, ஆப்பிரிக்கா ஆகிய பல நாடுகளுக்கு கப்பல் பயணம் செய்திருக்கிறார். தான் சென்ற ஊர்களின் விவரங்களையும், தன் அனுபவங்களையும் டயரிக் குறிப்புகளாகப் பதிவு செய்திருக்கிறார். 1349-ல் எழுதப்பட்ட இந்தக் குறிப்புகள் கிடைத்துள்ளன. இவைதாம் சிங்கப்பூரா பற்றிய ஆரம்ப ஆவணங்கள். இந்தக் குறிப்புகளில், தெமாஸிக் (Temasek), Dragon's Tooth, பான்ஸு (Banzu) என்னும் சிங்கப்பூராவின் மூன்று இடங்கள்** பற்றிச் சொல்கிறார். தெமாஸிக் என்னும் கடலோர நகரத்தில் சீனர்களும், மலாய் மக்களும் நல்லிணக்கத்தோடு சேர்ந்து வாழ்ந்ததாக வாங் டயுவான் சொல்கிறார். தெமாஸிக்தான் பின்னாட்களில் சிங்கப்பூராகியிருக்கலாம் என்று நம்பப்படுகிறது.

---

* டிராகன் என்பது ஒருவகை விலங்கு. வௌவாலுக்கு இருப்பதைப்போன்ற இறக்கைகளுடன், நெருப்பைக் கக்கும் ராட்சசப் பல்லியாகவோ, முட்கள் நிறைந்த வாலையுடைய பாம்பாகவோ சித்தரிக்கப்படுகிறது. கிரேக்கர்கள், ரோமானியர்கள் ஆகியோர் டிராகனைத் தீமையின் சின்னமாகக் கருதினார்கள். ஆனால், சீனா, ஜப்பான், மலேஷியா போன்ற கலாச்சாரங்களில், டிராகன் நல்ல சகுனம், அதிர்ஷ்டத்தின் அடையாளம்.

** இந்த இடங்கள் இப்போது இல்லை. ஆனால், அகழ்வாராய்ச்சிகளில், இங்கே நகரங்களும், துறைமுகங்களும் இருந்ததற்கு அடையாளமான சிதிலங்கள் கண்டுபிடிக்கப்பட்டுள்ளன.

கி.பி. 1398. சுமாத்ராவில் பாலெம்பாங் (Palembang) என்னும் சிறிய நாடு இருந்தது. இதன் அரசர் சுல்தான் பரமேஸ்வரா*. ஜாவாவைத் தலைநகரமாகக்கொண்டு ஆட்சி செய்த மஜாபாஹித் பேரரசு பாலெம்பாங் மீது படையெடுத்தார்கள். பரமேஸ்வரா தோற்றார். போரில் தோல்விகண்ட எல்லோருக்கும் புகலிடம் ஏனோ சிங்கப்பூரா தான். வந்தார். ஆட்சியைப் பிடித்தார்.

அரசியலில் பந்தாடப்படுவதே சிங்கப்பூராவின் தலைவிதியாக இருந்தது. மலாயாவில் இருந்த துறைமுகங்கள் இந்தியா, இந்தோனேஷியா, இலங்கை போன்ற நாடுகளோடு நடந்த வர்த்தகத்துக்கு மையப்புள்ளியாக இருந்ததுதான் இதற்கு முக்கிய காரணம். மலேயாவைப் பிடித்தவர்கள், சிங்கப்பூராவையும் சதிராடினார்கள். பரமேஸ்வரா வாரிசுகளிடமிருந்து சிங்கப்பூர் முதலில் தாய்லாந்து வசம் போயிற்று. அடுத்தபடியாக, மஜாபாஹித் பேரரசு கைகளில்.

தென்கிழக்கு நாடுகளின் ஆட்டம் 150 வருடங்கள்தான் நீடித்தது. ஐரோப்பிய நாடுகளின் கச்சேரி ஆரம்பம். 1511-ல், போர்த்துக்கீசியர்கள் மலாய் நாட்டின் மலாக்கா பகுதியைப் பிடித்தார்கள். அடுத்துச் சிங்கப்பூராவும் அவர்கள் வசமானது. இந்தத் தீவால் எந்தப் பயனும் இல்லை என்று போர்த்துக்கீசியர்கள் நினைத்தார்கள். சிங்கப்பூராவில் இருந்த வீடுகளை இடித்துத் தள்ளினார்கள். துறைமுகத்தில் எல்லா வியாபாரத்தையும் நிறுத்தினார்கள். சிங்கப்பூரா என்னும் தேசமே மறக்கப்பட்டுவிடும் நிலை. அடுத்து, டச்சுக்காரர்கள்** மலாயா, சிங்கப்பூரா பகுதிகளைப் போர்த்துக்கீசியரிடமிருந்து தட்டிப் பறித்தார்கள். டச்சுக்காரர்களும் சிங்கப்பூராவுக்கு எந்த முக்கியத்துவமும் தரவில்லை. இந்தச் சோகம் சுமார் 200 ஆண்டுகள் தொடர்ந்தது.

கி.பி. 1819. வந்தார் சிங்கப்பூராவின் மீட்பர். ஸ்டாம்ஃபோர்ட் ராஃபிள்ஸ் (Stamford Raffles) சுமத்ரா பகுதியில் இருந்த பிரிட்டிஷ் காலனியின் லெஃப்டினன்ட் கவர்னர்.

ராஃபிள்ஸ் அற்புதமான மனிதர். வறுமையான குடும்பத்தில் பிறந்தார். பள்ளிப் படிப்போடு கல்வியை நிறுத்தவேண்டிய கட்டாயம். 1795-ம்

* சுல்தான் என்பது இஸ்லாமிய அரசர்களைக் குறிப்பது. பரமேஸ்வரா என்பது இந்துப் பெயர். மாறுபட்ட இவை இவர் பெயரில் எப்படி இணைந்தன என்று தெரியவில்லை.

** நெதர்லாந்து நாட்டுக்காரர்கள். ஹாலந்து என்றும் இந்த நாடு அழைக்கப்படுகிறது.

ஆண்டு, தன் 14-ம் வயதில், கிழக்கிந்தியக் கம்பெனியில் கிளார்க் வேலையில் சேர்ந்தார். முதலில் லண்டனில் வேலை. அப்போது கம்பெனி மலாயாவில் வேலை பார்க்க ஏராளமான ஊழியர்களைத் தேர்வு செய்துகொண்டிருந்தார்கள். அங்கே, இங்கிலாந்துபோல் வசதிகள் கிடையாது. ஆனால், பணம் சேமிக்க முடியும். இந்தக் காரணத்தால், ராஃபிள்ஸ் மலாயா போகச் சம்மதித்தார். மலாயாவின் பினாங் நகரின் கவர்னருக்கு உதவிச் செயலாளராகப் பணி.

அன்றைய நாட்களில் பிரிட்டிஷாருக்கு உயர்வு மனப்பான்மை இருந்தது. உள்ளூர் மக்களைத் தாழ்த்தப்பட்டவர்களாக நடத்தினார்கள், அவர்களோடு பழகுவதையும், ஏன், பேசுவதையுமே தவிர்த்தார்கள். நிர்வாக விஷயமாகப் பேசவேண்டிய நேரங்களில் பிரிட்டிஷார் ஆங்கிலத்தில் பேசுவார்கள். உள்ளூர் ஆசாமி அந்த ஊர் மொழியில் பேசுவார். ஒருவர் மொழி அடுத்தவருக்குப் புரியாது. புரிதலுக்காகத் துபாஷி என்னும் மொழிபெயர்ப்பாளர் நியமிக்கப்பட்டார்.

ராஃபிள்ஸ் ஆட்சியாளருக்கும், ஆளப்படுபவர்களுக்குமிடையே சுமுகமான உறவு உருவாகப் பொதுவான மொழிதான் பாலம் என்று நம்பினார். மலாய் மொழியைப் பேசவும், எழுதவும் கற்றுக் கொண்டார். இந்த மலாய் மொழிப் பேச்சால், மக்களுக்கு அவரிடம் அபார நம்பிக்கை ஏற்பட்டது. பிரிட்டிஷ் ஆட்சியின் எல்லைகளை விரிவாக்க ராஃபிள்ஸ் காட்டிய அர்ப்பணிப்பு, வித்தியாச அணுகுமுறை உயர்மட்டத்தின் கவனத்துக்கும், அங்கீகாரத்துக்கும் வந்தது. கல்கத்தாவில் இருந்த கவர்னர் ஜெனரல் இந்த அபாரத் திறமைசாலியை முழுமையாகப் பயன்படுத்திக்கொள்ள விரும்பினார். தன் செயலாளராக அமர்த்திக்கொண்டார். கல்கத்தாவில் வேலை. இந்தப் பதவி கவர்னர் ஜெனரலுக்கும் தனக்கும் நெருக்கத்தை உண்டாக்கும், இந்த நெருக்கம் தன் வாழ்க்கை உச்சத்தை எட்ட உதவும் அரிய வாய்ப்பு என்று ராஃபிள்ஸ் உணர்ந்தார். தன் முழுத்திறமையையும், கடும் உழைப்பையும் களத்தில் இறக்கினார்.

ராஃபிள்ஸ் அற்புதமான தலைமைக் குணங்களும், தொலைநோக்குப் பார்வையும் கொண்டவர். அப்போது, இந்தோனேஷியாவிலிருந்த ஜாவா (Java) பிரெஞ்சு அரசுக்கு உட்பட்ட காலனி. அங்கே நிர்வாகம் நடத்தியவர்கள் டச்சு அதிகாரிகள். டச்சுக்காரர்களும், பிரெஞ்சுக் காரர்களும் இங்கிலாந்தின் வியாபாரம் தென்கிழக்கு ஆசியாவில் வளருவதை விரும்பவில்லை. வியாபாரத்தை ஆரம்பமாக வைத்துப் பணபலத்தைப் பெருக்குவது, உள்ளூர் அரசியலில் மூக்கை நுழைப்பது, கோஷ்டிகளை உருவாக்குவது, அவர்களுக்குள் சண்டையை உண்டாக்கி, நாடு தளரும்போது ஆட்சியைப் பிடிப்பது இவைதாம் பிரிட்டிஷாரின் அரசியல் வியூகங்கள். டச்சு, பிரெஞ்சுக்காரர்களின் குறிக்கோளும்

இதுவேதான். ஆகவே, டச்சுக்காரர்களும், பிரெஞ்சுக்காரர்களும் இணைந்தார்கள். இங்கிலாந்தின் வியாபார வளர்ச்சியைத் தடுக்க அத்தனை முயற்சிகளையும் எடுத்தார்கள்.

ஜாவா மீது தாக்குதல் நடத்திப் பிரிட்டிஷ் ஆட்சியின் காலனியாக மாற்றினால், ஆசியாவில் பிரெஞ்சு- டச்சு ஆதிக்கத்துக்குச் சாவு மணி அடித்துவிடலாம், இந்தியா, மலேஷியா ஆகிய பகுதிகளில் இங்கிலாந்து தனிக்காட்டு ராஜாவாக ஆட்சி நடத்தலாம் என்று ராஃபிள்ஸ் ஆலோசனை சொன்னார். அரசு அதிகாரிகள் ஒருவர் காதிலும் விழவில்லை. போற்றுவோர் போற்றட்டும், புழுதிவாரித் தூற்றுவோர் தூற்றட்டும், எடுத்த வேலையைக் கச்சிதமாக முடிப்பவன் நான் என்னும் கருமமே கண்ணானார் ராஃபிள்ஸ்.

ஜாவாவை ஜெயிக்க எத்தனை போர்க்கப்பல்கள், வீரர்கள், ஆயுதங்கள் தேவை, எப்படி வியூகங்கள் அமைக்கவேண்டும் என்று ராஃபிள்ஸ் தெளிவான திட்டம் தீட்டினார். சாதாரணமாக ராணுவத் தலைவர்கள் வீரம் மட்டுமே கொண்டவர்கள், நெஞ்சில் ஈரம் இல்லாதவர்கள். நம் வித்தியாசத் தலைவரின் இரும்புக் கரங்களில் வெல்வெட் உறைகள் இருந்தன. போரில் ஜெயித்தபின், மக்கள் மனங்களில் பிரிட்டிஷ் அரசுக்கு நிரந்தர இடம் பிடிப்பதற்கும் ராஃபிள்ஸ் விலாவாரியாகத் திட்டம் போட்டார்.

யாருமே மறுக்கமுடியாத திட்டங்கள், வாதங்கள். கவர்னர் ஜெனரல் மின்ட்டோ பிரபு (Lord Minto) தன் செயலாளரின் புத்திகூர்மையைப் பார்த்து ஆச்சரியப்பட்டார். இங்கிலாந்து அரசுக்குத் தன் பரிந்துரையை அனுப்பினார். உடனேயே வந்தது சம்மதம். மின்ட்டோ பிரபு புறப்பட்டார். அவருடன், 'மூளை' ராஃபிள்ஸ், தளபதி கர்னல் கில்லெஸ்ப்பி (Colonel Gillespie), ஆயத்தமான கப்பல்கள்.

ஜாவாவில் பிரெஞ்சுப் படைகள் முகாமிட்டிருந்த கோட்டை தகர்க்க முடியாத இரும்புக் கோட்டை. 45 நாட்கள் பிரிட்டிஷ் தாக்குதல் நடந்தது. அதிசயம் நிகழ்ந்தது. இங்கிலாந்துக்கு மாபெரும் வெற்றி! எதிரிப் படைத் தளபதி கைது செய்யப்பட்டார். ராஃபிள்ஸ், தளபதி கர்னல் கில்லெஸ்ப்பி ஆகிய இருவரும் வெற்றியின் முக்கிய சூத்திரதாரிகள் என்று இங்கிலாந்து அரசு அங்கீகரித்தது. ராஃபிள்ஸுக்குப் பதவி உயர்வு- சுமத்ரா பகுதியின் லெஃப்டினன்ட் கவர்னர். இங்கிலாந்து மகாராணியாரும் அரசின் உயர்ந்த விருதான 'ஸர்' (Sir) என்னும் பட்டம் வழங்கினார்.

ராஃபிள்ஸ் ஜாவாவின் நிர்வாகப் பொறுப்பேற்றார். அவர் செய்து காட்டியது வெறும் நிர்வாகச் சீர்திருத்தமல்ல, புதிய நாட்டின் உருவாக்கம், ஆட்சி, நிர்வாகம், அதிகாரிகள் தேர்வு, நியமனம்,

வருமானம், வரிகள், நீதி ஆகிய நல்லாட்சிக்குத் தேவையான அத்தனை அம்சங்களையும் கொண்ட கட்டமைப்பை உருவாக்கினார், திறமையாகச் செயல்படவைத்தார். இந்தச் சாதனைகள் கண்டு வியந்த பிரிட்டிஷ் அரசு இன்னொரு சவாலை அவர் வசம் வீசியது. அது வெறும் சவால் அல்ல, ராஃபிள்ஸ் உலக வரலாற்றில் தனி முத்திரை பதிக்கப் போட்டுக்கொடுத்த அற்புத வாய்ப்பு ஏணி!

இங்கிலாந்து, இந்தியாவுக்கும் சீனாவுக்குமிடையே வியாபாரத்தைப் பெருக்க முயற்சிகள் எடுத்துக்கொண்டிருந்தது. அப்போது, தாய்லாந்து, இந்தோனேஷியா, மலாயா ஆகிய நாடுகளின் துறைமுகங்கள் டச்சுக்காரர்களின் ஆதிக்கத்தில் இருந்தன. இந்தியச் சீன வணிகத்தின் கழுத்தை நெரிக்க நினைத்த அவர்கள் கடுமையான கட்டுப்பாடுகள் விதிக்கத் தொடங்கினார்கள். அநியாய வரிகள் போட்டார்கள். சில சமயங்களில் துறைமுகத்துக்குள் நுழைவதற்கே அனுமதி மறுத்தார்கள்.

இங்கிலாந்து திணறியது. வியாபாரம் ஊசலாடியது. தீர்வு காணும் பொறுப்பு ராஃபிள்ஸிடம் ஒப்படைக்கப்பட்டது. மனிதர் மகா கில்லாடி. எந்த வேலையைக் கொடுத்தாலும், மேலெழுந்தவாரியாகச் செய்யமாட்டார். விவரங்களைத் தேடுவார், அவற்றை அலசி ஆராய்வார். வித்தியாசமாகச் சிந்திப்பார். இந்தோ-சீனக் கடல் பாதையில், ஒரு புதிய துறைமுகத்தைக் கண்டுபிடிக்கவேண்டும். பல துறைமுகங்களை நேரடியாகப் பார்வையிட்டு, அவற்றுள் எது இந்தோ-சீன வியாபாரத்துக்குப் பொருத்தமாக இருக்கும் என்று எடை போடும் வேலையைத் தொடங்கினார்.

ஜனவரி 29, 1819*. சிங்கப்பூராவின் வரலாற்றில் பொன் எழுத்துக்களால் பொறிக்கப்படும் நாள், நாட்டின் தலைவிதி மாற்றி எழுதப்பட்ட நாள். ராஃபிள்ஸ் சிங்கப்பூரா துறைமுகத்தைப் பார்வையிட்டார். சிதிலமாக்கிக் கிடந்தது. சுமார் இரு நூறு ஆண்டுகளாகப் பயன் படுத்தப்படாத சிதிலம். மீன்பிடிப்பவர்கள் மட்டுமே மும்முரமாக இருந்தார்கள். ஊர்- ஊரா அது? சதுப்பு நிலமும் காடுகளும் நிறைந்த பகுதியாக இருந்தது. வேறு யாராவது இருந்திருந்தால், மறுபார்வை பார்க்காமல் திரும்பிப் போயிருப்பார்கள். ராஃபிள்ஸ் வித்தியாச மானவர். அவர் உள்ளுணர்வு சொன்னது, 'இங்கிலாந்து தேடிக் கொண்டிருக்கும் துறைமுகம் இதுதான்.'

---

* ராஃபிள்ஸ் இந்தத் தேதியை பிப்ரவரி 29, 1819 என்று குறிப்பிட்டிருக்கிறார். அது தவறு. ஏனென்றால், 1819 லீப் வருடமல்ல: ஆகவே, பிப்ரவரி மாதத்தில் 29-ம் தேதி கிடையாது.

இந்த முடிவை ராஃபிள்ஸ் உணர்ச்சி பூர்வமாக எடுக்கவில்லை, அறிவுபூர்வமாக எடுத்தார். பல காரணங்கள்- மலாய் தீபகற்பத்தின் தெற்கு எல்லையிலும், மலாக்கா நீர்ச்சந்தியின் அருகிலும் இருந்த பூகோள அமைப்பு, ஆழமான இயற்கைத் துறைமுகத்துக்கான கடல், சுற்றுமுற்றும் கப்பல்கள் கட்டவும், பராமரிக்கவும் அவசியப்படும் மரங்களின் அடர்த்தி. சுமார் ஆயிரம் பேரே வசித்தார்கள். மக்கள் அடர்த்தி குறைவாக இருந்ததால், துறைமுகத்தை நிர்மாணிக்கவும், நிர்வகிக்கவும் வெளிநாடுகளிலிருந்து தொழிலாளிகளைக் கொண்டு வந்தால், அவர்கள் தங்கவும், அங்கே புதுவாழ்க்கை அமைக்கவும் பிரச்னைகளே இருக்காது.

ஒரே ஒரு சிக்கல்தான். சிங்கப்பூரா தீவு, மலாயாவின் ஒரு பகுதியான ஜோஹோர் ராஜ்யத்தின் கீழ் இருந்தது. ஜோஹோரை டெமங்காங் அப்துல் ரஹ்மான் ஆண்டுவந்தார். இவர் டச்சுக்காரர்களின் கைப்பாவை. இந்தக் கோட்டையில் ஒரு ஓட்டையை ராஃபிள்ஸ் கண்டுபிடித்தார். அப்துல் ரஹ்மானுக்கு ஹுஸைன் ஷா என்னும் அண்ணன் இருந்தார். அண்ணா தம்பிக்குள் பதவிச் சண்டைகள். உயிருக்குப் பயந்த அண்ணன் அண்டைய இந்தோனேஷியாவில் அடைக்கலம் புகுந்திருந்தார். ராஃபிள்ஸ் ஹுஸைனைத் தொடர்பு கொண்டார். ‘உங்கள் தம்பிக்கு ஹாலந்து உதவுகிறதா? உங்களுக்கு மகாபலம் பொருந்திய இங்கிலாந்து துணை நிற்கும்’ என்று வாக்குறுதி தந்தார்.

இங்கிலாந்துப் படையினர் ஹுஸைனைப் பாதுகாப்போடு சிங்கப்பூராவுக்கு அழைத்து வந்தார்கள். ‘இவர்தான் ஜோஹோர் ராஜா’ என்று பிரகடனம் செய்தார்கள். ஒவ்வொரு வருடமும் இவர் ராஜா வாழ்க்கை நடத்த இங்கிலாந்து மகாராணி பணம் தருவார்.

உயிருக்குப் பாதுகாப்பு, ராஜா பட்டம், ஆடம்பர வாழ்க்கை நடத்த மொத்தச் செலவு, இதற்குமேல் வேறென்ன வேண்டும் ஹுஸைன் சுல்தானுக்கு? கைம்மாறாக ராஃபிள்ஸ் என்ன எதிர்பார்த்தார்? ஒரே ஒரு கையெழுத்து ஒரே ஒரு ஒப்பந்தத்தில். சிங்கப்பூரா ஊரை இங்கிலாந்து நாட்டுக்கு எழுதிவைக்கவேண்டும். அவ்வளவுதான்.

பிப்ரவரி *6, 1819.* ஹுஸைன் கையெழுத்துப்போட்டார். சிங்கப்பூரா என்னும் புராதனப் பெயர் ஆங்கிலேயர் வாயில் நுழைந்து சிங்கப்பூர் ஆனது. நகரத்தில் இங்கிலாந்தின் யூனியன் ஜாக் கொடி ஏறியது. கிளைகள் பரப்பி, விழுதுகள் விட்டு, லட்சக்கணக்கான மலாய், சீன, இந்திய மக்களுக்கு வாழ்வாதாரம் தரும் விருட்சம் முதன்முதலாக முளைவிட்டது அன்றுதான். ஆமாம், சிங்கப்பூர் பிறந்தது.

3

சிங்கப்பூரின் அம்மையப்பர்

ராஃபிள்ஸ், சிங்கப்பூரின் ஜனனத்துக்கு மருத்துவச்சியாக மட்டும் இருக்கவில்லை, பிறந்த நாட்டை வளர்த்து ஆளாக்கும் பாசத்தாயாக, அவைகளில் முந்தியிருக்கச் செய்யும் பொறுப்பு மிகுந்த தந்தையாக இருந்தார். சிங்கப்பூரின் குழந்தைப் பருவ அம்மையப்பர் ராஃபிள்ஸ்தான்.

ராஃபிள்ஸ் சிங்கப்பூரின் நிர்வாகியாக, மேஜர் வில்லியம் ஃபார்க்வார் (Major William Farquhar) என்பவரை நியமித்தார். இவரோடு சிறிய பீரங்கிப் படை. படைவீரர்கள் எங்கிருந்து தெரியுமா? பிரிட்டிஷ் ஆட்சியில் அப்போது இருந்த இந்தியாவிலிருந்து! ஆமாம், சிங்கப்பூரின் பிரம்மாண்ட வளர்ச்சியில், ஆரம்ப காலத்திலிருந்தே, நம் தொழிலாளர்களுக்கு மட்டுமல்ல, ராணுவ வீரர்களுக்கும் பங்கு இருக்கிறது. ஃபார்க்வார் வெகு வேகத்தில் புதிய துறைமுகம் நிறுவினார். அன்றைய கடல் வாணிபத்தில் பிரபலமாக இருந்த மலாயா, தாய்லாந்து, இந்தோனேஷியா ஆகிய நாட்டுத் துறைமுகங் களுக்குச் சவால் விடும் வசதிகள்.

வசதிகள் சரி, அந்தத் துறைமுகங்களுக்குப் போய்க்கொண்டிருந்த ஏராளமான சரக்குக் கப்பல்களைப் புதுத் துறைமுகமான சிங்கப்பூருக்கு வரவழைக்கவேண்டும். என்ன செய்யலாம்? மார்க்கெட்டிங் நிபுணர்களையே வியக்கவைக்கும் யுக்திகளை ராஃபிள்ஸ் களத்தில் இறக்கினார். இந்தத் துறைமுகங்கள் டச்சுக்காரர்களின் கட்டுப்பாட்டில் இருந்தன. போட்டியே இல்லாத காரணத்தால், கப்பல்களிடம் அநியாயக் கட்டணங்கள் வசூலித்தார்கள். ராஃபிள்ஸ் எடுத்துவைத்த முதல் அடியே அதிரடி, மரண அடி. சிங்கப்பூர் துறைமுகத்தை முற்றிலும் இலவசமானதாக அறிவித்தார். எந்தக் கப்பலுக்கும் கட்டணமே கிடையாது.

ஃபார்க்வார் துறைமுக வளர்ச்சிக்கென்று தனி அதிகாரியை நியமித்தார். பொருட்களைக் கூவிக் கூவி விற்பதைப்போல், இவர் அந்த வழியாகச்

செல்லும் சரக்குக் கப்பல்களைத் தொடர்பு கொள்ளுவார். 'சிங்கப்பூர்த் துறைமுகத்துக்கு வாருங்கள். உங்கள் காசு மிச்சமாகும்' என்று தன் நாட்டின் சேவைகளை விற்பனை செய்வார். கப்பல் கம்பெனிகளுக்கு ஆனந்த அதிர்ச்சி. பணம் மிச்சம், அத்தோடு வருந்தி வருந்தி அழைக்கிறார்கள். பிற துறைமுகங்களைத் தவிர்த்தார்கள். சிங்கப்பூருக்கு மாறினார்கள்.

விரைவில் சிங்கப்பூர் வழியாக நடக்கும் வியாபாரம் எகிறியது. ராஃபிள்ஸின் எதிர்பார்ப்புக்களை வெகுவாகத் தாண்டிய வளர்ச்சி. 1819-ல் சிங்கப்பூர் துறைமுகம் வழியாக நடந்த வியாபாரம் 4 லட்சம் ஸ்பானிஷ் டாலர்கள்*: இதுவே 1821-ல் 80 லட்சம் டாலர்களானது: 1825-ல் 220 லட்சம் டாலர்கள். அதாவது, ஆறே வருடங்களில், 55 மடங்காகிவிட்டது! அதுவரை முதல் இடம் பிடித்திருந்த மலாயாவின் பினாங் துறைமுகத்தைப் பின்னுக்குத் தள்ளிவிட்டு, தென் கிழக்கு ஆசியாவின் நம்பர் 1 துறைமுகமானது. ஆறே வருடங்களில் அசுரத்தனமான வளர்ச்சி!

வியாபார வளர்ச்சி வேலை வாய்ப்புக்களைப் பெருக்கியது. வாய்ப்புகள், வாய்ப்புகள்... ஆனால் மொத்தமாக நாட்டில் ஆயிரம் பேர்தானே இருந்தார்கள்? ஆட்கள் போதவில்லை. ஃபார்க்வார் அண்டை நாட்டு மக்களுக்கு அழைப்பு விடுத்தார். இந்தியா, மலாயா, சீனா போன்ற நாடுகளிலிருந்து ஏராளமானோர் வரத் தொடங்கினார்கள். 1819-ல் சிங்கப்பூரின் மக்கள் தொகை 1000: 1821-ல் 5000: 1825-இல் 10,000.

ஃபார்க்வார் அற்புதமான சாதனை செய்துவிட்டார். தன் மேலதிகாரி ராஃபிள்ஸ் எதிர்பார்த்ததைவிட அதிக உயரங்களை எட்டிவிட்டார். அவர் அபாரத் திறமைசாலி. கோடு போடச் சொன்னால், ரோடு போடுவார். தன் அதிகார வரம்புகளையும் மீறிச் செயல்படுவார்.

ஃபார்க்வார் சிங்கப்பூரை மட்டும் வளர்க்கவில்லை. தன் சொத்துக்களையும் கணக்கில்லாமல் வளர்த்திருந்தார். துறைமுகத்தின் வளர்ச்சியால் தேசத்தில் மக்களிடம் ஏராளமாகப் பணம் புழங்கியது. இந்தத் திடீர்ப் பணக்காரர்கள் அர்த்த ராத்திரியில் குடை பிடிக்க விரும்பினார்கள். இந்தச் சபலங்களைச் சொந்தக் காசாக்கிக் கொண்டார். சூதாடும் விடுதிகள் நடத்த அனுமதி கொடுத்தார்: தெருவுக்குத் தெரு, பணம் கட்டி விளையாடும் சேவல் சண்டைகள்.

---

* ஏனோ, அன்றைய மதிப்பு ஸ்பானிஷ் டாலர்களில் கணக்கிடப்பட்டது.

அடுத்து கஞ்சா விற்பனை ஆரம்பித்தது. ஃபார்க்வார் தன் பைகளை நிரப்பிக்கொண்டு, கண்களை மூடிக்கொண்டார். மக்கள் போதைக்கும், சூதாட்டத்துக்கும் அடிமைகளாகிக்கொண்டிருந்தார்கள். செல்வத்தில் உயர்ந்துகொண்டிருந்த சிங்கப்பூர் ஒழுக்கத்தில் சறுக்கிக் கொண்டிருந்தது.

தன் கீழ் அதிகாரி பற்றிய புகார்கள் அரசல் புரசலாக ராஃபிள்ஸ் காதுகளில் விழுந்தன. 1822-ல் சிங்கப்பூர் வந்தார். விசாரித்தார். புகார்கள் அத்தனையும் முழுக்க முழுக்க நிஜம். ராஃபிள்ஸ் தலையில் இடி விழுந்ததுபோல் உணர்ந்தார். ஃபார்க்வார் கைகளிலிருந்து அதிகாரத்தைப் பறித்தார். பொறுப்பை நேரடியாகத் தானே எடுத்துக் கொண்டார்.

ராஃபிள்ஸைப் பொறுத்தவரை, நாடு வல்லரசாக மட்டுமல்ல, நல்லரசாக இருக்கவேண்டும். வளர்ச்சி முக்கியம், அதைவிட நல்லொழுக்கமும் கட்டுப்பாடும் முக்கியம். கஞ்சாவையும் சூதாட்டத்தையும் தொடரவிட்டால், சிங்கப்பூர் சீரழிந்துவிடும். நல்ல தலைவன் நாட்டு மக்களுக்கு நன்மை தரும் முடிவுகளை எடுக்கத் தயங்கமாட்டான். அந்த முடிவுகளைச் சலனமே இல்லாமல் மின்னல் வேகத்தில் நிறைவேற்றுவான். கஞ்சா, சூதாட்டம், சேவல் சண்டை முதலியவற்றை உடனேயே தடை செய்தார். கன்னா பின்னா என்று வளராமல், சிங்கப்பூரை ஒரு திட்டமிட்ட நாடாக உருவாக்க ராஃபிள்ஸ் விரும்பினார். ஏராளமான அடிப்படை மாற்றங்களையும் கொண்டு வந்தார். இந்த மாற்றங்களை ஒரு தீர்க்கதரிசியால் மட்டுமே செய்ய முடியும்.

மக்களின் குண நலன்களை, அவர்கள் வாழும் இடத்தின் தட்ப வெப்ப நிலை, பின்புலம் ஆகியவை பெருமளவில் தீர்மானிக்கின்றன என்று வரலாற்று ஆராய்ச்சியாளர்களும் மனோதத்துவ மேதைகளும் சொல்கிறார்கள். வீடுகளும் தெருக்களும் குப்பைகள் குவிந்து, சுகாதாரமற்றவையாக இருந்தால், நாட்டிலும் குற்றங்கள் பெருகும். உதாரணமாக, உங்கள் வீட்டில் குப்பை மண்டியிருக்கிறதா, வீட்டுப் பொருட்கள் போட்டது போட்டபடி சிதறிக் கிடக்கின்றனவா? அவற்றை ஒழுங்குபடுத்துங்கள். உங்கள் மனம் தெளிவு பெறும், உங்கள் வாழ்க்கையிலும் ஒளி பிறக்கும்.

திடீர் வளர்ச்சி காணும் இடங்களில், அவை நகரங்களாக இருந்தாலும், நாடுகளாக இருந்தாலும், இந்தப் பிரச்னைகள் தலை தூக்கும் சாத்தியக்கூறுகள் அதிகம். உலகின் பல்வேறு பாகங்களிலிருந்து மக்கள் குடியேறுவார்கள், இவர்களின் பின்புலங்கள், வாழ்க்கை முறைகள், மனோபாவங்கள், கலாசாரம் ஆகியவற்றில் ஏகப்பட்ட வித்தியாசங்கள்

இருக்கும். பிறந்த மண்ணின்மீது ஆழமான பாசம் இருக்கும். இதனால், பிழைக்க வந்த நாட்டோடு ஒட்டமாட்டார்கள். அதேசமயம், பிறந்த நாடும் இவர்களை அந்நியர்களாக நடத்தும். ஆகவே, இவர்கள் வேரில்லாத மரங்களாக உணர்வார்கள். மனங்களில் எப்போதும் பாதுகாப்பின்மை பயமுறுத்தும்.

குடும்பங்களைச் சொந்த மண்ணில் விட்டுவிட்டுத் தனியாட்களாக வந்தவர்களுக்கு இந்த இழப்புகள் இன்னும் பயங்கரமான சோதனைகள் தரும். பலர் மது, மாது, சூதாட்டம் என்று வடிகால்கள் தேடுவார்கள். வேலை பார்க்கும் நாடுகளில் கட்டுப்பாடுகள் இல்லை யென்றால், புலம் பெயர்ந்தவர்கள் சமூக விரோதிகளாகவும் மாறும் சாத்தியங்கள் அதிகம். புலம் பெயர்ந்த நாடு கிரிமினல்களின் கூடாரமாகிவிடும்.

ஒரு நாட்டை நல்ல நாடாக உருவாக்கவேண்டுமானால், இந்த மாதிரியான பிரச்னைகளை முளைக்கும் முன்னாலேயே கிள்ளிவிட வேண்டும். களைகளை நீக்கினால்தான், பயிர்கள் செழிப்பாக வளரும்; உழைப்புக்கு ஏற்ற அறுவடை கிடைக்கும். நல்ல மக்கள் உருவாக நல்ல நாட்டைத் திட்டமிட்டு உருவாக்கவேண்டும். இத்தனை ஆழமாக, அறிவியல்ரீதியாகச் சிந்திக்கும் தலைவர் ஆரம்ப காலங்களில் கிடைத்தது சிங்கப்பூருக்குக் கிடைத்த அபூர்வ வரம்.

ஒவ்வொரு செங்கல்லாக எடுத்துக் கட்டும் கட்டடம்போல், நகரில் எங்கெங்கே வீடுகள், எப்படிப்பட்ட வீடுகள் அமையவேண்டும், வீதிகளை எப்படி அமைக்கவேண்டும், கடைகள், பொழுதுபோக்கு இடங்கள் எங்கே வந்தால் மக்களுக்கு வசதியாக இருக்கும், 'பளிச்' சுத்தமாக நகரத்தைப் பராமரிக்க என்னென்ன செய்யவேண்டும், பொதுமக்களிடம் சுத்தம், சுகாதாரம் ஆகியவற்றின் தேவைகள் பற்றிய விழிப்புணர்வை எப்படி ஏற்படுத்தவேண்டும், கடமை உணர்வும் தேசப்பற்றும் கொண்ட குடிமகன்களாக அவர்களை எப்படிச் செதுக்க வேண்டும் என்று ராஃபிள்ஸ் ஆழமாகச் சிந்தித்தார். ஒவ்வொரு துறை மேதைகளிடமும் கலந்துரையாடினார். அவர்கள் கருத்துகளை உள்வாங்கிக்கொண்டார்.

திட்டத்தை உருவாக்கும் பணியை, பிலிப் ஜாக்ஸன் என்னும் கடற்படைப் பொறியியல் வல்லுநரிடம் ஒப்படைத்தார். வேலையின் அவசியமும் ராஃபிள்ஸின் வேகமும் ஜாக்ஸனுக்குத் தெரியும். நிபுணர்கள் குழுவோடு சேர்ந்து விரைந்து உழைத்தார். சில மாதங்களில் பக்கா ப்ளான் ரெடி. இந்தத் திட்டம் 'ஜாக்ஸன் திட்டம்' என்று அழைக்கப்படுகிறது. 'ராஃபிள்ஸ் திட்டம்' என்றும் சொல்வதுண்டு.

ஜாக்ஸன், நகரத்தை நான்கு பகுதிகளாகப் பிரித்தார். ஐரோப்பிய டவுன்: ஐரோப்பியர்கள், ஆசியச் செல்வந்தர்கள் ஆகியோர் வாழும் பகுதி. சீனா டவுன்: சீனர்கள் வசிக்கும் இடம். சுலியா கம்போங் (Chulia Kampong): இந்தியர்கள் (அவர்களில் பெரும்பாலானோர் தமிழர்கள்) உறைவிடம். கம்போங் கிலாம் (Kampong Kilam): என்னும் கிராமப்புறம் போன்ற இடங்களில் மலாய், அரபு நாட்டவர், முஸ்லிம்கள்.

இவை அத்தனையும் மக்கள் தங்கும் இடங்கள். ஐரோப்பிய டவுனுக்கு மேற்குப் புறத்தில், அரசாங்க அலுவலகங்களும், கடை வீதிகளும் இருந்தன. (மக்களை இனரீதியாகப் பிரிக்கும் இந்தக் கட்டமைப்பு அன்றைய காலகட்டத்துக்கு ஏற்றதாக இருந்தது. பிறகு, காலப்போக்கில் மாறியது. எல்லோரும், எல்லா இடங்களில் வசிக்கும் சுதந்திரம் வந்தது.)

நாட்டின் தோற்றத்தை மாற்றும் முயற்சிகள் இவை. மக்கள் மனங்களை மாற்றவேண்டுமானால், நீதி நிர்வாகம், கல்வி ஆகிய இரண்டு துறைகளிலும் கட்டமைப்புகள் தேவை. ராஃபிள்ஸ் தன் கவனத்தை அடுத்தபடியாக ஒருமுகப்படுத்தியது இவற்றில்தாம். இந்த அடிப்படையில், சிங்கப்பூரின் முதல் அரசியல் திட்டம் அவர் கைவண்ணத்தில் பிறந்தது.

சிங்கப்பூரில் தெளிவான சட்டங்களே இருக்கவில்லை. எவை சட்டத்துக்கு உட்பட்டவை, எவை அத்துமீறல்கள் என்பது யாருக்குமே தெரியாத 'ரகசியங்கள்'. அது மட்டுமில்லை. சிங்கப்பூரில் ஏதாவது குற்றங்கள் நடந்தால், அவை மலாயாவில்தான் விசாரிக்கப்பட்டன. இதனால் கால தாமதங்கள் ஏற்பட்டன. பெரும்பாலான சமயங்களில் குற்றவாளிகள் தப்பினார்கள். அப்பாவிகள் தண்டனை அடைந்தார்கள். பொதுமக்களுக்கு நீதிமன்றங்களில் நம்பிக்கையே போய்விட்டது. மக்களின் இந்த மனக்குறையை ராஃபிள்ஸ் உணர்ந்தார். எடுத்தார் நிவாரண நடவடிக்கை. உள்ளூரில் ஒரு நீதிபதியை நியமித்தார். இவர் தகுதி? பிரிட்டிஷ் பிரஜையாக இருக்கவேண்டும். ஆங்கிலேயச் சட்ட நுணுக்கங்கள் தெரிந்த இவர், உள்ளூர் மக்களின் பழக்கவழக்கங்கள், மத நம்பிக்கைகள் ஆகியவற்றைப் புண்படுத்தாமல் தீர்ப்புகள் வழங்கவேண்டும். சூதாட்ட விடுதிகள் மூடப்பட்டன. சேவல் சண்டைகள் நின்றன.

அன்றைய சிங்கப்பூரில் அடிமைத்தனம் பரவலாக இருந்தது. பல வீடுகளில் ஏழைகள் உழைக்கும் எந்திரங்களாக உறிஞ்சப்பட்டார்கள், ஈவு இரக்கமின்றி மிருகத்தனமாக நடத்தப்பட்டார்கள். மனிதனை மனிதன் அடிமையாக வைப்பது சட்ட விரோதம் என்று நீதிபதி அறிவித்தார். அடிமைத்தனத்துக்கு முற்றுப்புள்ளிவைத்தார்.

நீதிபதி முடிவுகட்டிய இன்னொரு அநியாயம், அடகுவட்டிக் கடைக்காரர்களின் அராஜகம். சூதாட்டங்களில் பணத்தை இழந்த மக்கள் இவர்களிடம் கந்துவட்டிக்குக் கடன் வாங்கினார்கள். வட்டியைக் கூடக் கொடுக்கமுடியாமல் வாழ்க்கையை இழந்தார்கள். இதைத் தடுக்க, அரசாங்கத்தின் உரிமம் பெற்றவர்கள் மட்டுமே வட்டிக்கடைகள் நடத்த முடியும் என்னும் சட்டத்தை நீதிபதி அமலுக்குக் கொண்டுவந்தார். யாராவது அநியாய வட்டி வாங்கினால், அவர்கள் வட்டியை எண்ணமுடியாது, கம்பியைத்தான் எண்ண வேண்டும்!

வறுமையில் பிறந்த தான் வாழ்வில் சிகரங்கள் தொட்டது தன் கல்வியால்தான் என்பது ராஃபிள்ஸுக்குத் தெரியும். கல்வி விளக்கை ஏற்றிவைத்தால்தான் ஆயிரக்கணக்கான ஏழை வீடுகளில் அடுப்பு எரியும் என்பதை அனுபவபூர்வமாக அறிவார். சிங்கப்பூர் நிறுவனம் (Singapore Institution) என்னும் கல்விச்சாலையைத் தொடங்கினார். கிழக்கிந்திய கம்பெனியிலிருந்து நிதி உதவி ஏற்பாடு செய்தார். நிபுணர்கள் குழு ஒன்று அமைத்து, கல்வித்திட்டம் வகுத்தார். மக்களிடமும், மாணவர்களிடமும் வாசிக்கும் பழக்கத்தை வளர்ப்பதற்காக, சிங்கப்பூர் நூலகம் (Singapore Library) என்னும் பொது நூலகத்தைக் கல்வி நிலைய வளாகத்தில் தொடங்கினார். சிங்கப்பூரின் முதல் பொது நூலகம் இதுதான். சிங்கப்பூர் நிறுவனம், சிங்கப்பூர் நூலகம் ஆகிய இரண்டும் மாபெரும் வளர்ச்சி கண்டிருக்கின்றன. இவற்றின் இன்றைய பெயர்கள் ராஃபிள்ஸ் நிறுவனம் (Raffles Institution), தேசிய நூலகம் (National Library).

நகர வடிவமைப்பு, சட்ட ஒழுங்கு, கல்வி, அறிவுத் தேடல் ஆகிய சிங்கப்பூரின் வளர்ச்சித் தூண்கள் அத்தனையும் ராஃபிள்ஸ் படைப்புகள். தன் கடமையைத் தொடரும் பொறுப்பை, சிங்கப்பூரின் ஆட்சிப் பொறுப்பை, ஜான் க்ராஃபர்ட் (John Crawfurd) என்னும் நேர்மையான திறமைசாலியான நிர்வாகியிடம் ஒப்படைத்தார்.

சிங்கப்பூரின் வளர்ச்சியை டச்சுக்காரர்களால் பொறுத்துக்கொள்ள முடியவில்லை. இங்கிலாந்து ஜோஹோர் சுல்தானோடு போட்ட ஒப்பந்தம் செல்லாது என்றும், சிங்கப்பூரைத் தங்களுக்குத் தரவேண்டு மென்றும் குரல் எழுப்பினார்கள். பிரிட்டிஷ் இதற்கு மறுத்தார்கள். பல சுற்றுப் பேச்சு வார்த்தைகள் நடந்தன. 1824-ல் ஆங்கில-டச்சு ஒப்பந்தம் (Anglo-Dutch Treaty of 1824) அல்லது லண்டன் ஒப்பந்தம் என்றும் அழைக்கப்படும் இந்த உடன்படிக்கையின்படி, டச்சுக்காரர்கள் சிங்கப்பூரை இங்கிலாந்துக்குத் தந்தார்கள்: பதிலாகச் சுமத்ரா தீவைப் பெற்றார்கள்.

இந்த உடன்படிக்கை தென்கிழக்கு ஆசியாவில் இரண்டு தனிப்பட்ட அதிகார மையங்களை ஏற்படுத்தியது. மலாக்கா ஜலசந்தியின் (Straits of Malacca) வடக்குப் பகுதியில் டச்சுக்காரர்கள் ஆட்சி; தெற்கே, பினாங்கு, மலாக்கா, சிங்கப்பூர் ஆகிய பகுதிகளில் பிரிட்டிஷாரின் கிழக்கு இந்திய கம்பெனி ஆட்சி. பிரிட்டிஷ் பகுதிகள் ஜலசந்திக் குடியேற்றங்கள் (Straits Settlements) என்று அழைக்கப்பட்டன. ஐந்து ஆண்டுகள் இந்தக் குடியேற்றங்களைத் தனிப்பகுதிகளாகக் கிழக்கு இந்திய கம்பெனி நிர்வகித்தது. 1830-ம் ஆண்டில், நிர்வாக வசதிக்காக இங்கிலாந்து இவற்றைத் தன் கட்டுப்பாட்டில் இருந்த வங்க மாநிலத்தின் கீழே கொண்டுவந்தது. தன் ராஜதந்திரத்தால், ராஃபிள்ஸ் சிங்கப்பூரைப் பிரிட்டிஷ் சாம்ராஜ்யத்தின் காலனியாக்கிவிட்டார்.

●

1819 முதல் 1824 வரையிலான ஐந்து நான்கு ஆண்டுகளில் ராஃபிள்ஸ் வாழ்க்கையில் தொட்டவை அத்தனையும் சாதனைச் சிகரங்கள். அதே சமயம், அவர் குடும்ப வாழ்க்கை சோதனைப் படுகுழியில். அவருக்கு லியோப்போல்ட் (Leopold), மார்ஸ்டென் (Marsden) என்னும் இரண்டு மகன்களும், ஷார்லெட் (Charlotte), எல்லா (Ella), ஃப்ளோரா (Flora) என்னும் மூன்று மகள்களும் இருந்தார்கள். 1821-ல், இரண்டரை வயது மகன் லியோப்போல்ட் காலரா நோய்க்குப் பலியானான். ஆறரை மாதங்கள் சோகத்தோடு நகர்ந்தன. 1822. ஒன்றே முக்கால் வயது மார்ஸ்டென் குடல் வீக்க நோயால் உயிர் இழந்தான். பத்தே நாட்களில் அதே நோய் நான்கு வயது ஷார்லெட் உயிரைக் குடித்தது. 21 மாதங்கள். நான்காம் இடி. இரண்டு மாதக் குழந்தை ஃப்ளோரா இறைவனடி சேர்ந்தாள்.

இரண்டே வருடங்களில் நான்கு குழந்தைகள் மரணம். எஞ்சிய ஒரே குழந்தைக்கும் ஏதாவது சம்பவித்துவிடக்கூடாதே என்னும் பயம். சோகச் சுமைகளால் கணவன், மனைவி இருவர் உடல்நலமும் கெட்டது. சோதனை மேல் சோதனை போதுமடா சாமி என்று ராஃபிள்ஸும் அவர் மனைவி ஸோஃபியாவும் (Sophia), மிஞ்சிய ஒரே பெண் குழந்தை, இரண்டு வயது எல்லாவோடு இங்கிலாந்து திரும்ப முடிவு செய்தார்கள். அவருக்குத் தாவர நூல் (Botany), விலங்கியல் (Zoology) ஆகியவற்றில் அதீத ஈடுபாடு இருந்தது. இங்கிலாந்தில் தன் பெரும்பாலான நேரத்தை இந்தத் துறைகளுக்காகச் செலவிட முடிவு செய்தார்.

அது சரி, ராஃபிள்ஸுக்கு இன்னொரு குழந்தை, சீராட்டிப் பாராட்டி வளர்த்த செல்லக் குழந்தை இருக்கிறாளே? அவளைப் பார்க்க வேண்டுமே? அவள்- சிங்கப்பூர்! ராஃபிள்ஸ் அங்கே போனார்,

பார்த்தார். மனம் பெருமையால் விம்மியது. கப்பல் சிங்கப்பூரை விட்டுப் புறப்பட்டது. பெருகியது கண்ணீர். மனதுக்குள் சொல்லிக் கொண்டார். 'இன்னும் சில ஆண்டுகள் கழித்துத் திரும்பி வருவேன். அப்போது நானே பிரமிக்கும் அளவுக்கு நீ வளர்ந்திருக்கவேண்டும்.'

மனதில் இன்னொரு ஆசை, எதிர்பார்ப்பு- சிங்கப்பூர் என்னும் புதிய நாட்டை உருவாக்கிவிட்டோம், அர்ப்பணிப்போடு, தேசபக்தியோடு பிரிட்டிஷ் சாம்ராஜ்யத்தின் கனவுகளை நனவாக்கிவிட்டோம். சொந்த வாழ்க்கை சோகமாகிவிட்டாலும், கடமையில் ஜெயித்துவிட்டோம். இங்கிலாந்துக்குப் போனவுடன் பிறந்த மண் தன்னை ரத்தினக் கம்பளம் போட்டு வரவேற்கும், ஊடகங்கள் வெளிச்சம் போடும், மக்கள் தலையில் வைத்துக் கொண்டாடுவார்கள். ஆயிரம் ஆசைகளோடு பயணம் தொடங்கினார். வாழ்வில் நிம்மதி மலரும்; சிங்கப்பூருக்குத் திரும்பி வருவோம் என்று நினைத்தார். 'பாவம் இந்த மனிதர்' என்று இறைவன் சிரித்தான்.

இங்கிலாந்து அவரை எப்படியெல்லாம் கௌரவித்தது தெரியுமா? சிங்கப்பூரில் தில்லாலங்கடி வேலைகள் செய்த ஃபார்க்வார், ராஃபிள்ஸுக்கு எதிராகக் குற்றப்பட்டியல் தயாரித்தார். அரசிடம் சமர்ப்பித்தார். விசாரணைகள் தொடங்கின. யார் தூண்டுதல் என்று தெரியவில்லை. கிழக்கிந்திய கம்பெனியும், இங்கிலாந்து அரசும், ராஃபிள்ஸை கிரிமினல் போல் நடத்தினார்கள். அவருடைய ஓய்வூதியத் தொகையை நிறுத்தினார்கள். அவருடைய நிர்வாகத்தில் மலாயாவிலும் சிங்கப்பூரிலும் இங்கிலாந்துக்கு 22,272 பவுண்ட்கள் பணம் நஷ்டமாகிவிட்டதாகவும், அதை ராஃபிள்ஸ் ஈடு செய்ய வேண்டுமென்றும் ஆணையிட்டார்கள். நெஞ்சில் இடி விழுந்தது போல் அதிர்ந்தார். உடல் நலம் கெட்டது. நீதிமன்றத்துக்குப் போனார். ஆனால், உள்ளத்தில் இருந்த போராடும் திராணி உடலில் இல்லை. நீதிமன்றம் வருடக் கணக்காக வழக்கை இழுத்தடித்தது. ராஃபிள்ஸ் வறுமைக்குத் தள்ளப்பட்டார். தங்கிய வீட்டுக்கு வாடகை தர முடியவில்லை. வசதிகள் இல்லாத சின்ன வீட்டுக்கு மாறினார். பிறந்த பொன்னாட்டுக்குப் போராடிய வீர நெஞ்சம் சுக்கல் நூறானது. ஜூலை *5, 1826. 45*- வது பிறந்த நாளுக்கு முந்தைய தினம் மன அழுத்தத்தால், ரத்த நாளங்கள் வெடித்தன. மரணம் அவரை அணைத்துக்கொண்டது.

பழி வாங்கத் துடித்தவர்களின் வெறி இப்போதும் அடங்கவில்லை. லண்டனின் புறநகர்ப்பகுதியில், ஹென்டன் (Hendon) என்னும் இடத்தில், ராஃபிள்ஸின் குடும்பச் சர்ச் இருந்தது. அவரது உடலை, அந்த இடுகாட்டுக்குக் குடும்பத்தார் எடுத்துப்போனார்கள். அங்கிருந்த பாதிரியார் உடலை அங்கே புதைக்க அனுமதி தர மறுத்தார். ஏகப்பட்ட

சச்சரவுக்குப் பின் சம்மதித்தார். ஆனால், சாமானியருக்குகூட எழுப்பப்படும் நினைவுச் சின்னமான கல்லறை கட்டுவதற்கு அனுமதி தர மறுத்தார். ஏன் தெரியுமா? அந்தப் பாதிரியாரின் குடும்பம் அடிமைகள் வியாபாரத்தில் ஈடுபட்டிருந்தது. மலாயா, சிங்கப்பூரில் அடிமைகள் முறையை ஒழித்த 'துரோகி'யை நிம்மதியாகத் தூங்க விடலாமா? வேறு வழி தெரியாத குடும்பம், ஊர், பெயர் தெரியாத இடத்தில் அவரைப் புதைத்தார்கள். 21 பீரங்கி குண்டுகள் முழங்க இறுதி ஊர்வலம் போகவேண்டியவர் அநாதைப் பிணமாய் அடக்கம் செய்யப்பட்டார்.

இதற்குப் பிறகும் வயிற்றெரிச்சல்காரர்களின் கோபம் அடங்கவில்லை. ஐந்து வயதுப் பெண் குழந்தை எல்லாவோடு வறுமையில் வாடி வசித்த அவர் மனைவி ஸோஃபியாவை நெருக்கினார்கள். ராஃபிள்ஸ் தரவேண்டிய 22,272/- பவுண்டுகள் பணத்தைத் திருப்பித் தருமாறு அந்த விதவைக்குக் கிடுக்கிப் பிடி போட்டார்கள். அவரிடம் இருந்த அத்தனை சொத்துக்களையும் பறிமுதல் செய்தார்கள். அப்போதும் தேறியது 10,000 பவுண்ட்கள்தாம். நாட்டுக்காகத் தன் உடல், உழைப்பு, உயிர் அத்தனையும் தந்தவரின் குடும்பத்தைப் பொறாமைப் பிசாசுகள் நடுத்தெருவில் தவிக்கவிட்டன.

தகதாயச் சூரியனைக் கருமேகங்கள் எத்தனை காலம்தான் மறைக்க முடியும்? ஐந்து, ஆறு ஆண்டுகளில், எதிரிகளின் சதி அம்பலமானது. ராஃபிள்ஸ் செய்த மாபெரும் சேவை இங்கிலாந்துக்குப் புரிந்தது. ராபர்ட் கிளைவ், ஹேஸ்டிங்ஸ் பிரபு வரிசையில், பிரிட்டிஷ் சாம்ராஜ்ஜியத்தை உருவாக்கியவர்களுள் முக்கியமானவராக வரலாறு இடம் தந்தது. வாழும் நாளெல்லாம் வசைபாடிச் சித்ரவதை செய்த ஆட்சியாளர்கள் செத்துப்போனவருக்கு இசை அஞ்சலி செலுத்தினார்கள். ராஃபிள்ஸ் புதைக்கப்பட்ட இடம் எது என்று சரியாகத் தெரியவில்லை. தோராயமாகக் கண்டுபிடித்து, அவர் உறவினர்கள் அந்த இடத்தில் கல்லறை கட்டினார்கள். 1832- அரசாங்கம் லண்டனில் சிலை அமைத்துக் கௌரவித்தது.

இங்கிலாந்தைப் போல் அல்லாமல், சிங்கப்பூர் தன் தந்தையை எப்போதும் நன்றியோடு நினைத்துக்கொண்டிருந்தது. சிங்கப்பூரில் 1819-ம் ஆண்டு ராஃபிள்ஸ் இறங்கிய இடம் நாளடைவில் வணிக மையமானது, கமர்ஷியல் ஸ்கொயர் (Commercial Square) என்று அழைக்கப்பட்டது. 1858-ல், இந்த இடத்தின் பெயரை ராஃபிள்ஸ் ப்ளேஸ் என்று மாற்றினார்கள். 1877-ல் அவருக்கு எட்டடியில் முழு உருவ வெண்கலச் சிலையைச் சிங்கப்பூரில் நிறுவினார்கள். இந்த ராஃபிள்ஸ், இப்போது விக்டோரியா தியேட்டர் எதிரில் கம்பீரமாக நிற்கிறார்.

சிங்கப்பூர் மக்கள் ஏகப்பட்ட இடங்களுக்கும் நிறுவனங்களுக்கும் ராஃபிள்ஸ் பெருமகனார் பெயர் வைத்துத் தங்கள் பாசத்தைத் தெரிவித்தார்கள். ராஃபிள்ஸ் மருத்துவமனை, ராஃபிள்ஸ் ஹோட்டல், யன்ட்டாய் ராஃபிள்ஸ் துறைமுகம், ராஃபிள்ஸ் கல்லூரி, ராஃபிள்ஸ் (கல்வி) இன்ஸ்டிடியூஷன், ராஃபிள்ஸ் கலங்கரை விளக்கம், ஸ்டாம்ஃபோர்ட் ரோடு ஆகியவை இவற்றுள் சில.

ராஃபிள்ஸின் தாவர நூல், விலங்கியல் ஈடுபாட்டைச் சிங்கப்பூர் மக்கள் பல விதங்களில் கௌரவித்தார்கள். அரிய வகை மீன்கள், பறவைகள், செடிகள் ஆகியவற்றுக்கு அவர் பெயர் வைத்தார்கள்- Chaetodon Rafflesii மீன், Dinopium Rafflesii மரம்கொத்திப் பறவை, Protanilla Rafflesi வகை எறும்பு, Nepenthes Rafflesiana, Rafflesia செடிகள்.

1972-ம் ஆண்டு சிங்கப்பூர் ராஃபிள்ஸ் ப்ளேஸில், அவருடைய எட்டடி முழு உருவ மார்பிள் சிலை அமைக்கப்பட்டது. சிலையின் கீழே இருக்கும் கல்வெட்டில் பொறித்திருக்கும் வாசகம்:

வரலாற்றுச் சிறப்பு மிக்க இந்த இடத்தில் ஜனவரி 29, 1819 அன்று ஸர் ஸ்டாம்ஃபோர்ட் ராபிள்ஸ் முதன் முதலாகக் காலடி எடுத்துவைத்தார். யாருக்கும் தெரியாமலிருந்த ஒரு மீன்பிடிக்கும் கிராமத்தின் தலைவிதியை தன் அறிவுக் கூர்மை, நுண்ணுணர்வு ஆகியவற்றால் மாபெரும் துறைமுகமாகவும் நவீன நகரமாகவும் ஆக்கினார்.

கல்வெட்டில் மட்டுமல்ல, சிங்கப்பூர் மக்களின் மனங்களிலும் ராஃபிள்ஸுக்குக் காலம் அழிக்க முடியாத இடம் உண்டு. அவர்களைப் பொறுத்தவரை, அவர் நிரந்தரமானவர்.

4

வளரும் நாடு: குமுறும் பிரச்னைகள்

சிங்கப்பூர் பிறந்த நேரம் பொன்னான நேரம். அதை உருவாக்கிய ராஃபிள்ஸ் கை ராசியான கை. வளர்ச்சி வாய்ப்புகள் கொட்டின. 1813-ம் ஆண்டில், கடல் பயணத்துக்கான உலகின் முதல் நீராவிக் கப்பல் வெள்ளோட்டம் விடப்பட்டது. அடுத்த சில பத்து வருடங்களில், கடல்களில் நீண்ட நெடும்பயணம் செய்யும் நீராவிக் கப்பல்கள் வாடிக்கையாயின, பன்னாட்டு வணிகத்தைச் சுலபமாக்கின. சிங்கப்பூர் உள்ளிட்ட எல்லாத் துறைமுகங்களிலும் சரக்குக் கப்பல்கள் வரத்து அதிகமானது. சிங்கப்பூரில் கட்டணம் வேறு கிடையாதா? கப்பல்கள் வரிசையில் நின்றன. பிரிட்டிஷ் அதிகாரிகள் இலவசத்தை வழங்கிய தோடு நிறுத்தாமல், அற்புதமான வசதிகளும் வாடிக்கையாளர் சேவையும் தந்தார்கள்.

சிங்கப்பூரின் வளர்ச்சிக்கு உதவிய இன்னொரு முக்கிய அம்சம் சீனப் பொருளாதாரம். அன்று தொழில் உற்பத்தியில் சீனா முன்னணியில் நின்றது. உருக்கு உற்பத்தி, பட்டுத் தொழில், பீங்கான் பொருட்கள் தயாரிப்பு ஆகியவற்றில் உலக நம்பர் 1 சீனாதான். காகிதம், ஜவுளி, வெடி மருந்துகள் ஆகிய துறைகளில் சீனாவின் தொழில் நுட்பம் பிறர் எட்டாத உயரத்தில். ஏராளமான தொழிற்சாலைகள் இருந்தன. தொழிலாளிகளின் சம்பளம் மிகக் குறைவு. ஆகவே, குறைவான உற்பத்திச் செலவு.

இதனால், சீனப் பொருட்களுக்கு எல்லா நாடுகளிலும் ஏகப்பட்ட கிராக்கி. குறிப்பாக இந்தியா, மலாயா, அரேபியா, இங்கிலாந்து போன்ற நாடுகள் சீனப் பொருட்களை ஏராளமாக வாங்கின. அதிலும் இங்கிலாந்து நாட்டுக்காரர்கள் சீனப் பட்டு, பீங்கான் சாமான்கள்மீது வெறித்தனமான ஆசை வைத்திருந்தார்கள். மாற்றாக, இங்கிலாந்து தன் கட்டுப்பாட்டில் இருந்த இந்தியாவிலிருந்து, சீனாவுக்கு நல்லமிளகு போன்ற வாசனைத் திரவியங்களை ஏற்றுமதி செய்தது. சீனா. தன்

பொருளாதார வளர்ச்சிக்கு இங்கிலாந்தைப் பெருமளவில் நம்பியிருந்தது.

1834வரை இங்கிலாந்து-சீன வணிகம் கிழக்கு இந்திய கம்பெனியின் ஏகபோக உரிமையாக இருந்தது. தனியான ஒரு கம்பெனி மாபெரும் வியாபாரத்தைச் சமாளிக்கத் திணறியது. இதைப் பயன்படுத்தி, டச்சுக்காரர்கள் உள்ளே புகுந்துவிடக்கூடாது என்று பயந்த இங்கிலாந்து அரசு, கிழக்கு இந்திய கம்பெனியின் ஏகபோக உரிமையைப் பின் வாங்கினார்கள். எல்லாப் பிரிட்டிஷ் கம்பெனிகளும் சீனாவோடு வியாபாரம் செய்யலாம் என்று வணிகக் கொள்கையைத் தளர்த்தினார்கள். இங்கிலாந்து-சீன வணிகம் சிகரங்கள் தொட்டது. இந்த உறவு சிங்கப்பூரின் வளர்ச்சிக்குப் பெருமளவு உதவியது. சீனாவிடம் 1,30,000 சரக்குக் கப்பல்கள் இருந்தன. பிரிட்டிஷாரிடமும், டச்சுக்காரர்களிடமும் இதில் பாதி எண்ணிக்கைக் கப்பல்கூடக் கிடையாது. பொருளாதார வளர்ச்சிக்கு இங்கிலாந்தை நம்பியிருந்த அத்தனை சீனக் வணிகக் கப்பல்களுக்கும் துறைமுகம் சிங்கப்பூர்தான்!

எதிர்பாராத பொருளாதார வளர்ச்சி, எதிர்பாராத சமூகப் பிரச்னைகளை உருவாக்கியது. சீனா, மலாயா, இந்தியா ஆகிய நாட்டு மக்கள் வேலை வாய்ப்புகள் தேடிப் புதிய பூமிக்கு வந்தார்கள். நான்கே ஆண்டுகளில் மக்கள் தொகை 10,000- த்திலிருந்து 60,000 ஆகப் பெருகியது. நாளுக்கு நாள் ஆட்கள் வருகை. புலம் பெயர்ந்து வந்தவர்களில் பெரும் பாலானவர்கள் சீனர்கள். முதலில் குடியேறிய சீனர்கள் பணம் படைத்த வியாபாரிகளும் அவர்கள் குடும்பத்தாரும். இவர்கள் துறைமுக வளர்ச்சிக்குத் தேவைப்பட்ட அடிமட்டத் தொழிலாளிகள், கூலிகள், எடுபிடிகள் ஆகியோரைச் சொந்த நாட்டின் கிராமப்புறங்களிலிருந்து, கல்வி அறிவற்ற ஏழைகளை மந்தை மந்தையாகக் கூட்டி வந்தார்கள். அடிமாட்டுச் சம்பளம் கொடுத்தார்கள். இவர்களை மிருகங்களிலும் கேவலமாக நடத்தினார்கள். பெண்களை விபச்சாரத்துக்குத் தள்ளினார்கள்.

சீனர்களுக்கு அடுத்தபடியாகப் பெருவாரியான மலாய் மக்கள் சிங்கப்பூருக்கு வந்தார்கள். இவர்கள் கூலிகள், கொத்தர்கள், தச்சர்கள் போன்றோர். இந்த வரிசையில் மூன்றாவதாக வந்தவர்கள் இந்தியர்கள். இவர்களில் சிலர் வியாபாரிகள். இன்னும் சிலர் சிங்கப்பூரின் பாதுகாப்புக்காக, இங்கிலாந்து அரசால் அனுப்பிவைக்கப் பட்ட இந்தியப் படைவீரர்கள். இவர்கள் சிங்கப்பூரிலேயே நிரந்தர மாகத் தங்கினார்கள்.

இங்கிலாந்து அரசு இன்னொரு காரியமும் செய்தது. சிங்கப்பூரில் காடுகளையும், சதுப்பு நிலங்களையும் சீரமைத்து ரோடுகள் போடும்

கடும் உழைப்பு வேலைக்கு ஆட்கள் வேண்டிவந்தது. இந்தியச் சிறைகளில் அடைபட்டிருந்த கைதிகளை விடுதலை செய்து, சிங்கப்பூருக்கு 'நாடு கடத்தினார்கள்.' அடர்ந்த காடுகள் இருந்த இடங்களில் அட்டகாசக் கார்கள் பறக்கும் ராஜபாட்டைகள். சதுப்பு நிலங்கள் இருந்த இடங்களில் அண்ணாந்து பார்க்கவைக்கும் அடுக்குமாடிக் கட்டடங்கள்- இவை அத்தனையும் நம் இந்தியச் சகோதரர்களின் உழைப்பு, வியர்வை, ரத்தம்.

சீனர்கள், மலாய்கள், இந்தியர்கள் என மூன்று வேறுபட்ட பின்புலங்கள், கலாசாரங்கள். மூவரும் மூன்று தீவுகளாக வாழ்ந்தார்கள். இங்கிலாந்து அரசு வணிகத்தை வளர்ப்பதில் காட்டிய கவனத்தில் சிறுபகுதியைக்கூட நாட்டு நிர்வாகத்தில் காட்டவில்லை. மிக மிகக் கவனத்தோடு ராஃபிள்ஸ் உருவாக்கிய திட்டம் வெறும் காகிதமானது. நகரெங்கும் குடிசைகள். நாய்கள், பன்றிகள் உலாவந்தன. பெரும்பான்மையாக இருந்த ஏழைத் தொழிலாளிகளிடம் சுத்தம், சுகாதாரம் ஆகிய உணர்வுகளும், பழக்க வழக்கங்களும் இருக்கவில்லை. அரசாங்கமும் அடிப்படைச் சுகாதார, மருத்துவ வசதிகள் ஆகியவற்றை நிறுவவில்லை. மருத்துவர்கள், மருத்துவமனைகள் விரல்விட்டு எண்ணக்கூடிய ஒரு சிலவே. இதனால், காலரா, பெரியம்மை போன்ற நோய்கள் பரவின. கொள்ளை நோய்களுக்கு முதல் பலி குடிசை வாசிகள்தாம்.

கஞ்சா கடத்தலும் விற்பனையும் ஏராளமானவர்களின் முழுநேரத் தொழிலாயின. போதையோடு தெருக்களில் ஈக்கள் மொய்க்க மனிதர்கள் விழுந்துகிடப்பது வாடிக்கையானது. கட்டுப்படுத்தவே முடியாத பழக்கமாகக் கஞ்சா போதை பரவியது. ஏன் தெரியுமா? நாட்டு மக்கள் தொகை 60,000. இது போக, அடிக்கடி வந்துபோகும் அந்நிய வியாபாரிகள், சும்மாவே வரும் பயணிகள். இவர்களோடு, அயல்நாடுகளில் குற்றங்கள் செய்துவிட்டுத் தப்பி ஓடி வரும் கிரிமினல்களும் இருந்தார்கள். இத்தனை பேருக்கான சட்டம் ஒழுங்கைக் காப்பாற்ற நாட்டில் இருந்த மொத்தம் போலீஸ்காரர்கள் பதினாறே பேர்தான்! ஆமாம், பதினாறே பேர்தான்! திருட்டுகள், தெருச் சண்டைகள் அத்தனையும் சிங்கப்பூர்த் தெருக்களில் இடைவெளியில்லா தினசரிக் காட்சிகளாயின. நல்லவர்கள் இரவில் வெளியே வருவதைத் தவிர்த்தார்கள். ஏன், பகலில் நடமாடவே பயந்தார்கள்.

பரவலாக இருந்த இரண்டு குற்றங்கள்- விபச்சாரம், கள்ள உறவுகள். இதற்கு அரசாங்கத்தின் அன்றைய கொள்கைதான் காரணம், சிங்கப்பூர், உழைக்கும் கரங்கள் வேண்டும் என்பதற்காக ஆண்களை அனுமதித்தது: ஆனால், பெண்கள் நுழையவும் தங்கவும் ஏராளமான தடைகள்

விதித்தது. ஒரு காலகட்டத்தில், ஆண்கள்-பெண்கள் விகிதம் நூற்றுக்கு ஒன்று என்னும் அளவில் இருந்தது. உடல் தேவைகளுக்காக அநேகர் விலைமாதரையும், வேலி தாண்டிய உறவுகளையும் தேடினார்கள்.

காலனி அரசு, சட்டம், ஒழுங்கைக் காப்பாற்றப் பல முயற்சிகள் எடுத்தார்கள். ஆனால், இவை எல்லாம், அறுவை சிகிச்சை தேவைப்படும் நோயாளிக்குக் கஷாயம் கொடுக்கும் கதைதான். நாட்டின் வளர்ச்சியைத் தொடரத் தொழிலாளிகள் தேவைப் பட்டார்கள். சீனா, மலாயா, தமிழ்நாடு ஆகிய நாடுகளிலிருந்து கூட்டம் கூட்டமாக ஆட்கள் வந்துகொண்டேயிருந்தார்கள். இவர்களுக்குத் தேவையான வீடுகள், சுகாதாரம், மருத்துவம் போன்ற கட்டமைப்பு வசதிகளைத் தரமுடியாமல் நிர்வாகம் தள்ளாடியது, தடுமாறியது.

சமூகப் பிரச்னைகள் இன்னொரு பூதாகர வடிவம் எடுத்தன. பதினெட்டாம் நூற்றாண்டில், சீனாவில் பல ரகசியக் குழுக்கள் (Secret Societies) உருவாயின. இவர்கள் சமுதாய விதிமுறைகளை எதிர்க்கும் போராளிகள். இதன் உறுப்பினர்கள், ஒருவருக்கொருவர் தோளோடு தோள் கொடுத்துப் போராடவும், கொள்கைக்காக உயிர் கொடுக்கவும், கையைக் கத்தியால் கீறி, பொங்கிவரும் ரத்தத்தில் உறுதிமொழி எடுப்பார்கள். சீன அரசாங்கம் இவர்கள்மீது கடும் நடவடிக்கைகள் எடுக்கத் தொடங்கியது. இவர்கள் பாதுகாப்பான புகலிடம் தேடினார்கள். சீரில்லாத சட்டம், ஒழுங்கு, எண்ணிக்கை குறைவான போலீசார், ஏராளமான உள்ளூர்ச் சீனர்கள்- வேறென்ன வேண்டும் இந்தப் போராளிகளுக்கு? தங்கள் மையங்களைச் சிங்கப்பூருக்கு மாற்றினார்கள். 1865-ல் சிங்கப்பூரில் 50,043 ரகசியக் குழு அங்கத்தினர்கள் இருந்ததாக உளவுத்துறை சொன்னது. போலீசார், 385 பேர்தான்!

நாடே எரிமலையாகிக்கொண்டிருந்தது. சிங்கப்பூர் கல்கத்தாவில் இருந்த பிரிட்டிஷ் கவர்னர் ஜெனரலின் ஆட்சிக்கு உட்பட்டிருந்ததால், எல்லாச் சிக்கல்களுக்கும் முடிவு கல்கத்தாவில் இருந்து வரவேண்டிய கட்டாயம். சமூகப் பிரச்னைகளுக்கு மட்டுமல்ல, வியாபாரம் தொடர்பான சிக்கல்களுக்கும் இதே கதிதான். வியாபாரம் பாதிக்கப் பட்டது. தங்களுடையவும், குடும்பங்களுடையவும் பாதுகாப்புக்கு வியாபாரிகளால் அரசாங்கத்தை நம்பமுடியவில்லை. சொந்தப் பாதுகாப்புப் படைகளை அமர்த்திக்கொண்டார்கள். நாட்டைவிட்டே போய்விடுவோம் என்று பயமுறுத்தினார்கள். சிங்கப்பூர் வளர்ச்சியின் சூத்திரதாரிகளே வியாபாரிகள்தானே? இவர்கள் விரக்திகொள்ள அரசு விடமுடியுமா?

ஏப்ரல் 1, 1867-ல், சிங்கப்பூர், பினாங்கு, மலாக்கா ஆகிய ஜலசந்திக் குடியேற்றங்களையும் தனியான பிரிட்டிஷ் காலனியாக மாற்றினார்கள்.

இவற்றின் நிர்வாகத் தலைவராக கவர்னர் நியமிக்கப்பட்டார். இவருக்கு உதவியாக உள்ளூர் மக்கள் கொண்ட ஆலோசனைக் குழுக்கள் அமைக்கப்பட்டன. இந்தக் குழு உறுப்பினர்கள் மக்களால் தேர்ந்தெடுக்கப்படவில்லை, கவர்னரால் நியமிக்கப்பட்டார்கள். ஆனால், இது ஒரு வகையில் சுயாட்சியின் ஆரம்பம். ஏனென்றால், சிங்கப்பூர் மக்களுக்குத் தங்கள் நாட்டின் தேவைகள், உரிமைகள் தொடர்பாகக் குரல் எழுப்ப ஒரு மன்றம் கிடைத்தது.

தனிக் காலனியானபின், சிங்கப்பூரின் வளர்ச்சி இன்னும் அதிக வேகம் எடுத்தது. அண்டைய மலாயாவில் ரப்பர் வளர்ப்பு, தகரம் தயாரிப்பு ஆகியவை முக்கிய தொழில்களாகிக் கொண்டிருந்தன. இவற்றுக்கு, உள்ளூர்த் தேவையைவிட உலகத் தேவைகள் பல மடங்கு அதிகம். சிங்கப்பூர் கவர்னர்தான் மலாயாவுக்கும் கவர்னராக இருந்தார். ரப்பரும் தகரமும் சிங்கப்பூர்த் துறைமுகம் வழியாக வெளிநாட்டுச் சந்தைகளுக்குப் பயணிக்க இவர் ஊக்கம் அளித்தார்.

சிங்கப்பூர் கவர்னர், தங்கள் துறைமுகத்தில், கப்பல்களுக்குக் கரியேற்றும் வசதியை ஏற்படுத்தினார். வரும் சரக்குக் கப்பல்கள் எண்ணிக்கை இன்னும் அதிகமானது. கவர்னர் இங்கிலாந்து அரசோடு பேசினார். இங்கிலாந்தின் போர்க் கப்பல்களும் சிங்கப்பூரில்தான் கரி போடவேண்டும் என்னும் ஆணையை அமலுக்குக் கொண்டுவரச் செய்தார்.

நவம்பர் 17, 1869. சிங்கப்பூருக்குக் கிடைத்தது ஒரு எதிர்பாராத வீரிய மருந்து. ஐரோப்பிய நாடுகள் தென் கிழக்கு ஆசியாவுடன் கணிசமான வியாபாரம் நடத்தினார்கள். பூகோள அமைப்பால், இந்தக் கப்பல்கள் அனைத்தும் அரேபிய நாடுகளைச் சுற்றித்தான் தென் கிழக்கு ஆசிய நாடுகளுக்கு வரமுடியும். 1798-ல் மாவீரன் நெப்போலியன் எகிப்துமீது போர் தொடுத்தார். அப்போது, எகிப்தின் சூயஸ் என்னும் நிலப் பகுதியில், செங்கடலையும் மத்தியதரைக் கடலையும் இணைக்கும் பழங்காலக் கால்வாய் ஒன்று இருந்ததைக் கண்டுபிடித்தார். அந்தக் கால்வாயை மறுபடி அமைத்தால், ஐரோப்பியக் கப்பல்கள் ஆப்பிரிக்காவைச் சுற்றாமல், நேரடியாகத் தென் கிழக்கு ஆசிய நாடுகளுக்கு வந்துவிடலாம். கணிசமான நேரமும், கப்பல்களின் எரிபொருள் செலவும் மிச்சமாகும். நெப்போலியன் கால்வாய் அமைக்கும் பணிகளைத் தொடங்கினார். பல்வேறு தொழில் நுட்பக் காரணங்களால் அவர் கனவு அப்போது நனவாகவில்லை. 1858-ல் ஃபிரான்ஸ், எகிப்து ஆகிய இரு நாடுகளும் நெப்போலியனின் திட்டத்தை மறுபரிசீலனை செய்தன. 1859-ல் பணி தொடங்கியது. பத்து வருடக் கட்டுமானம். 1869-ல் சூயஸ் கால்வாய் திறந்தது. ஐரோப்பாவின் தென் கிழக்கு ஆசிய வியாபாரம் புதிய பரிணாமங்கள்

தொட்டது. இந்தக் கப்பல்கள் சிங்கப்பூருக்கு வந்தன, துறைமுகத்தை இன்னும் பரபரப்பாக்கின.

பொருளாதாரத்தோடு பிரச்னைகளும் வளர்ந்தன. கடுமையான நடவடிக்கைகள் எடுக்காவிட்டால், கடந்த 40 ஆண்டுகளின் அத்தனை முயற்சிகளும் விழலுக்கு இறைத்த நீராகிவிடும் என்று கவர்னர் உணர்ந்தார். பெரும்பாலான சட்டம், ஒழுங்குப் பிரச்னைகள், ரகசியக் குழுக்கள் ஆகியவை சீனர்களை மையம்கொண்டே இருந்தன. இதனால், சீனப் பாதுகாவலர் என்னும் அதிகாரியை நியமித்தார். சீனர்களைக் கூட்டிவரும் தரகர்களாகப் பல ஏஜெண்ட்கள் இருந்தார்கள். இவர்கள் அனைவரும் அரசாங்கத்தில் பதிவு செய்துகொள்ள வேண்டும், லைசென்ஸ் பெற்றவர்கள் மட்டுமே கூலிகளைக் கூட்டி வரலாம் என்னும் சட்டத்தை நிறைவேற்றினார்.

பாதுகாவலர் ஒவ்வொரு சீன வீட்டுக்கும் நேரில் போனார். அங்கே வேலையாட்கள் எப்படி நடத்தப்படுகிறார்கள் என்று கண்டறிந்தார். உதவி தேவைப்பட்டவர்களை அரசாங்கக் காப்பகங்களில் சேர்த்தார். இந்த நடவடிக்கை இன்னொருவிதத்திலும் உதவியது. இந்த 'அடிமைகள்', தங்கள் பிரச்னைகளைத் தீர்க்க வேறு வழிகள் தெரியாமல், ரகசியக் குழுக்களில் சேர்ந்துகொண்டிருந்தார்கள் அல்லது அவர்களின் உதவியை நாடிக் கொண்டிருந்தார்கள். அரசு உதவிக்கரம் நீட்டியவுடன், இவர்களில் பலர் ரகசியக் குழுக்களிலிருந்து விலகினார்கள். இதனால், சீனப் பாதுகாவலர் நடவடிக்கை, அடிமைத் தனத்தை ஒழிப்பதோடு, தீவிரவாதத்தை அடக்கவும் உதவியது (இவ்வாறு கைகள் கட்டப்பட்ட ரகசியக் குழுக்கள் 1889-ல் அரசாங் கத்தால் தடை செய்யப்பட்டன.) சட்டம் ஒழுங்கு நிலை முன்னேறத் தொடங்கியது.

அரசாங்கம் கல்விச்சாலைகள் திறத்தல், சுகாதார வசதிகளை மேம்படுத்துதல் போன்ற மக்கள் நலப்பணிகளைத் தொடங்கியது. ஆனால், சிங்கப்பூரின் பிரம்மாண்ட வளர்ச்சிக்கு இந்த வேகம் ஈடு கொடுக்க முடியவில்லை. ஏனென்றால், 1880 வாக்கில் சிங்கப்பூர் முக்கிய துறைமுகமாக மட்டுமல்ல, தென் கிழக்கு ஆசியாவின் வணிக மையமாகவும் மாறிவிட்டது. பிரிட்டிஷார், சீனர்கள் மட்டுமல்லாமல், இந்தியர்கள், ஐரோப்பியர்கள், அரபியர்கள், ஆர்மீனியர்கள், யூதர்கள், அமெரிக்கர்கள் எனப் பல நாட்டு வியாபாரிகள் சங்கமிக்கத் தொடங் கினார்கள். தங்கள் அலுவலகங்களை சிங்கப்பூரில் திறந்தார்கள்.

பெரிய பிரச்னைகள் இல்லாமல், வருடங்கள் நகர்ந்தன. 1914-ல் தொடங்கி 1918வரை நடந்த முதல் உலக யுத்தம் பல நாடுகளின் தலைவிதியை மாற்றி எழுதியது. இந்தப் போர் பெரும்பாலும்

ஐரோப்பிய நாடுகளிலேயே நடந்தது. தென் கிழக்கு ஆசியப் பகுதிகளுக்குப் பரவாததால், சிங்கப்பூருக்குப் பெரிய பாதிப்புகள் ஏற்படவில்லை.

ஆனால், முதல் உலக யுத்தம் 1915- ன் சிங்கப்பூர்க் கலகம் (Singapore Mutiny 1915) ஏற்படக் காரணமாக இருந்தது. சிங்கப்பூரில் இங்கிலாந்து ராணுவம் சிங்கப்பூரில் இருந்தது. இவர்கள் இந்திய வீரர்கள். இவர்களுள் பெரும்பாலானோர் இஸ்லாமியர்கள். முஸ்லிம் நாடான துருக்கிக்கு எதிராக இவர்களை அனுப்ப இங்கிலாந்து முடிவெடுத்தது. முஸ்லிம் சகோதரர்களுக்கு எதிராகப் போரிட விரும்பாத இந்த வீரர்கள் கலகம் தொடங்கினார்கள். இவர்கள் 12 ஆங்கில ராணுவ அதிகாரி களையும், 14 ஐரோப்பிய அதிகாரிகளையும் சுட்டுக் கொன்றார்கள். சில நாட்களிலேயே, அரசு இந்தக் கலகத்தை அடக்கியது. 47 ராணுவ வீரர்களைச் சுட்டுக்கொன்றது. 64 பேரை நாடு கடத்தியது.

வந்தது 1923. அப்போது யாருக்குமே தெரியாது, சிங்கப்பூர்ச் சரித்திரத்தில் 1923 எத்தனை முக்கியமான வருடம் என்று.

5

ஒரு மாமனிதர் செதுக்கப்படுகிறார்!

செப்டம்பர் *16, 1923.* ஞாயிற்றுக்கிழமை. காலை மணி 9, ஏழு நிமிடங்கள். மற்ற ஜோதிடர்கள் என்ன சொல்வார்களோ, ஆனால், சிங்கப்பூரைப் பொறுத்தவரை, சுபயோக சுபதினம். 92, கம்போங் ஜாவா சாலையில் (Kampong Java Road) எண் 92-ல் இருக்கும் இரண்டு மாடி பங்களா. பதினாறே வயதான சுவா ஜிம் நியோ (Chua Jim Neo) கைகளில் மருத்துவர் அப்போதுதான் பிறந்த குழந்தையைத் தருகிறார். இருபது வயதான அப்பா லீ சின் கூன் (Lee Chin Koon) அறைக்குள் வருகிறார். முதல் குழந்தை. பெற்றோர் இருவர் நெஞ்சங்களிலும் பொங்கும் பெருமை, சந்தோஷம்.

நான்கு தலைமுறைகளாகச் சிங்கப்பூரில் இருக்கும் சீனக் குடும்பம். ஆசை மகனுக்கு லீ குவான் யூ என்று பெயர் சூட்டுகிறார்கள். சீன மொழியில், வெளிச்சம், முன்னோர்களுக்குப் பெரும் புகழ் கொண்டு வருபவர் என்று அர்த்தங்கள். மிகப் பொருத்தமான பெயர் என்று வருங்காலம் சொல்லப்போகும் பெயர்.

கொள்ளுத் தாத்தா* காலம் முதல் லீ குடும்பத்தின் பூர்வீகம் சிங்கப்பூர்தான். கொள்ளுத் தாத்தா பெயர் லீ போக் பூன் (Lee Bok Boon). இவர் சீனாவிலிருந்து சிங்கப்பூருக்கு வாழ்க்கை தேடி வந்தார். என்ன வேலை பார்த்தார் என்பது தெரியவில்லை. தன் 24-ம் வயதில், சிங்கப்பூரிலேயே பிறந்து வளர்ந்த, ஸியோ ஹுவான் நியோ (Seow Huan Neo) என்னும் சீனப் பெண்ணைத் திருமணம் செய்துகொண்டார். இருவருக்கும் மூன்று குழந்தைகள். பன்னிரெண்டு வருடம் இனிமையான திருமண வாழ்க்கை. லீ போக் பூன் மனைவி, குழந்தைகளோடு சீனாவுக்குத் திரும்ப ஆசைப்பட்டார். தான் பிறந்து

---

* தாத்தாவின் அப்பா

வளர்ந்த சிங்கப்பூரைவிட்டுப் போக மனைவி விரும்பவில்லை. கொள்ளுத் தாத்தா மட்டும் தாயகம் போனார். கொள்ளுப் பாட்டியும், குழந்தைகளும் பின் தங்கிக்கொண்டார்கள்.

அவர்களின் மகன் லீ ஹூன் லியாங் (Lee Hoon Leong). இவர்தான் லீ குவான் யூவின் அப்பாவழித் தாத்தா.

ஹூன் லியாங் ஐந்தாம் வகுப்புவரைதான் படித்தார். ஏழ்மையான குடும்பச் சூழ்நிலை. மேலே படிக்கமுடியவில்லை. வேலைக்குப் போகவேண்டிய கட்டாயம். ஒரு மருந்துக் கடையில் வேலை கிடைத்தது. சில வருடங்கள் அனுபவம். அடுத்து, இந்தோனேஷிய நாட்டின் சர்க்கரைத் தொழில் சக்கரவர்த்தியாக இருந்த ஓய் டியாங் ஹாம் (Oei Tiong Ham) என்பவரின் கப்பலில் வரவு செலவுக் கணக்குப் பார்க்கும் வேலையில் சேர்ந்தார். நேர்மை, திறமை முதலாளியின் கண்களில் பட்டன. பதவி ஏணியில் மளமளவென முன்னேறினார். முதலாளி, தன் சிங்கப்பூர் வியாபாரத்தை நிர்வகிக்கும் முழுப் பொறுப்பையும் ஹூன் லியாங் கைகளில் ஒப்படைத்தார். நல்ல சம்பளம், வசதிகள்.

ஹூன் லியாங்-க்குக்கு இரண்டு மனைவிகள்*, மூன்று மகன்கள், ஐந்து மகள்கள். கப்பல்களில் பிரிட்டிஷ் அதிகாரிகளிடம் பழகிய அனுபவம், அவர்களுடைய பழக்க வழக்கங்கள் உடலோடு ஊறிவிட்டன. எப்போதும் டீக்காக உடை அணிவார். எந்த வேலையையும் நேரம் தவறாமல் செய்வார். தன் குழந்தைகளைச் செல்வச் செழிப்பில் வளர்த்தார். எல்லாக் குழந்தைகளுக்கும், ஆங்கிலக் கல்வியும், ஆங்கில மொழியில் தேர்ச்சியும், ஆங்கிலேயரின் பழக்க வழக்கங்களும் கற்றுத் தந்தார். இவருடைய ஒரு மகன்தான் லீ சின் கூன்- லீ குவான் யூ அப்பா.

ராஜா வீட்டுக் கன்றுக்குட்டியாக வளர்ந்த காரணத்தால், ஹூன் லியாங் குழந்தைகளுக்குச் சாதனைச் சிகரங்கள் தொடும் வெறி வரவில்லை. லீ சின் கூன், ராயல் டச் ஷெல் (Royal Dutch Shell) என்னும் பிரிட்டிஷ்-டச்சுப் பெட்ரோல் கம்பெனியில் ஸ்டோர் கீப்பராக வேலை பார்த்தார். பெரிய பதவியில்லை. அப்பா வீட்டிலேயே வசித்தார். லீ பிறந்தது தாத்தா வீட்டில்தான். தன் தாத்தாவையும், அப்பாவையும்பற்றி லீ பின்னாட்களில் சொன்னார், 'என் தாத்தா, அப்பா இருவருக்குள் நான் யாரை அதிகமாகக் கொண்டாடினேன் என்ற கேள்விக்கு இடமே

---

* ஒன்றுக்கு மேற்பட்ட பெண்களைத் திருமணம் செய்துகொள்ளும் பழக்கம் அன்று சீனர்களிடம் இருந்தது.

இருக்கவில்லை... என் தாத்தா உழைப்பால் செல்வம் குவித்தவர். என் அப்பாவோ, தனக்கென்று எந்தச் சாதனைகளும் இல்லாத பணக்கார வீட்டுப் பிள்ளை.'

சிறு வயது அனுபவங்கள், வளரும் சூழ்நிலை, நெருங்கிப் பழகும் உறவுகள், சேர்ந்து விளையாடும் நண்பர்கள்- இவை நெஞ்சில் ஆழமாகப் பதிகின்றன. நம் குணநலன்களைத் தீர்மானிக்கின்றன. லீ வளரத் தொடங்கினார். அந்தச் சிறுவனின் ஆளுமையைச் செதுக்கிய தாக்கங்கள் ஐந்து- அப்பா வழித் தாத்தா, அம்மா வழித் தாத்தா, அப்பா, உடன் விளையாடிய மீனவச் சிறுவர்கள், படித்த வீர தீரக் கதைகள்.

இவர்களுள் முதல் இடம் பிடிப்பவர் அப்பாத் தாத்தா ஹூன் லியாங். அவருக்குப் பேரப்பிள்ளை லீ செல்லக் குழந்தை. ஆங்கில நாகரிகத்தின் பாதிப்பு அதிகமான அவர், பேரனுக்கு ஹாரி (Harry) என்னும் ஆங்கிலத்தனமான பெயர் வைத்தார். இப்படித்தான் கூப்பிடுவார். எப்போதும் கச்சிதமாக உடை அணிதல், ஆங்கிலேய பாணியில் ஃபோர்க், ஸ்பூன் உபயோகித்துச் சாப்பிடுதல், பிறரிடம் கண்ணிய மாகப் பழகும் முறை, நேரம் தவறாமை ஆகியவை அத்தனையும் லீ நெஞ்சில் பதிந்தன. உபயம்- தாத்தா தந்த பயிற்சி.

அடிமட்டத்தில் மருந்துக் கடை எடுபிடியாக வாழக்கையைத் தொடங்கிய தான் சந்தித்த தோல்விகள், ஏமாற்றங்கள், தடைக்கற்களை வெற்றிப் படிக்கற்களாக்கிய முயற்சிகள், தன் காலை இழுத்தோர், உதவிக்கரம் கொடுத்தோர்- அத்தனையையும் பேரனுக்குச் சொன்னார். உழைப்பால் உயர்ந்த அவர்மேல் லீ மனதில் மதிப்பும் மரியாதையும் ஏற்பட்டது. நேர்மையும், கடும் உழைப்பும் இருந்தால் சிகரங்கள் தொடலாம் என்னும் எண்ணம் மனதில் ஆழமாகப் பதிந்தது.

1929, 1930. ஹூன் லியாங் வாழ்வில் பெரும் சறுக்கல் வந்தது. அமெரிக்காவில் பெரும் தொய்வு (Great Depression) என்னும் பொருளாதாரச் சரிவு தொடங்கி உலகமெங்கும் பரவியது. சந்தைப் பங்குகள், வீடுகள், நிலங்கள் விலை அதல பாதாளத்துக்கு இறங்கின. இவற்றில் முதலீடு செய்திருந்த கோடீஸ்வரர்கள் ஓட்டாண்டிகள் ஆனார்கள். அன்றைய நாட்கள் ரப்பர் தோட்டங்களில் லாபம் கொட்டிய காலங்கள். தாத்தா, தன் செல்வத்தின் பெரும்பகுதியை ரப்பர் தோட்டங்களில் முதலீடு செய்திருந்தார். ரப்பர் விலை வரலாறு காணாத அளவு குறைந்தது. பணத்தை இழந்தபோதும், தாத்தா மனதை இழக்கவில்லை. தன் பழக்க வழக்கங்களில் சமரசம் செய்யவில்லை. வருமானத்துக்குள் வசதியாக, நிமிர்ந்த நன்னடையும், நேர்கொண்ட பார்வையுமாக வாழ்ந்தார். இந்த அனுபவம் லீக்கு அற்புதப் பாடமாக அமைந்தது.

லீ- க்கு தம்பி பிறந்திருந்தான். அப்பாத் தாத்தாவால் அனைவர் செலவையும் சமாளிக்கமுடியாத நிலை. ஆகவே, லீ, பெற்றோர், தம்பி நால்வரும் அம்மாத் தாத்தா வீட்டுக்குப் போனார்கள். இவர் பெயர் சுவா கிம் டெங் (Chua Tim Heng). பண விஷயத்தில் இவர் கெட்டிக்காரர். எல்லா முட்டைகளையும் ஒரே கூடையில் போடாமல், தன் பணத்தை ரப்பர் தோட்டங்கள், கடைகள் எனப் பல்வேறு வகைகளில் முதலீடு செய்திருந்தார். ஆகவே சுவா கிம் டெங் அதிகம் பாதிக்கப்படவில்லை. தன் மகள் குடும்பத்தை உடன்வைத்துக் காப்பாற்றும் வசதி அவருக்கு இருந்தது.

அம்மாத் தாத்தா வீட்டுக்குத் தன் ஆறாம் வயதில் லீ வந்தான். முதல் கொஞ்ச நாட்கள், மனம் நிறையக் குழப்பங்கள். அவன் இதுவரை வளர்ந்த அப்பாத் தாத்தா ஹூன் லியாங் வீடும், அம்மாத் தாத்தா சுவா கிம் டெங் வீடும் இரு துருவங்களாக இருந்தன. ஹூன் லியாங் ஆங்கில நாகரிகத்தின் உபாசகர், அதுதான் உலகத்திலேயே உயர்ந்தது என்று நினைத்தவர், உடை, உணவு என்னும் சின்னச் சின்ன விஷயங்களில் கூட பிரிட்டிஷாரைப் பின்பற்றியவர்.

சுவா கிம் டெங் ரத்த நாளங்களில் முழுக்க முழுக்கச் சீனப் பாரம்பரியமும் கலாசாரமும் ஓடின. இந்தச் சூழ்நிலையில், சீனக் கலாசாரத்தின் பெருமைகளை லீ உணர்ந்தான். ஆங்கிலக் கலாசார ஆரம்ப அறிமுகத்தால் அவன் முதலில் சீனப் பண்பாடுகளைச் சந்தேகத்தோடு தான் பார்த்தான், அணுகினான். ஆனால், ஒவ்வொரு நாகரிகத்துக்கும் ஒரு தனித்துவம், உயர்வு இருக்கிறது என்பதைப் புரிந்துகொண்டான். அவனுடைய மன ஜன்னல்கள் திறந்தன. புதிய கருத்துகளைப் பரிசீலித்து ஏற்கும் பக்குவம் பிறந்தது.

அப்பாவின் தாக்கம் தன்னிடம் அதிகமாக இல்லை என்று லீ சொல்லுவான். ஆனால் இது நிஜமில்லை. அப்பா லீ சின் கூன், சொகுசாக வாழ்ந்தவர். இத்தகையவர்கள் தம் குழந்தைகள் தம்மைப் போல இருக்கக்கூடாது, மாபெரும் சாதனையாளர்கள் ஆகவேண்டும் என்று ஆசைப்படுவார்கள். தங்கள் குழந்தைகளிடம் அளவுக்கு அதிகமான கண்டிப்பு காட்டுவார்கள், கோபம் காட்டுவார்கள், அவர்கள் சிறிய தவறுகள் செய்தாலும், கடுமையாகத் தண்டிப்பார்கள். லீ அப்பாவும் இப்படித்தான்.

ஒரு நாள், லீ தாத்தா தலைக்குத் தடவும் பிரிலியன்ட்டைன் (Brilliantine) க்ரீமை யாருக்கும் தெரியாமல் எடுத்து விளையாடிவிட்டான். விலை உயர்ந்த க்ரீம் வீணாகிவிட்டது. அப்பாவுக்குத் தெரிந்தது. மகனைக் கழுத்தைப் பிடித்துத் தூக்கினார். வீட்டில் இருந்த கிணற்றுக்குப் போனார். 'இனிமேல் இப்படி விஷமம் செய்தால், கிணற்றுக்குள்

தூக்கிப் போட்டுவிடுவேன்' என்று கத்தினார். லீ பயந்து நடுங்கினான். இந்த நிகழ்ச்சிக்குப் பிறகு லீ விஷமங்கள் செய்வதை நிறுத்தினான். அப்பா அவனுக்குச் சொல்லாமல் சொல்லிக்கொடுத்த பாடம், 'தவறுகள் செய்யாமல் மக்களைத் தடுக்க ஒரே வழி, கடுமையான தண்டனைகள் கொடுப்பதுதான்.'

அடுத்த சில வருடங்களில், லீ-க்கு இரண்டு தம்பிகளும், இரண்டு தங்கைகளும் பிறந்தார்கள். இவர்கள் தவிர, அம்மாத் தாத்தா வீட்டில் ஏற்கெனவே ஏழு பேரக் குழந்தைகள் இருந்தார்கள். ஆக மொத்தம், வீட்டில் பன்னிரெண்டு குழந்தைகள்.

பெரிய்ய வீடு. ஆகவே, எல்லோரும் சேர்ந்து வாழத் தாராளமான இடமும் வசதிகளும் இருந்தன. எல்லா வீடுகளையும் போலவே, குழந்தைகள் சேர்ந்து விளையாடினார்கள், சண்டை போட்டுக் கொண்டார்கள், கொஞ்ச நேரத்தில் அதை மறந்து ஆட்டம் பாட்டம் போட்டார்கள். எல்லோரையும் விட லீ வயதில் மூத்தவன். அதனால், எப்போதும் குட்டித் தம்பி, தங்கைகளோடு விளையாடச் சலிப்பு வரும். தன் தோழர்களை அவனே கண்டுபிடித்தான்.

வீட்டுக்கு எதிர்ப்புறம் மீனவர்கள் தங்கும் குடிசைகள் இருந்தன. லீ அங்கே போவான். குடிசைக் குழந்தைகளோடு பட்டம் விடுதல், கோலி, பம்பரம் போன்ற விளையாட்டுக்கள். பந்தா பார்க்காமல் அவனை இந்த ஏழை மீனவச் சிறுவர்களோடு சமமாக விளையாட விட்டது, லீயின் பெற்றோர், தாத்தா ஆகியோரின் பரந்த உள்ளத்துக்கு ஒரு உதாரணம். இதன் மூலம், பணம், சமூக அந்தஸ்து, நாடு, மொழி, மதம் என்னும் வேலிகள் இல்லாமல் மனிதரை மனிதராக மதிக்கும் மனப்பாங்குக்கு லீ மனதில் குடும்பத்தார் வித்திட்டார்கள்.

மீனவக் குழந்தைகளின் நட்பு லீ மனதில் இன்னொரு பரிணாமத்தைக் கொண்டுவந்தது. மீனவர்கள் தரைமேல் பிறந்து தண்ணீரில் பிழைப்பவர்கள், கடலில் போகும் ஒவ்வொரு நாளும், திரும்பிவருவோமா என்று தெரியாத நிலையில்லா வாழ்க்கை. தினமும் துணிவை மட்டுமே துணையாய்க் கொண்டு வாழவேண்டிய கட்டாயம். இதனால், இவர்களிடம் இல்லாதது பயம். இருப்பது, சரியென்று தோன்றி விட்டால், உலகமே எதிர்த்து நின்றாலும், கலங்காமல் போரிடும் அபாரத் துணிச்சல்.

குழந்தைப் பருவத்திலேயே, போட்டி உணர்வும் துணிச்சலும் மீனவர்கள் ரத்தத்தில் ஊறியவை. விளையாட்டுக்கள்கூட இவர்களுக்கு யுத்தங்கள். விட்டுக் கொடுக்கவே மாட்டார்கள். போராளி உணர்வும், எதை எடுத்தாலும் ஜெயித்துக்காட்டவேண்டும் வெறியும், இந்த

மீனவச் சகோதரர்களிடமிருந்துதான் தனக்கு வந்தது என்று லீ சொல்லுவான்.

அம்மாத் தாத்தா வீட்டில் வசதிகள் உண்டு. ஆனால், ஆடம்பரங்கள் கிடையவே கிடையாது. பொம்மைகள் உண்டு. ஆனால், ஒவ்வொரு குழந்தைக்கும் ஒன்றிரண்டு பொம்மைகள்தாம். தன்னிடம் இருப்பதைப் பிறரோடு பகிர்ந்துகொள்வது, இருப்பதை வைத்துத் திருப்திப்படுவது போன்ற நல்ல குணங்கள் இதனால், சின்ன வயதிலேயே பிறந்தன, வளர்ந்தன. தொலைக்காட்சிப் பெட்டிகள் இல்லாத காலம். குழந்தைகள் பொம்மைகளை வைத்துக்கொண்டு தங்கள் கற்பனைக் குதிரைகளைப் பறக்கவிடுவார்கள். அந்த மாயாஜால உலகின் மயக்கத்தில் அளவில்லா ஆனந்தம் அடைவார்கள். லீ அடிக்கடி இப்படிப் பயணித்திருக்கிறான்.

லீ உள்ளத்தைக் கொள்ளை கொண்ட இன்னொரு உலகம், புத்தக உலகம். சிறுவர்களின் வீர தீரச் செயல்கள் கொண்ட புத்தகங்கள் அவனுக்குப் பிடிக்கும், அதுவும், இந்தப் புத்தகங்கள் படக்கதைகளாக இருந்துவிட்டால், சாப்பாடு, தூக்கம் எல்லாமே மறந்துவிடும். அவனுக்குப் பசி, பசி, அகோரப் பசி, பகாசுர அறிவுப் பசி. வீட்டில் இருந்த சிறுவர் புத்தகங்கள் அத்தனையையும் படித்து முடித்தான். உறவினர்கள், குடும்ப நண்பர்கள் வீடுகள்மீது படையெடுப்பு. அவற்றையும் கரைத்துக் குடித்தான். அப்புறம், ஒவ்வொரு வெள்ளிக்கிழமைக்காகக் காத்திருக்கத் தொடங்கினான். அன்றுதான், இங்கிலாந்திலிருந்து கப்பல்கள் வரும். அவை சிறுவர் புத்தகங்கள் தாங்கிவரும்.

லீயின் வாசிப்புப் பசியைத் தீர்க்க இந்தப் புத்தகங்கள் போதவில்லை. குடும்பத்தார் ராஃபிள்ஸ் நூலகத்துக்குக் கை காட்டினார்கள். அங்கே ஏராளமான, வகை வகையான புத்தகங்கள் இருந்தன. லீ வயதுச் சிறுவர்கள் பெரும்பாலானோர் துப்பறியும் கதைகள் படித்தார்கள். ஆனால், லீ மனதைக் கவர்ந்தவை, வீர தீர சாகசச் செயல்கள்.

லீ வயது ஆறு. நல்ல பழக்கங்கள் கொண்ட சூட்டிகையான சிறுவன். ஆனால், சாது இல்லை. வால் பையன். எப்போதும் விஷமம் செய்துகொண்டேயிருப்பான். இவனுக்கு எப்படிக் கடிவாளம் போடலாம்? குடும்பம் சிந்தித்தது.

6

இன்று இங்கு செல்லும் சிறுவனே
நாளை நாட்டை ஆளப்போகிறான்...

சிங்கப்பூர் வழக்கப்படி, ஏழாம் வயதில்தான் படிப்பு தொடங்கும். அப்போதுதான் சிறுவர், சிறுமிகள் முதன் முதலாகப் பள்ளிகளுக்கு அனுப்பப்படுவார்கள். லீக்கு ஆறு வயதானவுடனேயே, அம்மாப் பாட்டி, தன் பேரன் பள்ளிக்கூடம் போயாகவேண்டுமென்று வற்புறுத்தினார். ஆசிரியர் கண்காணிப்பில் அவன் குறும்புகள் அடங்கும் என்கிற நம்பிக்கை.

தன் வீட்டுக் குழந்தைகள் சீனப் பாரம்பரியத்தில் வளரவேண்டும், சீன மொழியில்தான் கற்கவேண்டும் என்பது பாட்டியின் ஆசை. அத்தகைய பள்ளிக்கூடம் அவர்கள் வீட்டுக்கு அருகேயே இருந்தது. பள்ளிக்கூடமா அது? களிமண் தரை போட்ட குடிசை. இரண்டு அறைகள். ஒன்று வகுப்பறை. இன்னொரு அறை கிளாஸ் டீச்சர் தங்குவதற்காகத் தரப்பட்டிருந்தது. ஆமாம், லீ படித்த முதல் பள்ளிக்கூடம், குடிசைப் பள்ளிக்கூடம்! அங்கே வந்த சக மாணவர்கள், படிப்பில் எந்தவித ஈடுபாடும் இல்லாத மீனவச் சிறுவர்கள்.

சின்ன வயது முதலே, நினைத்ததை முடித்துக்கொள்ளும் பிடிவாதம் லீக்கு உண்டு. ஆங்கிலப் புத்தகங்களைப் படித்து அந்த உலகில் வாழ்ந்த லீக்குச் சீனமொழிப் பள்ளிக்கூடம் அந்நியமாக இருந்தது. வகுப்புக்குப் போகவே பிடிக்கவில்லை. தினமும் அழுது அழிச்சாட்டியம் பண்ணுவான். தொந்தரவு தாங்கமுடியாத அம்மா, பாட்டியிடம் மன்றாடினார். அவரும் சம்மதித்தார்- பள்ளிக்கூடத்தை மாற்றலாம். ஆனால், சீன மொழிக் கல்விதான் படிக்கவேண்டும்.

வீட்டிலிருந்து ஒரு மைல் தூரத்தில் ஜூ சியாட் டெரஸ் (Joo Chiat Terrace) என்னும் இடத்தில் சூன் குவான் பள்ளி (Choon Guan School) இருந்தது. பொடியனை இங்கே சேர்த்தார்கள். முந்தைய இடம்போல்

இது குடிசையில்லை. இரண்டு மாடி மரக் கட்டடம். சிமெண்ட் தரை. பத்து வகுப்பறைகள். எல்லா அறைகளிலும், 35 முதல் 40 சிறுவர்களுக்கான பெஞ்ச்கள், டெஸ்க்குகள்.

லீ அப்பாத் தாத்தா தாக்கத்தால், வீட்டில் அம்மா, அப்பாவிடம் ஆங்கிலத்தில் பேசினான். அம்மாத் தாத்தாவுக்கும் பாட்டிக்கும் ஆங்கிலம் அதிகம் தெரியாது. ஆகவே, அவர்களோடு பேச்சு வார்த்தைகள், அதிக மலாய், கொஞ்சம் சீனம் கலந்த மணிப்பிரவாளத்தில். மீனவ நண்பர்களோடு மலாய் மொழியில். மொத்தத்தில், சீன மொழி அறிவு மேலெழுந்தவாரியாக மட்டுமே இருந்தது. ஆகவே, இந்தச் சீனப் பள்ளியில் ஆசிரியர் கற்றுக் கொடுப்பதைப் புரிந்துகொள்ள முடியாமல் திணறினான்.

இப்போது பாட்டி, பேரனின் பிரச்னையைப் புரிந்துகொண்டார். நிலைமையைத் தொடரவிட்டால், அவன் வருங்காலமே கேள்விக்குறியாகிவிடும் அபாயத்தை உணர்ந்தார். ஆங்கிலப் பள்ளியில் சேர்க்கச் சம்மதித்தார். தெலோக் குராவோ ஆரம்பப் பள்ளி (Telok Kurau Elementary School) என்னும் ஆண், பெண் குழந்தைகள் சேர்ந்து படிக்கும் அரசாங்கக் கல்வி நிலையத்தில் லீ சேர்க்கப்பட்டான்.

லீ படிப்பில் ஜொலிக்கவேண்டும் என்பதில் அவன் அம்மா குறியாக இருந்தார். மகனுக்கு விளையாட்டுப் புத்தி. ஆரம்பத்தில் லீ படிப்பில் அதிக ஆர்வம் காட்டவில்லை. அம்மாவுக்கு ஆங்கிலம் தெரியாது. ஆகவே, தன் தம்பி கெங் ஹீ (Keng Hee) என்பவரிடம், லீயின் படிப்பைக் கண்காணிக்கும் பொறுப்பைக் கொடுத்தார். வாரம் மூன்று முறை, மாமா சாப்பாட்டுக்கு முன் ஒரு மணி லீயோடு உட்காருவார். அப்போது லீ ஹோம் ஒர்க் பண்ணி முடிக்கவேண்டும். முடித்த பின்னால்தான் சாப்பாடு.

தவறுகள் செய்தால் கடுமையாகத் தண்டிக்கும் அப்பா, கல்வியின் மதிப்பை உணர்ந்து வழி காட்டிய குடும்பம்- லீயின் படிப்பில் அபார முன்னேற்றம். இரட்டை ப்ரமோஷன் கிடைத்தது. ஏழு வருட ஆரம்பப் பள்ளிக் கல்வி முடிந்தது. அடுத்து, அரசாங்கத்தின் நடுநிலைப் பள்ளிகளில் சேருவதற்கு நுழைவுத் தேர்வு எழுதவேண்டும். லீ கடுமையாகத் தன்னைத் தயார் செய்துகொண்டான். தெலோக் குராவோ ஆரம்பப் பள்ளியில் முதல் மாணவனாக வந்தான். ராஃபிள்ஸ் நிறுவனம் (Raffles Institution) சிங்கப்பூரில் தரத்தில் முதல் இடம் பெறும் கல்வி நிலையம். நுழைவுத் தேர்வில் அதிக மதிப்பெண்கள் வாங்கும் 150 அதி புத்திசாலி மாணவர்களுக்கு மட்டுமே இங்கு இடம் கிடைக்கும். இங்கே தம் குழந்தைகளைச் சேர்க்க எல்லாப் பெற்றோர்களும் ஆசைப்படுவார்கள். பெருமைக்குரிய இந்தக் கலைமகள் கோயிலில் லீ நுழைவு பெற்றான்.

ராஃபிள்ஸ் கல்வி நிறுவனம் இங்கிலாந்துக் கல்வி நிலையங்களின் பாணியில் நடத்தப்பட்டது. ஆங்கில மொழி, ஆங்கில இலக்கியம், கணிதம், பிரிட்டிஷ் வரலாறு, பூகோளம், அறிவியல் ஆகியவை முக்கிய பாடங்கள். கல்வி முறை, பாடங்கள் ஆகியவை இங்கிலாந்தின் சிறப்பான பள்ளிகளுக்கு ஈடுகொடுக்கும் உயர்தரம். இங்கே, ஆங்கிலேயர்கள், சீனர்கள், இந்தியர்கள், மலாய்கள் எனப் பல நாட்டுச் சிறுவர்கள் படித்தார்கள். இதைப்போல், ஆசிரியர்களும் பல்வேறு நாட்டுக்காரர்கள். தலைமை ஆசிரியர் ஆங்கிலேயர். இதனால் யாதும் ஊரே, யாவரும் கேளிர் என்னும் பரந்த மனப்பான்மை லீ இளம் மனதில் ஆழப் பதிந்தது. அதை வாழ்க்கை முழுக்கக் கடைப்பிடித்தார்.

கணிதம், அறிவியல் ஆகிய பாடங்களில் லீ தனித்திறமை காட்டினான். சிறப்பான மதிப்பெண்கள் வாங்கினான். முதல் மூன்று மாணவர்களில் ஒருவனாக இருந்தான். காம்ப்போஸ் (Campos) என்னும் இந்தியர் லீயின் வகுப்பாசிரியர். அவன் முன்னேற்ற அறிக்கையில் எழுதினார்: 'ஹாரி லீ குவான் யூ வாழ்க்கையில் உயர்ந்த பதவிகளுக்கு வருவான்.' எத்தனை தீர்க்கதரிசனக் கணிப்பு!

வகுப்பு ஆசிரியர் காம்ப்போஸுக்கு மட்டுமல்ல, எல்லா ஆசிரியர்களுக்கும் இந்தத் துறுதுறு பையனைப் பிடித்திருந்தது. கிரீவ் (Grieve) என்னும் ஆங்கிலேய இளைஞர், இங்கிலாந்தின் பிரபல ஆக்ஸ்ஃபோர்ட் பல்கலைக் கழகப் பட்டதாரி. மகா திறமைசாலி, திறமைசாலிகளை அடையாளம் கண்டு பட்டை தீட்டுவதில் சாமர்த்தியசாலி. அவர் வழிகாட்டலில், லீயின் ஆங்கிலப் பேச்சு, எழுத்துத் திறமைகள் பரிமளித்தன.

அறிவு வளர்ந்தது, மதிப்பெண்கள் குவிந்தன. ராஃபிள்ஸ் பரிசு, டான் ஜியாக் கிம் உதவித் தொகை (Tom Jiak Kim Scholarship) என்னும் கிரீடங்கள் வந்தன. 350 டாலர்கள்* பணம் கையில். தாத்தாக்கள், பாட்டிகள், அம்மா, அப்பா எல்லோரும் அளவிடமுடியாத மகிழ்ச்சியில்.

'உனக்கு என்ன வேண்டும்?'- லீயிடம் கேட்டார்கள்.

'ராலே சைக்கிள்' என்றான்.

இங்கிலாந்திலிருந்து இறக்குமதியாகும் ஸ்டைல் சைக்கிள், விலை 70 டாலர்கள். அதிக விலைதான். ஆனால், தன் அறிவுக்கூர்மையால்

---

*அன்று புழக்கத்தில் இருந்த ஜலசந்திக் குடியேற்ற நாடுகளின் டாலர் (Straits Dollar) இது.

பணத்தைச் சம்பாதித்தவன் அவன்தானே? தினமும் பள்ளிக்கூடத்துக்கு ராலேதான். சைக்கிளில் ஏறிச் 'சர்'ரென்று பறப்பான். பெருமையில் அவன் அம்மா, அப்பா மனங்களும் வானில் பறக்கும்.

லீ படிப்பில் மட்டும் சுட்டியல்ல, சகலகலா வல்லவன். சோம்பலே கிடையாது. எப்போதும் சுறுசுறுப்பு. சாதாரணமாக, படிப்பில் முத்திரை பதிக்கும் மாணவர்கள் விளையாட்டுக்களிலும் உடலை வருத்தும் முயற்சிகளிலும் ஈடுபடத் தயங்குவார்கள். லீ வித்தியாசமானவன். சாரணர் இயக்கம், கிரிக்கெட், டென்னிஸ் எனப் பம்பரமாகச் சுழன்றான். நீச்சல் குளம் அவன் மனதுக்குப் பிடித்த ஆடுகளம். லீ ரசித்து அனுபவித்த இன்னொரு களம், மேடைகள். கம்பீரமாக முழங்குவான். ஆசிரியர்களும் சக மாணவர்களும் உன்னிப்பாய்ப் பேச்சைக் கேட்டு ஆரவாரமாய்க் கை தட்டுவார்கள். பல பரிமாணத் திறமைகள், பழகும் நயம், உள்ள கருத்துகளைத் தெளிவாக, தீர்க்கமாகத் தெரிவிக்கும் வல்லமை- வருங்காலத் தலைமையின் இளவயது அடையாளங்கள்.

ஆனால், இத்தனை திறமைகள் இருந்தும், மாணவத் தலைவர் பதவியைப் பள்ளி அவனுக்குத் தரவில்லை. காரணம், திறமைகள் இருந்த அளவுக்கு அவனிடம் குறும்புத்தனங்களும் கொட்டிக் கிடந்தன. ஆசிரியர் வகுப்பு நடத்தும்போது கவனம் காட்டமாட்டான். துண்டுக் காகிதங்களில் ஏதேதோ எழுதி, மாணவர்களிடம் சுற்றறிக்கை விடுவான். சில ஆசிரியர்களின் விநோதப் பேச்சுமுறைகளையும், உடல் மொழிகளையும் மிமிக்ரி பண்ணுவான். ஒரு நாள், அறிவியல் ஆசிரியரின் வழுக்கைத் தலையைப் படமாக வரைந்தான். சக மாணவர்கள் சிரித்தார்கள். மாட்டிக்கொண்டான். நல்ல மதிப்பெண்கள் வாங்கிய புத்திசாலி மாணவனாக இருந்ததால், தண்டனை கிடைக்காமல் தப்பினான்.

ராஃபிள்ஸ் கல்வி நிறுவனத்தில் லீக்கு ஒரு பெரும் பிரச்னை இருந்தது. அது, நேரத்தில் வகுப்புக்கு வருவது. காலை எட்டு மணிக்குப் பள்ளி துவங்கும். லீ ஆந்தை மாதிரி. இரவு முழுக்கக் கொட்டக் கொட்டத் தூங்காமல் கண் விழித்திருக்க அவனால் முடியும். காலையில் கும்பகர்ணன் கெட்டான். தாமதமாகத்தான் எழுந்திருப்பான். பள்ளியின் விதிமுறைகளின்படி, மாணவர்கள் ஒரு டேர்முக்கு (Term) அதிக பட்சமாக இரண்டு முறைதான் தாமதமாக வரலாம். லீ மூன்றாம் முறை தாமதமாக வந்தான். வகுப்பு ஆசிரியர், தலைமை ஆசிரியர் மெக்லியாட் (McLeod) அறைக்கு அனுப்பிவைத்தார். மெக்லியாட் மகா கண்டிப்புக்காரர். லீயைக் குனிந்து நிற்கச் சொன்னார். பிரம்பை எடுத்தார். அவன் உடலில் விளாசினார். இதற்குப் பிறகு, காலையில் கொஞ்ச நேரம் அதிகமாகத் தூங்கலாம் என்னும் ஆசை

| 51 |

வரும்போதெல்லாம், மெக்லியாட் பிரம்பு அவன் கண்கள் முன்னால் வரும், தூக்கம் ஓடிப்போகும்.

லீ வயது பதினைந்து ஆனது. விளையாட்டுப் புத்தி குறையத் தொடங்கியது, பொறுப்புணர்வு வளர்ந்தது. குடும்பச் சுமைகளை அப்பாவின் சம்பளத்தால் சமாளிக்க முடியவில்லை. அம்மா மலாய், சீனச் சாப்பாட்டு ஐட்டங்களைச் சுவையாகச் சமைப்பார். தன் கலையைப் பிறருக்குக் கற்றுக்கொடுக்கத் தொடங்கினார். வசூலித்த கட்டணம் பட்ஜெட்டில் துண்டு விழாமல் சமாளிக்க உதவியது. குடும்பத்தின் நிதி நிலை லீக்குப் புரிந்தது. தான், தம்பிகள், தங்கைகள் ஆகியோரின் எதிர்காலம் ஒளிமயமானதாக அமையவேண்டுமானால், தானும் குடும்பச் சக்கரத்துக்குத் தோள் தரவேண்டும் என்னும் நிதர்சனம் புரிந்தது.

இலக்கு, போகவேண்டிய பாதை தெளிவாகிவிட்டது. லீ கவனம் இலக்கில் குவிந்தது. படிப்பு, படிப்பு, படிப்பு. சீனியர் கேம்பிரிட்ஜ் பரீட்சையில் ஒட்டுமொத்த மலாயா, சிங்கப்பூரில் அதிக மதிப்பெண்கள் வாங்கி முதலிடம் பிடித்தான். லீ மனம் நிறையக் கனவுகள். லண்டன் போகவேண்டும், சட்டம் படிக்கவேண்டும், கறுப்புக் கோட்டில் கம்பீர நடை போடவேண்டும். நினைத்ததெல்லாம் நடந்துவிட்டால்!

லீயின் ஆசை பலூன்களில் ஊசி குத்தியது இரண்டாம் உலகப்போர். 1939-ல் தொடங்கியது. ஜெர்மனி, இத்தாலி, ஜப்பான் ஆகிய அச்சு நாடுகள் (Axis Powers) ஒரு பக்கம்: இங்கிலாந்து, பிரான்ஸ், போலந்து ஆகிய நேசநாடுகள் (Allied Powers) மறுபக்கம். போர் பல வருடங்கள் நீடிக்கும் நிலை. இந்த வேளையில் இங்கிலாந்துக்குப் படிக்கப்போவது பைத்தியக்காரத்தனம். உள்ளூரிலேயே லீ படிக்கக் குடும்பத்தினர் முடிவெடுத்தார்கள்.

நாட்டின் முதல் மாணவன். சிங்கப்பூரின் ராஃபிள்ஸ் கல்லூரி வரவேற்று இடம் கொடுத்தார்கள். தம் மாணவர்கள் படிப்பில் ஜொலிக்கவேண்டும் என்பதற்காக ராஃபிள்ஸ் கல்லூரியில் ஒரு நிபந்தனை உண்டு. மாணவர்கள் கட்டாயமாக மாணவர் விடுதியில் தான் தங்கவேண்டும். கல்லூரிக்கு அருகே வீடு இருந்தாலும், விதிவிலக்குக் கிடையவே கிடையாது. ராஃபிள்ஸ் கல்லூரி லீ-க்குத் தந்தது இடம் மட்டுமல்ல, கணிசமான உதவித் தொகையும். படிப்புக் கட்டணம், புத்தகங்கள், ஹாஸ்டல் செலவு அத்தனையும் போகக் கையில் பணம் மிஞ்சும் அளவு தாராளமான உதவித் தொகை. மிச்சப் பணத்தை அம்மாவிடம் கொடுப்பான். குடும்பச் சுமையைத் தாங்கப் பெற்றோருக்கு அவனால் முடிந்த உதவி செய்ய முடிகிறதே என்னும் திருப்தி.

அப்பா, அம்மா குடும்பத்தை விட்டுத் தனியாக இருப்பது அவனுக்குக் கஷ்டமாக இருந்தது. அதிலும், தம்பிகள், தங்கைகள் நினைவுகள், விளையாடிய ஆட்டங்கள், பகிர்ந்துகொண்ட பொம்மைகள், போட்ட குட்டிச் சண்டைகள், சாப்பாட்டு நேரத்துச் சம்பாஷணைகள் அடிக்கடி மனத்திரையில் ஓடும். சந்தோஷமும் சோகமும் கலந்த உணர்வு நெஞ்சை நிறைக்கும்.

இந்த சோகத்தை அதிகமாக்கியது கல்லூரியில் சீனியர் மாணவர்கள் செய்த ராகிங். ஜூனியர் மாணவர்களிலேயே, அவன்தான் அதிக மார்க் வாங்கியவன் என்பதால், ஸ்பெஷல் ராகிங். ஐயோ, அநியாயம், அவனைப் பழைய டை கட்டிக்கொள்ளச் சொன்னார்கள். கையில் கிழிசல் கொடியைக் கொடுத்தார்கள். ஜூனியர் மாணவர்களுக்குத் தலைமை வகித்துக் கல்லூரி வளாகத்தில் ஊர்வலம் வரச் செய்தார்கள். இன்னொரு நாள், ஒரு கோலிக்குண்டைத் தரையில் போட்டார்கள். தரையில் தவழ்ந்தபடி, அந்தக் கோலியை மூக்கால் நகர்த்திக்கொண்டே போகவேண்டும். இந்த விபரீத வேடிக்கைகள் செய்யும்போது சீனியர்கள் கூட்டமாக நின்று கேலி செய்தார்கள், கை கொட்டிச் சிரித்தார்கள்

இவை, சக மாணவர்களை அவமதிக்கும் காட்டுமிராண்டித்தனமான செயல்கள் என்று லீ நினைத்தான். வேறு வழியில்லாமல், சீனியர்கள் சொன்னதைச் செய்தான். ஆனால், இரண்டாம் வருடத்தில் அவன் சீனியரானபோது ஒரு ஜூனியரைக்கூட ராகிங் செய்யவில்லை. தன் சகாக்கள் ராகிங் செய்வதையும் முடிந்தவரை தடுத்தான்.

நாட்கள் ஓடின. புதிய நண்பர்கள் கிடைத்தார்கள். அவர்கள் நெருக்கம் ஓரளவு ஆறுதல் தந்தது. விரைவிலேயே விடுதி வாழ்க்கைக்குப் பழகிக்கொண்டான்.

கல்லூரியில் ஒவ்வொரு மாணவனும் மூன்று துறைப் பாடங்களைத் தேர்ந்தெடுக்கவேண்டும். லீ எடுத்தவை ஆங்கிலம், பொருளாதாரம், கணிதம். ஒவ்வொரு வருடமும் மூன்று டேர்ம்கள். ஒவ்வொரு டேர்ம் முடிந்தவுடன் தேர்வுகள். லீ நன்றாகப் படித்தான். மூன்று பாடங்களிலும் தனக்குத்தான் முதல் மதிப்பெண் கிடைக்கும் என்று அசைக்கமுடியாத நம்பிக்கை. மதிப்பெண்கள் வந்தன. கணிதத்தில் முதல் மார்க். பொருளாதாரம், கணிதம் இரண்டிலும் இரண்டாம் ராங்க்தான்.

முதல் இடம் பிடித்திருந்தவர் குவா கியோக் சூ (Kwa Geok Choo) என்னும் பெண். அவள் கணிதம் எடுக்கவில்லை: வரலாறு அவளுக்கு மூன்றாம் பாடம். அதிலும் முதல் மதிப்பெண். அதாவது, தேர்ந்தெடுத்த அத்தனை பாடங்களிலும் அவள்தான் முதல் மாணவி.

'நம்மை யாரோ மிஞ்சிவிட்டார்களே?' என்று லீ மனதில் ஏகப்பட்ட ஏமாற்றம், அதிர்ச்சி. வகுப்பில் ஒரு மாணவனுக்குத்தான் கல்வி உதவித்தொகை கிடைக்கும். நம் ஸ்காலர்ஷிப்பை இவள் தட்டிக் கொண்டு போய்விடுவாளே, குடும்பத்துக்கு உதவ முடியாதே என்னும் பயம். அந்தப் பெண்ணைப் பார்க்கும்போதெல்லாம், அவள் அறிவுக் கூர்மை மீது மதிப்பு வந்தது. அவளிடம் ஆரோக்கியமான பொறாமை எழுந்தது.

போட்டி என்று வந்துவிட்டால் விட்டுக்கொடுக்கவே கூடாது, தோல்விகள் வந்து கீழே விழும்போது, இன்னும் அதிக வீரியத்தோடு எழவேண்டும் என்பது தன் மீனவ நண்பர்களிடம் லீ கற்றிருந்த பாடம். ஆகவே, இன்னும் கடுமையாக உழைக்கத் தொடங்கினான்.

அப்போது அவனுக்குத் தெரியாது, இன்னும் சில மாதங்களில் அவன் வாழ்விலும், சிங்கப்பூரின் வாழ்விலும் ஒரு சுனாமி வரப்போகிறது என்று.

7

(தடு) மாற்றங்கள்

லீ வயது 17. வீடு என்பது ஒரு கூடு. அங்கே இருக்கும்வரை, பெற்றோர் தம் குழந்தைகளைச் சிறகால் மூடி, கண்ணின் மணிபோல, மணியின் நிழல்போலப் பாதுகாப்பாக வளர்ப்பார்கள். வெளி உலகின் நிஜங்களும், சில கொடூர முகங்களும் குழந்தைகளுக்குத் தெரியவே தெரியாது. ஆனால், கல்லூரியில் சேரும்போது, அதுவும் குடும்பத்தை விட்டுப் பிரிந்து சக மாணவர்களோடு விடுதிகளில் வாழும்போது, இந்த நிஜங்கள் இளைஞர்களுக்குத் தெரியும். அதிர்ச்சி கொள்வார்கள். மெள்ள மெள்ள இவற்றை எப்படி எதிர்கொள்வது என்று கற்றுக் கொள்வார்கள்.

லீ வாழ்விலும் வந்தது இந்த அதிர்ச்சி. கல்லூரிக்கு வரும்வரை, ஜாதி, மதம், இனம், மொழி, தேசம் ஆகிய வேறுபாடுகள்பற்றி அவனுக்குத் தெரியவே தெரியாது. ராஃபிள்ஸ் பள்ளியில் எல்லோரும் ஓரினம், ஓர் குலம். பிரிட்டிஷ் ஆட்சி உருவாக்கியிருந்த சூழல் இது. ராஃபிள்ஸ் கல்லூரி, மலாய், சீனர்கள், இந்தியர்கள், ஆங்கிலேயர்கள், ஐரோப்பியர்கள் எனப் பல்வேறு வகை மாணவர்கள் சங்கமிக்கும் கடலாக இருந்தது. ஆனால், ஒவ்வொரு பிரிவினரும் தீவுகளாக வாழ்ந்தார்கள். அதிலும் குறிப்பாக மலாய்கள்.

மலாய் நாடு, தன் மண்ணின் மைந்தர்களை மற்றவர்களைவிட உயர்ந்தவர்களாக நடத்தியது. உதாரணமாக, ராஃபிள்ஸ் கல்லூரியில், இருபதுக்கும் மேற்பட்ட மலாய் மாணவர்கள் அரசாங்கத்தின் கல்வி உதவித் தொகையில் படித்தார்கள். பிற இனத்தவர் அத்தனை பேருக்கும் சேர்த்து இருந்த ஸ்காலர்ஷிப்கள் ஐந்தே ஐந்துதான்! இதனால், பிற மாணவர்களுக்கு சக மலாய்கள் மீது மன வருத்தம், அதே சமயம், சீனர்களும் இந்தியர்களும் படிப்பில் திறமைசாலிகளாக இருந்தார்கள்; உயர்ந்த மதிப்பெண்களும் ராங்குகளும் பெற்றார்கள். இதனால், மலாய் மாணவர்களுக்கு சீன, இந்திய சகாக்கள் மீது பொறாமை.

மலாய் மாணவர்களுக்குள் எக்கச்சக்க ஒற்றுமை இருந்தது. அவர்களுக்குள் யாருக்காவது பிரச்னை வந்தால், அத்தனை பேரும் ஒரே அணியாகக் களத்தில் குதித்தார்கள். சீன, இந்திய மாணவர்களுக்குள் இந்த உணர்வும் ஒத்துழைப்பும் இருக்கவில்லை.

மாணவர்களிடையே குமுறிக்கொண்டிருந்த மலாய்கள், மற்றவர்கள் என்னும் பிரிவினை உணர்வுகள் ஒருநாள் வெடித்தன. எந்த முயற்சியும் எடுக்காமலே, லீ இந்தப் பிரச்னையின் மையத்துக்கு இழுக்கப் பட்டான்.

ராஃபிள்ஸ் கல்லூரி மாணவர் யூனியன் டின்னர் ஒன்றை ஏற்பாடு செய்தது. இது வருடாந்தர நிகழ்ச்சி. கடந்த நாட்களின் பசுமை நிறைந்த நினைவுகளை அசைபோட்டு, சீனியர் மாணவர்களுக்குப் பிரியாவிடை கொடுத்து, கேலியும், கும்மாளமும் அடிவருடும் சோகமுமாய்ச் செலவிடும் நேரம். மாணவர்கள் மறக்கமுடியாத, மறக்க விரும்பாத நாள். ஆனால், 1940-ல், ராஃபிள்ஸ் கல்லூரி மாணவர்கள் மனங்களில் கசப்பான அனுபவங்களாகப் பதிந்துவிட்டது.

இந்த டின்னரைப் பொறுப்பேற்று நடத்தியவர், யூனியனின் செயலாளர் உங்கு அபீஸ் பி அப்துல் ஹமீது (Ungu Abiz Bi Abdul Hamid) என்பவர். இவர் மலாய் நாட்டுக்காரர். விருந்தில், மலாயர் தவிர்த்த மற்றவர்களை அவமதித்தார். இதுவரை ஒன்று சேராத மற்றவர்களை, இந்தச் செயல் அணிதிரளவைத்தது. அவர் பதவி விலகவேண்டுமென்று கோரிக்கை வைத்தார்கள். இதற்காக யூனியனின் அவசரப் பொதுக்குழுக் கூட்டம் வேண்டுமென்று உரிமைக்குரல் எழுப்பினார்கள்.

மலாய் மாணவர்கள் ஹமீது ஆதரவாக நின்றார்கள், அவர் பதவியில் தொடர்வார், எக்காரணம் கொண்டும் அவரை நீக்கினால், கலவரங்கள் வெடிக்கும் என்று பயமுறுத்தினார்கள். பொதுக்குழு கூடியது. மலாய் தவிர்த்த மற்றவர்கள் அணி, தங்கள் பிரசார பீரங்கியாக, பேச்சுப் போட்டிகளில் பரிசுகள் வாங்கிக் குவித்துக்கொண்டிருந்த லீயைத் தேர்ந்தெடுத்தார்கள். லீ பொறுப்பை ஏற்றான். அவனுடைய நீண்ட நெடும் தலைமைப் பயணத்தில் இது முதற்படி என்று யாருக்குமே அன்று தெரியாது.

லீ வாதங்களை வரிசைக்கிரமமாக, தர்க்கரீதியாக அடுக்கினான். ஹமீது தங்கள்மீது குவித்த அவமானம், ஒரு தனிமனிதனின் இனத்துவேஷம் மட்டுமல்ல, ஒட்டுமொத்த மலாய் மக்களின் இன வெறுப்பின் வெளிப்பாடு என்று தெளிவாக்கினான். அத்தனை குற்றச்சாட்டுக் களையும் ஹமீது மறுத்தார். மலாய் மாணவர்கள் தங்கள் அணியினர் அனைவரையும் சிரத்தையோடு, சிரமம் பல பட்டு அழைத்து

வந்திருந்தார்கள். அந்த ஒற்றுமை லீ அணியினரிடம் இருக்கவில்லை. வோட்டு எடுக்கப்பட்டது. லீ அணி தோற்றது. ஹமீது பதவியில் தொடர்ந்தார்.

லீ அணி தோற்றிருக்கலாம், ஆனால், இந்த அனுபவம் அவனுக்குத் தலைமை, அரசியல் எதிரிகளை எதிர்மோதுதல் ஆகியவற்றில் பாலபாடம் கற்றுக்கொடுத்தது. மலாய்கள் அளவுக்கு மீறிய இனப் பற்றுக் கொண்டவர்கள் என்னும் எண்ணம் லீ மனதில் முளைவிடத் தொடங்கியது.

லீயின் அணித்தோழர்கள் பலர் பின்னாட்களில் சிங்கப்பூரின், அரசியல், ஆட்சிபீடம், பொதுவாழ்க்கை போன்ற துறைகளில் கொடிகட்டிப் பறந்தார்கள். சிங்கப்பூரின் வளர்ச்சிக்கும், லீயின் உயர்வுக்கும் உதவினார்கள்.

அது சரி, அவனுக்கு எதிரணியில் இருந்தவர்களில் பலர் மலாயாவின் ஆட்சிபீடங்களிலும், அரசியலிலும் பலமான சக்திகளாக இருந்தார்களே? அவர்கள் காலப்போக்கில் தங்கள் காழ்ப்புகளை மறந்தார்களா அல்லது வன்மம் காட்டினார்களா? இவற்றைவிட முக்கியமாக, லீ இந்தக் கசப்புகளை மறந்தானா? பதில்களைக் காலம் சொல்லும். அதற்கு முன்னால், அவனையும் சிங்கப்பூரையும் எதிர்நோக்கி வந்துகொண்டிருக்கின்றன பல பேரதிர்ச்சிகள்.

லீ வாழ்க்கையில் மட்டுமல்ல, உலக அரங்கிலும் 1940-ல் மிக முக்கியமான நிகழ்வுகள் அரங்கேறிக்கொண்டிருந்தன. 1939-ல் ஜெர்மனி போலந்து நாட்டின்மீது படையெடுத்து இரண்டாம் உலகப் போரைத் தொடங்கிவைத்தது. ஆனால், இதற்கு இரண்டு ஆண்டுகளுக்கு முன்னதாகவே, ஜப்பான் உலகப் போருக்கு அச்சாரம் போட்டுவிட்டது. 1937-ல் சீனத் தலைநகரான பெய்ஜிங் போகும் மார்க்கோபோலோ பாலத்தை ஜப்பான் தாக்கியது. ஒன்பது ஆண்டுகள் இந்தப் போர் தொடர்ந்தது. ஜப்பானிடம் தரைப்படை, போர்க் கப்பல்கள், படை விமானங்கள் என வகை வகையான ராணுவ பலம். எனவே, சீனா நிச்சயமாகத் தோல்வியைத் தழுவும் என்று எல்லா நாடுகளுக்கும் தெரியும். வீணாக சீனாவை ஆதரித்து ஜப்பானின் விரோதத்தைச் சம்பாதித்துக்கொள்ளவேண்டாம் என்று கருதி இங்கிலாந்து, பிரான்ஸ், அமெரிக்கா போன்ற நாடுகள் கண்ணை மூடிக்கொண்டன.

ஜப்பான் சீன மண்ணில் முன்னேறத் தொடங்கினார்கள். நான்ஜிங் (Nanjing) நகரத்தைக் கைப்பற்றினார்கள். அப்போது பிடித்தது ஜப்பானுக்கு சனி. நான்ஜிங் நகரத்தில் ஏராளமான அமெரிக்கர்கள்

வசித்தார்கள். இவர்களைப் பாதுகாப்புக்காகத் தாயகத்துக்குக் கப்பல் மூலம் அமெரிக்கா அழைத்துச் சென்றுகொண்டிருந்தார்கள். இந்தக் கப்பலின்மேல் ஜப்பான் விமானங்கள் குண்டுகளை வீசின. மூன்று பேர் மரணம். 48 பேர் படுகாயம். அமெரிக்கா கொதித்தது. பழிக்குப் பழி வாங்க முடிவு செய்தது.

இப்போது ஆரம்பம் ஜப்பானின் இன்னொரு வெறியாட்டம். ஜப்பான் ராணுவம், யுத்தம், ராணுவம் ஆகியவற்றோடு தொடர்பே இல்லாத இரண்டு லட்சம் நான்ஜிங் நகரின் சாதாரணக் குடிமக்களைக் கொன்று குவித்தது. இருபதாயிரத்துக்கும் அதிகமான பெண்கள் பாலியல் பலாத்காரம் செய்யப்பட்டார்கள். இந்தக் கொடுமை, கையைக் கட்டிக்கொண்டிருந்த பல நாடுகளின் கண்களைத் திறந்தது. இங்கிலாந்து, பிரான்ஸ், அமெரிக்கா ஆகிய நாடுகள் சீனாவின் உதவிக்கு வந்தன.

இவர்களுக்கு எதிராக ஆசிய நாடுகளை இணைக்கும் ராஜதந்திர வேலைகளில் ஜப்பான் இறங்கியது. பரந்துபட்ட கிழக்காசியச் செழிப்பு உலகம் (Greater Asia Prosperity Sphere) என்னும் கொள்கையை அறிவித்தது. இந்தக் கொள்கையின் முழக்கம், ஆசியா ஆசியருக்கே. இந்தோனேஷியா, பிலிப்பைன்ஸ், ஹாங்காங், மலாயா, சிங்கப்பூர் ஆகிய அத்தனை நாடுகளையும் தன் கொடியின் கீழ் கொண்டுவந்து, சர்வ வல்லமை பொருந்திய ஜப்பானிய சாம்ராஜ்ஜியம் அமைப்பதுதான் குறிக்கோள்.

வெறிபிடித்த மதயானைபோல் ஜப்பானின் நடவடிக்கைகள். டிசம்பர் 6 முதல் மூன்று நாட்கள் பரபரப்பு. ஜப்பானின் செயல்கள் உச்சம் தொட்டன.

டிசம்பர் 6

அமெரிக்க அதிபர் ரூஸ்வெல்ட் ஜப்பான் பேரரசர் ஹிரோஹிட்டோவுக்கு வேண்டுகோள் விடுத்தார், அமைதியைக் காப்பாற்றுங்கள், இந்தோ சீனாவை விட்டு வெளியேறுங்கள்.

டிசம்பர் 7

ஹிரோஹிட்டோ பதிலடி கொடுத்தார். அது பதில் அல்ல. அமெரிக்காவுக்குப் பளார், பளார். அமெரிக்காவின் ஹவாய் மாநிலத்தில் பேர்ள் துறைமுகம் (Pearl Harbour) இருக்கிறது. பசிபிக் கடலில் அமைதி காக்கவும், குறிப்பாகப் பிலிப்பைன்ஸ் நாட்டுக்குப் பாதுகாப்புத் தரவும், அமெரிக்கா இங்கே கடற்படைத் தளம் அமைத்திருந்தது. போர் விமானங்கள் ஏந்திய ஜப்பானின் ஆறு போர்க் கப்பல்கள் பேர்ள் துறைமுகத்தை நெருங்கின. 353 போர் விமானங்கள்

குண்டுமழை பொழிந்தன. எத்தனை மகத்தான உயிரிழப்பு, சேதம் தெரியுமா?

நான்கு அமெரிக்கப் போர்க் கப்பல்கள் மூழ்கடிக்கப்பட்டன. மிச்சமிருந்த நான்கு சேதப்பட்டன. 188 அமெரிக்கப் போர் விமானங்கள் அழிக்கப்பட்டன. 2,402 கடற்படை வீரர்கள் உயிரிழந்தார்கள். 1282 பேருக்குக் காயம்.

ஜப்பான், அமெரிக்கச் சிங்கத்தின் குகைக்குள்ளேயே நுழைந்து செய்த அடாவடிச் சேதம் இங்கிலாந்தின் நாடி நரம்புகளில் அச்சத்தை ஓடவிட்டது. அவர்களும், 1939-ல், சிங்கப்பூரில் பிரிட்டிஷ் கப்பற்படைத் தளம் அமைத்திருந்தார்கள். ஜப்பான் சிங்கப்பூரைத் தாக்கிவிட்டால்.....இங்கிலாந்தின் இந்த சஸ்பென்ஸ் நீடிக்கவில்லை. கிடைத்தது பதில் சில மணி நேரங்களில்.

டிசம்பர் 8

அதிகாலை 4 மணி. ஓராயிரம் இடிகள் சேர்ந்து விழுந்ததுபோல் சப்தம். லீயும் பிற மாணவர்களும் திடுக்கிட்டுத் தூக்கம் கலைந்து எழுந்து வருகிறார்கள். அவர்கள் முகங்கள் எல்லாம் அதிர்ச்சி, பயம். ரோடில் மக்கள் ஓடும் சப்தம். அவர்களின் அழுகைகள், ஓலங்கள். சிறிது நேரத்தில் மாணவர்களுக்குச் சேதி தெரிகிறது. ஜப்பான் சிங்கப்பூர்மீது குண்டு வீசிவிட்டார்கள். அந்நிய விமானங்கள் நுழையும்போது, சிங்கப்பூரில் எல்லா விளக்குகளையும் அணைத்திருக்கவேண்டுமே, அபாயச் சங்குகள் அலறியிருக்கவேண்டுமே? ஏன், ஒன்றுமே நடக்கவில்லை? இத்தனை ரகசியமாக, படு சாமர்த்தியமாகத் தாக்கிவிட்டதே ஜப்பான்?

கல்லூரி முதல்வர், பேராசிரியர்கள் ஆகியோருக்கு என்ன செய்வ தென்றே தெரியவில்லை. அவர்களுக்கு மட்டுமா, அரசு அதிகாரி களுக்கும்தான். அரசு எந்திரமே ஸ்தம்பித்துவிட்டது. ஒரு சில நாட்களில், மாணவர் விடுதி காலியாகத் தொடங்கியது. வெளியூர் மாணவர்கள் தங்கள் ஊர்களுக்கு ஓட்டம் பிடித்தார்கள். லீ போன்ற உள்ளூர்க்காரர்களும், தங்கள் வீடுகளில் தஞ்சமடைந்தார்கள். கல்லூரியும் வகுப்புகளைக் காலவரையறையின்றி ரத்து செய்தது.

போர் முயற்சிகளில் நாட்டுக்கு உதவுவதற்காக, ராஃபிள்ஸ் கல்லூரி மருத்துவ உதவிக் குழு ஒன்று தொடங்கினார்கள். போர்க் காயமடையும் மக்களுக்கு மருத்துவ உதவியளிப்பது இந்தக் குழுவின் குறிக்கோள். சமூக சேவையில் ஈடுபாடு கொண்ட லீ இந்தக் குழுவில் சேர்ந்தான்.

ஒவ்வொரு நாளும் வந்துகொண்டிருந்த யுத்தச் செய்திகள் ஒவ்வொரு பகுதியாக ஜப்பான் சிங்கப்பூர் மண்ணில் முன்னேறி வருவதைக்

கட்டியம் கூறின. மலேயா, தாய்லாந்து, பிலிப்பைன்ஸ் ஆகிய நாட்டுப் பகுதிகள் ஜப்பானிய வரைபடத்தில் இணைந்துகொண்டிருந்தன. அமெரிக்காவுக்கும் சீனாவுக்கும் உதவிகள் செய்துகொண்டிருந்த உள்ளூர் மக்கள் உயிருக்குப் பயந்தார்கள். சிங்கப்பூருக்கு ஓடி வந்தார்கள். சிலர் அங்கிருந்து கப்பல்களில் வெளிநாடுகளுக்குப் போனார்கள். சிலர் தங்கள் உறவுகள், நண்பர்கள் வீடுகளில் பதுங்கினார்கள். சிங்கப்பூருக்குள் ஜப்பானியப் படைகள் இன்னும் வரவில்லை. ஆனால், அவர்கள் தினமும் வீசிய குண்டுகள், 'சிங்கப்பூரே, நாங்கள் உன்னைக் கைப்பற்றும் நாட்களை எண்ணிக்கொள்' என்று எச்சரித்தன.

பிப்ரவரி 8. சிங்கப்பூரின் தெற்குப் பகுதியான சரிம்பன் (Sarimbun), கிராஞ்சி (Kranji) இரண்டும் ஜப்பான் கையில். நாட்டின் மையப் பகுதியில் புக்கிட் தீமா (Bukit Thima) பகுதி இருக்கிறது. இந்த இடம்தான், இங்கிலாந்துப் படையினரின் உணவு, ஆயுதங்கள், வெடிபொருட்கள் ஆகியவற்றின் சேமிப்புக் கிடங்கு. அங்கிருந்த மலைப்பகுதி அணைக்கட்டுதான் நாட்டின் முக்கிய நீர்ச் சேமிப்பு மையம். புக்கிட் தீமா வீழ்ந்துவிட்டால், தங்கள் கதி அதோகதி என்று உணர்ந்த பிரிட்டிஷார் கடுமையாகப் போரிட்டனர். ஆனால், ஜப்பானிடம் வீரர்கள், விமானங்கள், வெடிகுண்டுகள் என்று கணக்கிலடங்கா மிருகபலம். பிப்ரவரி 11. புக்கிட் தீமா வீழ்ந்தது. இப்போது, நாட்டின் எல்லாக் கதவுகளையும் திறந்துவைத்த மாதிரித்தான். எல்லாத் தெருக்களிலும் ஜப்பான் வீரர்கள்.

லீ வீட்டுக்கு அருகே குண்டுகள் வெடிக்கும் சப்தம். மெள்ள வெளியே வந்து பார்த்தான். சாம்பல்நிற யூனிஃபார்ம் அணிந்து கையில் துப்பாக்கியுடன் இரண்டு பேர் நடந்துபோய்க் கொண்டிருந்தார்கள். நடையைப் பார்த்தாலே தெரிந்தது, அவர்கள் ராணுவ வீரர்கள். லீ மனதில் கேள்வி- இங்கிலாந்து ராணுவ யூனிஃபார்ம் பச்சை நிறமல்லவா? அப்படியானால், இவர்கள் யார்? அவன் மூளை ஒரு விநாடி வேலை செய்ய மறுத்தது. உடனேயே மின்னல் வெட்டியது, இவர்கள் ஜப்பான் வீரர்கள். அப்படியானால்... அப்படியானால்... ஜப்பானியர்கள் சிங்கப்பூருக்குள் நுழைந்துவிட்டார்கள்.

ஜப்பான் முன்னேறி வரும்போது, பிரிட்டிஷ் படைகள் அவர்களை விரைவில் தோற்கடித்துவிடும் என்று லீ நம்பினான். அவன் மட்டுமா, ஒட்டுமொத்தச் சிங்கப்பூரும் நம்பியது. அந்த நம்பிக்கை பொய்த்து விட்டதே? ஜப்பானியப் படைகள் ஈவு இரக்கமில்லாமல் சாமானியர் களைச் சித்ரவதை செய்வதாகவும், தூக்கிலிடுவதாகவும், பொதுச் சொத்துக்களைச் சூறையாடுவதாகவும், தீயிடுவதாகவும், அவர்கள் அடியெடுத்துவைத்த அத்தனை நாடுகளும் கண்ணீரிலும் ரத்தத்திலும்

சோகக் கதைகள் சொல்கிறார்களே? அந்த கதி சிங்கப்பூருக்கு வந்துகொண்டிருக்கிறதே? ஐயோ, என் குடும்பம் என்னவாகுமோ, நாடு என்னவாகுமோ, உடல் பதறியது. வீட்டுக்குள் ஓடினான். பயம், நடுக்கம் குடும்பத்துக்கும் பரவியது. வீட்டு ஜன்னல்களை இழுத்து மூடினார்கள். இரவில், அவர்கள் வீட்டில் விளக்குகளே எரியவில்லை. அவன் வீட்டில் மட்டுமல்ல, எல்லா வீடுகளிலும்தான்.

பிரிட்டிஷ் படைகள் பின்வாங்கிக்கொண்டேயிருப்பதாகவும், சிங்கப்பூரின் பகுதிகள் ஒவ்வொன்றாக ஜப்பான் ஆதிக்கத்தில் வந்துகொண்டிருப்பதாகவும் சேதிகள் வரத் தொடங்கின. நடப்பது நடக்கட்டும் என்று எது வந்தாலும் ஏற்கும் மனநிலைக்கு மக்கள் வந்துவிட்டார்கள்.

பிப்ரவரி 15.

சீனப் புதுவருடம். புத்தாடை உடுத்தி, வகை வகையான பாரம்பரிய உணவுகளும், கேக்குகளும் சமைத்து, மொத்தக் குடும்பமும் சேர்ந்து சாப்பிட்டு, கோலாகலமாகக் கொண்டாடும் திருநாள். இந்த வருடம் இருண்ட ஆரம்பம், அடுத்த புதுவருடத்தைப் பார்ப்போமா என்னும் பயம் நிறைந்த சந்தேகத் தொடக்கம். புக்கிட் தீமாவில் உள்ள ஃபோர்ட் மோட்டார் கம்பெனி அலுவலத்தில் பிரிட்டிஷ் படையினர் ஜப்பானிடம் சரணடைந்தார்கள். தொடங்கியது ஜப்பானியர் ஆட்சி. சிங்கப்பூர் மக்கள் வாழ்க்கையில் கண்ணீரிலும், ரத்தத்திலும் எழுதப்படப்போகும் நாட்கள்.

8

அக்னிப் பரீட்சைகள்

ஜப்பானியர்கள் மகா திறமைசாலிகள். கடும் உழைப்பாளிகள். கட்டுப்பாடு மிக்கவர்கள். ஆனால், 1940 கால கட்டங்களில் சீனா, மலாயா, சிங்கப்பூர் ஆகிய நாடுகளில் ஜப்பான் காட்டியது இன்னொரு முகம், ஈவு இரக்கமற்ற கொடூர முகம். உலகத்தைக் கட்டியாளும் ஆதிக்க ஆசை வந்தால், அந்த வெறி மனிதர்களையும் அரக்கர்களாக்கி விடும்- ஜப்பான் நிரூபித்தது.

பிரிட்டிஷ் படைகள் சரணடைந்தவுடன், சில நாட்களுக்கு நாட்டின் கடிவாளம் யார் கையிலும் இருக்கவில்லை. இங்கிலாந்து ராணுவ வீரர்கள் ஜப்பானியருக்குப் பயந்து பதுங்கிவிட்டார்கள். காவல்துறையினரில் உயர் அதிகாரிகள் பிரிட்டிஷார். காவலர்கள் சீனர்கள், மலாய்கள், இந்தியர்கள். தம்மையும் பிரிட்டிஷ் அரசின் அடையாளங்களாக ஜப்பான் நினைத்துக் கூறு போட்டுவிடும் என்று பயந்த இவர்கள் எல்லோருமே காணாமல் போனார்கள்.

ஜப்பான் வீரர்கள் கடைகளையும், வீடுகளையும் சூறையாடினார்கள். போலீஸ் இல்லாததால், உள்ளூர் ரவுடிகளுக்கும் துளிர்விட்டது. இவர்களும் எரிகிற வீட்டில் பிடுங்கியது ஆதாயமாக, கண்பட்ட இடங்களிலெல்லாம் கைவைத்தார்கள். பணம், நகைகள், உடைகள், எலெக்ட்ரிக் சாமான்கள், ரேடியோக்கள், சைக்கிள்கள் என அகப்பட்டதையெல்லாம் சுருட்டினார்கள். ஏகதேசக் கடைகள் காலி.

சில நாட்களில், ஜப்பான் ராணுவம் கடும் நடவடிக்கைகள் தொடங்கியது. சில திருடர்களைச் சுட்டு வீழ்த்தியது. இன்னும் சிலர் கழுத்தை வெட்டியது. மக்கள் நடமாட்டம் அதிகமான பாலங்களிலும், போக்குவரத்துச் சந்திப்புகளிலும் ரத்தக் களறியான கழுத்துகளைக் கொம்புகளில் மாட்டிவைத்தது. சூறையாடல்கள் குறைந்தன. இனிமேல் அமைதி நிலவும், சகஜ வாழ்க்கை திரும்பும் என்று சிலர் நினைத்தார்கள். நம்பிக்கை பகல் கனவானது.

ரவுடிகள் நிறுத்திய இடத்தில் ஜப்பானின் பேயாட்டம் தொடங்கியது. போர்க்கைதிகளை மனிதாபிமானத்தோடு நடத்தவேண்டும் என்பது எல்லோராலும் ஒத்துக்கொள்ளப்பட்ட யுத்த நெறி. ஜப்பான் யுத்த நெறிகளை மட்டுமல்ல, அடிப்படை நாகரிக எல்லைகளையே மீறியது. சிங்கப்பூரிலிருந்த போர்க்கைதிகள் நகரத்தைச் சுத்தப்படுத்துதல், ரோடுகளில் குவிந்துகிடந்த பிணங்களை அகற்றுதல், அவற்றை எரித்தல் போன்ற பணிகள் செய்யுமாறு கட்டாயப்படுத்தப்பட்டார்கள்.

நாட்டு மக்கள் எல்லோரிடமும், ஜப்பான் ஈரமற்று நடந்துகொண்டது. ஆனால், ஏதோ தேர்ந்தெடுத்துப் பழி வாங்குவதுபோல், கொடூர நடவடிக்கைகள் சீனர்கள்மீதுதான். 18 முதல் 50 வயது வரையிலான சீன ஆண்கள் கடும் சோதனைகள் செய்யப்பட்டார்கள். இதில் தேறி, எந்தக் குற்றமும் நிரூபிக்கப்படாதவர்களைச் சோதிக்கப்பட்டவர்கள் (Examined) என்று அவர்கள் சட்டைகளில் சதுரவடிவ முத்திரை குத்தி அனுப்பினார்கள். மற்றவர்கள்மேல் சந்தேகத்துக்கு உரியவர்கள் (Suspects) என்பதற்கு அடையாளமான முக்கோண முத்திரை குத்தினார்கள். இரண்டுமே, சீனர்களாகப் பிறந்த ஒரே 'குற்றத்துக்காக' அவர்கள் சுமந்த அவமான முத்திரைகள். பாவிகள், அப்பாவிகள் ஆகிய அத்தனை சீனர்களையும் இவற்றைச் சுமக்கவைத்தது ஜப்பான்.

சிங்கப்பூரிலும், மலாயாவிலும் இருந்த சீனர்கள், வெளிநாடு வாழ் சீனர்கள் சங்கம் என்னும் அமைப்பை உருவாக்குமாறு நிர்ப்பந்திக்கப் பட்டார்கள். இவர்கள் வேலை? 80 மில்லியன் டாலர் பணம் சேர்த்து ஜப்பானியப் போர் நிதிக்குத் தரவேண்டும்.

தாங்கள்தாம் நாட்டு ராஜாக்கள் என்று காட்ட ஜப்பான் நடத்திய காட்டுத் தனமான நாடகங்கள் ஏராளம். சாலைகளில் தடுப்பு வேலிகள் அமைத்தார்கள். மக்களை வேலிகளுக்கு அடியே ஊர்ந்துபோக வைத்துக் கெக்கலி கொட்டுவார்கள். சிலரைக் கொளுத்தும் வெயிலில் மண்டியிட்டு உட்காரச் சொல்லுவார்கள். தலையில் பெரிய பாறாங்கற் களை ஏற்றுவார்கள். கைகள் தளர்ந்து, கல் கீழே விழும்வரை இந்த விளையாட்டு தொடரும். அப்புறம், ஜப்பானிய வீரர்களைப் பார்க்கும் போது, சிங்கப்பூரியர்கள் தலை குனிந்து வணக்கம் செலுத்தவேண்டும். மீறினால், அடிகள், உதைகள்.

ஜப்பானின் ரகசிய போலீஸ் அமைப்பின் பெயர், கெம்பேதாய் (Kempeitai). நாட்டு மக்களை உளவு பார்த்தது. தங்களுக்காக வேவு பார்த்துத் தகவல்கள் சொல்லும் சிங்கப்பூரியர்களுக்குச் சன்மானம் தந்தது. சந்தேகத்துக்கு உரியவர்களை விசாரணைகள் இல்லாமல் தண்டித்தது. இதனால், உங்களுக்கு யார் மீதாவது முன்விரோதமா, அவரைப்பற்றிக் கெம்பேதாய்க்குச் சொல்லுங்கள். அவர்

தொலைந்தார். இதனால், யாரை நம்புவது என்றே தெரியாமல் ஒவ்வொருவரும் அடுத்தவரைச் சந்தேகக் கண்களோடு பார்த்தார்கள்

அடுத்து ஆரம்பம் பிஞ்சு நெஞ்சுகளில் நஞ்சு விதைக்கும் முயற்சி. கல்வி நிலையங்களில் போதனாமொழியாக இருந்த ஆங்கிலம் அகற்றப் பட்டது. ஜப்பான் மொழி அந்த இடத்தைப் பிடித்தது. காலையில் பள்ளிக்கு வந்தவுடன் ஜப்பான் இருக்கும் திசை நோக்கி வணங்க வேண்டும். 'சக்கரவர்த்தியே, உங்கள் ஆட்சி ஆயிரம், இல்லை, எட்டாயிரம் தலைமுறைகள் நீடிக்கட்டும். சின்னக் கூழாங்கற்கள் பெரும் பாறைகளாகி, பாசியால் மூடப்படும் வெகுநெடுங்காலம்வரை தொடரட்டும்' என்னும் ஜப்பானியத் தேசிய கீதம் பாடவேண்டும். ஜப்பானியரின் அடிமைகள் நீங்கள் என்னும் சேதியை இளம் மனங்களில் பதியவைக்கும் வக்கிர மனோதத்துவ முயற்சி.

திரையரங்குகளில் ஆங்கிலத் திரைப்படங்களுக்குத் தடை விதித்தார்கள். ஆங்கிலேயர்களைக் கேலி செய்யும் ஜப்பானியப் படங்கள் வெளியாயின. சிங்கப்பூரியர்களின் தன்னம்பிக்கையை உடைக்கும் முயற்சி. ஊடகங்களில் தணிக்கை தலைவிரித்தாடியது. நாளிதழ்கள், பத்திரிகைகள், வானொலி ஆகிய அனைத்திலும் ஜப்பான் அதிகாரிகள் தந்ததுதான் செய்தி. நிஜ உலக நடப்புகள் இருட்டடிக்கப்பட்டன. சிங்கப்பூர் மக்கள் வாழ்ந்தது ஜப்பான் உருவாக்கிய பொய் உலகத்தில்.

அன்றாட வாழ்க்கை, கூடிவாழும் குணம், கல்வி, கலாச்சாரம் போன்ற நாட்டின் அடிப்படைகள் அத்தனையையும் தகர்த்து, சிங்கப்பூரை முதுகெலும்பிலாத நாடாக மாற்றும் அத்தனை நடவடிக்கைகளும் வாடிக்கையாயின. உலகமும் கண்களை மூடிக்கொண்டிருந்தது. இவை அத்தனைக்கும் சிகரமாக வந்தது மரண ரயில்வே (Death Railway).

பர்மா என்று அழைக்கப்பட்டுவந்த மியன்மாருக்குள் புகுந்து, இந்தியாவைப் பிடிக்க ஜப்பான் திட்டமிட்டது. பர்மாவைக் கைப்பற்றித் தங்கள் கைவசமிருந்த தாய்லாந்தோடு இணைத்து விட்டால், வீரர்கள், தளவாடங்கள் போக்குவரத்து எளிதாகிவிடும். தாய்லாந்தில் உள்ள பான் போங் (Ban Pong) என்னும் இடத்திலிருந்து, பர்மாவில் இருக்கும் தான்பியுசாயாட் (Thanbyuzayat) என்னும் இடம்வரை இணைக்கும் 415 கிலோமீட்டர் ரயில் பாதை போட ஜப்பான் முடிவு செய்தார்கள். இந்தத் திட்டத்தை நிறைவேற்றக் குறைந்த பட்சம் ஐந்து வருடங்களாகும் என்று ஜப்பானியப் பொறியியல் வல்லுநர்கள் கணித்தார்கள். ஒரே வருடத்தில் முடிக்கவேண்டும் என்று ஜப்பானியத் தளபதிகள் முடிவு செய்தார்கள். வழி, குறுக்கு வழி, குரூர வழி.

போர்க்கைதிகள், ஆசிய நாடுகளைச் சேர்ந்த அடிமைகள் எனப் பல லட்சம் பேரைப் பணியில் அமர்த்தினால், ஒரு வருடத்துக்குள் பாதை

போட்டு முடித்துவிடலாம் என ராணுவத் தளபதிகள் கணக்குப் போட்டார்கள். 60,000 போர்க் கைதிகளும், 1,80,000 ஆசிய அடிமைகளும் சுற்றி வளைக்கப்பட்டு, மந்தைகளாய்ப் பணியிடத்துக்கு அனுப்பப்பட்டார்கள். 1942-ம் ஆண்டு செப்டம்பர் மாதம் வேலை தொடங்கியது.

கரடு முரடான மலைப்பகுதி. எந்த வசதியும் கிடையாது. தினமும் பதினான்கு மணி நேர உடலை ஒடிக்கும் வேலை. மிகக் குறைந்த அளவு உணவு. காயம் பட்டால், மயங்கி விழுந்தால், மருந்துகளோ, எந்த மருத்துவ வசதிகளோ கிடையாது. கொஞ்ச நாட்களிலேயே சுமார் பத்தாயிரம் பேர் இறந்தார்கள். ஜப்பான் திட்டமிட்டபடியே, பதின்மூன்று மாதங்களில் ரயில்பாதை தயார். ஆனால், இந்தப் பாதை காவு வாங்கிய உயிர்கள் எத்தனை தெரியுமா? 98,052 பேர். இதனால், பர்மா ரயில்வே என்று ஆரம்பிக்கப்பட்ட இந்த ரயில் மார்க்கத்துக்கு உலகம் வைத்த காரணப் பெயர்- மரண ரயில்வே.

•

பிற சிங்கப்பூரியர்கள் போலவே, லீயும் ஜப்பானிய அடக்குமுறை களையும் அராஜகங்களையும் சந்தித்தான். அவனுடைய முதல் சந்திப்பு துப்பாக்கிமுனையில் இங்கிலாந்து சரணடைந்த சில நாட்களில். லீ தெருவில் தனியாக நடந்துபோய்க் கொண்டிருந்தான். வழியில் கும்பலாக ஜப்பானிய வீரர்கள். அவர்கள் கண்களில் படாமல் நழுவ முயற்சித்தான். எங்கே 'இரை' கிடைக்கும் என்று துடிக்கும் ஓநாய்கள் விடுவார்களா? ஒருவன் லீயை நிறுத்தினான். தன் துப்பாக்கி முனையால் லீ தொப்பியில் தட்டினான். தொப்பி கீழே விழுந்தது. கன்னத்தில் 'பளார்', 'பளார்' கொடுத்தான். தரையில் மண்டியிடச் சொன்னான். ஷூ அணிந்த காலால் எட்டி உதைத்தான். தடுமாறி விழுந்த லீயை எழுந்திருக்கச் சைகை காட்டினான். அவனுக்குத்தான் ஆங்கிலமோ சீன மொழியோ தெரியாதே? வன்முறைக்கு பாஷை எதற்கு? 'வந்த வழியிலேயே திரும்பிப் போ' என்று உடல்மொழியால் தெரிவித்தான்.

இன்னொரு நாள். லீ போகும் வழி. ஒரு ஜப்பானியச் சிப்பாய் கைரிக்ஷாவிலிருந்து இறங்குவதைப் பார்த்தான். ரிக்ஷாக்காரர் கொஞ்சம் போட்டுக் கொடுக்குமாறு கெஞ்சினார். ராணுவ வீரன் அவரை ஒற்றைக் கையால் தூக்கினான். ஜூடோ ஸ்டைலில் தரையில் வீசினான். அடிபட்டவர் வலியால் கதறிக்கொண்டிருந்தார். எதுவும் நடக்காததுபோல் வீரன் (?) நடையைக் கட்டினான். இங்கு நடப்பதென்ன, காட்டுமிராண்டிகள் ஆட்சியா? லீயின் மனம் பதறியது.

இன்னொரு நாள். வீதியில் பெரிய கூட்டமாக ஆட்கள் நின்றார்கள். லீ வேடிக்கை பார்க்கப்போனான். அங்கே, ஒரு மூங்கில் கம்பின் உச்சியில்

மனிதத் தலை. ஆமாம், ரத்தம் உறைந்த சீன ஆணின் தலை! கம்பின் அடிப்பாகத்தில் ஒரு போஸ்டர். அதில் சீன மொழியில் கொட்டை எழுத்துக்களில் ஏதோ அறிவிப்பு. ஆங்கிலத்தில் மட்டுமே பள்ளியிலும், கல்லூரியிலும் படித்த லீக்கு சீன மொழி வாசிக்கத் தெரியாது. சுற்றி நின்றவர்களிடம் கேட்டான். அவர்கள் சொன்னார்கள், அந்தப் போஸ்டர் ஒரு எச்சரிக்கை-இந்த மனிதன் கடையைச் சூறையாடும்போது பிடிபட்டான். யார் திருடினாலும் இதுதான் தண்டனை.'

சில நாட்கள் ஓடின. அராஜகம் லீ வீட்டுக்குள்ளே தலை காட்டியது. லீ, அவன் தம்பிகள், தங்கை ஆகியோரைப் பள்ளியில் கொண்டுவிட, தியோங் கூ (Teong Koo) என்னும் ரிக்ஷாக்காரரை அமர்த்தியிருந்தார்கள். அவரோடு லீயை விட்டுவிட்டு எல்லோரும் வெளியே போயிருந்தார்கள். அப்போது உள்ளே வந்தார் ஒரு ஜப்பானிய ராணுவ ஆபீஸர். அவரோடு சில சிப்பாய்கள். இருவரும் ஏதோ அவர்கள் சொந்த வீடுபோல் உள்ளே வந்தார்கள். லீ, கூ இருவரையும் ஈ, எறும்பு போல் துச்சமாகப் பார்த்தார்கள். லீயை மிரட்டினார்கள். அவனையும், கூவையும் வெறி பிடித்தவர்கள்போல் அறைந்தார்கள்.

படையினர் ஒவ்வொரு அறையாகப் பார்வையிட்டார்கள். தங்கள் வீரர்கள் தங்க அந்த வீடு வசதியாக இருக்குமா என்று தங்களுக்குள் விவாதித்தார்கள். அடுக்களையில் புகுந்தார்கள். அகப்பட்டதை யெல்லாம் சாப்பிட்டார்கள். இது போதாதென்று, வீட்டில் இருந்த மளிகை சாமான்கள், காய்கறிகள், மாமிசம் ஆகியவற்றை எடுத்தார்கள். காம்பவுண்டில் அடுப்பு ஏற்றினார்கள். சமைத்தார்கள். சாப்பிட்டார்கள். மிச்சச் சாப்பாட்டை அப்படியே வீசி எறிந்தார்கள். நிலநடுக்கம் வந்ததுபோல் இருந்தது வீடு. நல்ல காலம், அவர்கள் திரும்பி வரவில்லை.

லீக்குப் பக்கபலமாக இருந்த கூ, சில நாட்களில் அவனையும் காப்பாற்றினார். நகரத்தின் பிரதான பகுதியில், ஜப்பானிய ராணுவம் சோதனையகம் அமைத்திருந்தது. அங்கே, ஆயிரக்கணக்கானவர் களைப் பிடித்து வைத்திருந்தார்கள். அவர்களுள் லீயும் ஒருவன். அவர்களுக்கு டிமிக்கி கொடுத்துத் தப்பிவிட்டான். ஓடிவந்த அவனுக்குக் கூ, தானும் பிற ரிக்ஷாக்காரர்களும் வசிக்கும் பகுதியில் அடைக்கலம் கொடுத்தார். அவனைக் காப்பாற்றியது தெரிந்தால், தன் கதியும், குடும்பத்தின் கதியும் அதோகதியாகிவிடும் என்று சந்தேக மில்லாமல் தெரிந்தும்கூட.

லீயோடு மாட்டிக்கொண்ட ஆயிரக்கணக்கானவர்கள் நடுரோட்டில் சுடப்பட்டார்கள். பலர் அநாதைப் பிணங்களாக நாய்களும் கழுகுகளும்

கொத்திக் குதறும் பரிதாப நிலையில் கிடந்தார்கள். இன்னும் பலர் குத்துயிரும் குலை உயிருமாக. ஆறு நாட்கள் ஓடின. ஏழாம் நாள். சுமார் 50 லாரிகள் இவர்களை அள்ளிக்கொண்டு போய், கடற்கரையில் போட்டார்கள். உடலில் உயிர் இருந்தவர்களை நடக்கச் சொன்னார்கள். தள்ளாடித் தடுமாறி நடக்கும்போது, எந்திரத் துப்பாக்கிகளால் அவர்கள் உடல்களைச் சல்லடையாகச் சலித்தார்கள். அவர்களை அப்படியே விட்டுவிட்டுப் போனார்கள். விலாசம் இல்லாமல், மண்ணோடு மண்ணோடு நூற்றுக்கணக்கான வாழ்க்கைச் சரித்திரங்கள்.

தன்னையும் குடும்பத்தையும் பற்றிக் கவலைப்படாமல், தியோங் கூ அடைக்கலம் தந்திருக்காவிட்டால், தன் கடைசி அத்தியாயமும் அன்றே, கடற்கரை மணலில் எழுதப்பட்டிருக்கும் என்பதை லீ மறக்கவேயில்லை. இந்த நன்றியின் அடையாளமாக, நாட்டின் முதல்வரான பிறகும், லீ வீட்டுக் கதவுகள் அவருக்கு எப்போதும் திறந்தே இருந்தன.

லீயின் கல்லூரியையும் தம்பி தங்கைகளின் பள்ளிகளையும் மூடி விட்டார்கள். வெளியே போக பயம். யாராவது கதவைத் தட்டினால், ஜப்பானியச் சிப்பாய்களோ என்று நடுக்கம். நாளொரு பயமும் பொழுதொரு நடுக்கமுமாக நாட்களை நகர்த்தினார்கள்.

லீ தினமும் வீட்டுக்குளிருந்து வீதியை வேடிக்கை பார்ப்பான். பெரும் பாலும் ஜப்பானிய வீரர்கள்தாம் போவார்கள். வெறுப்பு அவன் மனதை நிறைக்கும். சில வேளைகளில் பிரிட்டிஷ் படைகள் மார்ச் செய்வார்கள். ஸ்காட்லாந்து வீரர்களும், இந்திய ராணுவத்தைச் சேர்ந்த நேப்பாளிய கூர்க்கா வீரர்களும் நிமிர்ந்த நன்னடை, நேர்கொண்ட பார்வையோடு கம்பீரமாக அணிவகுப்பார்கள். ‘லெஃப்ட் ரைட்’, ‘லெஃப்ட் ரைட்’ எனத் தங்கள் கமாண்டரின் ஆணைக்கு அவர்கள் எடுத்துவைக்கும் அடிகள், அந்த ஷூக்கள் தரையில் அழுத்தமாக மோதும்போது வரும் ஒலி- லீ காதுகளுக்கு இனிய கீதமாக இருந்தது. அவனுக்கு கூர்க்காக்கள் மேல் ஏகப்பட்ட மதிப்பும் மரியாதையும் வந்தது. பிற்காலங்களில், சிங்கப்பூரில் கலவரங்கள் வந்தபோது, அவற்றை அடக்க லீ எப்போதும் அனுப்பியது கூர்க்கா வீரர்களைத்தான்.

நாட்கள் ஓட ஓட, அடக்குமுறைகள் மக்களுக்குப் பழகிப்போயின. நடைமுறை வாழ்க்கையின் தேவைகளுக்கும் சவால்களுக்கும் பதில் சொல்லவே நேரம் இல்லாத நிலை. சிங்கப்பூரின் பொருளாதாரம் சின்னாபின்னமாகிக் கொண்டிருந்தது. தொடர்ந்துகொண்டிருந்த இரண்டாம் உலக யுத்தத்தால் உலக வியாபாரம் கணிசமாகப் பாதிக்கப் பட்டது. வணிகத்தில் முன்னணியில் நின்ற இங்கிலாந்தின் கவனம் போரில் இருந்ததால், வியாபாரம் இரண்டாம் இடம் பிடித்தது. கப்பல்

போக்குவரத்து குறைந்தது. இந்தக் குறைந்த எண்ணிக்கைக் கப்பல்களும் ஜப்பான் ஆதிக்கத்திலிருந்த சிங்கப்பூருக்கு வருவதைத் தவிர்த்தன. உள்நாட்டில் உற்பத்தித் தொழிலே கிடையாது. அனைத்துக்கும் அயலாரை நம்பியிருக்கவேண்டிய கட்டாயம். அத்தோடு, சரக்குக் கப்பல்களின் வரத்துத்தான் வருமான ஜீவநாடி. கப்பல்கள் வரவில்லை. சாமான்கள் வரவில்லை. அப்படியே வந்தாலும், வாங்குவதற்குக் கையில் காசில்லை. விலைவாசிகள் விஷமாக ஏறின.

அப்பா வேலை பார்த்த ஷெல், இங்கிலாந்துக் கம்பெனி. அதன் சிங்கப்பூர் கிளையை மூடிவிட்டார்கள். அவருக்கு வேலை இல்லை. சமையல் கற்றுக் கொடுத்துவீட்டு கஜானாவுக்குத் தன்னால் முடிந்த பணம் கொண்டுவந்த அம்மாவிடம் பாடம் கற்க யாருமே வரவில்லை. சமையலுக்கு அரிசியும் மளிகையுமே கிடைக்காமல் நாடேபற்றி எரியும்போது, சமையல் படிப்பு எதற்கு? குடும்பத்தில் வருமானம் இல்லை. அடுக்களையில் அடுப்பு எரியவில்லை. வீட்டில் ஏழு வயிறுகள் கொலைப்பசியில். பசி வந்திட மானம், குலம், கல்வி, வண்மை, அறிவுடைமை, தானம், தவம், உயர்ச்சி, தாளாண்மை, காமம் ஆகிய பத்தும் பறந்துபோகும் என்று சொல்வார்கள். லீ குடும்பமும் ஜப்பானிய எதிர்ப்பை மறந்தார்கள்.

'மாட்சிமை தாங்கிய ஜப்பானியப் பேரரசரே, உங்கள் ஆட்சியின் கீழ்ப் பணியாற்றக் காத்திருக்கிறோம். வேலை தாருங்கள்.'

9

காதல் பிறந்தது!

தட்டுங்கள், திறக்கப்படும், கேளுங்கள், கொடுக்கப்படும். லீ அப்பா ஜப்பான் அரசுக் கதவுகளைத் தட்டினார். அவருடைய முந்தைய வேலை பெட்ரோலிய விநியோகம் செய்த பிரபல ஷெல் கம்பெனியில் ஸ்டோர் கீப்பராக. இந்த அடிப்படையில், அரசாங்கத்தின் பெட்ரோலிய விநியோகத்துறையில் அதே போன்ற வேலை பெற்றார். அவருடைய சம்பளம் குடும்பத்தேவைகளுக்குப் போதவில்லை. அவன் அம்மா கெட்டிக்காரப் பெண்மணி. வாயைக்கட்டி, வயிற்றைக்கட்டி நாட்களை ஓட்டினார்.

லீ படித்த கல்லூரியை மூடிவிட்டார்கள். அவன் வயது 19, அவனும் வேலைக்குப் போகவேண்டிய கட்டாயம். சம்பாதிக்கும் இரண்டு கைகள் நான்காகும், குடும்ப பாரத்தைச் சுமக்க உதவும். லீ தன்னையே எடை போட்டான். பிரிட்டிஷ் ஆட்சி போய்விட்டபின், அரசில் ஆங்கிலத்துக்கு இடமே இல்லை. அவன் ஆங்கில அறிவு விழலுக்கு இறைத்த நீர். ஒருவேளை, சிங்கப்பூரில் ஜப்பானியர் ஆட்சி நீடித்தால், ஆங்கில அறிவு ஏட்டுச் சுரைக்காய்தான். வேலை கிடைக்க உதவாது. சீனமும் அதைவிட முக்கியமாக ஜப்பானிய மொழியும் தெரியவேண்டும்.

சீனம் அவன் தாய்மொழி. எனவே, முதலில் சீனம் படிக்க முடிவு செய்தான். சியாங் கெர் சியூ (Chiang Ker Chiu) எழுதிய Mandarin* Made Easy புத்தகம் வாங்கினான். 30 பக்கங்களில் மான்டரின்

---

* சீன நாட்டின் மொழியான சீன மொழி பேச்சிலும், எழுத்திலும் பல வடிவங்கள் கொண்டது. பேச்சில் ஏழு வட்டார மொழிகள் உண்டு. இவற்றைப் பேசுபவர்கள் ஒருவரை ஒருவர் புரிந்துகொள்ள மாட்டார்கள். தலைநகர் பெய்ஜிங் நகரத்தில் பேசப்படும் வட்டார மொழி மான்டரின். பெரும்பாலான சீன மக்கள் பேசும் மான்டரின் சீனாவின் அதிகாரபூர்வப் பேச்சு மொழியாக இருக்கிறது.

கற்றுகொடுக்கும் புத்தகம். 700 சீன வார்த்தைகளை எப்படி எழுதுவது, எழுத்துகளை எப்படிக் கோர்த்து வார்த்தைகளாக்குவது என்னும் சூட்சுமங்களை வசப்படுத்த உதவியது. சில வாரங்களில் 700 சொற்களையும் கரைத்துக் குடித்த லீ, அடுத்த நான்கு நிலைப் புத்தகங்களையும் வாங்கினான். கற்பூர புத்தி. சீக்கிரமே, அத்தனையும் உள்வாங்கிக்கொண்டான்.

அடுத்து ஜப்பானிய மொழிப் படிப்பு. 1942 மே மாதத்தில் அரசாங்கம் ஜப்பானிய மொழிப் பயிற்சிக்கூடம் தொடங்கினார்கள். அதில் சேர்ந்த ஆரம்ப மாணவர்களுள் ஒருவன் லீ. மூன்று மாதப் பயிற்சியை முடித்தான். சான்றிதழ் கையில்: ஜப்பானிய மொழி அறிவு மூளையில். சீன மொழியைவிட ஜப்பானிய மொழி அவனுக்கு எளிதாக இருந்தது.

வகுப்பு முடிந்து மூன்று வாரங்கள். அப்பா வழித் தாத்தா ஹூன் லியாங் நோய்வாய்ப்பட்டார், மரணமடைந்தார். 71 வயது ஆனபோதும், ஆரோக்கியமாகத்தான் இருந்தார். ஆனால், இங்கிலாந்து ஜப்பானிடம் சரணாகதி அடைந்ததும், பிரிட்டிஷ்காரர்களே உலகம், தெய்வம் என்று வாழ்நாள் முழுக்க நம்பிய அவருக்குப் பிரபஞ்சமே நொறுங்கி விட்டது. இந்த அதிர்ச்சி அவர் மரணத்தை வேகப்படுத்தியிருக்கலாம். லீ அவருக்குச் செல்லக் குழந்தை. தாத்தா மரணம் அவனுக்கு நிரப்பமுடியாத வெற்றிடம்.

செல்லப் பேரனுக்குச் செத்தும் கொடுத்த சீதக்காதியாகத் தாத்தா உதவினார். அவருடைய நண்பர் ஷிமோடா (Shimoda) கம்பெனி ஒன்று நடத்திவந்தார். ஜவுளிப் பொருட்கள் இறக்குமதி செய்யும் நிறுவனம், வேலைகள் கிடைப்பது குதிரைக் கொம்பாக இருந்த அந்தக் காலகட்டத்தில், தன் நண்பனின் பேரனுக்கு வேலை தந்தார். கிளார்க், டைப்பிஸ்ட் பணி.

பொருளாதார நெருக்கடியால் அவன் வேலைக்குச் சேர்ந்த ஒரே வருடத்தில் ஷிமோடா தன் கம்பெனியை மூடவேண்டி வந்தது. நல்ல காலமாக, உடனேயே அவனுக்கு இன்னொரு நிறுவனத்தில் வேலை கிடைத்தது. அரிசி, சமையல் எண்ணெய், சர்க்கரை, உப்பு போன்ற அத்தியாவசியப் பொருட்களை விற்பனை செய்த நிறுவனம். ஜப்பானிய கரென்சியில் சம்பளம் தந்தார்கள். தேங்காய், வாழைப்பழம் ஆகிய படங்கள் போட்ட ஜப்பானிய நோட்டுக்கள். இவற்றுக்கு அதிக மதிப்பு இருக்கவில்லை. வாழைப்பழ நோட்டுக்கள் (Banana Notes) என்று மக்கள் கேலி செய்யும் அளவுக்கு அவற்றின் மதிப்பு இருந்தது. ஆனால், வேலையில் ஒரு வசதி- பகுதிச் சம்பளத்தை அரிசி, சர்க்கரை, உப்பு என்று பொருட்களாகத் தந்தார்கள். வீட்டில் அடுப்பு எரியவும், வயிறுகளை நிறைக்கவும் அவை உதவின.

இந்த வேலையில் எட்டு மாதங்கள். ஒழுங்காகச் சம்பளப் பணம் கிடைக்கும் வேலையை லீ தேடினான். ஹொடோபு (Hodobu) என்னும் ஜப்பானிய அரசாங்கத்தின் செய்தி விளம்பரத் துறை, ஆங்கில மொழி அறிவு கொண்ட மொழிபெயர்ப்பாளர்கள் தேவை என்று பத்திரிகை விளம்பரம் கொடுத்திருந்தார்கள். லீ அந்த அலுவலகத்துக்குப் போனான். அமெரிக்காவில் பிறந்து வளர்ந்த ஒரு ஜப்பானியர் நேர்முகப் பேட்டி நடத்தினார். வேலை கிடைத்தது.

என்ன வேலை? பல்வேறு வெளிநாட்டுச் செய்தி நிறுவனங்கள் போர்ச் செய்திகளைத் தந்தி அனுப்பும் மார்ஸ் சங்கேத மொழியில் (Mars Code) அனுப்புவார்கள். இந்தப் பரிமாற்றத்தில் குறுக்கிட்டுச் செய்திகளை (திருட்டுத்தனமாகப்) பெற ஜப்பானிய அரசு வானொலி ஆப்பரேட்டர் களை அமர்த்தியிருந்தார்கள். மதியமும், மாலையும் இந்த சிக்னல்கள் பலவீனமாக இருக்கும். சில வார்த்தைகள் தெளிவில்லாமல் இருக்கும் அல்லது தொலைந்துபோகும். விடுபட்ட இடங்களை நிரப்பி, கோர்வையான செய்திகளை ஜப்பானிய அதிகாரிகளுக்குத் தருவதுதான் லீ வேலை. ஆமாம், ஜப்பானிய ஆட்சியை முழுமனதாக வெறுத்தவன், அந்த அரசியல் எந்திரத்துக்கே அடி பணிந்தான்.

போரில் தானும் ஜெர்மனி, இத்தாலி ஆகிய நாடுகளும் தொடர்ந்து ஜெயித்துக்கொண்டிருப்பதாக ஜப்பான் விளம்பர டமாரம் அடித்துக் கொண்டிருந்தது. ஆனால், வெளிநாட்டுச் செய்தி நிறுவனங்களின் உபயத்தால், இது பொய், ஜப்பான் எப்போதும் மண்ணைக் கவ்வலாம் என்னும் உண்மை லீக்குத் தெரியும். ஆனால், ஜப்பானிய அரசாங்கத்தின் செய்தி விளம்பரத் துறை ஊழியர் என்னும் வேலை, பொய்களை உண்மைகளாகத் திரிக்கும் வேலை. தொடர்ந்து செய்தான்.

1943 ஆண்டின் இறுதிவாக்கில், ஜப்பானியக் கடற்படை தொடர் தோல்விகளைச் சந்திக்கத் தொடங்கியது. சிங்கப்பூருக்குக் கணிசமான உணவுப்பொருட்கள் வெளிநாடுகளிலிருந்துதான் வரவேண்டும். இந்த வரத்து குறைந்துகொண்டே வந்தது. விலைகள் எகிறின. அதிகப் பணம் கொடுத்தாலும், உணவுப் பொருட்களும், பிற அத்தியாவசியச் சாமான்களும் கிடைக்கவில்லை. வியாபாரிகள் பொருட்களைப் பதுக்கினார்கள். கறுப்புச் சந்தையில் விற்றார்கள். கொள்ளை லாபம் அடித்தார்கள்.

லீ வீட்டில் வறுமை தாண்டவமாடியது. 18 வயதான தம்பி டென்னிஸ் வேலைக்கு அனுப்பப்பட்டான். அம்மா வீட்டில் ரொட்டி. கேக் தயாரித்து விற்பனை தொடங்கினார். அம்மா படா கில்லாடி. எக்கச்சக்க கற்பனா சக்தி. கோதுமை மாவு, வெண்ணெய், சர்க்கரை கிடைக்க வில்லை. மரவள்ளிக் கிழங்கு மாவு, அரிசி மாவு, தேங்காய்ப் பால்,

பனை வெல்லம் ஆகியவற்றால், ரொட்டியும், கேக்கும் செய்தார்: வீட்டில் உள்ளவர்களுக்குச் சட்டை, காற்சட்டை வாங்கப் பணமில்லை. வீட்டு ஜன்னல் திரைகளைக் கிழித்தார். அவை அப்பா, லீ, தம்பிகள் சட்டைகளாகவும், அம்மா, தங்கையின் கவுன்களாகவும் மறுஜென்மம் எடுத்தன. எல்லோரும் என்னதான் குட்டிக்கரணம் போட்டாலும், செலவுக்கும், வருமானத்துக்கும் நடுவே இருந்த இடைவெளி தொடர்ந்து மிரட்டியது.

வேலை பார்த்து வரும் சம்பளத்தில் தீர்வு இல்லை என்று லீக்குத் தெரிந்தது. அவன் கண்களில் பட்ட ஒரே வழி, குறுக்கு வழி. கறுப்புச் சந்தை தாதாக்களோடு தொடர்பு கொண்டான். பிசினஸ் அவனுக்குப் புரிந்தது. சிங்கப்பூரின் உள்ளூர் மக்களிடம் அத்தியாவசிய சாமான்கள் வாங்கவே பணமில்லை. அதே சமயம், ஜப்பானிய ராணுவ வீரர்களிடம் பணம் இருந்தது. விஸ்கி, சிகரெட் ஆகியவற்றுக்கு லோ லோ என்று அலைந்தார்கள். கறுப்புச் சந்தை இயங்கியது இப்படித்தான். வெளிநாட்டுக் கப்பல்களின் ஊழியர்களோடு தொடர்பு வைத்துக்கொள்ளவேண்டும். இவர்கள் கப்பல்களிருந்து விஸ்கி, சிகரெட் திருடுவார்கள். குறைந்த விலையில் லோக்கல் ஆட்களுக்கு சப்ளை செய்வார்கள். இவற்றை அதிக விலை தரக் காத்திருக்கும் ஜப்பானிய ராணுவ வீரர்களுக்குத் தரவேண்டும். விற்கும் அதிக விலை- வாங்கும் அடிமாட்டு விலை = கொழுத்த லாபம்.

லீ கணக்குப் போட்டான். விஸ்கி, சிகரெட் ஆகிய பிசினஸ்களில் பெரும் முதலைகள் இருந்தார்கள். ஏகப்பட்ட முதலீடும் தேவை. ஆகவே, மது, சிகரெட் பிசினஸ் தனக்குத் தோதான வியாபாரங் களில்லை. வேறு என்ன செய்யலாம்? ஜப்பானியர்கள் ஆசைப்பட்டு வாங்கிய இன்னொரு ஐட்டம், சின்னச் சின்ன நகைகள். பணத் தட்டுப்பாட்டால் ஏராளமான பணக்காரக் குடும்பங்கள் தங்கள் குடும்ப நகைகளை விற்றுக்கொண்டிருந்தார்கள். நகைகளை விற்பது வெளியாருக்குத் தெரிந்தால் அவமானம் என்று நினைத்தார்கள். விற்பதை ரகசியமாக வைத்துக்கொள்ளும் தங்களுக்கு நெருக்கமானவர் களிடம் மட்டுமே நகைகளை விற்றார்கள். இதனால், நகைகளை வாங்க சமுதாயத்தின் உயர்மட்டத்தினரோடு தொடர்புகள் முக்கியம். விற்பது சுலபம். ஜப்பானியர்கள் க்யூவில் நிற்பார்கள்.

தன் பிசினஸ் சிறு நகைகள்தான் என்று லீ முடிவு செய்தான். இதற்கு முக்கிய காரணம்- அப்பா வழியிலும், அம்மா வழியிலும், அவன் குடும்பம் பாரம்பரியப் பணக்காரக் குடும்பம். அதிலும், அவன் அம்மாவுக்குப் பல உயர்மட்டப் பெண்களோடு நெருங்கிய நட்பு இருந்தது. ஆகவே, நகைகள் வாங்குவது சுலபம். விற்பதோ பிரச்னையே இல்லை. பிசினஸில் இறங்கினான். அம்மாவின் தோழிகள் நகைகள்

கொடுத்தார்கள். அவற்றைத் தரகர்கள், பொற்கொல்லர்கள் ஆகியோரிடம் கொடுப்பான். பணம் வந்தது. ஆனால், அவன் எதிர்பார்த்த அளவுக்கு இல்லை.

லீ எப்போதுமே வாய்ப்புகள் வந்து தன் வாசற்கதவுகளைத் தட்டும் என்று காத்திருக்கமாட்டான். காதுகளையும் மனதையும் திறந்து வைத்திருப்பான். புதிய கருத்துகளை யாராவது சொன்னால், உடனேயே நிராகரிக்கமாட்டான், உதறித் தள்ளமாட்டான். இதனால், வியாபாரிகளும் தரகர்களும் புதிய ஐடியாக்களை அவனோடு பகிர்ந்து கொள்வார்கள்.

பஸ்ராய் பிரதர்ஸ் (Basrai Brothers) என்னும் கம்பெனி இந்தியர்களால் நடத்தப்பட்டு வந்தது. பேப்பர், பசை, பேனா, இங்க் போன்ற எழுது பொருட்கள் விற்பனை செய்தார்கள். அதன் முதலாளி அவனுக்குப் பரிச்சயமானவர். ஒருநாள் கேட்டார், 'லீ, தாள் ஒட்டும் பசை (Stationary Gum) பயங்கரத் தட்டுப்பாடாக இருக்கிறது. நீ சப்ளை செய்யமுடியுமா?'

முடியாது என்னும் வார்த்தை லீ அகராதியில் கிடையாது. எந்த வாய்ப்பில் பணம் கொட்டும் வானவில் இருக்குமோ என்னும் ஆக்கபூர்வ மனம்.

'முயற்சி செய்கிறேன்.'

லீ மனதில் முதலில் வந்தவன், ராஃபிள்ஸ் கல்லூரியில் உடன் படித்த யாங் நியூக் லின் (Yong Nyuk Lin). அறிவியல் பாடத்தில் வல்லவன். கல்லூரி மூடியவுடன், ஒரு இன்ஷூரன்ஸ் கம்பெனியில் வேலை பார்த்தான். பகுதி நேரங்களில் கறுப்புச் சந்தை வியாபாரி.

நியூக் லின் வித்தியாசமாகச் சிந்தித்தான்.

'லீ, நாம் ஏன் தாள் ஒட்டும் பசையை இங்கிலாந்துக் கப்பல்களிலிருந்து கடத்திக் கொண்டுவரவேண்டும்? நாமே தயாரிக்கலாமே?'

'என்ன, நாமே தயாரிக்கலாமா? நல்ல ஐடியா. ஆனால், நிஜமாகவே உனக்குப் பசை தயாரிக்கத் தெரியுமா?'

'மரவள்ளிக் கிழங்கு மாவையும், கார்பாலிக் அமிலத்தையும் கலந்து தயாரிக்கவேண்டும். மிகச் சுலபமாகச் செய்யலாம்.'

'தொழிற்சாலை...?'

'தொழிற்சாலை வேண்டாம். வீட்டிலேயே தயாரிக்கலாம்.'

நியூக் லின் வீட்டில் உற்பத்தி தொடங்கியது. கையில் எடுத்த வேலையைக் கனகச்சிதமாய்ச் செய்வது லீ பாணி. தங்கள் பசைக்கு

Stikfas என்று பெயர் வைத்தான். சீக்கிரமாக ஒட்டுவது என்பதைக் குறிக்கும் ஆங்கில Stick fast வார்த்தையின் 'சுருக்' வடிவம். தன் இன்னொரு நண்பன் உதவியோடு அழகான லேபல் டிசைன் செய்தான். கவர்ச்சிகரமான பசை பாட்டில் தயார்! விற்பனை சூடு பிடித்தது. இருவர் வீடுகளிலும் தயாரிப்பு தொடங்கியது. நியூக் லின் வீட்டில் அவன், மனைவி, மனைவியின் தங்கை மூவரும் தொழிலாளிகள்; லீ வீட்டில் அவன், அம்மா, தங்கை.

ஒரு நாள். லீ நண்பனைப் பார்க்கப்போனான். இதுவரை அவர்கள் சந்திப்பு எல்லாம் கல்லூரி, பொற்கொல்லர் கடை, பொது இடங்கள் ஆகியவைதாம். முதன் முதலாக நியூக் லின் வீட்டுக்குப் போகிறான். கட்டிடத்தைக் கண்டுபிடித்தான். அதில் நண்பன் வசிக்கும் குடியிருப்பு எது என்று தெரியவேண்டும். படிக்கட்டில் ஒரு பெண் நின்றுகொண்டிருந்தாள். வழி கேட்டான். சொன்னாள். அவள் – குவா கியோக் சூ – ராஃபிள்ஸ் கல்லூரியில் அவனைவிட அதிக மதிப் பெண்கள் வாங்கி முந்தி நின்றாளே, அவனைப் பொறாமைப்பட வைத்தாளே, அதே பெண்!

லீ நண்பனோடு பேசிக்கொண்டிருந்தான். சூ வீட்டுக்குள் வந்தாள். ஆச்சரியம்! அவள் நியூக் லின் கொழுந்தி, மனைவியின் தங்கை. பசை உற்பத்தி காரணமாகவும் காரணமே இல்லாமலும் லீ நண்பன் வீட்டுக்கு அடிக்கடி போனான். லீக்கு ஒரு திறமை உண்டு. சில நிமிடங்களில் தன் முன்னே இருப்பவர் புத்திசாலியா இல்லையா என்று சரியாக எடைபோடுவான். அறிவாளிகளைப் பிடிக்கும். அவர்களோடு பேசிக் கொண்டிருக்கப் பிடிக்கும். அதேபோல் முட்டாள்களை வெறுப்பான், தவிர்ப்பான். சூ அறிவாளி, அத்தோடு இனக் கவர்ச்சி வேறு. தொடக்கப் பழக்கம் பரிச்சயமானது, நட்பாக வளர்ந்தது, காதலாகக் கனிந்தது.

1944. லீ வயது 21. சீன உணவு விடுதியில் டின்னருக்கு வருமாறு நியூக் லின் குடும்பத்தை அழைத்தான். உண்மையில் காதலிக்கு விடுத்த அழைப்பு. அவளை மட்டும் வெளியே கூப்பிட முடியாதே? மரியாதைக்காக, ஒப்புக்குச் சப்பாணியாக நண்பனுக்கும் அவன் மனைவிக்கும் அழைப்பு. ஆனால், மொத்த நேரமும் 'பாயும் ஒளி நீ எனக்கு, பார்க்கும் விழி நான் உனக்கு, தோயும் மது நீ எனக்கு, தும்பியடி நான் உனக்கு' என்று இருவரும் ஒருவரை ஒருவர் மட்டுமே பார்த்துக்கொண்டிருந்தார்கள். உலகை மறந்தார்கள். தங்கள் 'ரகசியம்' கூடவந்த இருவருக்கும் பரசியமாகிக்கொண்டிருக்கிறது என்பதை அறியாமலே... இல்லை, அறிந்தும் அறியாத காதல் மயக்கத்தில்.

இப்படிக் காதல் வளரும்போது, பசை பிசினஸில் சறுக்கல். போரில் ஜப்பான் . இங்கிலாந்துக் கூட்டணியிடம் தொடர் தோல்விகளைச்

சந்தித்துக்கொண்டிருந்தது. சிங்கப்பூருக்கு வரும் கப்பல்கள் குறைந்தன. ஜே ஜே என்றிருந்த துறைமுகத்தில் தினமும் ஓரிரு கப்பல்கள் வருவதே அரிதானது. கம்பெனிகளின் பிசினஸ் டல். பிசினஸ் இல்லாத அலுவலகங்களுக்குப் பசை எதற்கு? வாங்குவதைக் குறைத்தார்கள், நிறுத்தினார்கள். கணிசமான லாபம் பார்த்துவிட்ட லீக்கும் நண்பனுக்கும் ஆர்டர்கள் வரவில்லை. பசை உற்பத்தியை நிறுத்தினார்கள். ஆனால், லீ தொடர்ந்து நண்பன் வீட்டுக்குப் போனான். அவனுக்கும், சூவுக்கும்தான் பசையைவிட பலமாக உறவு 'பசக்' என்று ஒட்டிக்கொண்டுவிட்டதே?

10

இருட்டில் சில மின்னல்கள்!

லீ காதல் ஆரோகணத்தில் பயணித்துக்கொண்டிருந்த அதே வேளை. உலகப்போரில் ஜப்பான் அவரோகணத்தில். பர்மா மூலமாக, இந்தியாவின் கொஹிமா, இம்பால் ஆகிய பகுதிகளை ஜப்பான் தாக்கியது. தோல்வி. பிரிட்டிஷ் படைகள் ஜப்பானியரைப் புறம் தள்ளி முன்னேறத் தொடங்கினார்கள். லீ வித்தியாசமானவன். அவன் கால்கள் நிகழ்காலத்தில் இருக்கும்போதே, அவன் சிந்தனை அடுத்த பல பத்தாண்டுகளை மனதில் ஓடவிட்டுக்கொண்டிருக்கும். ஒன்று அல்லது இரண்டு வருடங்களில் சிங்கப்பூரிலும் ஜப்பான் ஆட்சி கவிழ்ந்துவிடும், மறுபடியும் பிரிட்டிஷ் ஆட்சி மலரும் என்று லீ கணித்தான். 21 வயது இளைஞனுக்குப் பிரமிக்கவைக்கும் மனப் பக்குவம்! இரண்டு முக்கிய முடிவுகள் எடுத்தான்.

தொடர்ந்து ஜப்பானிய அரசாங்கத்தின் செய்தி விளம்பரத் துறையான ஹொடோபு- வில் வேலை பார்த்தால், அடுத்த பிரிட்டிஷ் அரசு அவன்மீது 'ஜப்பானிய ஏஜெண்ட்' என்று முத்திரை குத்திவிடும். அப்புறம், எதிர்காலம் இருள்மயம்தான். வேலையை விடவேண்டும். இதிலும் ஒரு பிரச்னை. வேலையைவிடுவதற்குச் சரியான காரணத்தை அரசாங்கத்துக்குச் சொல்லவேண்டும். அவர்கள் திருப்திப்படா விட்டால், பிரிட்டிஷ் உளவாளியாகிவிட்டான் என்று முத்திரை குத்தி விடுவார்கள். அவன் குடும்பமே நடுத்தெருவில் நிற்கும். அல்லது சிறைக்கம்பி எண்ணும். லீ இருதலைக் கொள்ளி எறும்பானான். என்ன செய்யலாம், என்ன செய்யலாம்? மனத்தில் எண்ணற்ற குழப்பங்கள், தயக்கங்கள், கலக்கங்கள்.

லீக்கு ஒரே ஒரு வழிதான் தெரிந்தது. ஹொடோபு வேலையை விடவேண்டும், சிங்கப்பூரைவிட்டு வேறு எங்காவது ஒன்று, இரண்டு வருடங்களுக்குப் போய்விடவேண்டும். அதற்குள், சிங்கப்பூர் ஜப்பான் கைகளில் தொடருமா பிரிட்டிஷாருக்குத் திரும்பிவருமா

என்று தெளிவாகத் தெரியும். அதற்குப் பிறகு தாயகம் திரும்ப வேண்டும்.

ஒன்று, இரண்டு வருடங்களுக்கு எங்கே போகலாம்? கேள்விகள், கேள்விகள்... அவன் மனதில் முதலில் வந்த நாடு அண்டைய மலாயா. குத்து மதிப்பாகக் குருட்டாம் போக்கில் முடிவெடுப்பது லீ வழக்க மில்லை. மலாயா போய், அங்குள்ள நிலவரங்களை நேரடியாகக் கண்டறியவேண்டும். பினாங்கு நகரம், காமெரான் மலை (Cameron Highlands) ஆகிய இரு பகுதிகளிலும் அவனுக்கு நண்பர்கள் இருந்தார்கள். அவற்றுள் ஒன்றைத் தேர்ந்தெடுக்கவேண்டும்.

முதலில் பினாங்கு போனான். நண்பன் வீட்டில் தங்கினான். அங்கு ராணுவ நடமாட்டம் சிங்கப்பூரைவிடக் குறைவாக இருந்தது. ஆனால், அந்த அமைதி, புயலுக்கு முன் வரும் அமைதி என்று அவன் மனக்குறளி சொன்னது. பிரிட்டிஷ்- ஜப்பான் மோதலில் பிரிட்டிஷ் படை இந்தியாவிலிருந்து மலாயா வழியாகத்தான் சிங்கப்பூர் வருவார்கள். அப்போது, சிங்கப்பூருக்கு முன்னால் போர்க்களமாகப் போவது பினாங்கு போன்ற மலாயாவின் நகர்ப்பகுதிகள்தாம் என்று கணக்குப் போட்டான். சிங்கப்பூரிலிருந்து பினாங்குக்குப் புலம் பெயர்வது, கொதிக்கும் எண்ணெயிலிருந்து எரியும் அடுப்பில் விழுவதுபோல. பினாங்கு வேண்டாம் என்று லீ முடிவெடுத்தான்.

காமெரான் மலைப்பகுதியில் பல ஊர்கள் இருந்தன. மலைப்பகுதிகளில் போர் பரவும் சாத்தியம் குறைவு. அங்கே, கல்லூரியில் உடன் படித்த இன்னொரு நண்பன் வீட்டில் தங்கல். அவன் வசித்த இடம் 3,200 அடி உயரத்தில் மலைமேல் இருந்த கிராமம். கல்லூரிப் படிப்பு பாதியில் நின்றுவிட்டவுடன், நண்பன் படிப்புக்கே முழுக்குப் போட்டுவிட்டுச் சொந்த ஊரில் விவசாயத்தில் இறங்கிவிட்டான். காய்கறிகள், மரவள்ளிக் கிழங்கு, சர்க்கரைவள்ளிக் கிழங்கு பயிர். தேவையான வருமானம், அமைதியான வாழ்க்கை, பிரிட்டிஷ்- ஜப்பான் போர் அங்கே பரவும் வாய்ப்பு மிகக் குறைவு. சிங்கப்பூர் வீட்டைக் காலி செய்துவிட்டுக் குடும்பத்தோடு காமெரான் வந்து விவசாயத்தில் ஈடுபட லீ முடிவெடுத்தான்.

அதுசரி, அன்றாடச் செலவுகளுக்கே லீ குடும்பம் திணறியதே? மலாயாப் பயணச் செலவை எப்படிச் சமாளித்தான்? நண்பர்களோடு தங்கியதால், ஹோட்டல் செலவும், சாப்பாட்டுச் செலவும் இல்லை. ஆனால், ரயில், பஸ் டிக்கெட்டுகளுக்குப் பணம்? அங்கேதான் இருந்தது லீயின் சாமர்த்தியம். பினாங்கிலும், காமெரான் மலைப்பகுதியிலும் எந்தெந்தப் பொருட்களுக்குத் தட்டுப்பாடு என்று பயணம் புறப்படும் முன்னால், நண்பர்களிடம் கேட்டான். விவசாயிகள் நிறைந்த அந்த

மலைப்பகுதியில் மண்வெட்டிகள் கிடைப்பதில்லை என்று தெரிந்தது. சிங்கப்பூரிலிருந்து நிறைய மண்வெட்டிகளைத் தன்னோடு சுமந்து கொண்டு போனான். காமெரான் மலையில், விவசாயிகள் கைகளில் மண்வெட்டிகள். லீ பர்சில் பணம், லாபம். செலவுகள் அத்தனையும் போக, வீட்டில் அம்மாவிடம் கொடுக்கும் அளவுக்கு லாபம்.

வீட்டில் அம்மாதான் முக்கிய முடிவுகள் எடுப்பார். காமெரான் மலைக்குக் குடி பெயர்வதுபற்றி அம்மாவோடு கலந்து ஆலோசித்தான். அவரும் சம்மதித்தார். அவர்கள் வீடு வாடகை வீடு. அன்றைய சிங்கப்பூரில் வீடுகள் வாடகைக்குக் கிடைப்பது சிரமம். ஆகவே, அன்றைய வழக்கப்படி, நெடுநாட்களாக ஒரு வீட்டில் வாடகைக்கு இருப்பவர் காலி செய்யும்போது, புதிதாகக் குடிக்கு வருபவர் முந்தையவருக்குப் பெருந்தொகை* தரவேண்டும்.

ஜப்பானியர்கள் சிலர் சேர்ந்து வாடகைக்கு வரச் சம்மதித்தார்கள். பெரிய தொகையான 60,000 டாலர்கள் வாழைப்பழ நோட்டுக்கள் பகடியாகத் தந்தார்கள். லீ தன் ஹொடோபு வேலையை ராஜினாமா செய்தான். ஒரு மாதத்தில், தன்னைப் பணியிலிருந்து விலக்குமாறு கேட்டுக்கொண்டான். ஒத்துக்கொண்டார்கள்.

வேலையின் கடைசி நாள். ஹொடோபு அலுவலகத்துக்குக் குட்பை சொன்னான். மனம் முழுக்க நிம்மதி. இனிமேல் கூலிக்கு மாரடிக்கவேண்டியதில்லை, மனதார வெறுக்கும் ஜப்பானியருக்கு உழைக்கவேண்டியதில்லை, ஜப்பானியர்கள் போரில் ஜெயிக்கிறார்கள் என்று பொய் சொல்லி குடும்பப் பசியைத் தீர்க்கவேண்டியதில்லை. இன்னும் கொஞ்ச நாட்களில் காமெரான் மலை. குடும்பத்தில் எல்லோரும் சேர்ந்து ஜாலியாக மண் வெட்டலாம், செடிகள் நடலாம், நீர் ஊற்றலாம், கிழங்குகள் பிடுங்கலாம், காய்களும், பழங்களும் பறிக்கலாம். அப்படியே சாப்பிடலாம். அமைதியான சூழல், குடும்பத்தோடு சந்தோஷ வாழ்க்கை...

‘சார்’

லிஃப்ட் இயக்கும் பையனின் குரல் லீ கனவுகளைக் கலைத்தது.

‘லீ, நீங்கள் திடீரென வேலையை விட்டதால், அலுவலகத்தில் உங்கள்மீது சந்தேகப்படுகிறார்கள். வெளிநாட்டுச் செய்தி நிறுவனங்களின் அறிக்கைகளை அரசாங்கம் தணிக்கை

* மும்பை போன்ற ஊர்களிலும் இந்த வழக்கம் இருக்கிறது. இந்தத் தொகை பகடி என்று சொல்லப்படுகிறது.

செய்திருக்கிறது, அவற்றைத் தினமும் கேட்கும் வாய்ப்பு உங்களைப் போன்ற ஒரு சிலருக்கே இருக்கிறது. ஆகவே, ஜப்பான் போரில் அடைந்துவரும் தோல்விகள் உங்களுக்குத் தெரியும். இதனால், நீங்கள் பிரிட்டிஷார் பக்கம் சாய்ந்துவிட்டீர்கள், அதனால்தான் வேலையை ராஜிநாமா செய்துவிட்டீர்கள் என்று நினைக்கிறார்கள்.'

'இது உண்மையில்லை. அது சரி, இதற்காக என்ன செய்யப் போகிறார்கள்?'

'24 மணி நேரமும் உங்களை உளவு பார்க்கப்போகிறார்கள். நீங்களும், உங்கள் குடும்பதாரும் மிகவும் கவனமாக இருங்கள். இல்லாவிட்டால், உங்கள் எல்லோருடைய உயிருக்கும் ஆபத்து.'

எது நடக்கக்கூடாது என்று லீ நினைத்தானோ, அது நடக்கிறது. எதைக் கேட்டாலும், அது உண்மையா என்று தீர விசாரிப்பது லீ வழக்கம். லிஃப்ட் இயக்கும் பையன் சொன்ன சேதி வெறும் வதந்தியா அல்லது உண்மையா என்று சந்தேகமில்லாமல் தெரிந்துகொள்ளவேண்டும். தன்னைச் சுற்றி நடப்பவற்றைக் கூர்மையாகக் கவனித்தான். இரண்டு ஜப்பானியர்கள் எப்போதும் வீட்டுக்கு வெளியே ஒதுக்குப்புறமான இடத்தில் ஒளிந்திருந்தார்கள். எப்போது வருகிறார்கள், எப்போது போகிறார்கள் என்று தெரியவில்லை.

ஒரு நாள், அதிகாலை 3 மணிக்கு வீட்டு பால்கனிக்கு வந்தான். வேகமாக வந்த ஒரு கார் அவன் வீட்டுக்கு அருகே திடீர் பிரேக் போட்டு நின்றது. தன்னைப் பிடிக்க ஜப்பானிய உளவுத் துறையினர் வந்திருக் கிறார்களோ என்று பயந்து நடுங்கி, வீட்டுக்குள் போய்ப் படுத்துக் கொண்டான். அன்று அவர்கள் அவனுக்காக வரவில்லை. ஆனால், என்றும், எப்போதும் வரலாம் என்னும் அச்சம் தொடர்ந்தது.

ஒருவேளை, தன் அனுமானம் தவறாக இருக்கலாமோ என்று சந்தேகம். தன் தம்பிகளிடம் சோதிக்கச் சொன்னான். தன் ராலே சைக்கிளை எடுத்துக்கொண்டு புறப்பட்டான். கொஞ்ச தூரம் ரவுண்டு அடித்தான். திரும்பி வந்தான். மறைந்திருந்து தம்பிகள் துப்பறியும் வேலை பண்ணினார்கள். அவன் பின்னாலேயே இருவர் தொடர்ந்ததாகச் சொன்னார்கள். ஆகவே, ஜப்பானிய உளவுத் துறை அவனுடைய ஒவ்வொரு அசைவையும் கண்காணிக்கிறது என்பது நிஜம்.

சிங்கப்பூரை விட்டுப் போக முயற்சித்தால், மோப்பம் பிடித்து விடுவார்கள். அவர்கள் கைகளில் சிக்கியவர்கள் சித்ரவதை செய்யப் பட்டு, நடு வீதிகளில் சுட்டுக் கொல்லப்படும் ஏராளமான அனுபவங்களை அவன் கேட்டிருக்கிறான், ஹொடோபுவின் ரகசிய அறிக்கைகளில் படித்திருக்கிறான். காமெரான் மலைக்குப் போவதும்,

விவசாயம் செய்வதும் இனி நடக்காத விஷயங்கள். வாழ்வும், சாவும் சிங்கப்பூரில்தான்.

ஊரைவிட்டுப் போகப்போவதில்லை என்று முடிவானவுடன், பகடிப் பணத்தைத் திருப்பிக்கொடுத்தான். அவனுக்கு வேலை இல்லை. பசை பிசினஸையும் மூடிவிட்டான். வேறு வருமான வழிகள் தேடவேண்டும். லீ பழகுவதில் கெட்டிக்காரன். புதியவர்களிடம் தயக்கமே இல்லாமல் பேசுவான். பரிச்சயங்களை நட்பாக மாற்றுவான். அவர்களோடு தொடர்பு வைத்திருப்பான். ஆகவே, அவனுடைய நட்பு வட்டம் விசாலமானது. ஒரு சீன நண்பரைச் சந்தித்தான். அவர் வீடு கட்டும் கான்ட்ராக்டர். பல ஜப்பானியர்களுக்குக் கட்டடங்கள் கட்டிக் கொண்டிருந்தார். அவருக்கு ஜப்பானிய மொழி தெரியாது. அதனால், வாடிக்கையாளர்களோடு பேசச் சிரமப்பட்டார். ஜப்பானிய மொழி தெரிந்த லீயைத் தன் கூட்டாளியாக்கிக்கொண்டார்.

இன்னொரு ஜப்பானிய நண்பர். ராணுவத்துக்கும் அரசாங்கத்துக்கும் சப்ளை செய்துகொண்டிருந்தார். அவரும், லீயைத் தன் பிசினஸில் சேர்த்துக்கொண்டார். இரண்டு பிசினஸ் குதிரைகளை ஓட்டியபோதும், நாட்டின் பொருளாதாரம் வீழ்ச்சியில் இருந்ததால், லீக்கு ஓரளவுதான் வருமானம் வந்தது. இத்தோடு கறுப்புச் சந்தைத் தரகராகவும் தொடர்ந்தான். எல்லாப் பொருட்களுக்கும் தட்டுப்பாடு. ஆகவே, கையில் உபரிப் பணம் வந்தவுடன், அதைக் காசாகவே வைத்திருக்க மாட்டான். ஏதாவது பொருளாக்கிவிடுவான். சில வாரங்கள் பொறுத்தால், அவை நிச்சயமாகக் கொள்ளை லாபத்தில் விற்றுப் போகும்.

சில மாதங்கள் ஓடின. ஏப்ரல் 1945. இத்தாலி இரண்டாம் உலகப் போரில், தன் தோல்வியை ஒப்புக்கொண்டது. இங்கிலாந்திடம் சரணடைந்தது. அடுத்தபடியாக ஜெர்மனியின் தோல்வி. 30-ம் தேதி ஹிட்லர் தற்கொலை செய்துகொண்டார். இரண்டே நாட்கள். மே 2. ஜெர்மனியும் இங்கிலாந்தின் காலடியில். எல்லோர் மனங்களிலும் கேள்வி- ஜப்பான் விழப்போகிறதா என்றல்ல, எப்போது விழப்போகிறது என்று. சிங்கப்பூரில் ஜப்பானின் நாட்கள் எண்ணப்பட்டன.

தன் துணையாளிகள் இருவரும் விழுந்துவிட்டபோதிலும், ஜப்பான் முரண்டு பிடித்தது, சரணடைய மறுத்தது. போரைத் தொடர்ந்தது. அமெரிக்கா ஜப்பானின் அறுபத்து ஏழு நகரங்கள் மேல் குண்டுமழை பெய்தது. 24 மணி நேரமும் ஜப்பானில் சைரன் எச்சரிக்கைகள், குண்டு வெடிப்புக்கள், பொருட் சேதங்கள், உயிர் இழப்புக்கள். நாடே சிதிலமாகிக்கொண்டிருந்தது. ஆனால், ஜப்பான் பணிய மறுத்தது.

அமெரிக்கா விடுத்தது இறுதி எச்சரிக்கை- 'நிறுத்திக்கொள் உன் போரை, தடுத்துக்கொள் உன் அழிவை.' ஆனால், ஆதிக்க மோகம் தலைக்கு ஏறிவிட்ட ஜப்பான் காதுகளில் இது விழவேயில்லை.

இப்போது தொடங்கியது ஊழியாட்டம். அமெரிக்கா எடுத்தது பிரம்மாஸ்திரம். ஆகஸ்ட் 6. திங்கட்கிழமை காலை மணி 8.15. ஜப்பானின் ஹிரோஷிமா நகரில் அணுகுண்டு வீசினார்கள். உலக வரலாற்றில் முதல் அணுகுண்டு வெடிப்பு. 90,000 கட்டடங்கள் தரை மட்டமாயின. 70,000 உடனடி மரணம்: இன்னும் 70,000 பேர் பாதிப்பு.

ஜப்பான் அதிர்ந்தது. ஆனால் பணியவில்லை. மூன்று நாட்கள் நகர்ந்தன. ஆகஸ்ட் 9. அமெரிக்கா வீசியது இன்னொரு அணுகுண்டு. இது நாகசாகி நகரத்தில். 73,884 பேர் மரணம்: 74,909 பேர் படுகாயம்: 30,000 பேர் பாதிப்பு.

ஆகஸ்ட் 15. ஜப்பானியப் பேரரசர் வானொலியில் மக்களுக்கு அறிவித்தார், 'என் கண்ணீரை விழுங்கிக்கொண்டு சரணாகதிக்குச் சம்மதிக்கிறேன்.'

ஏனோ, ஜப்பான் சரணாகதி ஒப்பந்தத்தில் கையெழுத்திட்ட பிறகும், அடுத்த மூன்று மாதங்களுக்குப் பிரிட்டிஷ் படைகள் சிங்கப்பூருக்கு வரவில்லை. எப்போதும் போலவே, ஜப்பானிய சிப்பாய்கள் ரோந்து வந்தார்கள். பிரிட்டிஷ் வெற்றியைக் கொண்டாடியவர்களை அடித்து உதைத்தார்கள். மாற்றான் தோட்டத்து மல்லிகைக்கும் மணம் உண்டு என்று லீ அவர்களிடம் பாராட்டிய ஒரு அம்சம், தோல்வியிலும் அவர்கள் தலை குனியவில்லை.

மூன்றரை ஆண்டுகள் சிங்கப்பூரில் நடந்த ஜப்பானியர் ஆட்சி அராஜக ஆட்சி, கொடுங்கோல் ஆட்சி. நரகத்திலும் சில சொர்க்கங்கள் இருக்கும் அதிசயம்: விஷங்களும் சில வேளைகளில் மருந்துகளாகும் விசித்திரம். ஜப்பானின் காட்டுமிராண்டி ஆட்சியிலும், சிங்கப்பூருக்குப் பல நன்மைகள் வந்திருப்பதை லீ உணர்ந்தான். யாரும் கனவிலும் எதிர்பார்த்திருக்கவே முடியாத ஒரு விசித்திரம்- தினசரி வாழ்க்கையின் ஒவ்வொரு சின்னச் சின்ன அம்சங்களிலும் சிங்கப்பூரியர்களின் தலைநிமிர் உணர்வுகளைத் திட்டமிட்டுச் சிதைத்துக்கொண்டிருந்த ஜப்பானியர்கள், தாங்கள் அறியாமலே, மண்ணின் மைந்தர்களின் தன்மானத்தை விஸ்வரூபம் எடுக்க வைத்துக்கொண்டிருந்தார்கள்.

ஜப்பான் தடாலடியாக நுழைவதுவரை, வெள்ளையர்கள், அவர்களிலும் குறிப்பாக ஆங்கிலேயர்கள் மட்டுமே முதன்மைக் குடிமக்கள். அரசாங்க உயர்மட்ட அதிகாரிகள், பள்ளித் தலைமை ஆசிரியர்கள், கல்லூரி முதல்வர்கள், மருத்துவ மனை முக்கிய

டாக்டர்கள் போன்ற முக்கிய பதவிகள் ஆங்கிலேயர்களுக்கு மட்டுமே. அடுத்த முன்னுரிமை. ஐரோப்பியர்களுக்கு. சீனர்கள், இந்தியர்கள், மலாய்கள் வெளிநாடுகளில் படித்து உயர் பட்டங்கள் வாங்கினாலும், வெள்ளையர் கீழ்தான் வேலை பார்க்கவேண்டும்.

பார்க்கும் வேலைகளில் மட்டுமல்ல, தங்கும் வீட்டுப் பகுதிகளிலும், இந்தப் பிரிவினை தலைவிரித்தாடியது. பிரிட்டிஷ் அரசின் சார்பாக ராஃபிள்ஸ் உருவாக்கிய 'ஜாக்ஸன் திட்டம்' சிங்கப்பூரை நான்கு பகுதிகளாகப் பிரித்திருந்தது. ஐரோப்பியர்கள், ஆசியச் செல்வந்தர்கள் ஆகியோர் வாழும் ஐரோப்பிய டவுன், சீனர்கள் வசிக்கும் சீனா டவுன், இந்தியர்கள் வாழும் சுலியா கம்போங், மலாய், அரபு நாட்டவர், முஸ்லிம்கள் வசிக்கும் கம்போங் கிலாம். இது மக்களை இனவாரியாகப் பிரிக்கும் ஒருவித வர்ணாசிரம முறை. குறிப்பாக, ஐரோப்பிய டவுன் என்னும் பகுதியில் ஐரோப்பியர்களும் பெரும் பணக்காரர்களும் மட்டுமே வசித்தார்கள். பிறர் இங்கே வீடுகள் வாங்குவதை அரசாங்கம் தடுத்தது.

இதனால், சீன, இந்திய, மலாய் மக்கள் மனங்களில் தாழ்வு மனப்பான்மை உருவானது. ஆங்கிலேயர்களும், ஐரோப்பியர்களும் தங்களைவிட அதிகத் திறமைசாலிகள், உயர்வானவர்கள் என்னும் மாயபிம்பம் உருவானது. ஆங்கிலேயரைத் தங்கள் வழிகாட்டிகளாக, மீட்பர்களாக, கடவுளின் தூதர்களாக நினைக்கத் தொடங்கினார்கள். தன்மானம் குறைந்தது, மறைந்தது. ஆங்கிலேய அடிமைத்தனம் வளர்ந்தது. வசதிகளை அனுபவிப்பவர்களுக்கு, அந்த வசதிகளை எப்போது இழந்துவிடுவோமோ என்னும் பாதுகாப்பின்மை இருக்கும். அவர்களுடைய கவசம், பிறர் மனங்களில் தாழ்வு மனப்பான்மையைப் பூதாகாரமாக்குவதுதான். ஆகவே, பிரிட்டிஷ்காரர்களும் இந்தத் தாழ்வு மனப்பான்மையை வளர்த்தார்கள்.

இரண்டாம் உலகப் போர் தொடங்கியவுடன், சில வாரங்களில் மகா வல்லமை கொண்ட இங்கிலாந்து எளிதில் ஜெர்மனி, இத்தாலி, ஜப்பான் ஆகிய எதிரி நாடுகளை நசுக்கிவிடும் என்று சிங்கப்பூரியர்கள் நம்பினார்கள். ஜப்பானிடம் இங்கிலாந்து சரணடைந்த சேதியை அவர்களால் நம்பவே முடியவில்லை. யாராலும் தோற்கடிக்க முடியாத இனம் பிரிட்டிஷார் என்று அவர்கள் வைத்திருந்த நம்பிக்கை தகர்ந்தது. சீனர்கள், இந்தியர்கள், மலாய்கள் ஆகிய நாமும் பிரிட்டிஷாருக்குச் சமமானவர்கள்தாம் என்னும் எண்ணம் பிறந்தது. 'நான் சீனனாக இருக்கலாம், இந்தியனாக இருக்கலாம், மலாயாக இருக்கலாம். ஆனால், சிங்கப்பூர்க் குடிமகன். நான் உலகில் எந்த நாட்டுக்கும், எந்த இனத்துக்கும் தாழ்ந்தவன் இல்லை' என்னும் பெருமை, தன்மானம், தேசப்பற்று தலைதூக்கின. முன்னேற விரும்பும் எந்த நாட்டுக்கும்

இருந்தாகவேண்டிய உணர்வுகள் இவை. ஜப்பானிய ஆக்கிரமிப்பால் இவை உருவாயின.

ஜப்பானிய ஆட்சியில் லீ ஏராளமான வாழ்க்கைப் பாடங்கள் கற்றுக் கொண்டான். தன் தாய்த் திருநாட்டை ஆக்கிரமித்த, சகோதர சகோதர்களை மிருகங்களை விடவும் கேவலமாக நடத்திய ஜப்பானியரை அவன் அடியோடு வெறுத்தான். ஆனால், குடும்பத்தின் வறுமை, அம்மா, அப்பா, சகோதர சகோதரிகளுக்குக் கை கொடுக்க வேண்டிய கட்டாயம் அவனை ஜப்பானியரிடம் வேலை பார்க்க வைத்தது, சம்பளத்துக்காகக் கையேந்தி நிற்கவைத்தது. அதுவும் என்ன வேலை? ஜப்பானியரின் விளம்பரக் குரலான ஹொாடோபு நிறுவனத்தில், பொய்ப் பிரசாரம் செய்து, தன் ரத்தத்தின் ரத்தங்களான சிங்கப்பூர் சகோதரர்களை ஏமாற்றும் வேலை. தவறு என்று தெரிந்துதான் அவன் இதைச் செய்தான். இதைப்போலவே, தவறு என்று தெரிந்துதான் லீ கறுப்பு மார்க்கெட் பிசினஸும் செய்தான்.

சாதாரண மனிதர்கள் எல்லோரும், சாதனை மனிதர்களானவுடன், பழைய காலத் தவறுகளை மறைப்பார்கள், மறுப்பார்கள். மனச்சாட்சி கொண்ட மனிதன் என்பதால், முதல்வராகி உலகப் புகழ்பெற்ற பிறகு எழுதிய 'சிங்கப்பூர் ஸ்டோரி' என்னும் சுயசரிதையில் தன் 'குற்றங்களை' அவரே ஒத்துக்கொண்டிருக்கிறார். ஆனால், இந்தத் தவறுகளுக்கு அவர் கொஞ்சம்கூடவருத்தம் தெரிவிக்கவில்லை; மக்களிடம் மன்னிப்புக் கேட்கவில்லை. ஏன் தெரியுமா? அவரைப் பொறுத்தவரை வாழ்க்கையில் இந்த நாட்கள் ஒரு வனவாசம்; முழுமனிதாக அவரைப் புடம்போட்ட நெருப்பு. வாழ்க்கைப் பாடம் கற்றுக்கொடுத்த அற்புதப் பள்ளிக்கூடம்.

ஹொாடோபு நிறுவன வேலை, கறுப்பு மார்க்கெட் பிசினஸ் ஆகியவற்றில் லீ கற்றுக்கொண்ட பாடம்- ஒவ்வொரு மனிதனுக்கும் அவன் வாழ்க்கையை வழிநடத்தும் அடிப்படைக் கொள்கைகள் இருக்கவேண்டும். இந்தக் கொள்கைகளில் பிடிப்பு இருக்கவேண்டும்; பிடிவாதம் இருக்கக்கூடாது. தனிமனிதனும், சமுதாயமும், நாடும் முன்னேற வேண்டுமானால், முரட்டுப் பிடிவாதத்தைத் தளர்த்தி வளைந்து கொடுக்கவேண்டும். இது பாடமாக மட்டுமல்லாமல், லீ ரத்தத்தில் ஊறிய குணமாகிவிட்டது.

சிறுவயது முதலே, லீ மனதில் ஆழப் பதிந்திருந்த இன்னொரு நம்பிக்கை- குற்றங்களைத் தவிர்க்கவும், தவறுகளைத் திருத்தவும் ஒரே வழி, கடும் தண்டனை. சிறுவனாக இருக்கும்போது, தாத்தா தலைக்குத் தடவும் பிரிலியன்ட்டைன் க்ரீமை யாருக்கும் தெரியாமல் எடுத்து விளையாடி, அதை வீணாக்கினானே? அப்போது அப்பா அவன்

கழுத்தைப் பிடித்துத் தூக்கி, வீட்டில் இருந்த கிணற்றுக்குப் போய், 'இனிமேல் இப்படி விஷமம் செய்தால், கிணற்றுக்குள் தூக்கிப் போட்டுவிடுவேன்' என்று மிரட்டினாரே? தான் விஷமங்கள் செய்வதை நிறுத்தியதற்கு இந்தத் தண்டனை முக்கிய காரணம் என்று உணர்ந்தான்.

ராஃபிள்ஸ் கல்வி நிறுவனத்தில் படித்தபோது, தாமதமாக வரும் மாணவர்களுக்குத் தலைமை ஆசிரியர் மெக்லியாட் பிரம்படி தருவார். ஒருநாள், அவரிடம் வாங்கிய விளாசல்தானே அவனைத் திருத்தியது? தினமும் பள்ளிக்கு நேரம் தவறாமல் போகவைத்தது?

அப்பாவும், மெக்லியாடும் இளம் வயதில் அவன் மனதில் ஆழப் பதித்த பாடம், 'தவறுகள் நடக்காமல் தடுக்க ஒரே வழி, கடுமையான தண்டனைகள் கொடுப்பதுதான்.'

ஜப்பானிய ஆட்சி, இந்தப் பாடத்தை இன்னும் அழுத்தமாக லீ மனதில் பதியவைத்தது, அவன் ஆளுமையின் முக்கிய அம்சமாக்கியது. பிரிட்டிஷ் ஆட்சியில் கடுமையான தண்டனைகள் கிடையாது. போலீஸ், விசாரணைகள், நீதிமன்றங்கள், தீர்ப்புகள் என நீதிக்கெனத் தனிப்பாதை இருந்தது. வாதாடும் வழக்கறிஞர்களின் திறமை குற்றவாளிகள் தப்பவும் உதவியது: அல்லது தண்டனைகளைத் தள்ளிப் போட்டது. சட்டங்கள் இயங்காத நாடு சாத்தான்களின் கூடாரம். கிரிமினல்கள் கடிவாளங்களே இல்லாமல் இயங்கினார்கள்.

ஜப்பானியர்கள் குற்றங்களை ஈவு இரக்கமில்லாமல் தண்டித்தார்கள். உதாரணமாக, கடைகளைச் சூறையடித்தவர்களின் தலைகளை வெட்டினார்கள். பொது இடங்களில் தொங்கவிட்டார்கள். இதனால், சாப்பாட்டுக்கு மக்கள் திண்டாடிய தட்டுப்பாட்டு நாட்களில்கூட, எங்கும் திருட்டே இல்லை. ஆச்சரியம், வெளியே போகும்போது சிங்கப்பூரியர்கள் வீடுகளைப் பூட்டுவதையே நிறுத்தினார்கள். பிடிபட்டால், உயிர் போய்விடும் பயம். லீ முடிவு செய்துவிட்டான்- வீடு, பள்ளிக்கூடம், நாடு- எல்லா இடங்களிலும் குற்றங்களைக் குறைக்கவும், இல்லாமலாக்கவும் ஒரே வழி, கடும் தண்டனைதான்!

பின்னாட்களில் லீ சொன்னார், 'மூன்றரை வருட ஜப்பானியர் ஆட்சியில், வேறு எந்தப் பல்கலைக் கழகமும் கற்றுக்கொடுக்க முடிந் திராத பாடங்களை நான் கற்றேன்.....அந்த மூன்றரை ஆண்டுகள் என் வாழ்க்கையில் மிக முக்கியமான நாட்கள். தனி மனித, சமுதாயச் செயல்பாடுகள், உணர்ச்சிகள், இவற்றைத் தூண்டும் நோக்கங்கள் ஆகியவற்றைப் புரிந்துகொள்ளும் உள்ளுணர்வு பெற்றேன். இந்த அனுபவம் இல்லாவிட்டால், அரசின் முக்கியத்துவம், புரட்சிகரமான மாற்றங்கள் கொண்டுவர அதிகாரத்தை எப்படிப் பயன்படுத்தவேண்டும்

என்னும் நுணுக்கங்கள் எனக்குத் தெரிந்தே இருக்காது... ஜப்பானிய ஆதிக்கம் சிங்கப்பூருக்கு வந்த மாபெரும் மாற்றம். சிலர் இதைப் புரிந்து கொண்டு, வளைந்துகொடுத்தார்கள். புதிய எஜமானர்களுக்குப் பயனுள்ள வர்களாகத் தங்களை மாற்றிக்கொண்டார்கள். வாய்ப்புக்களைப் பயன் படுத்திக்கொண்டார்கள். காலத்துக்கு ஏற்பத் தங்களை வேகமாக மாற்றிக்கொள்ளாதவர்கள் சொத்துக்களையும், சமுதாய அந்தஸ்துக் களையும் இழந்தார்கள். விளிம்புநிலை மனிதர்களானார்கள்.'

செப்டம்பர் 12, 1942. பிரிட்டிஷ் படைகள் சிங்கப்பூருக்கு வந்தன. ஜப்பானியர் சரணாகதியாகும் நிகழ்ச்சி அரங்கேறியது. மறுபடியும் சிங்கப்பூர் ஆங்கிலேயர் ஆட்சியில்.

11

போய் வருகிறேன் சிங்கப்பூர்!

பிரிட்டிஷ் ஆட்சி திரும்பி வந்தவுடன், நம் யதார்த்தவாதி, நாட்டு நடப்பை எடை போட்டான். சிங்கப்பூரின் வருங்காலமும், தன் குடும்ப எதிர்காலமும் எந்தத் திசையில் பயணிக்கலாம் என்று கணக்குப் போட்டான்.

ஷெல் கம்பெனி திறந்தார்கள். அப்பாவுக்குப் போன வேலை திரும்பக் கிடைத்தது. ஆனாலும், குடும்பத்துக்கு உபரி வருமானம் தேவை. கறுப்புச் சந்தை வியாபாரம் முன்புபோல் இல்லை. பிரிட்டிஷ் ராணுவத்தினரின் தேவைகளைப் பூர்த்தி செய்ய, இங்கிலாந்துச் சரக்குக் கப்பல்கள் அதிகமாக வந்தன. இன்று சில பொருட்கள் தட்டுப்பாடாக இருக்கும், கறுப்புச் சந்தையில் விற்கும். ஆனால், கப்பல்களில் அந்தப் பொருட்கள் வந்துவிட்டால், அவற்றின் விலை சரியும். இந்தப் பரமபதத்தால், இன்றைய வைரங்கள் நாளைய கரிகளாகும். போட்ட பணம் காணாமல் போகும். இந்த அபாய பிசினஸ் விளையாட்டு ஒரு சூதாட்டம் என்று லீ புரிந்துகொண்டான். வேண்டாம் நெருப்போடு விளையாட்டு. கறுப்புச் சந்தை ஆட்டங்களை நிறுத்தினான். ஆனால், பணம் வேண்டுமே? வேறு என்ன செய்யலாம்?

யுத்தத்தாலும், குறிப்பாகக் குண்டுத் தாக்குதல்களாலும், அலுவலகங்கள் கடைகள், பாலங்கள், வீடுகள் ஆகியவை இடிந்த நிலை. அவற்றையெல்லாம் மறுபடி எழுப்பவேண்டும். ஆகவே, கட்டடத்தொழில்தான் பரபரப்பானதாக இருந்தது. ஏராளமான கட்டட கான்ட்ராக்டர்கள் திடீர் பணக்காரர்கள் ஆனார்கள். அதற்கு அதிக முதலீடு தேவை. லீயிடம் பணம் இல்லையே? கட்டடத் தொழிலில் பக்கவாட்டில் நுழைந்தான். நாட்டில் தொழிலாளிகள் குறைவு. ஆட்கள் கிடைக்காமல் கான்ட்ராக்டர்கள் சிரமப்பட்டார்கள். அவர்களுக்கு ஆட்கள் சப்ளை செய்யும் தொழிலில் லீ இறங்கினான். தோள் கொடுக்கத் தம்பி டென்னிஸ். அவன், வரவு செலவு, பண வசூல்,

சம்பளப் பட்டுவாடா ஆகியவற்றைக் கவனித்துக்கொண்டான். தொழில் சூடு பிடிக்கத் தொடங்கியது. நல்ல வருமானம் பார்க்கத் தொடங்கினார்கள்.

ஒரு நாள். டென்னிஸ் வேலை தொடர்பாக, வழக்கம்போல் தன் சைக்கிளில் போய்க்கொண்டிருந்தான். வேகமாக வந்த ஒரு லாரியில் மாட்டிக்கொண்டான். வெகுதூரம் லாரி அவனை இழுத்துக்கொண்டு போனது. முகத்திலும், தோள்பட்டையிலும் படுகாயங்கள். பதறி ஓடிவந்த லீ தம்பியை மருத்துவமனையில் சேர்த்தான். அறுவை சிகிச்சைகள் நடந்தன. பல மாதங்களுக்கு டென்னிஸால் எழுந்து நடக்கவே முடியவில்லை. அவன் மட்டுமில்லை, அவர்கள் பிசினஸும் படுத்தது. தனி மனிதனாக லீயால் நிர்வகிக்கமுடியாத காரணம்.

இதுமாதிரியான தற்காலிக பிசினஸ்கள் போதும் என்று லீ தொலைநோக்கில் சிந்திக்கத் தொடங்கினான். சட்டம் படிக்க முடிவு செய்தான். வலுவான காரணங்களின் அடிப்படையில்தான் அவன் தன் வாழ்க்கைப் பாதையைத் தேர்ந்தெடுத்தான். 'தொழில் படிப்பு எதுவும் படிக்காத என் தந்தை ஒரு நிறுவனத்தில் ஸ்டோர் கீப்பராகச் சேர்ந்தார். அடிக்கடி வேலையை இழந்தார். ஆனால், அவர் வயதுடைய மருத்துவர்கள், வழக்கறிஞர்கள், பொறியியலாளர்கள் எனத் தொழில் படிப்பு படித்தவர்கள் எந்தப் பாதிப்பையும் சந்திக்கவில்லை. எனவே என் தந்தை என்னைத் தொழில் படிப்பு படிக்கவைக்க நினைத்தார். எனக்கு மருத்துவத்தில் விருப்பமில்லை. பொறியியல் படித்தால் ஏதாவதொரு நிறுவனத்தில் யார் கீழாவதுதான் வேலை பார்க்க வேண்டும். சட்டம் படித்தால் சுயமாகத் தொழில் செய்யலாம். அதனால், சட்டப் படிப்பைத் தேர்ந்தெடுத்தேன்.'

ராஃபிள்ஸ் கல்லூரிப் படிப்பு ஜப்பானிய ஆக்கிரமிப்பால் மூன்று வருடங்கள் தடைப்பட்டுவிட்டது. சிங்கப்பூரில் இனி என்ன நடக்கும், கல்லூரிகள் திறக்க இன்னும் ஒரு வருடமாகும், அதற்குப் பிறகும், சாதாரணமாக இயங்குமா என்று தெளிவாகத் தெரியவில்லை. இங்கேயே காத்திருந்தால், சின்ன வேலை, கறுப்புச் சந்தை பிசினஸ்கள் என்று வாழ்க்கை எதிர்காலமே இல்லாத ஒரு குறுகிய வட்டத்துக்குள் சுருங்கிவிடும். தன் திறமைச் சிறகுகளோடு வெற்றி வானில் வல்லூறாக வட்டமிட்டு, சூரியனையே தொட்டுப்பார்க்க அவன் ஆசைப்பட்டான். ஆகவே, மேல் படிப்பு சிங்கப்பூரில் இல்லை. லண்டன் போக வேண்டும்.

லண்டனின் முன்னணிச் சட்டக் கல்லூரிகளில் அட்மிஷன் வாங்க அவனிடம் திறமை இருந்தது: அற்புதமான ஆங்கிலப் பேச்சுத்

திறமையும், எழுத்தாற்றலும் இருந்தன. ஒன்றே ஒன்றுதான் தட்டுப்பாடு. அது- பணம். எல்லாப் பிரச்னைகளுக்கும் தீர்வு காண லீ ஒரு தனிவழி வைத்திருந்தான். அம்மாவிடம் ஆலோசனை கேட்க வேண்டும். இருவர் மூளையும் சேர்ந்தால் முடியாது என்னும் வார்த்தையே அகராதியில் கிடையாது. குடும்பத்தின் மொத்த சேமிப்பு, நகைகள் ஆகிய அனைத்தையும் பலமுறை கூட்டிக் கழித்துப் பார்த்தார்கள். லீ செலவுகளைக் குறைத்துக்கொண்டு சிக்கனமாக வாழ்ந்தால், சமாளித்துவிடலாம். அவனைப் பொறுத்தவரை, மேல் படிப்புத்தான் குடும்பத்தின் எதிர்காலத்தை நிர்ணயிக்கப்போகிறது. அதற்காக, எந்தத் தியாகங்களும் செய்ய அவன் தயார்.

லண்டனின் பிரபலச் சட்டக் கல்லூரிகளுக்கு அப்ளை செய்யத் தொடங்கினான். இந்தத் தயார்ப்படுத்தலில் ஈடுபட்டபோதிலும், எப்போதும் மனதின் ஓரத்தில் காதல். விழித்திருக்கும் நேரமெல்லாம், சூ கண் சிமிட்டிச் சிரித்தாள். குடும்பச் சூழ்நிலையால், அவளுக்கும் வேலை தேவையாக இருந்தது. ராஃபிள்ஸ் நூலகத்தின் தலைமை அதிகாரியான நூலகரைச் சந்தித்தான். பிறரை மயக்கும் பேச்சில் அவன் மன்னன். சூவுக்குத் தற்காலிக வேலை தர நூலகர் சம்மதித்தார். தற்காலிக வேலையை நிரந்தரமாக்கிக்கொள்வது அவள் சமர்த்து. அவன் வழிதான் காட்டுவான். பாதையை ராஜபாட்டையாக்கிக் கொள்வது அவள் பொறுப்பு.

சூவுக்கு மட்டும் வேலை கிடைக்கவில்லை: அவனுக்கும் கிடைத்தது. காதலியோடு பொழுதுபோக்கும் வேலை. தினமும் மாலை, வேலை முடியும் நேரம் அவளைச் சந்திக்கவேண்டும். அவள் வீட்டில் கொண்டு போய் விடவேண்டும், இருவரும் நடந்தபடி, காதல் மொழி பரிமாறிய படி. சில சமயங்களில் வழியில் மைதானத்தில் உட்காருவார்கள், பேசிக்கொண்டே இருப்பார்கள். நேரம் பறக்கும்.

காதலியை எப்படியாவது அசத்திவிட லீ திட்டமிட்டான். ஒரு நாள், அவள் முன்னால் ஸ்டைலாகக் கார் ஓட்டிக்கொண்டு வந்தான். தள்ளு மாடல் வண்டிதான். அவன் கையிருப்பில் அந்தக் காரே பெரிய சமாச்சாரம். அவன் நினைத்தது நடந்தது. ஒவ்வொரு டாலரையும் படிப்புக்காகச் சேமிக்கும் அவன், தன்னோடு பயணிப்பதற்காகக் கார் வாங்கியதை நினைத்துச் சூ வானவெளியில் பறந்தாள். இந்த அதி சாமர்த்தியசாலி கொஞ்ச நாட்களில் என்ன செய்தான் தெரியுமா? அந்தத் தள்ளுமாடல் காரைக் கொஞ்சம் ரிப்பேர் செய்தான். லாபத்துக்கு விற்றான். ராணுவத்திடமிருந்து நல்ல கண்டிஷனில் இருந்த இன்னொரு கார் வாங்கிவிட்டான்.

லீ, சூ நெருக்கம் தொடர்ந்தது. அவன் மனதில் ஒரு பயம், லண்டனுக்குப் படிக்கப் போகிறோம். மூன்று வருடப் படிப்பு. நடுவில்

ஊருக்கு வரக் காசு இருக்குமா என்று தெரியவில்லை. அந்த மூன்று ஆண்டுகள், 1095 நாட்கள், 26,280 மணி நேரம், 15,76,800 நிமிடங்கள், 9,46,08,000 விநாடிகள் சூ காத்திருப்பாளா? அவளுக்கு 25 வயது ஆகிறது. ஒருவேளை அவள் காத்திருக்கத் தயாராக இருந்தாலும், அவள் குடும்பம் அதற்கு அனுமதிக்குமா? அல்லது 'எங்கிருந்தாலும் வாழ்க' என்று அவனையும், 'தெய்வத்தின் மார்பில் சூடிய மாலையை வேறோர் கை தொடலாமா? இன்னொரு கைகளிலே யார், யார், யார், நானா? சூ என்று அவளையும் சோககீதம் பாட வைத்துவிடுவார்களா?

கேள்விக்குறிகளில் லீ வாழ்வதில்லை. சூவிடம் நேரடியாகக் கேட்டு விடவேண்டும். ஒரு நாள், கடற்கரைப் பக்கம் இருக்கும் நண்பன் வீட்டில் பார்ட்டி. ஏராளமான இளசுகள் கூட்டம். அதில் பலர் காதல் ஜோடிகள். லீ, சூ வின் கையைப் பிடித்தான். தோட்டத்துக்கு வந்தான். செடிகள், அவற்றின் நடுவே கண்ணாமூச்சி ஆடிவரும் வெளிச்சம், காற்றில் கலந்துவரும் பார்ட்டி இசை, பூத்துக் குலுங்கும் மலர்களின் நறுமணம். ரொமான்டிக் மூட் எகிறும் சூழல்.

தான் படிப்பதற்காக மூன்று வருடங்கள் லண்டன் போவதை லீ சொன்னான். சூ அதிர்ந்தாள். லீ பேசினான். ஊராரையே பேச்சில் மயக்குபவனுக்குக் காதலியை வசப்படுத்தக் கற்றுத்தர வேண்டுமா?

'சூ, நான் மூன்று வருடங்கள் கழிந்தபிறகுதான் திரும்பி வருவேன். அதுவரை நீ எனக்காகக் காத்திருப்பாயா?'

'லீ, எனக்கு உன்னைவிட எனக்கு இரண்டரை வயது அதிகம் என்று உனக்குத் தெரியும். அதை நினைத்துப் பார்த்தாயா? லண்டன் போனபின் உன் மனம் மாறிவிடாதா?'

'சூ, நான் எல்லாக் கோணங்களிலும் நம் திருமணம்பற்றி ஆலோசித்து விட்டேன். அறிவில் எனக்கு சமமான, என் ரசனைகளையும், கனவு களையும் பகிர்ந்துகொள்ளும் பெண்தான் என் மனைவியாகவேண்டும் என்று ஆசைப்படுகிறேன். அந்தப் பெண், நீதான்!'

சூ கன்னத்தில் படர்ந்த நாணச் சிவப்பு, மூன்று வருடங்கள் மட்டுமல்ல, காலமெல்லாம் லீ வரக் காத்திருக்கும் ஆத்மார்த்தக் காதலின் அடையாளம்.

இத்தனை ஆழமாகக் காதலித்தாலும், இருவருக்கும் வீட்டில் சொல்ல பயம். லீ படிப்பை முடிக்காத இளைஞன். மனைவியை வைத்துக் காப்பாற்றிக் குடும்பம் நடத்தும் வசதி அவனுக்கும் இல்லை, அவன் குடும்பத்திலும் இல்லை. இன்று அவன் காதல் வசனம் பேசலாம், ஆனால், அடுத்த மூன்று வருடங்களில் வேறு இங்கிலாந்துப்

பெண்ணைப் பார்த்து அவளிடம் மயங்கி, சூவை மறந்துவிடுவானோ என்று அவள் அம்மா, அப்பா பயப்படலாம். ஆகவே, இரண்டு பேரும் தங்கள் வீடுகளில் யாரிடமும் சொல்லவில்லை. தன் உயிருக்கு உயிரான அம்மாவிடம் லீ மறைத்த சமாச்சாரம் தன் காதல் மட்டும்தான்.

புது வருடம் பிறந்தது. *1946.* லண்டனில் இருந்த பிரபல லண்டன் பொருளாதாரப் பள்ளி (London School of Economics) யிலிருந்து லீக்கு அழைப்பு வந்தது. நேரில் போய்ச் சந்தித்தால், அட்மிஷன். லண்டனுக்கு எப்படிப் போவது? அதற்கான டிக்கெட்டுக்குச் செலவிட்டால், லண்டன் படிப்புக்குக் கொண்டுபோகும் பணம் கரையுமே? நம் சமயோசித மன்னனிடம் எந்தப் பிரச்னைக்கும் கைவசம் தீர்வு உண்டு. பிரிட்டிஷ் ராணுவ மேஜர் ஒருவரோடு அவனுக்குப் பழக்கம் உண்டு. அவரைச் சந்தித்தான். தனக்கு வந்திருக்கும் அட்மிஷன் கடிதம், சீனியர் கேம்பிரிட்ஜ் பரீட்சையில் ஒட்டுமொத்த மலாயா, சிங்கப்பூரில் தான் முதல் மாணவனாகப் பெற்ற மதிப்பெண்கள் ஆகியவற்றைக் காட்டினான். எப்படியாவது லண்டன் போக அவர் உதவினால், தன் குடும்பத்தின் வாழ்வு ஒளிமயமானதாகும் என்று வேண்டினான். ஒரு திறமைசாலியின் முன்னேற்றத்துக்கு அந்த நல்லவர் கை கொடுத்தார்.

யுத்தம் முடிந்துவிட்டபடியால் ஏராளமான பிரிட்டிஷ் படைவீரர்கள் தாயகம் திரும்பிக்கொண்டிருந்தார்கள். அவர்களுக்காகத் தனி கப்பல்களை இங்கிலாந்து அரசு ஏற்பாடு செய்திருந்தது. மேஜர் தன் அதிகாரத்தைப் பயன்படுத்தினார். கப்பல் கேப்டனிடம் பேசினார். லீ இங்கிலாந்துவரை கட்டணமில்லாமல் பயணம் செய்யலாம். ஆனால், பிற பயணிகளுக்குக் கிடைக்கும் வசதிகள் எதுவும் அவனுக்குக் கிடையாது. வேளைக்கு உணவு உண்டு. ஆனால், கிடைக்கும் இடத்தில் உறங்கவேண்டும்.

சிங்கப்பூரில் குளிர்காலத்திலும், பருவநிலை கடுமையாக இருக்காது. குளிர் ஆடைகள் தேவையில்லை. ஆனால், லண்டன் குளிர்ப் பிரதேசம். ஆகவே, கம்பளி ஆடைகள், ஸ்வெட்டர்கள், கோட்டுகள் கட்டாயம். இவை எல்லாமே விலை அதிகமானவை, லீ குடும்ப வசதியை மிஞ்சியவை. அம்மா இதற்கும் வழி கண்டுபிடித்தார். சிங்கப்பூரில் பழைய பொருட்கள் விற்கும் கடைகள் இருந்தன. இவற்றை ஆங்கிலத்தில் Flea Market என்று சொல்வார்கள். அம்மா ஒரு நாள் இந்தக் கடைகளுக்குப் போய் என்னென்ன கிடைக்கிறது என்று நோட்டம் விட்டு வந்தார். போரில் வீரர்கள் பயன்படுத்திய கம்பளி உடைகள், ஸ்வெட்டர்கள், கோட்டுகள் இருந்தன.

அம்மாவும், மகனும் இந்தக் கடைகளுக்குப் போனார்கள். கிழிந்தவை, நிறம் போனவை என்று குவிந்து கிடந்த கும்பலுக்குள் தேடினார்கள்.

கொஞ்சம் தொள தொள என்று இருந்தாலும் பரவாயில்லை, ரொம்பவும் கிழிசல் இல்லாத, அதிகம் சாயம் போகாத உடைகளைக் கண்டுபிடித்தார்கள். வாங்கினார்கள். அம்மா வீட்டில் இருந்த பழைய மரப்பெட்டியில் தடித்த தரை விரிப்பு, மெத்தை, மூன்று கோட்டுகள், விமானப் படை வீரர் ஒருவர் கொடுத்த கம்பளித் துணியில் தையல் காரரிடம் கொடுத்துத் தைத்த சூட் ஆகியவற்றை வைத்து பேக் செய்தார்.

லண்டனில், மகன் ஏதாவது 'வெள்ளைக்காரியை' லவ் பண்ணி விடுவானோ என்று அம்மாவுக்கு பயம். ஊரைவிட்டுப் போகும் முன் அவனுக்குக் கால்கட்டுப் போட முடிவு செய்தார். கல்யாணம் செய்யா விட்டாலும் நிச்சயதார்த்தம் பண்ணிவிடவேண்டும். தான் சொன்னால், மகன் மீறமாட்டான். பெண் பார்க்கத் தொடங்கினார். இப்போது வேறு வழியில்லை. லீ அம்மாவிடம் தன் காதலைச் சொன்னான்.

அம்மாவுக்கு சூ பற்றித் தெரியும். தன் புத்திசாலி மகனை விடக் கல்லூரியில் அதிக மதிப்பெண்கள் வாங்கிய அதி புத்திசாலிப் பெண், பசை உற்பத்திக் கூட்டாளியின் கொழுந்தி. இரண்டு மூன்று முறை சூவையும், அவள் குடும்பத்தாரையும் பார்த்திருக்கிறார். பாரம்பரியம் மிக்க சீனக் குடும்பம், வங்கி அதிகாரி அப்பா, குடும்பத் தலைவி அம்மா. லீ அம்மா பச்சை விளக்குக் காட்டினார். ஓரிரு முறை வருங்கால மாமியாரும் மருமகளும் சந்தித்துக்கொண்டார்கள். இருவருக்கும் பிடித்துப்போயிற்று. ஆனால், இப்போதும் சூ வீட்டில் காதலைச் சொல்லும் துணிச்சல் அவளுக்கும் அவனுக்கும் வரவில்லை.

இன்னும் கொஞ்ச நாட்களில் பிரிவு. மூன்று வருடங்களுக்குப் பிறகுதான் சந்திப்பு. முடிந்த நேரமெல்லாம் இருவரும் சந்தித்துக் கொண்டார்கள். ஏராளமான போட்டோக்கள் எடுத்துக்கொண்டார்கள். பிரிவின் வீரியத்தைக் குறைக்க, இந்தப் போட்டோக்களின் ஞாபகத் தாலாட்டுக்கள் உதவும்.

செப்டம்பர் 23, 1946, லீயின் இருபத்து மூன்றாம் பிறந்த நாள். சூ, லீயின் மொத்தக் குடும்பம், சில நண்பர்கள் துறைமுகத்துக்கு வந்தார்கள். பிரிட்டானிக் என்னும் கப்பல் நீரைக் கிழித்துக்கொண்டு கம்பீரமாகப் புறப்பட்டது. கரையிலிருந்து டாட்டா சொன்னார்கள். கப்பலின் மேல்தளத்திலிருந்து அவனும் கை அசைத்தான். பொங்கிய கண்ணீரில் காணும் காட்சிகள் மங்கலாகத் தெரிந்தன. குடும்பம், நண்பர்கள், காதலி, பிறந்த பொன்னாடு, அனைத்தையும் முதன் முதலாகப் பிரிந்து ஆயிரக்கணக்கான மைல் தூரம் போகும் சோகத்தில் நெஞ்சு கனத்தது.

இன்று அவனுக்கு 23 வயது தொடங்குகிறது. வயதில் மட்டுமல்ல, வாழ்க்கையிலும் புத்தம் புது அத்தியாயங்கள் திறக்கப்போகின்றன, புதிய அனுபவங்கள் வரப்போகின்றன.

12

லண்டன் கசப்புக்கள்

சிங்கப்பூரிலிருந்து இங்கிலாந்துக்குப் பதினேழு நாட்கள் கப்பல் பயணம். அவனைப் போலவே, 'ஓசி டிக்கெட்டில்' ஹாங்காங்கிலிருந்து சில மாணவர்கள் மேற்படிப்புக்காக இங்கிலாந்து வந்து கொண்டிருந்தார்கள். லீ அவர்களோடு நண்பனான். நடுக் கடலில் பொழுது போகவேண்டுமே? சீட்டு விளையாடினார்கள், அரட்டை அடித்தார்கள், கப்பலில் வந்த பெண்களை sight அடித்தார்கள். இங்கிலாந்தின் லிவர்பூல் துறைமுகத்தில் கப்பல் நங்கூரம் பாய்ச்சியது.

லீ சக மாணவர்களோடு நட்பு வளர்த்ததுக்கு இன்னொரு காரணம் உண்டு. அவர்களில் பலர் லண்டன் பொருளாதாரப் பள்ளிக்கு வந்துகொண்டிருந்தார்கள். ஹாங்காங் பிரிட்டிஷ் காலனி. அந்த மாணவர்களை வரவேற்கவும், லண்டன் அழைத்துச் செல்லவும், பிரிட்டிஷ் அரசின் பிரதிநிதிகள் லிவர்பூல் துறைமுகத்துக்கு வருவார்கள் என்று அவர்களில் ஒருவன் சொன்னான். லிவர்பூலிலிருந்து எப்படி லண்டன் போவது என்று லீக்குத் தெரியாது. இவர்களோடு ஒட்டிக் கொண்டுவிட்டால், வழி கேட்டுத் திண்டாடித் திணறும் பிரச்னை இல்லை. அவர்களோடு மாணவர்கள் தங்கும் விடுதிக்கு வந்து சேர்ந்து விட்டான்.

ஒரு பெரிய அறை. அதில் 20 மாணவர்கள். மேலும் கீழுமாய் இரட்டை அடுக்காய்க் கட்டில்கள். அவனுக்கு மேல் பெர்த்தில் இடம். அறையில் ஜன்னல்களே இல்லை. மூச்சு முட்டியது. ஆனால், இது தற்காலிக வாசம் தான் என்று கல்லூரி அதிகாரிகள் சொன்னார்கள். கொஞ்சம் ஆசுவாசம்.

கல்லூரி உதவியோடு மலிவு வாடகையில் மான்ஷன் போன்ற கட்டடத்தில் தனி அறை எடுத்தான். அப்போதுதானே மனதை ஒருமுகப் படுத்திப் படிக்க முடியும்? ஒரு பிரச்னை- தினமும் கல்லூரிக்குப் போகப் பக்கத்து லோக்கல் ரயில் ஏறவேண்டும், இன்னொரு பஸ் பிடிக்கவேண்டும். கொஞ்சம், அதிகம் தூங்கிவிட்டால், ரெயிலும்

பஸ்ஸூம் போய்விடும். வகுப்புக்கு லேட்தான். தாமதாகப் போவது அவனுக்குப் பிடிக்காத விஷயம். ஆகவே, எப்போதும் டென்ஷன், டென்ஷன்.

கல்லூரிச் சூழலும் மிகவும் வித்தியாசமாக இருந்தது. சிங்கப்பூர் ராஃபிள்ஸ் கல்லூரியோடு ஒப்பிட்டால், நினைத்துப் பார்க்க முடியாத அளவுக்கு வித்தியாசம். அங்கே வகுப்பறைகள் பரந்து விரிந்த ஏரியாவில் இருந்தன. கல்லூரியின் மொத்த மாணவர்கள் எண்ணிக்கை சில நூறு மட்டுமே. ஒவ்வொரு வகுப்பிலும் 30 மாணவர்கள்தான். சாதாரணமாக வகுப்புகள் ஒரே அறையில்தான் நடக்கும், சில சமயங்களில் பொது வகுப்புகள் நடக்கும்போது, அருகில் இருக்கும் அறைகளுக்கு ஜாலியாக அரட்டை அடித்துக்கொண்டே போகலாம். லண்டனிலோ, வகுப்புகளில் சந்தைக் கூட்டம்போல் 200 மாணவர்கள் இருந்தார்கள். கல்லூரி பல மாடிக் கட்டடத்தில். அதிலும் சில வகுப்புகள் பிற கல்லூரி வளாகங்களில். ரயில், பஸ் பிடித்துப் போக வேண்டும். ஆகவே, மாணவர்கள் எப்போதும் ஓடிக்கொண்டே இருந்தார்கள். இந்த வேகம் அவனுக்குப் பிடிக்கவேயில்லை.

பிடிக்காத விஷயங்கள் பட்டியல் போடும் அளவுக்கு நீண்டன. மான்ஷனில் காலை உணவு தருவார்கள். பகல், இரவுச் சாப்பாடு அவரவர்கள் பார்த்துக்கொள்ளவேண்டும். தினமும் ஹோட்டலில் சாப்பிடுவது மாணவர்களுக்குக் கட்டுப்படியாகாது என்பதால், ஒவ்வொரு அறையிலும் ஸ்டவ் இருந்தது. லீ வீட்டில் சமையல்கட்டுப் பொறுப்பு முழுக்க அம்மாதான். வெந்நீர் வைக்கக்கூட அவனுக்குத் தெரியாது. திண்டாடினான். பால் தினமும் பொங்கி வழியும். சமையல் அடிப் பிடிக்கும் அல்லது அரைகுறையாக வெந்திருக்கும். ஒவ்வொரு அரிசியும் காசல்லவா? குப்பைத் தொட்டியில் எறியமுடியுமா? வெந்ததையும் வேகாததையும் விழுங்குவான். அம்மா சமையலில் ரசனையோடு வளர்ந்த நாக்கு சுவையையே மறந்துகொண்டிருந்தது.

இன்னொரு பிரச்னை, துணி துவைப்பது. தன் 22 வருட வாழ்க்கையில் அவன் இதுவரை தன் துணிகளைத் துவைத்ததே கிடையாது. துவைப்பது, அயர்ன் பண்ணித் தயாராக வைத்திருப்பது எல்லாமே அம்மா. அது மட்டுமா? அவன் ஷூக்களைப் பாலிஷ் செய்வதும் அம்மாதான். அன்றாட வாழ்க்கைச் சுமைகளே தெரியாமல் தனக்காக அம்மா செய்திருக்கும் தியாகம் அவனை அழவைத்தது.

லீ தனக்குத்தான் எல்லாம் தெரியும் என்று போலியாக அலட்டிக் கொள்ளமாட்டான். யாரையும் உதவி கேட்கத் தயங்கமாட்டான். கேள்விகளுக்குப் பதில் கண்டுபிடிப்பான். மான்ஷனில் சில இங்கிலாந்துப் பெண்கள் தங்கியிருந்தார்கள். அவர்களிடம் போனான். காய்கறிகள், இறைச்சி எப்படி வாங்குவது, அவற்றை எப்படிக்

கெடாமல் பாதுகாப்பது என்னும் அடுக்களை ரகசியங்களையும், சமையல் குறிப்புகளையும் கேட்டுத் தெளிவாக்கிக்கொண்டான். சமையலும், துணி துவைப்பும் ஓரளவு கைவசம் வந்தன.

மான்ஷனில் இன்னொரு பிரச்னை தனிமை. சிங்கப்பூரில் இருக்கும் வரை அவன் பாசம் நிறைந்த பெரிய குடும்பத்தோடு வாழ்ந்தவன். அவனைச் சுற்றி எப்போதும் பெரிய நண்பர்கள் பட்டாளம் இருக்கும். இங்கே அனைவரும் அறைகளுக்கு வந்தவுடன், கதவுகளை அடைத்துக்கொண்டு தங்கள் வேலைகளைப் பார்த்தார்கள். ஒவ்வொரு மனிதனும், பிறரோடு தொடர்பு வைத்துக்கொள்ளாத தீவு. இந்த வாழ்க்கையை லீ வெறுத்தான்.

சமையல், துணி துவைப்பு, தினசரி ரயில், பஸ் பிடிக்கக் கணிசமான தூரம் நடக்கும் / ஓடும் கட்டாயம். அறைக்கு வந்து சாப்பிட்டதும், அசதியால் தூக்கம் கண்களை மூடும். நாம் லண்டன் வந்தது படிப்பதற்காக, படிப்புத்தான் குடும்பத்தை முன்னேற்றும் மந்திரச் சாவி. அதற்கான நேரமே இல்லாமல், அறையைச் சுத்தம் செய்து, சமைத்து, சாப்பிட்டு, பாத்திரம் கழுவி, துணி துவைத்து, அயர்ன் செய்து, வேடிக்கை மனிதரைப்போல் வீழ்ந்துவிடுவோமோ என்னும் பயம், குற்ற உணர்ச்சி லீ மனதுக்குள் விஸ்வரூபம் எடுத்தது. பொறிக்குள் மாட்டிய எலியாக உணர்ந்தான். எப்படியாவது, எப்படியாவது இந்தக் கூண்டிலிருந்து தப்பவேண்டும். என்ன செய்யலாம்?

ஒரு நாள், அரசியல் சட்ட வகுப்பு. கிளான்வில் வில்லியம்ஸ் (Glanville Williams) என்னும் புதிய விரிவுரையாளர் வந்தார். அவர் வகுப்பு நடத்திய விதம் அவனுக்கு மிகவும் பிடித்தது. அவர் பற்றிய விவரங்கள் தேடினான். கேம்ப்ரிட்ஜ் (Cambridge) பல்கலைக் கழகத்தில் சட்டப் படிப்பில் டாக்டர் பட்டம் வாங்கியவர் என்று கண்டுபிடித்தான். 'லண்டன் பொருளாதாரப் பள்ளியிலிருந்து தானும் கேம்ப்ரிட்ஜுக்கு மாற்றிக்கொண்டுவிட்டால்..' முடியுமா என்று அவனுக்குத் தெரியாது. கேள்விகள் கேள்விகளாகவே இருக்க அவன் விடுவதில்லை. கிளான் வில்லைத் தனியாகச் சந்தித்தான். தன் பிரச்னைகளைச் சொன்னான். கேம்ப்ரிட்ஜில் சூழல் எப்படி இருக்கும் என்று கேட்டான்.

கிளான்வில் அவன் குறைகளைப் பரிவோடு கேட்டார், புரிந்து கொண்டார். கேம்ப்ரிட்ஜ் அமைதியான வளாகம். மாணவர்கள் சைக்கிளில் சுற்றலாம். குறிப்பாக, வேகமும், வேண்டாத டென்ஷனும் கிடையவே கிடையாது. படிப்பில் முழுக் கவனம் செலுத்தலாம் என்றெல்லாம் சொன்னார். அவன் ஆசையைத் தூண்டிவிட்டார்.

கேம்ப்ரிட்ஜ் தன் ராஃபிள்ஸ் கல்லூரிபோல் இருக்கும் என்று லீ உள்ளுணர்வு சொன்னது. ஆனால், வெறும் உள்ளுணர்வு

அடிப்படையில் அவன் முடிவு எடுப்பவனல்ல. கேம்ப்ரிட்ஜ் போக வேண்டும், நேரடியாகப் பார்க்கவேண்டும். அப்புறம்தான் முடிவு. வழக்கம்போல் விவரங்கள் சேகரித்தான். அங்கே, பழைய நண்பர்கள் யாராவது இருக்கிறார்களா என்று தேடினான். தூண்டிலில் சிக்கியது மீன். அவன் ராஃபிள்ஸ் வகுப்புத் தோழன் செசில் வாங் (Cecil Wong) கேம்ப்ரிட்ஜில் படித்துக்கொண்டிருந்தான்.

லீ கேம்ப்ரிட்ஜ் போனான். நண்பனைச் சந்தித்தான். செசில் உண்மையான நண்பன். தன்னால் முடிந்த அத்தனை உதவிகளையும் செய்தான். லீ அவனோடு கல்லூரி வளாகத்தைச் சுற்றிப் பார்த்தான். ஜாலியாக உலாவிய மாணவ மாணவிகள், அவர்களிடம் இழையோடிய நட்பு. 'இனிமேல் படிப்பு இங்கேதான்.'

அவன் தீர்மானித்தால் போதுமா? கல்லூரி இடம் தர வேண்டாமா? செசில் லீயை, பில்லி தாச்சர் (Billy Thatcher) என்னும் கல்லூரி முதல்வரிடம் அழைத்துப்போனான். லீ, தான் லண்டன் பொருளாதாரப் பள்ளியில் தொடர்ந்து படிக்க இயலாத காரணங்களை விளக்கினான். தாச்சர் புரிந்துகொண்டார். வகுப்புகள் தொடங்கிச் சில வாரங்கள் ஆகிவிட்டபோதிலும், திறமைசாலி லீ தன் கடும் உழைப்பால், ஈடு கட்டிவிடுவான் என்று அவருக்கு நம்பிக்கை. அட்மிஷன் கொடுத்தார். ஃபிட்ஸ்வில்லியம் ஹவுஸ் (Fitzwilliam House) என்பது ஏழை மாணவர்கள் தங்கும் விடுதி. அங்கே வாடகை குறைவு. அங்கே அறை எதுவும் காலியாக இல்லை. தயக்கமே இல்லாமல், மகிழ்ச்சியோடு லீயுடன் தன் அறையைப் பகிர்ந்துகொள்ள செசில் சம்மதித்தான்.

விடைபெறும்போது தாச்சர் லீயிடம் சொன்னார், 'லீ, நீ கேம்ப்ரிட்ஜுக்கு வந்தால், மற்ற எல்லோரையும்விட ஒரு அங்குலமாவது படிப்பில் உயர்ந்து நிற்கவேண்டும்.'

'சார், நான் நிச்சயமாக முதல் வகுப்பில் பாஸ் பண்ணுவேன்.'

தாச்சர் அவன் கண்களைக் கூர்ந்து பார்த்தார். சொன்னார், 'லீ, கேம்ப்ரிட்ஜில் முதல் வகுப்பு வாங்க ஒரு தெய்விகப் பொறி இருக்கவேண்டும். அது உன்னிடம் இருக்கிறது.'

மாபெரும் ஆசிரியர்களுக்கு மட்டுமே இருக்கும் சக்தி அது. அவனுக்குள் இருந்த அபாரத் திறமையை தாச்சர் எப்படியோ முதல் சந்திப்பிலேயே, சில நிமிடப் பேச்சுப் பரிமாற்றலில் தெரிந்துகொண்டுவிட்டார். அவர் வைத்த நம்பிக்கை லீக்கு இன்னும் அதிக வேகம், உத்வேகம் தந்தது- அதிக மதிப்பெண்கள் வாங்கிக் கேம்ப்ரிட்ஜில் வெற்றிக்கொடி நாட்டவேண்டும்.

கேம்ப்ரிட்ஜில் இடம் கிடைத்துவிட்டது. லண்டன் பொருளாதாரப் பள்ளியிலிருந்து விடுவித்துக்கொண்டு வரவேண்டும் அதை

நினைத்தாலே, லீ மனதில் 'தடக்', 'தடக்.' தைரியசாலியான அவன் மனதில் இருந்தது பயமல்ல, குற்ற உணர்ச்சி. அவன் சிங்கப்பூரை விட்டு வர வழி அமைத்தது லண்டன் பொருளாதாரப் பள்ளி. உதவிய கரங்களையே உதறித் தள்ளுகிறோமே, இது நன்றிகெட்ட செயலா என்று மனதுக்குள் பூகம்பங்கள். தன் பேராசிரியரை நேரில் சந்திக்கத் துணிச்சல் வரவில்லை. தான் விட்டுப் போவதாகக் கடிதம் எழுதினான். உடனேயே வந்தது கோபமாக பதில்- 'உன்னை நான் தப்பாக எடை போட்டுவிட்டேன். உனக்கு நான் உதவியே செய்திருக்கக்கூடாது.'

யாருடனும் உறவை முறித்துக்கொள்வது லீக்குப் பிடிக்காது. துடிக்கும் நெஞ்சைப் பிடித்துக்கொண்டு, பேராசிரியரைச் சந்தித்தான். காரணங் களைக் குமுறிக் கொட்டினான். 'முன்பே சொல்லியிருந்தால், உன் குறைகளைத் தீர்த்திருப்பேனே?' என்று சொன்னார். அவருக்கு அவன் மேல் இருந்த கோபம் தணிந்தது, ஆனால் மறையவில்லை. லீக்கும் வாழ்நாள் முழுக்க இது தொடர்பாகக் குற்ற உணர்ச்சி இருந்தது நிஜம்.

லண்டன் பொருளாதாரப் பள்ளி விடுப்புக் கொடுத்தார்கள்.லண்டனில் கழித்த சில வாரங்களை லீ அசை போட்டான். எந்த சோகத்திலும் ஒரு நன்மை உண்டு என்று நினைப்பது அவன் மனோபாவம். ஏமாற்றங்கள், சோகங்கள், தனிமை. ஆனால், இந்தப் பாலைவனத்திலும், பசுமைச் சோலையாக அவன் மனதில் நின்றவர் ஹரால்ட் லாஸ்கி (Harold Laski) என்னும் உலகப் புகழ்பெற்ற அரசியல் துறைப் பேராசிரியர். அவருடைய வகுப்புகள், பேச்சுகள், கருத்துகள் என்றென்றும் எதிரொலிக்கும் தாக்கத்தை ஏற்படுத்தின.

'ஒரு நாட்டின் வளர்ச்சியும், முன்னேற்றமும் அதன் இயற்கை வளங்கள், பொன் விளையும் பூமி, காலம் தவறாத மழை, பெட்ரோல் போன்றவற்றால் நிர்ணயிக்கப்படுவதைவிட, அங்கிருக்கும் மக்களின் திறமையால் தீர்மானிக்கப்படுகிறது. கல்வி, தொழில் நுட்ப முன்னேற்றம் ஆகிய இரண்டு சக்திகளும் செல்வத்தை உருவாக்கும் சக்திகள். முன்னேற விரும்பும் எந்த நாடும், இன, மத, மொழி வேறுபாடுகள் இல்லாமல் எல்லோருக்கும் கல்வி, தொழில் நுட்பப் பயிற்சி ஆகியவற்றில் சம வாய்ப்புக் கொடுக்கவேண்டும்' என்பது லாஸ்கியின் முக்கிய சித்தாந்தம். ஆரம்ப காலங்களில் இந்தக் கொள்கை சரியா, தவறா என்று லீ மனதில் ஆயிரம் சந்தேகங்கள் இருந்தன. ஆனால், சிங்கப்பூரை நிர்வகிக்கும்போது, லாஸ்கியின் கொள்கைச் சத்தியம் லீக்குப் புரிந்தது. அவன் ஆட்சிபீடம் ஏறியபோது, லாஸ்கியின் தாக்கம் கணிசமாக இருந்தது.

லீ லண்டனை விட்டுப் புறப்பட்டான். இனி நிகழ்காலமும் எதிர்காலமும் கேம்ப்ரிட்ஜ்தான்.

13

புதிய பூமி, புதிய வாழ்க்கை

லீ கேம்ப்ரிட்ஜ் வந்து சேர்ந்தான். அன்போடு வரவேற்ற செசிலின் அறையில் அடைக்கலமானான். ஏதோ சொர்க்க பூமிக்கே வந்து விட்டது போல் மனம் நிறைந்த சந்தோஷம். கேம்ப்ரிட்ஜ் அமைதியான சிறிய நகரம். ஊரில் கார்கள், மோட்டார் சைக்கிள்கள், ஸ்கூட்டர்கள் அதிகமில்லை. பேராசிரியர்கள், விரிவுரையாளர்கள், மாணவ மாணவிகள் எல்லோருமே சைக்கிள்களில் பயணித்தார்கள். லீ 20 வருடங்களாகப் பல மாணவர்கள் உபயோகித்த பழைய சைக்கிள் வாங்கினான். ஓல்ட் இஸ் கோல்ட் என்கிறமாதிரி, நல்ல கண்டிஷனில் இருந்தது. அவனுக்கு சைக்கிளில் பறக்கப் பிடிக்கும். சைக்கிளில் ஏறிவிட்டால், வானில் பறக்கும் சுதந்திரப் பறவையாகத் தன்னை நினைப்பான். கொளுத்தும் வெயில், கொட்டும் மழை எதுவாக இருந்தாலும், கர்ணனின் கவசக் குண்டலம்போல், அவனுக்கு சைக்கிள்.

கேம்பிரிட்ஜ் சாப்பாடும் அவனுக்குப் பிடித்தது. வயிற்றுக்கு மட்டுமல்ல, செவிக்கும், மூளைக்கும் வகுப்புக்கள் சோறு போட்டன. ஜெயிக்கும் வெறியோடு படித்தான். மூன்று மாதங்கள். தேர்வு நடந்தது. ஆறு மாதங்கள் தங்களைத் தயார்ப்படுத்திக்கொண்டிருந்த பிற மாணவர்கள், மூன்று மாதப் பயிற்சியோடு லீ. முடிவுகள் வந்தன. முதல் வகுப்பில் தேறிய மாணவர்கள் ஒரு சிலர். அவர்களுள் ஒருவன்- லீ. அவன் தங்கியிருந்த விடுதிக்கே வந்து பெருமையோடு அவனைப் பாராட்டியவர், கல்லூரி முதல்வர் தாச்சர்.

1947 மே மாதம். காதலி சூவிடமிருந்து நல்ல சேதி. அவளுக்கு இங்கிலாந்தில் படிக்க ஸ்காலர்ஷிப் கிடைத்திருக்கிறது. ஒரு வருடத்தில் அவள் இங்கிலாந்தின் ஏதாவது பிரபலப் பல்கலைக் கழகத்தில் வந்து சேரலாம். ஆனால், ஒரு வருடம் காத்திருக்க லீ தயாராக இல்லை. அக்டோபரில் புது வகுப்புகள் தொடங்குகின்றன. ஐந்து

மாதங்களில் எப்படியாவது கேம்ப்ரிட்ஜில் சூவுக்கு அட்மிஷன் வாங்கிவிடவேண்டும். யார் யாரைச் சந்தித்தால் காரியம் நடக்கும் என்று ஆராய்ச்சியே நடத்தினான். எல்லோரையும் பார்த்தான், பேசினான். தன் மதிப்பெண்களையும், மூன்றே மாதங்களில் ஆறு மாதப் பாடங்களைக் கரைத்துக் குடித்துத் தான் முதல் வகுப்பு வாங்கியதையும் விவரித்தான். இவை அத்தனைக்கும் அவர்கள் மசியவில்லையா? நெத்தியடியாகச் சொல்லுவான், 'என் காதலி என்னைவிட புத்திசாலி.' கேட்பவர்கள் அம்பேல்!

சில வாரங்கள் ஓடின. முயற்சிகள் வெற்றி. லீ சூவுக்குத் தந்தி அனுப்பினான்,

'கெர்ட்டன் (Girton) கல்லூரியில் இடம் கிடைத்திருக்கிறது. அவர்கள் கடிதம் வருகிறது. புறப்படத் தயாராகு.'

அக்டோபர் மாதம். லிவர்பூல் துறைமுகம். சூ வருகை. காதலன்- காதலி உணர்ச்சி பூர்வமான ரொமான்டிக் சந்திப்பு. நேராக லண்டன் போனார்கள். ஊர் சுற்றினார்கள். உலகத்தையே மறந்தார்கள்.

கேம்ப்ரிட்ஜ் வருகை. சூவுக்கு சைக்கிள் ஓட்டத் தெரியாது. எங்கே போவதானாலும், பஸ் அல்லது நடை. அக்டோபரில் இங்கிலாந்தின் நடுக்கும் குளிர். கம்பளி ஸ்வெட்டர், கோட்டு, ஷூக்கள் போட்டுக் கொண்டு நடக்க அவள் பட்ட சிரமம்.

ஒரு நாள். சூ லீயிடம் சொன்னாள், 'நீ ரொம்பவும் மாறி விட்டாய்.'

'என்ன சொல்கிறாய் சூ?'

'இல்லை. சிங்கப்பூரில் நீ ரொம்ப ஜாலியான ஆள். எதற்கும் கவலைப்படாதவன். இங்கே சீரியஸ் ஆளாகிவிட்டாய்.'

லீ ஆலோசித்தான். சூ சொன்னது நிஜம். அவனே இதுவரை அறியாத உண்மை. குடும்பம், காதலி, பிசினஸ் என்று சிங்கப்பூரில் அவன் வாழ்ந்தது ஒரு கூண்டுக்குள். இங்கிலாந்து வந்த சில மாதங்களில், அவனை அறியாமலே, அரசியல் ஈடுபாடும் திட்டவட்டமான கொள்கைகளும் அவனிடம் வந்துவிட்டன.

முதலில் கம்யூனிஸ்ட்கள் பற்றிய அவனுடைய மனப்போக்கு. கைகளில் பணமும் அதிகாரமும் வைத்திருக்கும் பூர்ஷ்வாக்கள் ஏழைகளின் உழைப்பைச் சுரண்டுகிறார்கள், இது தடுக்கப்பட வேண்டும் என்னும் பொதுவுடைமைச் சித்தாந்தம் அவனுக்குப் பிடித்திருந்தது. ஆனால், உழைக்கும் வர்க்கத்தின் உரிமைகளை நிலைநாட்ட வன்முறையிலும் பயணிக்கலாம் என்று கம்யூனிஸ்ட்கள்

கடைப்பிடித்த வழிமுறைகள் அவனுக்குச் சம்மதமாக இல்லை. இந்தச் சம்மதமின்மை அடிக்கடி அவன் கருத்துகளில், பேச்சுகளில், வெறுப்பாகவும் வெளிப்பட்டது.

பிரிட்டிஷார் மேலும் அவனுக்கு வெறுப்புக் கலந்த கோபம். இதற்குப் பல யதார்த்த வாழக்கைக் காரணங்கள். கல்லூரியில் பேராசிரியர்கள் இன பேதமின்றி எல்லா மாணவர்களையும் சமமாக நடத்தினார்கள். வகுப்பில் இருந்த சக இங்கிலாந்து மாணவர்கள் அறிவுக்கும் திறமைக்கும் மதிப்புத் தந்தார்கள். ஆனால், விளையாட்டு மைதானத்தில் இனவெறி இருந்தது. பாட்மிண்டன், டேபிள் டென்னிஸ் ஆகிய விளையாட்டுக்களில் ஆசியர்கள், குறிப்பாகச் சீனர்கள் ஜொலித்தார்கள். ஆகவே, இந்த அணிகளில் ஆசியர்களுக்கு இடம் கிடைத்தது. ஆனால், கிரிக்கெட், ரக்பி கால்பந்தாட்டம், படகோட்டுதல் ஆகியவற்றில் வெள்ளையர்கள் தவிர மற்றவர்களுக்கு, 'எங்க ஏரியா, உள்ளே வராதே.'

கடைகளில் விற்பனைப் பெண்கள் 'இந்தப் பரதேசிக் கூட்டம் எங்கே பொருட்கள் வாங்கப்போகிறார்கள்?' என்று ஆசிய வாடிக்கையாளர்களின் கேள்விகளுக்குப் பதில் தராமல் பராக்குப் பார்த்தார்கள். பேருந்துகளில் நடத்துநர்களும் ஆசியர்களை நடத்தியது இப்படித்தான். உணவு விடுதிகளிலும், ஆசியன் இரண்டாம் தரக் குடிமகன்தான்.

இனவெறியின் கொடூர முகத்தை லீ தத்ரூபமாக உணர்ந்தது அவன் வாடகைக்கு அறை தேடியபோது. ஏராளமான வீடுகளும், தெருக்களும் வெள்ளையர்களுக்கு மட்டுமே என்று விளம்பரம் செய்தார்கள். அவன் சீன நாட்டவன் என்னும் ஒரே காரணத்துக்காக அறை தர மறுத்தார்கள், கதவுகளை முகத்துக்கு நேராக மூடினார்கள், இழிவாகப் பேசினார்கள். பேராசிரியர் தாச்சர் போன்ற நல்லவர்கள் வாழும் நாட்டில் இப்படிப்பட்ட இனவெறி ஓநாய்களா? அதிர்ந்தான்.

அதிர்ச்சி வெறுப்பாக மாறியது. சிங்கப்பூரும் நாங்கள் பிறந்த பூமி, எங்கள் பொன்மணித் திருநாடு. ஆசியர்களை இழிவாக நடத்தும் வெள்ளையர் கூட்டமே, சிங்கப்பூர், மலேயா, இந்தியா போன்ற எங்கள் ஆசிய நாடுகளை ஆட்சி செய்ய உங்களுக்கு என்ன உரிமை, என்ன தகுதி என்று கொதித்தான்.

இந்தியர்கள் மாணவர் யூனியன் பதவிகளுக்குப் போட்டியிட்டார்கள், ஜெயித்தார்கள். ஏனோ, இந்தப் பதவிகளில் லீக்கு ஈடுபாடு இருக்கவில்லை. 'படிப்பில் ஜொலிக்கவேண்டும். முதல் வகுப்பில் பாஸ் பண்ணவேண்டும்.'

படிப்போடு காதலையும் லீ சிந்தித்தான். சூவோடு பேசினான். கிறிஸ்மஸ் விடுமுறையில் திருமணம் செய்துகொண்டு சேர்ந்து வாழ

இருவரும் முடிவெடுத்தார்கள். அவள் வீட்டில் சொன்னால் பூகம்பமே வெடிக்கும். அவளை உடனே சிங்கப்பூருக்குத் திரும்பிவரச் சொல்லு வார்கள். ஆகவே, இரண்டு வீடுகளுக்கும் தெரியாமல் ரகசியத் திருமணம்.

ஒரு நண்பன் ஷேக்ஸ்பியர் பிறந்த ஸ்டார்ட்ஃபோர்ட் ஆன் ஆவன் (Stratford-on-Avon) என்னும் இடத்தில் மலிவான வாடகையில், வசதியான ஒரு ஹோட்டல் இருப்பதாகவும் அவர்கள் இருவரும் கிறிஸ்மஸ் விடுமுறைக்கு அங்கே போகலாம் என்றும் ஐடியா கொடுத்தான். அதைக் கேட்ட லீ மனதில் இன்னொரு ஐடியா பிறந்தது. ஆங்கில இலக்கிய ரசிகர்களான அவனுக்கும், சூவுக்கும் கல்யாணம் செய்துகொள்ள ஷேக்ஸ்பியர் பிறந்த மண்ணைவிடச் சிறந்த இடம் கிடைக்காது. ஒரு பிளாட்டினம் மோதிரம் வாங்கிக்கொண்டான். ஸ்டார்ட்ஃபோர்ட் ஆன் ஆவன் போனார்கள். மோதிரம் தந்துனானே!

இருவரும் கேம்ப்ரிட்ஜ் திரும்பினார்கள். சேர்ந்து வாழ்ந்தார்கள். ஆனால், குடும்ப சுகத்தைவிடப் படிப்பு முக்கியம் என்பதை உணர்ந்து படிப்பில் கடும் உழைப்பைக் கொட்டினார்கள். தேர்வு முடிவுகள் வந்தன. மறுபடியும் லீ முதல் வகுப்பு. சூ இரண்டாம் வகுப்பில்தான் தேறினாள். லீ அவளைத் தேற்றினான். ஏமாற்றத்தை மறக்க, அவளை ஸ்விட்சர்லாந்துக்கும், பாரிஸுக்கும் இரண்டு வார ஜாலி ட்ரிப் கூட்டிக்கொண்டு போனான். .

இரண்டாம் வருடப் படிப்பு. எதிர்காலத்தை நிர்ணயிக்கும் வருடம். படிப்பு, படிப்பு. ஆனால், எப்போதும் படிப்பு என்று அவர்கள் புத்தகப் புழுக்களாக இருக்கவில்லை. வார இறுதிகளில் நண்பர்களை அறைக்குக் கூப்பிடுவார்கள். சூ அற்புதமாகச் சமைப்பாள். நண்பர்கள் குழாமில் சூ சமையலுக்கு ஒரு ரசிகர் கூட்டமே உருவானது.

லீ மனதில் அரசியல் ஈடுபாடு துளிர்விடத் தொடங்கியது. இங்கிலாந்தின் மக்கள் சபைக் (House of Commons) கூட்டத்துக்கு அடிக்கடி போனான். அன்றைய அரசியல் பிரபலங்களின் வார்த்தை ஜாலங்களைக் கேட்டு ரசித்தான். எத்தனை விதமான தலைவர்கள், எத்தனை அணுகுமுறைகள், எத்தனை வகைப் பேச்சுக்கள்... ஒவ்வொருவர் பாணியிலிருந்தும் நல்லதைத் தேர்ந்தெடுத்து, தன் பாணியை அவற்றின் சங்கமமாக்கக் கிடைத்த மகா அனுபவம்!

தேர்வு முடிவுகள் வந்தன. லீ முதல் வகுப்பு. அத்தோடு 75 சதவிகித மதிப்பெண் வாங்கி, 'நட்சத்திர அந்தஸ்து' வாங்கிய ஒரே மாணவன்! சூவும் முதல் வகுப்பு. அளவில்லா சந்தோஷத்தோடு தங்கள் குடும்பங் களுக்குத் தெரிவித்தார்கள். இரண்டு குடும்பங்களும் மகிழ்ச்சிக் கடலில்.

பட்டமளிப்பு விழா கோலாகலமாக நடந்து முடிந்தது. சிங்கப்பூரில் வழக்கறிஞர்களாகத் தொழில் செய்ய, வழக்கறிஞராகப் பணியாற்றிய அனுபவம் வேண்டும். இருவரும் லண்டன் போனார்கள். மிடில் டெம்பிள் (Middle Temple) என்னும் அமைப்பில் பயிற்சி. இதில் வேலைப் பளு குறைவாக இருந்தது. அரசியலில் ஆழம் பார்க்க லீ முடிவு செய்தான். அவனுடைய ராஃபிள்ஸ் கல்லூரித் தோழர்கள் பலர் ஏற்கெனவே அரசியல் நீரோட்டத்தில் கலந்திருந்தார்கள். பிரிட்டிஷ் காலனி ஆதிக்கம் பூட்டிய அடிமைத் தளைகளை அறுத்து, மலேயாவும், சிங்கப்பூரும் சுதந்திர நாடாக மலரும் இலக்கோடு மலாயன் ஃபோரம் (Malayan Forum) என்னும் அமைப்பை உருவாக்கியிருந்தார்கள். இன வேறுபாடின்றி, சீனர்கள், மலாய், இந்தியர்கள் எனப் பல வகையினரும், மலாய்- சிங்கப்பூர் தேசத்தவர் என்ற உணர்வோடு ஒன்றுபட்டிருந்தார்கள். 1947-ல் இந்தியாவும், பாகிஸ்தானும் பிரிட்டிஷ் ஆதிக்கத்திலிருந்து விடுபட்டுப் பெற்ற விடுதலை இந்த இயக்கத்துக்குக் கிடைத்த உற்சாக டானிக். கூட்டங்கள், இங்கிலாந்து அரசியல் தலைவர்களோடு சந்திப்புகள் ஆகியவற்றை ஃபோரம் அடிக்கடி நடத்தினார்கள், மலாய்- சிங்கப்பூர் சுதந்திரத்துக்கு ஆதரவு திரட்டினார்கள்.

சிங்கப்பூரின் அரசியல் சூழலை லீ ஆராய்ந்தான். இரண்டு அரசியல் அணிகள் இருந்தன. முதல் அணி, ப்ரொக்ரெஸிவ் கட்சி (Progressive Party). இந்தக் கட்சியின் பெரும்பாலான அங்கத்தினர்கள் இங்கிலாந்தில் சட்டமும் மருத்துவமும் படித்து முடித்து வந்திருந்த உயர்மட்டத்தவர்கள். ஆங்கிலேயர்கள் தங்களைவிட உயர்வான வர்கள் என்னும் தாழ்வு மனப்பான்மை இவர்கள் ஆழ்மனங்களில் ஓடியது. ஆங்கிலேய ஆட்சியிலிருந்து விடுபட்டுச் சிங்கப்பூரும் மலேயாவும் தனி நாடுகளானால், தங்களால் நிர்வகிக்கமுடியாது, ஆகவே பிரிட்டிஷ் காலனிகளாக நீடிக்கவேண்டும் என்னும் எண்ணம் கொண்ட மிதவாதிகள்.

இன்னொரு துருவமாக இருந்தவர்கள் கம்யூனிஸ்ட்கள். போராட்டங்கள் மூலமாக பிரிட்டிஷ் ஆட்சியிலிருந்து விடுதலை பெறுவது இவர்கள் வழி. மலேயாவின் பொருளாதாரம் ரப்பர், தகரம் ஆகிய பொருட்களின் ஏற்றுமதியை நம்பி இருந்தது. இரண்டாம் உலகப் போர்க் காலத்தில் இந்த ஏற்றுமதி பெரிதும் பாதிக்கப்பட்டது. மலேயா தள்ளாடியது. ஏராளம் பேர் வேலை இழந்தார்கள். மலேயாவில் நிறையச் சீனர்கள் பணி செய்தார்கள். தங்கள் வாய்ப்புக் களைச் சீனர்கள் பறிப்பதாக மலாய் மக்கள் நினைத்தார்கள். இரு இனத்தவருக்குமிடையே அடிக்கடி சண்டைகள், சச்சரவுகள். கம்யூனிஸ்ட் கட்சி இந்தச் சண்டைகளில் குளிர் காய்ந்தது. ரப்பர்

தோட்டத் தொழிலாளிகளையும், தகரத் தொழில் ஊழியர்களையும் தூண்டிவிட்டார்கள். வேலை நிறுத்தங்கள் வாடிக்கையாயின.

ஜூன் 16, 1948. ரப்பர் தோட்டத் தொழிலாளிகள் தங்கள் மூன்று முதலாளிகளைச் சுட்டுக் கொன்றார்கள். இந்த நிகழ்ச்சி மலாயா கம்யூனிஸ்ட் புரட்சி *1948* (Malayan Communist Party Revolt அல்லது சுருக்கமாக MCP Revolt) என்று அழைக்கப்படுகிறது. பிரிட்டிஷ் அரசாங்கம் மலேயாவிலும், சிங்கப்பூரிலும் அவசர நிலையைப் பிரகடனம் செய்தது. கம்யூனிஸ்ட் கட்சிக்குத் தடை விதித்தது. இக்கட்சியினர் தலைமறைவாக இயங்கினார்கள். வன்முறை வழிகளைக் கடைப்பிடித்தார்கள்.

இவர்கள் இருவருக்கும் நடுவே, மலாயன் ஃபோரம் அணி வன்முறை இல்லாத போராட்டங்கள் மூலமாக விடுதலை பெற விரும்பியது. முதல் அணி ஆங்கிலேய அடிவருடிகள், இரண்டாம் அணிக் கம்யூனிஸ்ட்கள் கனவு உலக சஞ்சாரிகள் என்பது லீ கருத்து. இவை இர்ண்டும் தனக்கு வேண்டாம்,ஃபோரம் பயணித்த பாதை சரியானது, தன் கொள்கைக்கும் மனப்போக்குக்கும் ஒத்துபோவது என்று முடிவு செய்தான். ஃபோரம் அமைப்பில் சேர்ந்தான்.

1950. இங்கிலாந்தில் நாடாளுமன்றத் தேர்தல். லீயின் கேம்பிரிட்ஜ் வகுப்புத் தோழன் தொழிலாளர் கட்சி (Labour Party) சார்பில் போட்டியிட்டான். எதிர்க் கட்சியான கன்சர்வேட்டிவ் (Conservative Party) களைவிட, தொழிலாளர் கட்சி, காலனி நாடுகளிடம் தெளிவான, பரிவான கொள்கைகள் கொண்டதாக லீ நினைத்தான். ஆகவே, தோழன் என்னும் எண்ணம் மட்டுமல்ல, மலாய்-சிங்கப்பூர் விடுதலைக்கு உதவி செய்ய வாய்ப்புள்ள கட்சி என்னும் சிந்தனையும் அவனை நண்பனுக்குத் துணையாக நிற்கத் தூண்டியது.

பிரசாரத்துக்குக் கார் ஓட்டும் டிரைவராகவும் பிற ஒத்தாசைகள் செய்யவும் ஆள் தேவை. லீ செய்தான். மனைவி சூவோடு போனான். இரண்டு வாரங்கள். அற்புதமான அரசியல் அனுபவம், அரங்கேற்றம். அனல் கக்கும் பேச்சுக்களைக் கேட்டான். சில கூட்டங்களில் அவனும் பேசினான். இரவில் அவனோடு அறையைப் பகிர்ந்துகொண்டவர் ஒரு ரயில் ஓட்டுநர். அவரோடு பல விஷயங்களைப் பகிர்ந்துகொண்டான், விவாதித்தான். அடிமட்ட மக்களின் ஆதங்கங்களை அறிந்துகொள்ள, புரிந்துகொள்ள அவரோடு செலவிட்ட நேரம் உதவியது. இந்தப் பிரசாரப் பிரவேசம் லீக்கு எதிர்காலத்தில் அரசியல் நீரோட்டங்களைப் புரிந்துகொள்ள உதவிய பாலபாடம்.

மிடில் டெம்பிள் பயிற்சி முடிந்தது. தேர்வில் கணவன், மனைவி இருவரும் பாஸ். அப்போது அவனுக்கு வந்தது ஒரு கடிதம்.

சிங்கப்பூரில் போலீஸ் அதிகாரியாக இருக்கும் ஃபோல்ஜர் (Foulger) எழுதிய கடிதம். தான் லீயின் பெற்றோரின் நண்பன் என்றும் விடுமுறையில் வந்திருக்கும் தன்னோடு அவர்கள் சில நாட்கள் தங்கவேண்டும் என்றும் அழைப்பு. லீ சூவோடு போனான். மூன்று நாட்கள் லீ அவரோடு. அன்போடு பேசினான், பழகினான். ஆனால், அவன் உள்ளுணர்வு சொன்னது இது வெறும் சந்திப்பல்ல, ஆங்கில ஆதிக்கத்துக்கு எதிராகப் பேசும் அவன் விரைவில் சிங்கப்பூர் திரும்பப்போகிறான். வந்தவுடன் என்ன செய்வான் என்று காவல் துறையின் சார்பாக அவர் அவனைக் கண்காணிக்கிறார். ஊருக்குப் போன பிறகு, பேச்சிலும் செயலிலும் கவனமாக இருக்கவேண்டும்.

இங்கிலாந்துக்கு டாட்டா சொல்லும் நாட்கள் நெருங்கிக் கொண்டிருந்தன. அனுபவங்களை அசைபோட்டு, கற்ற பாடங்களை எடைபோடும் பழக்கம் அவனுக்கு உண்டே? அவனைக் கவர்ந்த முக்கிய அம்சம், இங்கிலாந்து மக்களின் பண்பாடு, கட்டுப்பாடு. சின்னச் சின்ன விஷயங்களுக்கும் 'தாங்க் யூ' சொன்னார்கள். வீதிகளில் பாதசாரிகளுக்காக வாகனங்களை நிறுத்தினார்கள். சிக்னல்களில் கட்டுப்பாடு காட்டினார்கள். நாட்டின் பல பாகங்களில் யுத்தச் சிதிலங்கள் இருந்தன. கடந்த காலத்தைப்பற்றிக் கண்ணீர் விட்டுக் கொண்டே காலத்தைக் கடத்தாமல், என்ன செய்யலாம் என்று வருங்காலத் திட்டங்கள் போட்ட துணிச்சல் லீயைக் கவர்ந்தது. சிங்கப்பூரிலும் இவை அனைத்தையும் நிகழ்த்தவேண்டும், அதற்கான மனப்பாங்கை மக்களிடம் வளர்க்கவேண்டும்.

எல்லாக் குடிமக்களையும் இங்கிலாந்தின் அரசியல் சட்டம் சமமாக நடத்தியது. எல்லோருக்கும் சமமான வாழ்க்கைத் தரம் தர முயற்சித்தது. யுத்தத்தால் உணவுப் பொருட்கள் தட்டுப்பாடு. இதை எதிர்கொள்ள ரேஷன் முறை. எல்லோருக்கும் இலவச மருத்துவ வசதிகள். பல அம்சங்களில், குறிப்பாக மக்கள் நலத்திட்டங்களில் உலகம் இங்கிலாந்திடம் கற்றுக்கொள்ளவேண்டிய பாடங்கள் ஓராயிரம் இருப்பதாக நம்பினான். நான் ஆணையிட்டால், அது நடந்துவிட்டால், இந்த நல்ல திட்டங்களைச் சிங்கப்பூரிலும் கொண்டுவரவேண்டும் என்று தீர்மானித்தான்.*

* இந்த அணுகுமுறை நடை முறை சாத்தியமல்ல, நாட்டுக்கு நல்லதல்ல என்னும் ஞானோதயம் பல ஆண்டுகள் ஆட்சி நடத்திய பின் லீக்கு வந்தது. அப்போது சொன்னார், இப்படி அரசாங்கம் இலவச விநியோகங்களில் இறங்கினால், 'நாடு தனக்கு என்ன செய்யும் என்று தனி மனிதன் யோசிப்பானே தவிரத் தன்னை மேம்படுத்திக்கொள்ளும் எந்த முயற்சிகளும் செய்யமாட்டான். தனிமனித உந்துதல்தான் சமுதாயத்தை முன்னோக்கி இயக்கும் சக்தி.'

சிங்கப்பூரின் வருங்காலம்பற்றி லீ திட்டமிட்டுக்கொண்டிருந்தபோது, நாட்டின் நிகழ்காலம் கவலை தந்தது. கம்யூனிஸ்ட்கள் உபயத்தால் நாடு முழுக்க வேலை நிறுத்தங்கள். வன்முறையைக் கையில் எடுத்த சில யூனியன்காரர்கள் ரப்பர் தோட்ட முதலாளிகளைச் சுட்டுக் கொன்றார்கள். அரசாங்கமும் இங்கிலாந்தில் படித்து வந்த உயர் மட்டத்தவர்களும் முதுகெலும்பில்லாமல் சும்மா இருந்தார்கள். மக்கள் மனங்களில் நம்பிக்கையின்மை. நல்ல தலைவனே இல்லாத வெற்றிடம். அந்த வெற்றிடத்தைத் தன்னால் நிரப்பமுடியும், சிங்கப்பூருக்கு விளக்கேற்ற முடியும் என்னும் நம்பிக்கை, உறுதி லீயிடம் நிரம்பவே இருந்தது.

லீ மனைவி சூவோடு சிங்கப்பூர் போகும் கப்பல் ஏறினான். மூன்று வருடங்களுக்கு முன்னால், டிக்கெட் வாங்கப் பணமில்லாமல், கிடைத்ததைச் சாப்பிட்ட ஓசிப் பயணி. இன்று குளிர் சாதன அறை. நேரம் தவறாமல் சுவையான உணவு, சீருடைப் பணியாளர்கள், மரியாதையான உபசரிப்பு. பயணத்தில் மட்டுமா? கடந்த மூன்று வருடங்களில் அவன் வாழ்க்கையிலும் எத்தனை மாற்றங்கள், வெற்றிமீது வெற்றிகள்! படிப்பில் வெற்றி: சட்டத்தில் முதல் வகுப்பு: காதலில் வெற்றி. திருமணம். அரசியல் பிரவேசம், பிரசாரப் பிரவேசம். பேராசிரியர் ஹரால்ட் லாஸ்கி கொள்கைகளின் தாக்கம். கம்யூனிஸ்ட் கள் பற்றிய மதிப்பீடு. மலாயா-சிங்கப்பூருக்கு ஆங்கிலேய ஆட்சியிலிருந்து விடுதலை பெறவேண்டும் என்னும் தீவிரம். தான் முழுமனிதனாக மறுபிறவி எடுத்ததுபோல் லீ உணர்ந்தான். நன்றி, இங்கிலாந்து!

14

வெற்றிமீது வெற்றி வந்து இவரைச் சேரும்!

சிங்கப்பூர் துறைமுகம். சீக்கிரம் வீட்டுக்குப் போய்க் குடும்பத்தைப் பார்க்க லீ, சூ இருவரும் துடித்தார்கள் ஆனால், குடியேற்ற அதிகாரி (Immigration Officer) அவர்களை க்யூவின் கடைசிக்குப் போகச் சொன்னார். மெள்ள மெள்ள க்யூ நகர்ந்தது. அவர்கள் முறை வந்தது. அதிகாரி இருவர் பாஸ்போர்ட்களையும் பலமுறை புரட்டினார். சொன்னார், 'மிஸ்டர் லீ, உங்களைப்பற்றி அடிக்கடிக் கேள்விப்படு வோம் என்று நினைக்கிறேன்.'

அந்த அதிகாரி சொன்னது வெறும் மிரட்டல். ஆனால், அவை எத்தனை தீர்க்கதரிசனமான வார்த்தைகளாகிவிட்டன?

சிங்கப்பூரில் லீ, சூ இருவரின் ஒட்டுமொத்தக் குடும்பமும் வந்திருந் தார்கள். பிரியும்போது லீ, சூ இருவர் கண்களிலும் பொங்கியது கண்ணீர். மூன்று வருடங்கள் சேர்ந்து பழகிய தோழனும் தோழியும் பிரிவதால் என்று பிறர் நினைப்பு. ஏன் என்னும் ரகசியம் அந்தக் கணவன் மனைவி மட்டுமே அறிந்த அந்தரங்கம்.

கேம்ப்ரிட்ஜில் முதல் வகுப்பில் தேறி, சிங்கப்பூரின் பெருமையை உலக அரங்கில் நிலைநாட்டிய லீ, சூ இருவரையும்பற்றி ஊடகங்களில் பத்தி பத்தியாக செய்திகள். அவர்கள் போட்டோக்கள். பிரபலங்களாகி விட்டார்கள். வேலைகள் லீயைத் தேடி வந்தன. லேகாக் அண்ட் ஓங் (Laycock - Ong) என்னும் வெற்றிகரமான வழக்கறிஞர் நிறுவனம். அதன் கூட்டாளி லேகாக் போன் செய்தார். போனான். நேரடியாக அவர் கீழ் பணியாற்றும் வாய்ப்பு. கரும்பு தின்னக் கூலியாக 500 டாலர்கள் மாதச் சம்பளம். அன்றைய நாளில் பெரிய தொகை. சம்மதித்தான். சேர்ந்தான்.

லீக்கு இரட்டிப்பு மகிழ்ச்சி. முதல் மகிழ்ச்சி, அவர் லண்டன் போவதற்காக நகைகள் அத்தனையையும் விற்ற அம்மா, தங்கள்

தேவைகளைச் சுருக்கிக்கொண்டு தியாகங்கள் செய்த அப்பா, தம்பிகள், தங்கை இவர்கள் எல்லோருக்கும் வசதியான வாழ்க்கை தரலாம். இரண்டாம் மகிழ்ச்சி, சூ வீட்டுக்குப்போய் தைரியமாகப் பெண் கேட்கலாம். 'வசதிகள் குறைவான உன் குடும்பத்தைக் காப்பாற்றும் பொறுப்பைச் சுமக்கும் நீ என் மகளை எப்படிக் கண் கலங்காமல் வைத்திருப்பாய்?' என்று சூவின் அம்மாவும் அப்பாவும் கேட்க முடியாது.

சீனர்களின் பாரம்பரியத்தின்படி, மாப்பிள்ளையின் அம்மாவும், அப்பாவும் பெண் வீட்டுக்குப் போகவேண்டும். மரியாதை செலுத்த வேண்டும். அவர்கள் பெண்ணைத் தங்கள் மகனுக்குத் திருமணம் செய்து தருகிறார்களா என்று சம்மதம் கேட்கவேண்டும். லீ இந்தச் சம்பிரதாயங்களைப் பின்பற்றவில்லை. தான் மட்டும் சூ வீட்டுக்குப் போனான். அவள் அப்பா இருந்தார். சுற்றி வளைக்காமல் விஷயத்துக்கு வந்தான். நேரடியாகக் கேட்டான், 'உங்கள் பெண் சூவை எனக்குத் திருமணம் செய்து தருகிறீர்களா?'

சூ அப்பா அதிர்ந்துபோனார். அவருக்குப் பேச்சே வரவில்லை. ஆனால், லீ கெட்டிக்காரன், ஒளிமயமான எதிர்காலம் அவனை எதிர்நோக்கியிருக்கிறது என்று அறிந்தவர். மகள் சூவிடம் கேட்டார். அவளுக்கும் இந்த இளைஞனிடம் ஈர்ப்பு இருப்பதை அறிந்தார். சம்மதித்தார். உடனே நிச்சயதார்த்தம். ஒரு மாதத்தில் கல்யாணம். லீ வீட்டில் அம்மாவுக்கு ஏற்கெனவே தெரியும். தெரியாததுபோல் பாவ்லா பண்ணினார். சம்மதித்தார்.

லீ, முதலாளி லேகாக் அவர்களைச் சந்தித்தான். சந்தோஷத்தைப் பகிர்ந்துகொண்டான். அவருக்கு அவன் என்னதான் சொக்குப் பொடி போட்டிருந்தானோ? அவர் சிரித்தார். இனிப்புத் தந்தார். அவன் எதிர்பார்த்தேயிராத இனிப்பு- 'உன் மனைவி சூவும் நம் கம்பெனியி லேயே வேலைக்குச் சேரட்டும். அவளுக்கும் உன் சம்பளம்தான். 500 டாலர்கள்.'

லேகாக் முதலாளியாக இருந்தாரோ, பிழைத்தாரோ? இல்லாவிட்டால், பொங்கிப் பீறிட்ட ஆனந்தத்தில் அவன் அவரைத் தூக்கித் தட்டா மாலை சுற்றியிருப்பான்.

செப்டம்பர் 30, 1950. பதிவாளர் அலுவலகத்தில் திருமணம். சூ கணவன் வீட்டுக்கு வந்தார். அங்கே ஒரு குடும்பமல்ல, லீயின் பாட்டி, அம்மா, அப்பா, தம்பிகள், தங்கைகள், ஏகப்பட்ட சொந்தங்கள் என்று பெரீய்ய படையே இருந்தது. இந்தக் கூட்டத்துக்கு நடுவே அவர்கள் காதல் டயலாக் பேசக்கூட முடியவில்லை. அதனால் என்ன, இருவரும் ஒரே அலுவலகத்தில்தானே வேலை பார்த்தார்கள்? ஆபீஸ் நேரத்தில் காதல்

பார்வைகளைப் பரிமாறிக்கொண்டார்கள். இருவரும் வேலையில் படா சாமர்த்தியசாலிகள். மற்றவர்கள் நாலு மணி நேரத்தில் செய்யும் வேலையை ஒரே மணி நேரத்தில் முடிப்பார்கள். ஆகவே, லேகாக் தன் ‘செல்லக் குழந்தைகள்’ சில்மிஷங்கள் செய்தால், சிரித்தபடி கண்களை மூடிக்கொண்டார்.

அதிகப் பளுவில்லாத ஆனால் திருப்தியான வேலை, தன் மேல் மதிப்பும், அன்பும் வைத்திருக்கும் முதலாளி, கை நிறையச் சம்பளம், அருகில் புது மனைவி- லீ தன் ஆபீசை, வேலையைக் காதலித்தான். அதே சமயம், அவனுக்குள் உறங்கிக்கொண்டிருந்த சிங்கப்பூர் அரசியலை ஒரு கலக்குக் கலக்கவேண்டும் என்னும் ஆசை மெள்ளக் கண் விழித்துக்கொண்டிருந்தது.

லீ ஆசைக்கு அலுவலகச் சூழ்நிலை தூபம் போட்டது. முதலாளி லேகாக் அரசியலில் ஈடுபட்டிருந்தார். ப்ரொக்ரெஸிவ் கட்சி (Progressive Party) யின் தலைவராக இன்னொருவர் இருந்தார். ஆனால், அவர் டம்மிதான். நிஜத் தலைவர் லேகாக். பிரிட்டிஷாரை ஆதரித்த ப்ரொக்ரெஸிவ் கட்சி, தீவிரவாதத்தால் அரசை எதிர்த்த கம்யூனிஸ்ட்கள் ஆகிய இருவரின் பாதைகளும் தனக்கும், நாட்டுக்கும் ஒத்துப்போகாதவை என்று லீ முடிவு கட்டிவிட்டான். அதனால்தான், மத்தியப் பாதையில் பயணித்த மலாயன் ஃபோரம் அங்கத்தினர் ஆனான். இப்போதும், அதுபோல் ஏதாவது செய்யவேண்டும் என்று மனம் துடித்தது. ஆனால், மூளை கைவாளம் போட்டது. எடுத்தேன், கவிழ்த்தேன் என்று காரியங்கள் செய்யும் ஆள் இல்லை. ஃபோரம் தோழர்கள் சிலர் இன்னும் இங்கிலாந்தில் படித்துக்கொண்டிருந் தார்கள். அவர்கள் வரட்டும், நாட்டின் அரசியல் நிலைமையை அவர்களோடு கலந்து ஆலோசிப்போம். அதற்குப் பிறகு ஆக்ஷனில் இறங்குவோம்.

காத்திருக்க அவன் தயாராக இருந்தான். அரசியல் தயாராக இல்லை. மலாயன் டெமாக்ரட்டிக் யூனியன் (Malayan Democratic Union) தலைவர் ஜான் ஏபெர் (John Eber), சிங்கப்பூர் டீச்சர்கள் யூனியன் (Singapore Teachers' Union) செயலாளர் தேவன் நாயர், உட்டுஸான் மெலாயு (Utusan Melayu) என்னும் மலாய்ப் பத்திரிகை ஆசிரியர் அப்துல் சமாது ஆகிய மூவரும் கம்யூனிஸ்ட்கள். அவசர நிலையைக் காரணம் காட்டி, இவர்கள் நாட்டு அமைதியைக் கெடுப்பவர்கள் என்று அரசு குற்றம் சாட்டியது, கைது செய்து சிறையில் அடைத்தது. இவர்கள் மூவரும் ஆங்கிலப் படிப்பு முடித்தவர்கள். தொழிலாளி வர்க்கத்தினரையும் தாண்டி, ஆங்கிலப் படிப்பாளிகளிடமும் கம்யூனிஸம் பரவுவதை இந்தக் கைதுகள் அறிவித்தன.

மலேயாவிலும் பொதுவுடமைவாதிகள் கை ஓங்கிக்கொண்டிருந்தது. அரசுக்கு எதிராகக் கொரில்லாப் போர்கள் நடத்தினார்கள். ஜெயம் கண்டார்கள். வேகமாகச் செயல்படாவிட்டால், கம்யூனிஸம் வேருன்றி விடும், அது நாட்டுக்கு நல்லதல்ல என்று லீ நம்பினான்.

சிங்கப்பூரில் தேர்தல் வந்தது. லேகாக் ப்ரொக்ரெஸிவ் கட்சி சார்பில் போட்டியிட்டார். முழு நம்பிக்கை வைத்திருந்த லீயைத் தன் ஏஜெண்டாகப் பணியாற்றுமாறு கேட்டுக்கொண்டார். அந்தக் கட்சியின் கொள்கைகள் மீது அவருக்கு உடன்பாடே கிடையாது. ஆனால், லீகாக் லீக்கு எத்தனையோ உதவிகள் செய்தவர். அவர் கேட்பதை மறுக்கமுடியுமா? ஏஜெண்டாகப் பணி புரிந்தான்.

லீ முழு மனதோடு தன்னை அர்ப்பணித்துக்கொண்டான். போஸ்டர்கள் தயாரிப்பது, மக்கள் பார்வையைக் கவரும் இடங்களில் ஒட்டுவது, பிரசாரக் கூட்டங்கள், இரவுப் பார்ட்டிகள், பார்ட்டிகளில் சாப்பாடு, பெண்களின் நடனங்கள் எனத் தேர்தலின் அணுகுமுறைகள், வியூகங் கள், நுணுக்கங்கள் எனப் பல நெளிவு சுளிவுகள் அத்துப்படியாயின. லீகாக் ஜெயித்தார்.

வாக்குச்சீட்டுக்களின் வலிமையை உணராமல் பெரும்பான்மையான மக்கள் வாழும் நிலை லீக்கு அதிர்ச்சி தந்தது. வோட்டு என்பது நம் உரிமை, நல்லவர்கள், வல்லவர்களிடம் ஆட்சிப் பொறுப்பை ஒப்படைத்துத் தங்கள் பிரச்னைகளுக்குத் தீர்வு காணும் ஆயுதமாகப் பயன்படுத்தலாம் என்னும் அறிவும், புரிதலும் பெரும்பாலான மக்களுக்கு இருக்கவில்லை. தேர்தலில் ஜெயித்தவர்கள் வீடுகள் முன்னால் ஆட்டு மந்தைகளாகக் கூடினார்கள். தங்கள் அடிப்படைத் தேவைகளை நிறைவேற்ற வழி காட்டுமாறு கெஞ்சினார்கள். லீக்கு ரத்தக் கண்ணீர் வந்தது- அப்பாவி மக்களே, எப்போது கண் விழிப்பீர்கள்? ஆட்சியில் அமர்த்தியவர்களை நம்பிப் பிழைப்பதை நிறுத்துவீர்கள்? நீங்கள் அடிமைகளல்ல, ஆட்சியாளர்களை அமர்த்தும், நீக்கும் அதிகாரம் கொண்ட எஜமானர்கள் என்று புரிந்து கொள்வீர்கள்? உங்கள் தலைவிதி உங்கள் கையில் இருக்கிறது என்று எப்போது உணர்வீர்கள்?

ராமன் ஆண்டாலென்ன, ராவணன் ஆண்டாலென்ன, நம் வேலை கெஞ்சிப் பிழைப்பதே என்று தங்கள் உரிமைகளை உணராத, வாக்குச் சீட்டின் சக்தியை உணராத மெத்தனம், ஏனோ, பிற இனத்தவர்களைவிட சீனர்களிடம் அதிகமாக இருந்தது. இத்தனைக்கும், பிற இனத்தவர் களைவிடக் கீழான நிலையில் இருந்தவர்கள் சீனர்கள்தாம். பெரும் பாலானவர்கள் மழைக்குக்கூடப் பள்ளிக்கூடங்களில் ஒதுங்காதவர்கள். ஆங்கிலம் சுத்தமாகத் தெரியாது. ரோட்டோர வியாபாரிகள், ரிக்ஷா

ஓட்டுநர்கள், லாட்டரிச் சீட்டு விற்பனையாளர்கள் எனப் பொருளாதார அடித்தட்டுக்களில் இருந்தார்கள். ஆங்கிலம் மட்டுமே அறிந்த பேசிய அரசு அதிகாரிகளிடம், மொழி பெயர்ப்பாளர்கள் மூலமாக மட்டுமே இவர்கள் பேச முடிந்தது. குறைகள் தீரவில்லை. விரக்தியால், கம்யூனிஸ்ட் கட்சியில் சேர்ந்தார்கள்; போராளிகளானார்கள்.

நாடு முன்னேறவேண்டுமானால், கம்யூனிஸ்ட்கள் வளர்ச்சியைத் தடுத்து நிறுத்தவேண்டும். அந்த சக்தி அன்றைய எந்த இயக்கத்திலும் இல்லை. ஆகவே, புதுக் கட்சி தொடங்க லீ விரும்பினான். கட்சி தொடங்குவதும், ஆதரவு தேடுவதும், வலிமை கொண்டதாக வளர்ப்பதும், ஆயிரம் யானைகளைக் கட்டி வளர்ப்பதுபோல. அதுவும், ஆளும் கட்சிக்கு எதிராக அணி திரட்டுவதற்குப் பணம், நேரம், வசதி, அதிகாரம், அந்தஸ்து கொண்டவர்களின் தொடர்பு ஆகியவை அவசியம். அவனோ, சட்டப் படிப்பு, பேச்சுத் திறமை, தாய்நாட்டின் மேல் கொண்ட அளவில்லாக் காதல் ஆகியவை மட்டுமே ஆயுதங்களாகக்கொண்ட சாமானியன். ராட்சச கோலியாத்தைப் பொடியன் லீ ஜெயிக்க முடியுமா?

ஜெயிப்பதற்கு என்னவெல்லாம் செய்யவேண்டும் என்று அந்த அபார மூளை தன் பலங்களையும், பலவீனங்களையும் எடை போட்டது. அவன் ஓரளவு பிரபலமானவன். ஆனால், இந்தப் புகழ் வெளிச்சம், கேம்ப்ரிட்ஜில் முதல் வகுப்பு வாங்கிய ஒரே காரணத்தால். இந்தப் புகழ் தற்காலிகமானது. அடுத்த வருடம், இன்னொரு சிங்கப்பூரியன் அதிக மதிப்பெண்கள் வாங்கி வந்தால், காற்று அவன் பக்கம் திரும்பும், எல்லோரும் லீயை மறந்துவிடுவார்கள். இன்றைய புகழை நம்பி அரசியல் கட்சி தொடங்குவது அடி முட்டாள்தனம். வழக்கறிஞராக அவன் வெற்றிகளைக் குவிக்கவேண்டும், தனித்துவமான ஆளுமையை வளர்த்துக்கொள்ளவேண்டும். தலைவராக மக்கள் மனங்களில் இடம் பிடிக்க, தனித்துவ ஆளுமை தேவை.

முதலில் தன் பெயரை மாற்றிக்கொள்ளவேண்டும். ஆங்கிலேய மோகத்தால், அப்பாத் தாத்தா அவனுக்கு 'ஹாரி' என்று செல்லப் பெயர் வைத்திருந்தார். பள்ளியில் சேரும்போது கொடுத்த ஹாரி குவான் யூ லீ என்னும் பெயர், ராஃபிள்ஸ் கல்லூரி, லண்டன் பொருளாதாரப் பள்ளி, கேம்பிரிட்ஜ், வழக்கறிஞர் பட்டயம் ஆகிய அனைத்திலும் தொடர்ந்தது. இப்போது ஆங்கிலப் பெயருக்கு விடைகொடுக்க லீ நிச்சயித்தான். ஆவணங்களில் பெயர் மாறியது. இப்போது அவர் பெயர் லீ குவான் யூ.*

---

* திருமணமானவர், வழக்கறிஞர். தலைவராகத் துடிப்பவர். இனிமேலும், 'அவன்' என்று சொல்வது மரியாதையில்லை. லீ குவான் யூ இனிமேல் அவர்.

திறமையும், உழைப்பும் இருந்த அளவுக்கு லீக்கு அதிர்ஷ்டமும் இருந்தது. சிங்கப்பூர் சுப்ரீம் கோர்ட்டில் லீயின் நண்பர் டான் தூன் லிப் (Tan Thoon Lip) பதிவாளராக இருந்தார். வந்தது அவரிடமிருந்து போன் அழைப்பு. திறந்தது ஒரு கதவு.

மலேயாவில் ஒரு டச்சுப் பெண். அவளுக்கு ஒரு பெண் குழந்தை. ஜப்பானிய ஆக்கிரமிப்பின்போது, பாதுகாப்புக்காக, தன் பெண்ணை மலாய்க் குடும்பத்திடம் ஒப்படைத்திருந்தார். வளர்ப்புக் குடும்பத்தார் முஸ்லிம்கள். குழந்தையை இஸ்லாமிய மதத்துக்கு மாற்றி விட்டார்கள். யுத்தம் முடிந்தவுடன், பெற்ற அம்மா பெண்ணைத் திருப்பிக் கேட்டார். வளர்த்தவர்கள் தர மறுத்தார்கள்.

வழக்கு நீதிமன்றத்துக்கு வந்தது. நீதிபதி தற்காலிகமாகச் சிறுமியை ஒரு கத்தோலிக்கக் கான்வென்டில் ஒப்படைத்தார். நாளிதழ்கள் சிறுமி படத்தை வெளியிட்டன. அந்தப் போட்டோக்கள், சிறுமி கன்னி மேரி சிலை முன்னால் நிற்பதுபோல். 'முஸ்லிம் பெண்ணைக் கன்னி மேரி முன்னால் எப்படி நிற்கவைக்கலாம்?' என்று முஸ்லிம்கள் கொதித்தார்கள். கலவரங்கள் வெடித்தன. பல கிறிஸ்தவர்கள் (இவர்கள் அத்தனை பேரும் வெள்ளையர்கள்) கொல்லப்பட்டார்கள். போலீஸ் 13 பேரைக் கைது செய்தது. இவர்களுள் நான்கு பேர் சார்பாக லீ வாதாடவேண்டும். இவர்கள் மீது இருந்த குற்றச்சாட்டு, சார்ல்ஸ் ஜோசப் ரயான் (Charles Joseph Ryon) என்னும் பிரிட்டிஷ் விமானப்படை அதிகாரியைப் படுகொலை செய்திருக்கிறார்கள். மற்ற ஒன்பது பேருக்கு இன்னொரு வக்கீல்.

பாதுகாப்புக்காகத் தந்த குழந்தையைப் பெற்ற அம்மா வளர்த்தவர்களிடமிருந்து திருப்பிக் கேட்கும் வழக்கு என்பதைத் தாண்டி, முஸ்லீம்- கிறிஸ்தவர்கள் என்னும் மதச் சண்டையாகப் பூதாகாரப் பரிமாணம் எடுத்துவிட்டது. பரபரப்பு வழக்கு, நாட்டின் கண்களே பதிந்திருக்கும் வழக்கு. தன் முதல் வழக்கு, நாடு முழுக்கத் தன்னைக் கவனிக்கப்போகும் வழக்கு, வெறும் வழக்கு அல்ல, வருங்காலத்தைத் தீர்மானிக்கும் வாசல் என்பதை லீ உணர்ந்தார். உயிரைவிட்டு ஆவணங்களைப் படித்தார். நீதிபதி, ஏழு ஜூரிகள். வழக்கு ஜெயிக்க, அவர்களைத் திருப்திப்படுத்தவேண்டும்.

லீ குற்றப் பத்திரிகையைப் பலமுறை படித்தார். மாலை நேரம். ரயான், விமான நிலையத்திலிருந்து நகரத்துக்குப் பேருந்தில் வந்து கொண்டிருந்தார். நாற்பது பேர் கொண்ட ஒரு வெறி பிடித்த கும்பல் பேருந்தை நிறுத்தியது. அவர்கள் அத்தனைபேரும் மலாய், இந்திய முஸ்லிம்கள். கும்பல் ரயானை வெளியே இழுத்தது. வெறித்தனமாக அடித்து உதைத்தது. மயங்கிய அவரைச் சாக்கடைக்குள் தூக்கிப்

போட்டது. போலீஸ் வந்தபோது, ரயான், பிணம். சம்பவத்தைப் பார்த்த சாட்சிகள் நான்கு 'குற்றவாளி'களை அடையாளம் காட்டினார்கள். அவர்கள் இப்போது கூண்டில். தண்டனையா, விடுதலையா? சட்டம் என்னும் இந்த இருட்டறையில், லீயின் வாதம்தான் விளக்கு.

சம்பவம் நடந்த இடத்துக்கு, சம்பவம் நடந்த அதே நேரத்துக்கு லீ போனார். முகத்தில் சிரிப்பு. அடுத்த நாள், மாலை அதே நேரம். நீதிபதி, ஜூரிகள், சாட்சிகள் ஆகியோரைச் சம்பவ இடத்துக்கு அழைத்துப் போனார். சாட்சிகளைக் குறுக்குக் கேள்விகளால் துளைத்தார். வெளிச்சம் அதிகமில்லாத அந்த நேரத்தில், முன்பின் பார்த்திராத புதியவர்களை அடையாளம் காண்பது முடியாத காரியம் என்று நீதிபதிக்கும், ஜூரிகளுக்கும் புரியவைத்தார்.

இரண்டு வாரங்கள் வழக்கு நடந்தது. லீயின் வாதம் சாட்சியங்களைச் சின்னாபின்னமாக்கியது. சக வக்கீலின் ஒன்பது கட்சிக்காரர்களுக்குத் தண்டனை: லீயின் கட்சிக்காரர்களில் ஒருவருக்கு ஐந்து வருடச் சிறை. மற்ற நான்கு பேரும் குற்றமற்றவர்கள் என்று கோர்ட் முடிவு செய்தது. அவர்கள் விடுதலைப் பறவைகள். லீ இப்போது மலாயா, சிங்கப்பூர் முழுக்கத் தெரிந்த பெயர். கூர்மதி, துப்பறியும் திறமை, அற்புத வாதம், அத்தனைக்கும் மறுபெயர் லீ!

நாடே இந்த வழக்கைப் புதிய கண்ணோட்டத்தில் பார்ப்பதை லீ உணர்ந்தார். கொலை செய்யப்பட்டவர் ஆங்கிலேயர். வழக்குப் போட்டது பிரிட்டிஷ் அரசு. குற்றம் சாட்டப்பட்டவர்கள் மலாய்கள். வாதாடியவர் சிங்கப்பூர்க்காரர். ஆகவே, வழக்கின் வெற்றியை மலாய்-சிங்கப்பூர் மக்களுக்குப் பிரிட்டிஷ் ஆட்சிமீது கிடைத்த வெற்றியாக மக்கள் கருதினார்கள். லீ ஹீரோ. ஆங்கிலேய அரசுக்கு எதிராக அரசியல் கட்சி அமைக்க நினைத்துக்கொண்டிருந்த லீக்கு இதைவிட அட்டகாசமான ஆரம்பம் கிடைத்திருக்க முடியாது.

வெற்றி, வெற்றி, வெற்றி. கை குலுக்கல்கள், பாராட்டுக்கள், கை தட்டல்கள், மாபெரும் சபைகளில் விழும் மாலைகள். குடும்பம், நண்பர்கள் எல்லோருக்கும் மகா மகிழ்ச்சி. ஒரே ஒருவர் மட்டும் குற்ற உணர்வில். அவர்- லீ! தன் கட்சிக்காரர்கள் நால்வரும்தான் ரயானை அடித்துக் கொலை செய்தார்கள் என்று அவருக்குத் தெரியும். வழக்கறிஞரின் கடமை, குற்றவாளிகளுக்குத் தண்டனை வாங்கிக் கொடுப்பதும், நிரபராதிகளை அநியாயத் தண்டனை பெறாமல் பாதுகாப்பதும்தான். தன் திறமையை நிரூபிப்பதற்காக உண்மையைத் திரித்த குற்ற உணர்வு முள்ளாகக் குத்தியது. இந்தக் காயத்தை மயிலிறகாய் வருடுவதுபோல் வந்தன இரண்டு சந்தோஷச் சேதிகள்.

15

எல்லோர்க்கும் வழிகாட்ட நான் இருக்கிறேன்!

பிப்ரவரி 10, 1952. லீ, சூ தம்பதியினருக்கு முதல் குழந்தை பிறந்தது. ஆண் குழந்தை. சீனக் காலெண்டர்படி 1952, 'டிராகன் வருடம்.'* டிராகன் என்பது வௌவாலுக்கு இருப்பதைப்போன்ற இறக்கைகளுடன், நெருப்பைக் கக்கும் ராட்சசப் பல்லியாகவோ, முட்கள் நிறைந்த வாலையுடைய பாம்பாகவோ சித்திரிக்கப்படும் விலங்கு. சீனக் கலாசாரப்படி, டிராகன் நல்ல சகுனம், அதிர்ஷ்டத்தின் அடையாளம்.

டிராகன் வருடத்தில் பிறக்கும் குழந்தைகள் பிறவித் தலைவர்கள், லட்சியவாதிகள், எடுத்தவை அனைத்தையும் கன கச்சிதமாகச் செய்வார்கள் என்பது நம்பிக்கை. அதிலும், பிப்ரவரி 10, 1952. டிராகன் புதுவருடத்தின் முதல் பௌர்ணமி. வருடத்திலேயே மிக அதிர்ஷ்டமான நாள். மகன் அமோகமாக வாழப்போகிறான் என்று காட்டின அத்தனை சகுனங்களும். மகன் பிறந்த வேளை. அதிர்ஷ்டம் லீயைத் தேடிவரத் தொடங்கியது.

ஒரு நாள் மதியம். அஞ்சல் மற்றும் தொலைத் தொடர்புத் துறைச் சீருடை ஊழியர்கள் யூனியன் (Postal - Telecommunications Unifomed Staff Union) நிர்வாகிகள் நான்கு பேர் லீயைச் சந்திக்க வந்தார்கள். சம்பள உயர்வுக்காகப் பல மாதங்களாக அரசாங்கத்தோடு போராடிக் கொண்டிருக்கிறார்கள். அரசு செவி சாய்க்கவில்லை, அவர்களோடு பேச்சு வார்த்தைகள் நடத்தவும் மறுத்துவிட்டது. அண்மையில்,

---

* எல்லாக் கலாசாரங்களிலும் வருடங்களுக்குப் பெயர்கள் உண்டு. உதாரணமாக, தமிழ் வருடங்கள், பிரபவ, விபவ, சுக்ல, பிரமோதூத, பிரசோற்பத்தி என்னும் பெயர்கள் கொண்ட அறுபது. சீன வருடங்கள் முப்பது. இவை விலங்குகள் பெயர் கொண்டவை- எலி, எருது, புலி, முயல், பாம்பு, டிராகன்...

அரசாங்கத்துக்கு எதிராக வழக்கு ஜெயித்த லீ தங்களுக்கும் நல்வழி காட்டுவார் என்னும் நம்பிக்கை. போட்டோக்களில் பார்த்து, நடு வயது வக்கீலை எதிர்பார்த்து வந்தார்கள். 29 வயது இளைஞர் என்றவுடன் முதலில் கொஞ்சம் தயக்கம். ஆனால், அவரோடு பேசப் பேச, இவர்தான் நம் மீட்பர், நம் வழிகாட்டி என்னும் உறுதி பிறந்தது.

அவர்களால், மிகக் குறைவான ஃபீஸ் மட்டுமே தரமுடியும். லீ தயங்கவில்லை. தொழிலாளிகளுக்கு உதவிக்கரம் நீட்டுவதுதான் அவர் குறிக்கோள், பணம் அல்ல. ஒத்துக்கொண்டார். லீ வழிகாட்டலில் யூனியன் வேலை நிறுத்தம் செய்ய முடிவெடுத்தது. சிங்கப்பூரில் இருக்கும் அத்தனை அஞ்சல், தொலைத் தொடர்பு அலுவலகங்கள் முன்பும் மறியல் செய்யவேண்டும், ஒரு தொழிலாளியும் அலுவல கத்துக்குள் நுழையக்கூடாது என்பது திட்டம். வேலை நிறுத்தம் என்றாலே அடிதடி, வன்முறை என்று தொழிலாளிகளும், பொது மக்களும் நினைத்துக்கொண்டிருந்த காலம். போராட்டம் தொடங்கு வதற்கு முந்தைய நாள் மாலை. ஊழியர்கள் பொதுக்கூட்டம். லீ பேசினார்.

லீ வியூகத்தை விளக்கினார். அவர்கள் நடத்தப்போவது, 'நீ பெரியவனா, நாங்கள் பெரியவர்களா?' என்று அரசாங்கத்தோடு ஊழியர்கள் நடத்தும் புஜபல வன்முறைப் போராட்டமல்ல. உரிமைகளுக்காக நடத்தும் அறப்போர். அரசாங்கம் வன்முறையைத் தூண்டிவிடலாம். அப்போதும், பொறுமையோடு அமைதி காக்கவேண்டியது அவர்கள் கடமை. இந்த மறியலின் குறிக்கோள், அரசின் கவனத்தையும், பொதுமக்களின் ஆதரவையும் பெற்று, சம்பள உயர்வுப் பிரச்னைக்குத் தீர்வு காண்பது மட்டுமே.

மே 13. மறியல் தொடங்கியது. வன்முறை வெடிக்கும் என்று எதிர்பார்த்த அரசாங்கம், ஏராளமான போலீஸ்காரர்களை அஞ்சல், தொலைத் தொடர்பு அலுவலகங்கள் முன்னால் குவித்தது. தொழிலாளர்கள் தரப்பிலிருந்து கற்கள் வீசப்படும், போலீஸ் தடியடி, கண்ணீர்ப் புகை, துப்பாக்கிச் சூடு தொடரும் என்று மக்கள் மனங்களில் லப் டப் எகிறியது.

சின்னத்தம்பி ராஜரத்னம் என்னும் மலாய்த் தமிழர் சிங்கப்பூர் ஸ்டாண்டர்ட் (Singapore Standard) என்னும் நாளிதழின் உதவி ஆசிரியராக இருந்தார். லீ வழிநடத்தலில் நடந்த அறப்போர் பற்றிய விவரங்களை விலாவாரியாக வெளியிட்டார். வித்தியாசமான போராட்டமல்லவா? பிற நாளிதழ்களும், பரபரப்புச் செய்தி வெளியிட்டன. மக்கள் ஆதரவு பெருகியது. அரசாங்கம் இறங்கி வந்தது. யூனியனோடு பேச்சு வார்த்தைகள் தொடங்கியது.

சட்டத்தை மீறாமல் அகிம்சை வழியில் போராடி, உரிமைகளைப் பெறவேண்டுமா? வழி காட்டுவார் லீ என்று நாடெங்கும் புகழ் பரவியது. ஏராளமான தொழிற்சங்கங்கள் லீயைத் தங்கள் சட்ட ஆலோசகராக அமர்த்திக்கொண்டன. என்றேனும் அவர் அரசியல் கட்சி தொடங்கினால், அவர் பின்னால், ஆயிரக்கணக்கான தொழிலாளர்கள் நிற்பார்கள். பலமான அடித்தளம் வேறென்ன வேண்டும்?

ஓடின ஏழு மாதங்கள். சிங்கப்பூர்த் துறைமுகத்தில் நேவல் பேஸ் லேபர் யூனியன் (Naval Base Labour Union) என்னும் கப்பற்படைத் தளத் தொழிலாளிகள் அமைப்பு இருந்தது. 10,000 பேர் கொண்ட பலமான அமைப்பு. பெரும்பாலான உறுப்பினர்கள் இந்தியர்கள். பல மாதங்களாகச் சம்பள உயர்வு கேட்டுக்கொண்டிருந்தார்கள். அரசாங்கம் வழக்கம்போல், காதுகளை மூடிக்கொண்டிருந்தது.

டிசம்பர் 29, 1952. பொறுமை இழந்த தொழிலாளிகள் திடீரென, முன் அறிவிப்பில்லாமல் வேலை நிறுத்தம் செய்தார்கள். ரிப்பேர் வேலைகள் அத்தனையும் நின்றன. இரண்டு பிரிட்டிஷ் போர்க்கப்பல்கள், ஒரு நீர்மூழ்கிக் கப்பல் பழுதுபார்ப்புக்குக் காத்திருந்தன. அரசு உயர் அதிகாரிகள் யூனியனோடு பேசினார்கள். பேச்சு வார்த்தைகள் தோல்வியில் முடிந்தன, முறிந்தன.

இரு தரப்பும், நடுவரிடம் முடிவெடுக்கும் பொறுப்பைத் தரச் சம்மதித்தன. நடுவர் முன்னால், தங்கள் சார்பாக வாதாடும்படி லீ உதவியை யூனியன் கேட்டது. சம்மதித்தார். இங்கிலாந்திலும், பிற நாடுகளிலும், இதைப்போன்ற பணிகளுக்கு என்ன ஊதியம் கொடுக்கப்படுகிறது என்று ஒப்புவமைப் பட்டியல் போட்டார். வாதாடினார். வாதத்தை நடுவர் ஏற்றார். ஊதிய உயர்வு தரவேண்டு மென்று தீர்ப்புச் சொன்னார். ஆனால் இந்த உயர்வு, தொழிலாளிகளின் எதிர்பார்ப்புகளைவிட மிகக் குறைவு.

தொழிலாளிகளுக்கு ஏமாற்றம். நடுவரின் முடிவை ஏற்க வேண்டாம், மறுபடி வேலை நிறுத்தம் தொடங்குவோம் என்றார்கள். லீ மறுத்து விட்டார். 'நடுவரின் தீர்ப்பை ஏற்போம் என்று வாக்குக் கொடுத்து விட்டோம். முடிவு நமக்குச் சாதகமாக இல்லை என்பதற்காகக் கொடுத்த வாக்கைப் பின் வாங்குவது நேர்மையில்லை என்று பிடிவாதமாக நின்றார். லீ திறமைசாலி மட்டுமல்ல, நேர்மையான மனிதர், என்பது உலகத்துக்குத் தெரிந்தது.

ஆசிரியர்கள் சங்கம், நகரச் சுத்திகரிப்புத் தொழிலாளிகள் சங்கம் என யூனியன்களின் சட்ட ஆலோசகர் என்றாலே, லீதான் என்பது எழுதப் படாத சட்டமாகிவிட்டது. வருமானம் குறைவுதான். ஆனால், தொழிலாளர்கள் அவரைத் தெய்வமாக மதித்தார்கள். அவருடைய

ஒவ்வொரு வார்த்தையும் அவர்களுக்கு வேதம். கோடி கோடியாகக் கொட்டிக் கொடுத்தாலும், இந்த மதிப்பும் மரியாதையும் கிடைக்குமா?

ஜூலை 1952. சிங்கப்பூர் யூனியன்கள் அனைவரும் கை கோத்தார்கள். ஜாயின்ட் கவுன்சில் ஆஃப் ஆக்ஷன் (Joint Council of Action) என்னும் ஒருங்கிணைப்பை உருவாக்கினார்கள். மொத்தம் 14,000 அங்கத்தினர்கள். இவர்களுக்கு ஆலோசகர் லீ. எல்லாத் தொழிலாளிகளுக்கும், இந்தக் கவுன்சில் ஊதிய உயர்வு கேட்டது. அரசாங்கம் மறுத்தது. பல சுற்றுப் பேச்சு வார்த்தைகள் நடந்தன. லீ தொழிலாளர் தரப்பு வாதங்களை ஆணித்தரமாக எடுத்துவைத்தார். அரசு சம்மதிக்காவிட்டால், வேலை நிறுத்தம் தொடங்கும், ஆட்சியே ஸ்தம்பித்துவிடும் என்று கொஞ்சம் மிரட்டல். யுக்தி பலித்தது. தொழிலாளிகளுக்குச் சம்பள உயர்வு கிடைத்தது. லீ மகுடத்தில் இன்னொரு வைரக்கல்.

கவுன்சிலின் இந்த வெற்றி, தொழிலாளிகளின் வெற்றி மட்டுமல்ல. மலாய்- சிங்கப்பூர் மக்களின் உணர்வுகளை மதித்து, எதிர்பார்ப்புகளை நிறைவேற்றாவிட்டால், ஆட்சிக்கே ஆபத்து என்று ஆங்கிலேய அரசுக்கு ஊதப்பட்ட அபாயச் சங்கு. தங்களை அசைக்கும் தலைவர் தயாராகிறார் என்னும் எச்சரிக்கை மணி!

லீ ஆதரவு வட்டம் பெருகிக்கொண்டிருந்தது. யூனியன்கள் மட்டுமல்ல, அரசு எந்திரங்களால் உரிமை மறுக்கப்பட்டவர்கள், நீதி கிடைக்காதவர்கள் அனைவருக்கும் புது நம்பிக்கை- தங்களுக்காக வாதாட ஒரு நல்லவர், நேர்மையானவர், பணத்தைவிட மக்கள் நலனே முக்கியம் என்று நினைப்பவர், இங்கிலாந்தில் படித்த அபாரத் திறமைசாலி, குறைந்த கட்டணத்துக்கு, ஏன், சில சமயங்களில் பணம் வாங்காமலே வழக்காடத் தயாராக இருக்கிறார். ஏழை, பாழைகள், அடித்தள மக்களின் நம்பிக்கை ஒளி.

பொதுவாக மக்கள் சுயநலக்காரர்கள். ஆளுவோரை எதிர்க்கப் பயப்படுவார்கள். அதே சமயம், அக்கிரமங்களைத் தட்டிக்கேட்க யாராவது வருவார்களா என்று ஏங்குவார்கள். அந்த அசாதாரணத் துணிச்சல்காரரின் பின்னே போவார்கள். துணிச்சல்காரர் தலைவராவார். மற்றவர்கள் அவர் வழி நடக்கும் தொண்டர்கள். இப்போது அரசு எதிர்ப்பாளர்களின் குரல் லீ. இந்தக் குரல் தலைவராகும் நாட்கள் நெருங்கிக்கொண்டிருக்கின்றன.

செப்டம்பர் 1952. மலாயாவின் உட்டுஸான் மெலாயு நாளிதழின் ஆசிரியரும், உரிமையாளருமான யூசுப் இஷாக் (Yusof Ishak). மலாய் உரிமைகளுக்காகப் போராடும் பத்திரிகை, பிரிட்டிஷ் அரசு எதிர்ப்புப் பத்திரிகை. அதன் முதன்மை உதவி ஆசிரியர் ஸமாது இஸ்மாயில் (Samad Ismail). தன் கம்யூனிஸ்ட் நண்பர் ஒருவர் இந்தோனேஷி

யாவுக்குத் தப்பியோட ஸமாது உதவி செய்தார். ஆகவே, ஸமாதும் கம்யூனிஸ்ட் என்று அரசு முடிவு செய்தது. கைது செய்தார்கள் பல மாதங்களாகச் சிறையில். அந்த வழக்கு விசாரணைக்கு வருகிறது. 'ஸமாது சார்பாக லீ வாதாட முடியுமா?'- யூசுப் இஷாக் வேண்டுகோள்.

இதுவரை லீ வாதாடிய வழக்குகள் தொழிலாளர் பிரச்னைகள். இந்த வழக்கு வித்தியாசமான வழக்கு, அரசியல் வழக்கு, தன்னைப் புதிய தளத்துக்கு அழைத்துப்போகும் வழக்கு என்பதை லீ உணர்ந்தார். ஸமாது சார்பாக நீதிமன்றத்தில் ஆஜராக ஒத்துக்கொண்டார்.

லீ காவல்துறை அதிகாரிகளைச் சந்தித்தார். ஸமாது மீது சுமத்தப் பட்டிருக்கும் குற்றச்சாட்டுக்கள் பற்றிய விவரங்களைச் சேகரித்தார். சிங்கப்பூருக்கு அருகில் இருந்த செயின்ட் ஜான்ஸ் தீவில் சிறை வைக்கப்பட்டிருந்த ஸமாதை லீ சந்திக்க அரசு அனுமதி கொடுத்தது. போனார். பேசினார். ஸமாது கம்யூனிஸ்ட் அல்ல, மலாய் மீது பற்றுக் கொண்ட தேசியவாதி என்று நீதிபதி முடிவு செய்தால், அவர் விடுதலை பெற முடியும், தன் வாதம் அந்தக் கோணத்தில் இருக்கும் என்றும் சொன்னார். ஆங்கிலேயர் ஆட்சி சாத்தான்கள் வேதம் ஓதும் ஆட்சி, அங்கே சிறைக் கதவுகள் தனக்காகத் திறக்க வாய்ப்பே இல்லை என்று ஸமாதுக்கு அவநம்பிக்கை.

வழக்கு நீதிமன்ற விசாரணைக்கு வந்தது. லீ தோன்றினார். இருபது நிமிடங்கள் மட்டுமே வாதாட அனுமதி. ஸமாது ஒரு கம்யூனிஸ்ட்டைத் தப்பி ஓட உதவியது உண்மை. ஆனால், இது நண்பனுக்காகச் செய்த உதவி. கம்யூனிசத்துக்கும், இந்தச் செயலுக்கும் எந்தத் தொடர்பும் கிடையாது என்று அழுத்தம் திருத்தமாக எடுத்துவைத்தார். நீதிபதி ஒரு வார்த்தை கூடப் பேசவில்லை. தன் முயற்சிகள் வீண் என்று லீ நினைத்தார்.

நடந்தது ஆச்சரியம். ஸமாது விடுதலை செய்யப்பட்டார். வழக்கில் வெற்றி, அரசாங்கத்துக்கு எதிரான வழக்கில் வெற்றி. சட்ட ரீதியில் அரசாங்கத்தை அடிபணியவைக்க லீயால் முடியும் என்னும் நம்பிக் கையை மக்கள் மனதில் விதைத்த வெற்றி.

தேவன் நாயர், சிங்கப்பூர் ஆசிரியர்கள் சங்கத் தலைவர். தீவிர கம்யூனிஸ்ட். ஸமாது விடுதலை, ஆசிரியர்கள் சங்கத்திடம் நம்பிக் கையை உண்டாக்கியது. தேவன் நாயருக்காக வாதாட லீயின் உதவி கேட்டார்கள். தன் கொள்கைக்கு எதிர்மாறான கம்யூனிஸ்டுச் சித்தாந்த வாதிக்காக வாதாட லீ முதலில் தயங்கினார். ஆனால், தொழில் தர்மம் அவர் கைகளைக் கட்டியது. 'தேவன் நாயரின் கொள்கைகள் எனக்குப் பிடிக்காமல் இருக்கலாம். ஆனால், வழக்கறிஞராக அவருக்கு நியாயம் கேட்கவேண்டியது என் கடமை.' வழக்கை ஏற்றார்.

தொழிலாளர்கள், அரசியல் களம், இவற்றைத் தொடர்ந்து லீ சட்ட அறிவைத் தேடி வந்தவர்கள் மாணவர்கள். 18- இலிருந்து 55 வயதுக்கு உட்பட்ட எந்த ஆண்மகனையும் அரசாங்கம் கட்டாய ராணுவ சேவைக்கு அழைக்கலாம், யாருக்கும் மறுக்கும் உரிமை கிடையாது என்னும் அரசு ஆணை இருந்தது. 450 நடுநிலைப் பள்ளி மாணவர்கள் இந்தச் சட்டத்தை வாபஸ் பெறுமாறு போராட்டங்கள் நடத்தினார்கள். இந்தச் சிறுவர்களுக்கு எதிராகக் காவல்துறை வன்முறையைக் களம் இறக்கியது. 41 சிறுவர்கள் கைது செய்யப்பட்டார்கள். 26 பேர் ஆறு மாதச் சிறைத் தண்டனை பெற்றார்கள். இவர்களுக்காக வாதாடத்தான் லீக்கு அழைப்பு.

சிங்கப்பூர்க் கல்விமுறையை ஆழமாக ஆராயும் வாய்ப்பு லீக்குக் கிடைத்தது. ஆங்கிலேயர் அல்லாதவர்கள், குறிப்பாகச் சீனர்கள் கல்வி பெறும் வசதியே இல்லை என்பதை உணர்ந்தார். ஆரம்பப் பள்ளிகளில் மலாய், ஆங்கிலம் ஆகிய போதனா மொழிகள் இருந்தன. நடுநிலைப் பள்ளிகளில் ஆங்கிலம் மட்டும்தான்.

போதிய ஆங்கில அறிவு இல்லாத சீன மாணவர்கள் சீனப் பள்ளி களுக்குப் போனார்கள். இவை தனியாரால் நடத்தப்பட்டன. இங்கே, வசதிகள், ஆசிரியர்கள் தரம் ஆகியவை கீழ்நிலையில். ஒழுங்கும் கட்டுப்பாடும் இல்லவே இல்லை. அரசுப் பதவிகளுக்கு ஆங்கிலம் அத்தியாவசியம், ஆகவே, சீன மொழி மாணவர்களின் எதிர்காலம் கும்மிருட்டாக இருந்தது. வாழ்க்கையில் குறிக்கோளும், நம்பிக்கையும் இல்லாதவர்கள். மனம் சாத்தானின் தொழிற்சாலை. ஆகவே, இவர் களில் பலர் சமூக விரோதிகளானார்கள். மற்றும் பலர் கம்யூனிஸ்ட் அங்கத்தினர்களாக மாறி, தங்கள் சமுதாயக் கோபத்தைப் போராட்டங்களில் காட்டினார்கள்.

லீ மாணவர் தலைவர்களை, நூற்றுக்கணக்கான மாணவர்களைச் சந்தித்தார். அவர்களுக்காக வாதாட, இங்கிலாந்திலிருந்து ஒரு பிரபல வழக்கறிஞரை அழைத்துவந்தார். லீ இத்தனை முயற்சிகள் எடுத்த போதும், கேஸ் தோற்றது. ஆனால், மாணவர் உலகம், சிங்கப்பூர்க் கல்விமுறையின் சீர்கேடுகள், இளைய தலைமுறையின் ஆதங்கங்கள், எதிர்பார்ப்புக்கள் ஆகியவற்றை லீ ஆழமாகப் புரிந்துகொள்ள இந்த மாணவர் தொடர்பு உதவியது. மாணவர்களிடையே அரசு எதிர்ப்பு குமுறிக்கொண்டிருப்பதை லீ கணித்தார். கல்விமுறையைச் சீரமைக்க முயற்சிகள் எடுக்கவேண்டும், குறிப்பாக ஆங்கிலம் அறியாத இளைஞர்களுக்கு வழி காட்டவேண்டும்.

சட்ட ஆலோசனைகளையும் தாண்டி, தங்கள் நன்மைக்கு ஆலோசனை சொல்பவராக, வழிகாட்டும் கலங்கரை விளக்கமாக மாணவர்கள் லீயை நினைத்தார்கள். அவர் வீட்டில் எப்போதும் திருவிழாக்

கூட்டமாக இளைஞர்கள். சிலர் நள்ளிரவில்கூட வந்தார்கள். லீ வீட்டுக் கதவு இந்த ரசிகர்களுக்காக எப்போதும் திறந்தே இருந்தது. ஒரே ஒரு விஷயத்தில் லீ தெளிவாக இருந்தார்- தன் அரசியல் ஆசைகளைவிட, மாணவர்களின் வருங்காலம் முக்கியம். தான் தொடங்க நினைக்கும் அரசியல் கட்சியில் மாணவர் பலத்தைப் பகடைக்காய் ஆக்கக்கூடாது. இந்த அணுகுமுறையால், ஏராளமான பெற்றோர்களின் ஆதரவு லீக்குக் கிடைத்தது.

தொழிலாளர்கள், பெரும்பாலான சீனப் பெற்றோர்கள் ஆகியோரின் பக்க பலம் இருக்கிறது என்று தெரிந்த லீ புதிய கட்சி தொடங்கு வதற்கான பூர்வாங்கப் பணிகளைத் தொடங்கினார். கெங் ஸ்வீ (Keng Swee), சின் சை (Chin Chye), ராஜரத்னம், கென்னி (Kenny), லீ ஆகிய ஐந்து பேர் அடிக்கடி சந்தித்தார்கள், கலந்தாலோசனைகள் நடத்தி னார்கள். மலாய் அடித்தட்ட மக்களோடு தொடர்பு கொண்ட ஊடகங் கள் தங்கள் வளர்ச்சிக்கு பலமாக இருக்கும் என்று நம்பினார்கள். அதனால், ஸமாதும் கூட்டங்களுக்கு அழைக்கப்பட்டார். ஆங்கிலேய ஆதிக்கத்துக்கு முடிவுகட்டி, மலாய்-சிங்கப்பூரை விடுதலை நாடு களாக்க வேண்டும். அதே சமயம், கம்யூனிஸ்ட்களிடமிருந்தும் விலகி நிற்கவேண்டும் என்பது அடிப்படைக் கொள்கை நிலைப்பாடு. கட்சியின் கொள்கை ஜனநாயக சோஷியலிஸம்.

இந்தக் கூட்டத்துக்குத் தேவன் நாயரையும் அழைக்கவேண்டும் என்று ஆலோசனை வந்தது. லீக்கு விருப்பமில்லை. தனிமனித வெறுப்பு என்று சிலர் சொல்கிறார்கள். இல்லை, தொடங்கும் புதிய கட்சியில், அரசியல் அனுபவம் கொண்ட தேவன் நாயர் தனக்குப் போட்டியாக இருப்பார் என்று லீ பயந்தார் என்கிறார்கள். உண்மைக் காரணம் லீக்கு மட்டுமே தெரியும். தயக்கம் காட்டினார். ஆனால், நண்பர்களின் வற்புறுத்தலுக்கு இணங்கினார். இப்போது, குழுவில் ஏழு பேர். கூட்டங்களும் வாரம் ஒரு முறை நடந்தது.

பிரிட்டிஷ் ஆட்சியாளர்கள் சாமர்த்தியசாலிகள். இங்கிலாந்தில் படித்த லீ போன்றவர்கள் தங்களுக்கு எதிராக அணி திரளத் தொடங்குவது அவர்களை விழிக்கவைத்தது. அக்னிக் குஞ்சுகளாக இருக்கும் இந்த எதிர்ப்பு உணர்ச்சிகளை வளரவிட்டால், அவை காட்டுத் தீயாகும், தங்கள் ஆட்சிக் காடு வெந்து தணிந்துவிடும் என்னும் பயம் வந்தது. சிங்கப்பூரின் அரசியல் சட்டத்தில் என்னென்ன மாற்றங்கள் தேவை என்று ஆலோசனை கூற, ஸர் ஜார்ஜ் ரென்டெல் (Sir George Rendel) என்னும் நிபுணரை நியமித்தார்கள்.

ரென்டெல் பரிந்துரையின்படி, ஏராளமான மாற்றங்கள் அமலுக்கு வந்தன – இதுவரை மக்கள் தொகையில் 25 சதவிகிதம் பேருக்கு

மட்டுமே வோட்டுரிமை இருந்தது. சிங்கப்பூரில் பிறந்து 21 வயது தாண்டிய அனைவருக்கும் இப்போது வாக்குரிமை. 34 அங்கத்தினர்கள் கொண்ட சட்டசபை அமைக்கப்பட்டது. இதில் 25 அங்கத்தினர்கள், பொதுமக்களால் தேர்ந்தெடுக்கப்படுவார்கள். ஆறு பேர் அரசாங்கத்தால் நியமிக்கப்படுவார்கள். மூன்று பேர் அரசு அதிகாரிகள். இந்த 25 பேரிலிருந்து, ஒன்பது பேர் கொண்ட அமைச்சரவை அமைக்கப்படும். இந்த ஒன்பது பேரில் ஆறு பேர் தேர்தலில் ஜெயித்துவந்த மக்கள் பிரதிநிதிகள். இவர்கள் யாரென்று, பெரும்பான்மை இடங்களைப் பிடித்த கட்சி தீர்மானிக்கும். மீதி மூன்று அமைச்சர்கள் அரசு அதிகாரிகள். சட்ட மாற்றங்கள் 1955 முதல் நிலுவைக்கு வரும். தேர்தல்கள் ஏப்ரல் 1955-ல் நடக்கும் என அரசு அறிவித்தது.

லீ போன்ற விடுதலை விரும்பிகள் அனைவருக்கும் இது இனிப்புச் சேதி. முழு விடுதலைக்கு இது முதற்படி என்று குதூகலித்தார்கள். தேவன் நாயர், ஸமாது இருவரும் தேர்தலில் பங்கெடுப்பதை எதிர்த்தார்கள். லீயும், குழுவில் இருந்த மற்ற நான்கு நண்பர்களும், தேர்தலுக்கு நின்று தங்கள் பலத்தை நாட்டுக்குக் காட்டத் துடித்தார்கள். அதற்குள், கட்சி தொடங்கவேண்டும்.

நவம்பர் 21, 1954. மக்கள் செயல் கட்சி என்னும் அர்த்தம் கொண்ட பீப்பிள்ஸ் ஆக்ஷன் பார்ட்டி (Peoples Action Party) பிறந்தது. தலைவர் லீ.

கட்சியின் லட்சியம், 'முன்னேற்றத்தின் பயன்களை எல்லோருக்கும் பகிர்ந்தளிக்கும் நேர்மையும், நியாயமுமான சமுதாயத்தை உருவாக்குவது.' இந்த இலக்கை எட்டுவதற்காகக் கட்சி கீழ்க்கண்ட பாதைகளில் பயணிக்கும்:

நேர்மை: கட்சி தூய்மையானதாக, ஊழலற்றதாக, ஒளிவுமறைவு அற்றதாக, நேர்மையோடு நாட்டை வழி நடத்தும்.

இன சமத்துவம்: சிங்கப்பூர், அனைத்துச் சிங்கப்பூரியர்களுக்கும் சமமாகச் சொந்தமானது. இனம், மொழி, மதம் என்கிற எந்த வேறுபாடும் இல்லாமல் அத்தனைக் குடிமக்களுக்கும் நியாயமும் நீதியும் கிடைக்கும்,

திறமைத் தலைமை: எல்லாக் குடிமகன்களும் முன்னேறச் சம வாய்ப்புகள் தரப்படும். ஒவ்வொரு திறமைசாலியின் சிறப்பான பணியும் அங்கீகரிக்கப்படும்; பாராட்டப்படும்.

தற்சார்பு: மக்கள் நல அரசு என்ற பெயரில், மக்கள் அரசாங்கத்தின் இலவசங்களை நம்பி வாழ்வதைத் தடுக்கும்.

இந்தக் கொள்கைகளின் அடிப்படையில், PAP கட்சி நம்பகத்தன்மை, காரியவாதம், ஒற்றுமை, தொலைநோக்கு, தீர்க்க முடிவெடுத்தல், கருணை, விழுந்தால் எழுதல் போன்ற பண்புகளோடு செயல்படும்.

கட்சிக்கொடியும் சின்னமும் கொள்கையைச் சுருக்கமாக விளக்கின:

பின்னணி வெள்ளை நிறம். கட்சியின் தூய்மையும் நேர்மையையும் காட்டும் அடையாளம். நீல வட்டம், எல்லா இனத்தவரும் ஒற்றுமை யாகச் சேர்ந்து வாழ்வதைக் காட்டும் சின்னம்: சிகப்பு நிற மின்னல் வெட்டு, இந்தக் கட்சி செயல்வீரர்கள் என்பதை அறிவிக்கும்.

கொடி தயார், கொள்கை தயார், கோஷம் தயார். அடுத்து என்ன? கோட்டையைப் பிடிக்கவேண்டியதுதான்!

16

கட்சி ஒன்று; அணிகள் இரண்டு

புதிதாய்ப் பிறந்த பீப்பிள்ஸ் ஆக்ஷன் பார்ட்டியின் முதல் தீர்மானம், ஏப்ரல் மாதம் வரும் தேர்தலில் போட்டியிடுவது. லீ, தேவன் நாயர், மற்றும் இரண்டு பேர் எனக் கட்சி சார்பில் நான்கு பந்தயக் குதிரைகள். லீயும், கட்சியும் தங்கள் பலத்தை ஜனநாயக பாணியில் இப்போது நிரூபிக்கவேண்டும். அதுவும், ஐந்தே மாதங்களில். புயல்வேகப் பிரசாரங்கள் தொடங்கின.

ப்ரொக்ரெஸிவ் கட்சி, லேபர் அணி (Labour Front), டெமாக்ரட்டிக் கட்சி, லீயின் பீப்பிள்ஸ் ஆக்ஷன் கட்சி (இனிமேல் சுருக்கமாக PAP என்று சொல்லுவோம்), சில உதிரிக் கட்சிகள், சுயேச்சைகள் ஆகியோர் களத்தில். ஆங்கிலேய ஆட்சி எதிர்ப்பும் விடுதலை கோஷமும் PAP-இன் முக்கிய முழக்கங்கள்.

ப்ரொக்ரெஸிவ் கட்சி அதிக இடங்களைப் பிடிக்கும், லேபர் அணி இரண்டாவதாக வரும் என்பது பலர் கணிப்பு. ஏனெனில், இவர்கள் இருவரிடமும், பணபலமும் கட்டுக்கோப்பான தொண்டர் படையும் இருந்தன. லீ கட்சிக்கு ஒரு இடம்கூடக் கிடைக்காது. ஐந்து தொகுதிகளிலும் மண்ணைக் கவ்வும் என்பது ஊடகங்களின் கணிப்பு. ஏதேனும் அதிசயம் நடந்தால், தேவன் நாயர் மட்டும் ஜெயிக்கலாம்.

லீக்குப் பல புது அனுபவங்கள். இரவு நேரங்களில்தான் பிரசாரம் சூடு பிடிக்கும். திறந்த வெளி லாரிகளில், கண்களைக் கூச வைக்கும் விளக்குகள் நடுவே நின்றபடி பயணம். கையில் மைக். தெருவீதிகள், மக்கள் கூட்டமாக நிற்கும் இடங்களில், கூட வருபவர்கள் 'ஜே' போடுவார்கள். வோட்டுக்கேட்டு முழங்கவேண்டும். ஒரு பெரிய பிரச்னை. அவருக்குச் சீன மொழியில் சரளமாகப் பேச வராது. சமாளித்தார். தன் மக்களிடம் தாய்மொழியில் பேச முடியவில்லையே என்று வெட்கப்பட்டார். தேர்தல் முடிந்தவுடன் முதல் வேலை, சீன மொழியில் பேசக் கற்றுக்கொள்ளவேண்டும் என்று முடிவு செய்தார்.

| 121 |

பிரசாரத்துக்காகத் தன் தொகுதியின் மூலை முடுக்குகளுக்கெல்லாம் லீ போனார். பொட்டிக்கடைக்காரர்கள்., ரிக்‌ஷாக்காரர்கள், கூலிகள், கஞ்சா விற்பவர்கள் என அடிமட்ட மக்கள் வாழ்ந்த குடிசைப் பகுதிகள். எங்கும் குப்பை, கூளங்கள், மனிதக் கழிவுகள். ஊர்வலம் வரும் நாய்கள், பன்றிகள். நம் சகோதர சகோதரிகளின் வாழ்க்கை இத்தனை அவலமா என்னும் நிதர்சனத்தை உணரும் முதல் வாய்ப்பு. அவர்கள் அன்றாட ரத்தக் கண்ணீரைத் துடைப்பது முதல் கடமை என வைராக்கியம் வந்தது.

பிரசாரத்தில் கட்சி ஊழியர்கள் தன்னோடு நிற்பார்கள், தோளோடு தோள் உழைப்பார்கள் என்று லீ நம்பினார். பொய்த்தது. அவர்கள் தேவன் நாயர் போன்ற பிரபலங்களின் தொகுதிகளில் மட்டுமே டேரா போட்டார்கள். லீயின் மனைவி சூ சொன்னார், '(லீக்கு) போஸ்ட்மேன்கள், கிளார்க்குகள், கடைகளில் வேலை பார்ப்பவர்கள் போன்றவர்கள்தாம் பிரசாரகர்கள், பேச்சாளர்கள்.' இது நிஜம். அத்தனை பேரும் அவர் தந்த சட்ட ஆலோசனைகளால், பலன் பெற்றவர்கள். உப்பிட்டவரை உள்ளளவும் நினைத்து வந்தார்கள். இரவு பகல் பாராமல், எந்த எதிர்பார்ப்புகளும் இல்லாமல் உழைத்தார்கள்.

வோட்டுக்கள் எண்ணப்பப்பட்டன. யாருமே எதிர்பாராத ஆனந்த அதிர்ச்சி முடிவுகள். லீ மாபெரும் வெற்றி கண்டார். அவரை எதிர்த்த இரு போட்டியாளர்களுக்கும் டெப்பாசிட் காலி. லீ கட்சியில் இன்னும் இருவர் வெற்றி: ஒருவர் தோல்வி. அவர் யார் தெரியுமா? PAP கட்சியில் அரசியல் பின்புலம் கொண்ட ஒரே தலைவராக இருந்த தேவன் நாயர்! அறிமுகத் தேர்தலிலேயே, போட்டியிட்ட நான்கில் மூன்று இடங்களில் வெற்றி. லீயின் அரசியல் சாமர்த்தியம் எதிரிகளை ஆச்சரியப்படவைத்தது: இந்த ஆள் கவனிக்கப்படவேண்டியவர்.

ஆட்சியைப் பிடிப்பார்கள் என்று எல்லோரும் நினைத்த ப்ரொக்ரெஸிவ் கட்சி படுதோல்வி கண்டது. லேபர் அணி பெரும்பான்மை பெற்றது. மார்ஷல் என்பவர் தலைமையில் ஆட்சி அமைத்தது. சிங்கப்பூர் முதலமைச்சர் மார்ஷல். லீ எதிர்க்கட்சித் தலைவர். சந்தித்த முதல் தேர்தலிலேயே, முத்திரை பதிக்கும் வெற்றி.

ப்ரொக்ரெஸிவ் கட்சி, லீயின் முதலாளி லீகாக் கட்சி. எட்டு வருடங்களாக அவர் சீராட்டிப் பாராட்டி வளர்த்த குழந்தை. தன் கீழ் வேலை பார்ப்பவரிடமே தோல்வி கண்டதை முதலாளியால் ஒத்துக்கொள்ள முடியவில்லை. லீ மேல் அடக்கமுடியாத கோபம். பேசுவதை நிறுத்தினார். இந்த மௌன யுத்தம் அடுத்த கட்டத்துக்குப் போனது. தன் கம்பெனியிலிருந்து விலகச் சொன்னார். உறவு முடிந்தது. லீகாக் கோபம் லீக்குத் தப்பாகத் தெரியவில்லை. எந்த

மனிதரும் இதைத்தான் செய்திருப்பார் என்று தன்னைத் தேற்றிக் கொண்டார். அவருக்கு நன்றி கூறி விடை பெற்றார். லீ அன்ட் லீ (Lee - Lee) என்னும் சொந்தச் சட்ட நிறுவனம் ஆரம்பித்தார். மனைவி சூவும் தம்பி டென்னிஸும் கூட்டாளிகள்.

எதிர்க்கட்சித் தலைவராக லீ மலாய், சிங்கப்பூர் அரசாங்கங்களுக்கு ஒரு வேண்டுகோள் விடுத்தார் – அவசர நிலையை நீக்கவேண்டும், வன்முறை வழக்குகள் நிரூபிக்கப்படாத கம்யூனிஸ்ட்கள் அனைவரையும் விடுதலை செய்யவேண்டும், மலாய் கம்யூனிஸ்ட் கட்சி மீதிருக்கும் தடைகளை நீக்கி அவர்களைச் சுதந்திரமாக இயங்கவிட வேண்டும். இரு அரசுகளும் இதை ஏற்றுக்கொண்டன.

PAP, கம்யூனிஸ்ட்கள் ஆகிய இருவர் இலக்கும் மலாயா- சிங்கப்பூர் விடுதலைதான். என்றபோதும், அவர்கள் பாதை எத்தனை வித்தியாச மானது என்பதைத் தொடர்ந்த நாட்கள் லீக்குக் காட்டின. அவர் ஆங்கிலேயரை வெறுக்கவில்லை. ஆங்கிலேய ஆட்சியை மட்டுமே வெறுத்தார். ஆனால், கம்யூனிஸ்ட்களின் அணுகுமுறை வர்க்க துவேஷம். ஆங்கிலேயர்களுக்கு எதிராக மக்களைத் தூண்டிவிட்டார்கள். ரப்பர் தோட்டத் தொழிலாளிகளை முதலாளிகளுக்கு எதிராகக் கொடி பிடிக்கவைத்தார்கள். நாட்டின் ஸ்திர நிலைமையைக் கெடுத்து, அந்தக் குழப்பத்தில் விடுதலை பெறுவது அவர்கள் குறிக்கோள். நாட்டில் தெருச் சண்டைகள், கலவரங்கள், ஆசிட் வீச்சுக்கள் வளர்ந்தன. அதிகாரிகள் மட்டுமல்ல, அப்பாவிக் குடிமக்களும் இவற்றுக்குப் பலிக்கடாக்களானார்கள். கம்யூனிஸ்ட்கள்தாம் இவற்றைத் தூண்டிவிடுகிறார்கள் என்று அரசாங்கம் நம்பியது. இதற்கு அடிப்படை, சில ஆதாரங்கள், பல அனுமானங்கள். அவசர நிலையை மறுபடியும் அறிவித்து, விஷமிகளை, குறிப்பாகக் கம்யூனிஸ்ட்களைச் சிறையில் அடைக்கத் திட்டமிட்டது. மக்களவையில் இதை லீ காரசாரமாக எதிர்த்தார். அடக்குமுறை தீர்வு அல்ல, ஒரே வழி, ஜனநாயக வழிதான் என்று வாதாடினார்.

இதே நேரம். கம்யூனிஸ்ட்கள் வம்பை விலைக்கு வாங்கிக் கொண்டிருந்தார்கள். ஹாக் லீ பஸ் கார்ப்பரேஷன் (Hock Lee Bus Corporation) என்னும் பேருந்து நிறுவனத்தில், தங்கள் யூனியனை மட்டுமே அனுமதிக்கவேண்டும் என்று கம்யூனிஸ்ட்கள் நிர்வாகத்தை எச்சரித்தார்கள். மறுத்தால், வேலை நிறுத்தம் செய்வதாக மிரட்டினார்கள். சிங்கப்பூரின் பிற பஸ் யூனியன்களும் கை கோர்ப்பார்கள், நாட்டின் போக்குவரத்தே நின்றுவிடும் என்று பயம் காட்டினார்கள். நிறுத்தத்தில் பங்கெடுக்கும் அத்தனை தொழிலாளிகளையும் வீட்டுக்கு அனுப்புவோம் என்று நிர்வாகம் பதிலுக்கு மிரட்டியது. லீ வேலை நிறுத்தத்துக்கு ஆதரவளித்தார்.

வேலை நிறுத்தத் தொடக்க நாள். பணியப்போவதில்லை, பஸ்களை ஓட்டுவோம் என்றது நிர்வாகம். 150 தொழிலாளிகள் மனிதச் சங்கிலியாகக் கம்பெனி வாசலில் நின்றார்கள். பஸ்கள் டெப்போவை விட்டு வெளியே வருவதைத் தடுத்தார்கள். திரண்டு வந்தது போலீஸ் படை. கலைந்துபோகுமாறு எச்சரித்தார்கள். தொழிலாளர்கள் அசைய வில்லை. அவர்கள்மேல் வேகமாகத் தண்ணீர் பாய்ச்சினார்கள். கூட்டம் கலைந்து ஓடியது. சுமார் 40 பேருந்துகள் வெளியே வந்தன, ஓடின.

யூனியன், நிர்வாகம் ஆகிய இரு தரப்பினரும் இறங்கி வருவதாக இல்லை. யூனியன் சார்பாக லீ பேச்சு வார்த்தைகள் நடத்தினார். ஒருவர் கொஞ்சம் விட்டுக் கொடுத்தால், மற்றவர் எகிறினார். இரு தரப்பினரின் முரட்டுப் பிடிவாதத்தால், தீர்வே கண்களுக்குத் தெரியவில்லை. நிலைமை இன்னும் சிக்கலாகிக்கொண்டிருந்தது. ஏராளமான மாணவர் களும், பல யூனியன்களும் பஸ் தொழிலாளர்களுக்கு ஆதரவாக மறியலில் இறங்கினார்கள். நாடு முழுக்கக் கொந்தளிப்பு, என்ன நடக்குமோ என்று யாருக்கும் தெரியாத படபடப்பு. சாதாரணக் குடிமகன் பயந்து நடுங்கினான்.

நிலைமையின் வீரியத்தை முதலமைச்சர் மார்ஷல் உணர்ந்தார். அவரே பஸ் அலுவலகம் போனார். நிர்வாகம், யூனியன் பிரதிநிதிகள் ஆகியோரோடு பேசினார். ஒப்பந்தம் முடிவானது. மூன்றில் ஒரு பங்கு எண்ணிக்கை பஸ்கள் நிர்வாகத்தின் கட்டுப்பாட்டில் இருந்த தொழிற் சங்கத்திடம் விடப்படும்: மீதம் பஸ்கள் தொழிலாளர் யூனியனிடம். மார்ஷல் நிம்மதிப் பெருமூச்சுவிட்டார். ஆனால், இந்த நிம்மதி சில மணி நேரங்கள்தாம் நீடித்தது. காயலான் கடை ஓட்டை பஸ்களைத் தங்களிடம் தள்ளி விட்டார்கள் என்று தொழிலாளர்கள் யூனியன் கூக்குரலிட்டது.

மறுபடியும் ஸ்ட்ரைக். இம்முறை அடக்குமுறைக்குப் பணியாமல் வேலை நிறுத்தத்தையும், மறியலையும் தொடரவேண்டும் என்று தொழிலாளிகள் முடிவு செய்தார்கள். மறுபடியும், மனிதச் சங்கிலி, டெப்போவிலிருந்து பஸ் வெளியே வருவதைத் தடுத்தல், போலீஸ் தண்ணீர்ப் பாய்ச்சல். ஒரே ஒரு வித்தியாசம். இந்த முறை, தொழிலாளர் கள் அமைதியாக ஓடிப் போகவில்லை. பஸ்கள் மீது கற்களை வீசினார்கள். பஸ்களுக்குள் ஏறினார்கள். சீட்களைக் கிழித்தார்கள், ஜன்னல் கண்ணாடிகளை உடைத்தார்கள்.

மதியம். 20 லாரிகள் நிறைய 2,000 மாணவர்கள் வந்து இறங்கினார்கள். போலீஸோடு நடந்தது மோதல் அல்ல, யுத்தம். கற்களோடு, பாட்டில் களும் வீசப்பட்டன. வேலை நிறுத்தம் அசிங்கமான கலவரமாக மாறியது.

லீ சம்பவ இடத்துக்குப் போனார். நிலைமை கட்டுக்கு அடங்காமல் போவதை உணர்ந்தார். இரவு. வானொலியில் முதலமைச்சர் மக்களோடு பேசப்போகிறார் என்று அறிவிப்பு. வன்முறைக்காரர்களை இரும்புக் கரங்களோடு அடக்க முதலமைச்சர் எச்சரிக்கை விடுக்கப் போகிறார் என்று லீக்கு நம்பிக்கை.

மார்ஷல் பேசினார், 'நான் எப்போதும் அடிமட்டத் தொழிலாளிகள் பக்கம்தான். சிங்கப்பூரை வளம் கொழிக்க வைப்பதற்கு எனக்கு இன்னும் அவசகாசம் தாருங்கள். ஆஸ்திரேலியாவில் ஆர்தர் லூயி (Arthur Louis) என்னும் உலகப் புகழ்பெற்ற பொருளாதாரப் பேராசிரியர் இருக்கிறார். சிங்கப்பூருக்கு வருமாறு அவரை அழைத்திருக்கிறேன். அவர் சோஷியலிஸக் கொள்கை கொண்டவர். நம் பொருளாதாரத்தைச் சீர் செய்யவும் அனைத்து மக்களும் முன்னேற்றம் காணவும் அவர் உதவுவார்.'

நாடு பற்றி எரியும்போது, அதை அணைக்கும் திராணி இல்லாமல், இது என்ன வழவழா கொழகொழா வெண்டைக்காய்ப் பேச்சு? லீ தெளிவாக, உறுதியாகத் தன் கருத்தைத் தெரிவித்தார், '(கம்யூனிஸ்ட்களின்) குறிக்கோள் விவாதமல்ல, பேச்சு வார்த்தையல்ல, தீர்வு காண்பதல்ல. லெனின் காட்டிய வழியில், புரட்சிக்கான சூழ்நிலையை உருவாக்குவதுதான். அதற்காக, முதலில், அரசாங்கம் மக்களின் நம்பிக்கையை இழந்துவிட்டது, என்னும் நிலையை உருவாக்குவார்கள். இரண்டாவதாக, எதிர்நோக்கும் பிரச்னைகள், சட்டவிரோதச் செயல்கள், வறுமை, வன்முறை ஆகியவற்றை எதிர்கொள்ளும் தன்னம்பிக்கை அரசிடம் இல்லை என்று காட்டுவார்கள்.'

லீ கணித்ததுபோலவே, நிகழ்ச்சிகள் நகர்ந்தன. ஹாக் லீ பஸ் டெப்பொவில் தொடங்கிய கலவரங்கள் நாடு முழுக்கக் காட்டுத்தீயாகப் பரவின. சக யூனியன்கள், மாணவர்கள் மட்டுமல்லாமல் சமூக விரோதிகளும் வந்து கும்பலில் சேர்ந்தார்கள். கற்கள் பறந்தன. பாட்டில்கள் உடைந்தன. போலீசாரின் தண்ணீர்க் குழாய்கள் பீறிட்டன. கண்ணீர்ப் புகை விண்ணை நிறைத்தது. விரைவில், பகல் மோதல்கள் இரவுக்கும் விரிந்தன.

பிரிட்டிஷ் அதிகாரியோடு வந்துகொண்டிருந்த ஒரு போலீஸ் கார்மீது போராளிகள் கற்களையும் பாட்டில்களையும் வீசினார்கள். கொலை வெறியோடு நெருங்கினார்கள். அதிகாரி பயந்தார். தலைமைக் காவல் நிலையத்துக்கு அபயக் குரல் கொடுத்தார். பதில் இல்லை. அவருக்கு வேறு வழி தெரியவில்லை. துப்பாக்கியை எடுத்தார், சுட்டார். பாய்ந்த ஒரு குண்டு 17 வயது சீன மாணவன் உடலில் பாய்ந்தது.

அந்த மாணவனை உடனேயே மருத்துவ மனையில் சேர்த்திருக்க வேண்டும். இள ரத்த உணர்ச்சி வேகமோ அரசியல் ஆதாயம் தேட ஆசைப்பட்ட தலைமையின் ஆலோசனையோ... எது காரணம் என்று தெரியவில்லை. மாணவர்கள் குண்டடி பட்டவனை லாரியில் ஏற்றி ஊர்வலம் வந்தார்கள். பொதுமக்களைத் தூண்டிவிடும் முயற்சி. மூன்று மணி நேரம் பறந்தது. மாணவன் உயிர் பிரிந்தது.

சீன மாணவனின் மரணம் புரட்சித் தீயைக் கொழுந்துவிட்டு எரியச் செய்யும் என்று எல்லோரும் நினைத்தார்கள். ஆச்சரியம், மனப் பக்குவத்தைக் கொண்டுவந்தது. ஹாக் லீ பஸ் கார்ப்பரேஷன் நிர்வாகிகளும், தொழிலாளிகளும் தொடர்ந்து பேசினார்கள். நிர்வாகம் தன் ஆதரவு யூனியனைக் கலைத்தது. பதிலாக 160 பேரை வேலை நீக்கம் செய்யத் தொழிலாளிகள் சம்மதித்தார்கள். கம்யூனிஸ்ட்கள் தங்கள் வெற்றியாக உடன்பாட்டை விளம்பரப்படுத்திக்கொண்டார்கள். இன்னும் பல பஸ் கம்பெனி யூனியன்கள் அவர்கள் கட்டுப்பாட்டின் கீழ் வந்தன. தொழிலாளிகள் கம்யூனிஸ்ட்கள் பக்கம் சாயத் தொடங்கி யிருக்கலாம். ஆனால், இந்தத் தினசரிப் போராட்டங்கள் மக்கள் மனங்களில் சலிப்பை ஏற்படுத்தின.

தேவன் நாயர் நாடு தழுவிய போராட்டத்துக்கு அறைகூவல் விடுத்தார். ஆனால், பெரும்பாலான தொழிலாளர்கள் வழக்கம்போல் வேலைக்குப் போனார்கள். மக்கள் வாழ்க்கையும் சகஜ நிலையில். தேவன் நாயர் ஸ்டிரைக்கைப் பின் வாங்கினார்.

வேலை நிறுத்தங்கள், வன்முறை, கலவரங்கள், புரட்சி ஆயத்தங்கள்-தன் சகாக்களின் நடவடிக்கைகள் லீ மனதில் வெறுப்பை ஏற்படுத்தின. இவற்றிலிருந்து விலகிநிற்க நினைத்தார். இத்தகைய வன்முறை நடவடிக்கைகளில் தன் கட்சித் தோழர்கள் தொடர்ந்தால், தான் அவர்களிடமிருந்து பிரியவேண்டிவரும் என்று உறுதியாகத் தெரிவித்தார்.

ஆங்கிலேயர், கம்யூனிஸ்ட்கள் ஆகிய இருவரில், ஆங்கிலேயர்கள்தாம் லீயின் முதல் எதிரிகள். அதே சமயம், கம்யூனிஸ்ட்களும் தம் எதிரிகள்தாம் என்பதில் லீ தெளிவாக இருந்தார். தன்மானமுள்ள எந்தக் குடிமகனும் தன் சொந்த நாட்டின்மீது மட்டுமே பற்று வைக்க வேண்டும். சீனர், மலாய், இந்தியர் எனப் பிறப்பால் எந்த இனமாக இருந்தாலும், சிங்கப்பூர் ரத்தம்தான் அவர்கள் நரம்புகளில் ஓடவேண்டும். மலாய், சீன, இந்திய ரத்தங்களல்ல, ரஷ்ய, சீன கம்யூனிஸ்ட் சித்தாந்தங்களல்ல.

PAP கட்சியில் இரண்டு அணிகள் இருப்பது ஊரறிந்த ரகசியமாகி விட்டது. PAP போர்வையில் ஏராளமான கம்யூனிஸ்ட்கள்: இவர்களின்

ஊடுருவலைத் தவிர்க்கும் வழி தெரியாத லீயும் அவர் பின் நிற்பவர்களும். இந்தப் பிளவை விரிசலாக்கி, இரு சாராருக்கும் அரசியல் சாவு மணி அடிக்க அரசாங்கம் திட்டமிட்டது. முதலமைச்சர் மார்ஷல் அசெம்பிளியின் அவசரக் கூட்டம் ஏற்பாடு செய்தார்.

அரசாங்கத்தின் தலைமைச் செயலாளர் அசெம்பிளியில் தாக்குதல் தொடங்கினார். 'ஆட்சியைப் பிடிக்கவேண்டும் என்னும் பேராசையால், PAP- யும், அவர்களிடையே நிறைந்திருக்கும் கம்யூனிஸ்ட்களும், சிங்கப்பூர் வீதிகளில் வன்முறை, ரத்த வெள்ளம், அமளி ஆகியவற்றைத் தூண்டிவிடுகிறார்கள். நம் மாண்புமிகு அங்கத்தினர் (லீ) ஜனநாயக சுயாட்சியில் சிங்கப்பூர் முன்னேறும் என்று நம்பினால், அவர் கம்யூனிஸ்ட்களை எதிர்க்கவேண்டும். இங்கே, இப்பொழுதே, இந்த சபையில் தன் எதிர்ப்பை உரத்த குரலில், சுற்றி வளைத்து மழுப்பாமல், வார்த்தை ஜாலங்கள் இல்லாமல், தெளிவாகச் சொல்லவேண்டும்.'

லீ பதில் கொடுத்தார், 'PAP- ன் கொள்கை, பிரிட்டிஷ் ஆட்சியை அமைதிவழியில் அகற்றுவதுதான். நாங்கள் வன்முறையை வெறுக்கிறோம். சுதந்திரமான, கம்யூனிஸம் இல்லாத ஜனநாயக மலாய் நாடு உருவாவதை, கம்யூனிஸ்ட்கள் உட்பட யார் தடுத்தாலும், அவர்களை எதிர்த்துப் போராடுவோம்.'

முதலமைச்சர் மார்ஷல் இந்த விவாதத்துக்கு முற்றுப்புள்ளி வைத்தார். அவர் பேசினார், 'PAP கட்சியின் அங்கத்தினர்களில் பெரும்பாலான வர்கள் பொறுப்பானவர்கள், பண்புள்ளவர்கள், நேர்மையானவர்கள். தங்கள் கட்சியில் ஊடுருவியிருக்கும் கம்யூனிஸ்ட்களையும், பிற இடதுசாரிச் சிந்தனையாளர்களையும் கட்சியிலிருந்து துரத்தினால், PAP கட்சி ஒரு நாள் சிங்கப்பூருக்கு விடுதலை வாங்கித்தரும் கட்சியாக இருக்கும்.'

மார்ஷல் பேசு முழுக்க முழுக்க உண்மை என்பது லீக்குத் தெரியும். ஆனால், கட்சியை உடைக்காமல் கம்யூனிஸ்ட்களை வெளியே அனுப்புவது எப்படி? இதற்கிடையில், தேவன் நாயரும் அவர் கூட்டாளிகளும் பல்வேறு தொழிற்சங்கங்களில் தங்கள் காலடிகளை அழுத்தமாக ஊன்றிக்கொண்டிருந்தார்கள். அவர்கள் பாதை, தெளிவான பாதை- தொழிற்சங்கங்களில் நுழையவேண்டும், ஒண்ட வந்த ஒட்டகமாக, யூனியன் நிர்வாகிகளைத் துரத்தவேண்டும், பதவி களைக் கைப்பற்றவேண்டும், தகராறுகளை உண்டாக்கவேண்டும், தொழிலாளர் பிரச்னைகளை வன்முறை வழிகளால் அரசியல் பிரச்னைகளாக்கவேண்டும். தேவன் நாயர் இந்த முயற்சிகளில் மாபெரும் வெற்றி கண்டார். 1955-ல் ஏழு மாதங்களில், சிங்கப்பூரில்

நடந்த மொத்த வேலை நிறுத்தங்கள் 260! பொருளாதாரம் சீரழிந்து கொண்டிருந்தது.

தேவன் நாயரும், கூட்டாளிகளும் கைகளில் எடுத்திருக்கும் யூனியன் ஆயுதத்தாலேயே, அவர்களுக்குப் பதிலடி தர லீ முடிவு செய்தார். பொதுஜனங்களைப் போலவே, பெரும்பாலான தொழிலாளர்களும் அமைதி விரும்பிகள். வன்முறையில் ஈடுபடுவதும், தூண்டிவிடுவதும் ஒரு சில விஷமிகள்தாம். பிரச்னைகளுக்கு வன்முறை என்றுமே தீர்வு தராது, அஹிம்சை வழிதான் ஒரே வழி என்று அவர் நிரூபித்துவிட்டால், யூனியன்களை கம்யூனிஸப் பாதையிலிருந்து மீட்டுவிடலாம். அந்த வாய்ப்பு லீக்கு வந்தது.

ஜூன் 1955. சிட்டி கவுன்சில் லேபர் யூனியன் (City Council Labour Union) என்னும் தொழிற்சங்கம், நகரத் துப்புரவுத் தொழிலாளிகளின் அமைப்பு. பல்லாயிரம் உறுப்பினர்கள் கொண்டது. இவர்களில் பெரும்பாலானோர் இந்தியர்கள். தினசரிச் சம்பளக்காரர்கள். ஊதிய உயர்வு கேட்டார்கள். அரசாங்கம் தரவில்லை. ஆகஸ்ட் 17 முதல் வேலை நிறுத்தம் செய்வதாக யூனியன் நோட்டீஸ் விட்டார்கள். அவர்கள் அனைவரையும் வீட்டுக்கு அனுப்பிவிட்டு, கான்ட்ராக்டர்கள் மூலமாகத் துப்புரவுப் பணிகளைச் செய்துகொள்வோம் என்று அரசாங்கம் சொன்னது. பேச்சு வார்த்தைகள் பல சுற்றுக்களாக நடந்தன. அத்தனையும் தோல்வி கண்டன.

எச்சரித்தபடியே, தொழிலாளிகள் வேலை நிறுத்தம் தொடங்கினார்கள். யூனியன் தலைவர் சுப்பையா என்னும் தமிழர் லீயைச் சந்தித்தார். தங்கள் சட்ட ஆலோசகராக இருக்குமாறு லீயைக் கேட்டுக்கொண்டார். லீ சம்மதித்தார். ஒரே ஒரு நிபந்தனை விதித்தார்- வேலை நிறுத்தம் அமைதி வழியில் மட்டுமே நடக்கவேண்டும். ஒருவேளை, பாதை மாறினால், லீ பொறுப்பிலிருந்து விலகிக்கொள்வார், அவர்கள் நடவடிக்கைகளைப் பகிரங்கமாகக் கண்டிப்பார். சுப்பையா ஒத்துக் கொண்டார்.

லீ சிட்டி கவுன்சில் அதிகாரிகளோடு பேச்சு வார்த்தைகள் நடத்தினார். இரு தரப்பிலும், முரட்டுப் பிடிவாதமாக இருக்காமல், விட்டுக் கொடுத்தார்கள். சுமுக முடிவு. தொழிலாளிகளுக்குச் சம்பள உயர்வு கிடைத்தது. சாதாரணமாக, பேச்சு வார்த்தைகள் ஒரு போட்டி அல்லது யுத்தம் என்றுதான் இரு தரப்பாரும் நினைக்கிறார்கள். போட்டி அல்லது யுத்தத்தில் ஒருவர் ஜெயிக்கவேண்டுமென்றால், மற்றவர் தோற்க வேண்டும். ஆனால், திறமையாகக் கையாண்டால், இருவருமே ஜெயிக்க முடியும் என்று பேச்சு வார்த்தை நிபுணர்கள் (Negotiation Specialists) சொல்கிறார்கள். இந்த நிலைமையை Win-Win Situation

என்று அழைக்கிறார்கள். லீ சிட்டி கவுன்சில் லேபர் யூனியன் தகராறில் உருவாக்கியது Win-Win Situation.

கவர்னரே, லீயின் அணுகுமுறையைப் புகழ்ந்தார், 'லீ குவான் யூவின் தலையீடு இரண்டு தரப்பினருக்கும் உதவியாக இருந்தது' ஜனநாயக வழியில், அமைதிப் பாதையில், சட்ட வரம்புகளை மீறாமல் பிரச்னை களுக்குத் தீர்வு காணும் திறமை கொண்ட லீ வன்முறையைக் கடைப் பிடித்துக்கொண்டிருந்த கம்யூனிஸ்ட்களுக்கு மாற்றாக இருப்பார் என்னும் எண்ணம், நம்பிக்கை மக்கள் மனங்களில் வளரத் தொடங்கியது.

17

விஷ விருட்சம் விதை விட்டது!

தொழிலாளர்களைச் சமாளிக்க முடியாமல் நாடு திணறிக் கொண்டிருந்தபோது இன்னொரு களத்தில் பூதாகாரப் பிரச்னை தலைதூக்கியது. சீனர்களுக்குத் தங்கள் கலாசாரம், மொழி ஆகியவற்றின்மீது பற்று அதிகம். ஆகவே, தங்கள் குழந்தைகள் சீன மொழியில் படிக்கவேண்டும் என்று விரும்பினார்கள். அரசுப் பள்ளிகளில் ஆங்கிலம் மட்டுமே போதனா மொழி. ஆகவே, பல தனியார்கள், சீனர்கள், தங்களுக்கெனக் கல்வி நிலையங்கள் தொடங்கினார்கள். இங்கே படிப்பு வசதிகள், ஆசிரியர்கள் தரம் ஆகியவை மோசமானதாக இருந்தன. ஆனால், சீனர்களைப் பொறுத்தவரை, இவை வெறும் கல்வி நிலையங்கள் மட்டுமல்ல, அவர்களுடைய கலாசாரத்தின், தன்மானத்தின் அடையாளங்கள்.

சீன மக்களின் இந்த உணர்ச்சித் தொடர்புகளை அரசு புரிந்துகொள்ள வில்லை. தரம் குறைவான இந்தப் பள்ளிகள் அனைத்தையும் மூடவேண்டுமென்று ஆணையிட்டது. சீனப் பள்ளிகள் மறுத்தார்கள். அவர்களுக்குக் கம்யூனிஸ்ட்கள் ஆதரவு தந்தார்கள். இடதுசாரிகளின் உதவும் கரங்களுக்குக் காரணம், சீன மக்கள்மீது கொண்ட கவலையல்ல, தங்கள் பலத்தை வளர்க்கும் பச்சைச் சுயநலம்.

அரசு வேலைகள் ஆங்கிலத்தில் படித்தவர்களுக்கு மட்டுமே கிடைத்தன. சீனப் பள்ளி மாணவர்களுக்கு வேலைக்கு விண்ணப் பிக்கும் தகுதிகூடக் கிடையாது. இந்த மாணவர்கள் விரக்தி கொண்டார் கள். கோபம் கொண்டார்கள். அரசுக்கும், வசதி படைத்தவர்களுக்கும் எதிராக வன்முறையைப் பயன்படுத்துவது மட்டுமே விடிவு தரும் என்று இடதுசாரிகள் அவர்களுக்கு மூளைச்சலவை செய்தார்கள். இதனால், சீனப் பள்ளிகள் கம்யூனிஸம் வளரும் நாற்றங்கால்களாயின. ஏராளமான மாணவர்கள் இயக்கத்தில் அங்கத்தினர்கள் ஆனார்கள். மற்றவர்கள் அனுதாபிகள்.

சீனப் பள்ளிகளை மூடிவிட்டால், தங்கள் வளர்ச்சியும் கிளர்ச்சிப் படையும் குறுகிவிடும் என்பதுதான் கம்யூனிஸ்ட்கள் கொடுத்த ஆதரவுக்கு ஒரே காரணம். இந்த இரட்டை முகத்தை லீ புரிந்து கொண்டார். ஏனென்றால், இந்த 'வாய்ச்சொல் வீரர்'களான தலைவர்கள் தங்கள் குழந்தைகளைச் சீனப் பள்ளிகள் பக்கமே நெருங்க விடவில்லை. ஆங்கிலக் கல்வி நிலையங்களுக்கு மட்டுமே அனுப்பினார்கள். ஊருக்கு உபதேசம்!

பள்ளிகள் விவகாரம் எரிமலையாகிக் கொண்டிருப்பதை அரசு உணர்ந்தது. ஏற்கெனவே, தொழிலாளர் பிரச்னை கொழுந்துவிட்டு எரிகிறது. பள்ளிகளும் போராட்டம் நடத்தினால் நாடு தாங்காது. கல்வித் திட்டத்தை ஆராய்ந்து என்னென்ன அடிப்படை மாற்றங்கள் செய்யலாம் என்று ஆலோசனைகள் சொல்ல, முக்கிய கட்சிகளின் பிரதிநிதிகள் கொண்ட ஒரு கமிட்டி அமைத்தது. மிகுந்த விருப்பத் தோடு லீ இந்தக் குழுவின் அங்கத்தினரானார்.

ஆங்கிலப் பள்ளிகளிலும், சீன மொழிப் பள்ளிகளிலும், படிக்கும் மாணவர்கள் எண்ணிக்கை வருடா வருடம் மாறுகிறதா என்று லீ ஆராய்ந்தார். 1950-ம் ஆண்டில், ஆங்கிலப் பள்ளிகளைவிடச் சீனப் பள்ளிகளில் 25,000 அதிக மாணவர்கள். ஐந்தே ஆண்டுகளில், தலைகீழ் மாற்றம். 1955-ம் ஆண்டில், சீனப்பள்ளிகளைவிட ஆங்கிலப் பள்ளிகளில் 5,000 அதிக மாணவர்கள். மொழிப்பற்று முக்கியம்தான், ஆனால் வாழ்வாதாரமான ஆங்கிலக் கல்வி அதைவிட முக்கியம் என்பதால், விருப்பமில்லாமலே, தங்கள் குழந்தைகளை ஆங்கிலப் பள்ளிகளுக்கு அனுப்பினார்கள். வயிற்றுப் பிழைப்புக்காக மொழியைப் பலி கொடுக்கிறோமே என்று குமுறினார்கள்.

எந்த இனத்தவரின் உணர்வுகளையும் புண்படுத்தாமல், அதே சமயம் அவர்களுக்கு வேலை வாய்ப்புகளும் தரக் கல்விமுறையில் என்ன செய்யலாம் என்று லீ சிந்தித்தார். மும்மொழிக் கல்வித் திட்டம்தான் ஒரே வழியாக லீக்குத் தெரிந்தது. தாய்மொழி: தேசிய மொழியாக மலாய். வர்த்தகத்துக்கும் அறிவியலுக்கும் ஆங்கிலம். இதன்படி, ஆங்கிலப் பள்ளிகளில் பயிற்று மொழியாக ஆங்கிலம் இருக்கும். அதே சமயம், சீனம், மலாய், தமிழ் (அல்லது தேவைக்கு ஏற்றபடி இந்தி, பஞ்சாபி போன்ற பிற இந்திய மொழிகள்) ஆகியவற்றில் ஒரு மொழி கட்டாயமாகக் கற்பிக்கப்படவேண்டும். சீன, மலாய், தமிழ்ப் பயிற்று மொழிப் பள்ளிகளில் ஆங்கிலம் அல்லது மலாய் கட்டாயப் பாடம்.

சிங்கப்பூர் வரலாற்றில் இது மைல்கல் என்று லீ உணர்ந்தார். எத்தனைதான் உயர்கல்வி கற்றாலும், தாய்மொழி அறிவு முக்கியம் என்பதைத் தன் அனுபவரீதியாக விளக்கினார். 'நான் குடும்பத்தாரால்

ஆங்கிலப் பள்ளிக்கு அனுப்பப்பட்டேன். ஆங்கிலேயருக்குச் சமமாக நான் வரவேண்டும் என்னும் கனவுகளோடு. ஆனால், படிப்பை முடித்தபின், என் கல்வியில் அடிப்படைக் குறை இருப்பதை உணர்ந்தேன்.' லீ தன் அனுபவத்தை இந்தியாவின் நேருஜியோடு ஒப்பிட்டார். 'ஆங்கிலம் பேசுவதைப்போல் தாய்மொழியைப் பேச முடியவில்லையே என்று நேரு அழுதாராம்.....நான் அப்படி அழவில்லை ...ஆனால் என் உணர்ச்சிகள் அவருக்குக் குறைவான தல்ல. என் மகன் ஆங்கிலப் பள்ளிக்குப் போகமாட்டான் *.'

லீயை அறிந்த அத்தனை பேருக்கும் ஆச்சரியம். அவருடைய தாத்தா ஆங்கில மோகத்தில் ஊறியவர். அப்பா பன்னாட்டு நிறுவன ஊழியர். லீயும் ஆங்கிலேய ராஃபிள்ஸ் பள்ளியிலும் கல்லூரியிலும் படித்தவர்; இங்கிலாந்தில் சட்டப் படிப்பு முடித்தவர். இப்படிப்பட்ட மனிதர் ஆங்கிலப் படிப்புக்குக் கொடி பிடிப்பார் என்றுதான் நினைத்தார்கள். அவருடைய மும்மொழி நிலைப்பாட்டை யாருமே எதிர்பார்க்கவில்லை.

லீயின் பரிந்துரை ஏற்றுக்கொள்ளப்பட்டது. அறிமுகமானது. முதலமைச்சர் மார்ஷல் இன்னும் ஒரு அடி முன்னால் போனார். ஆட்சியிலும் தாய்மொழிகளுக்கு அரியாசனம் போட்டார். அசெம்பிளியில் ஆங்கிலம் மட்டுமே அனுமதிக்கப்பட்டிருந்தது. இதனால், ஆங்கிலம் சரளமாகப் பேசத் தெரிந்தவர்கள் மட்டுமே, தங்கள் தொகுதி மக்களின் பிரச்னைகளை அவையில் தெரிவிக்க முடிந்தது. பெரும்பாலான மக்களால் விவாதங்களைப் புரிந்துகொள்ள முடியவில்லை. தங்கள் மன்றத்திலேயே அந்நியர்களாக இருந்தார்கள். மார்ஷல் தீர்மானம் கொண்டுவந்தார், 'இனிமேல் ஆங்கிலம், சீன மான்டரின், மலாய், தமிழ் ஆகிய நான்கு மொழிகளிலும் பிரதிநிதிகள் பேசலாம்.'

முதலமைச்சர் மார்ஷல் எடுத்த இத்தகைய பல முடிவுகள் பிரிட்டிஷாருக்குப் பிடிக்கவில்லை. அவருக்கும், பிரிட்டிஷ் பிரதிநிதியான கவர்னருக்கும் அடிக்கடி, உரசல்கள் வந்தன. இதுதான் தருணம் என்று மார்ஷல் அசெம்பிளியில் தீர்மானம் கொண்டுவந்தார், 'பிரிட்டிஷார் உடனேயே வெளியேறவேண்டும். சிங்கப்பூருக்குச் சுயாட்சி தரவேண்டும்.'

லீ மட்டுமல்ல, மிதவாதிகளான ப்ரொக்ரெஸிவ் கட்சியினரும் ஆதரித்தார்கள். தீர்மானம் நிறைவேறியது. லண்டனுக்கு வந்து

---

* லீ சொன்னதைச் செய்பவர். தன் இரண்டு மகன்கள், ஒரு மகள் ஆகிய மூவரையும், சீன ஆரம்பப் பள்ளிகளில்தான் சேர்த்தார்.

விவரங்களைக் கலந்து ஆலோசிக்குமாறு இங்கிலாந்து அரசு அழைத்தது. சிங்கப்பூரின் தலைவிதியை மட்டும் தனியாகத் தீர்மானிக்க முடியாத நிலை. தொப்புள் கொடி இரட்டையர் போல் அண்டைய மலாயாவையும் உடன் சேர்த்துக் கணக்குப் போடவேண்டிய கட்டாயம். ஆனால், மலாயா சிங்கப்பூரைத் தனக்கு சமமானதாக நினைக்கவில்லை. 'நாம் பெரிய நாடு. சிங்கப்பூர் வெறும் சுண்டைக்காய் நகரம்' என்று கொஞ்சம் ஏளனமாகப் பார்த்தது. இதன் அடையாளச் சின்னமாக இருந்தார், மலாயா முதலமைச்சர் United Malays National Organisation (சுருக்கமாக UMNO - உம்னோ) கட்சித் தலைவர் துங்கு அப்துல் ரஹ்மான். முன்னாள் மலாயா சுல்தானின் மகன். ஆகவே, உயர்வு மனப்பான்மை அவர் ஆளுமையின் முக்கிய அம்சமாக இருந்தது.

மலாயா, சிங்கப்பூர் ஆகிய இரு நாடுகளுக்கும் இங்கிலாந்து சுயாட்சி வழங்கவேண்டும், சம அந்தஸ்து தரவேண்டும் என்பது மார்ஷலின் உரிமைக் குரல். அப்படிச் செய்தால், மலாய்களின் நலன் பாதிக்கப்படும் என்று துங்கு மறுத்தார். ஆனால், இரு நாடுகளின் 'ஒத்துழைப்பு' பற்றிச் சிங்கப்பூரோடு பேச்சு வார்த்தைகள் நடத்தத் தயார் என்று அறிவித்தார். 'ஒத்துழைப்பு' என்னும் வார்த்தையை 'இரு நாடுகளின் இணைப்பு' என்று சிங்கப்பூர் மக்கள், ஆட்சியாளர்கள், அரசியல்வாதிகள் ஆகிய அனைவரும் நினைத்தார்கள். மகா சாமர்த்தியசாலியான லீயும்தான்.

சிங்கப்பூரின் வருங்காலம் பற்றியும், சுயாட்சி பற்றியும், பிரிட்டிஷ் ஆட்சியாளரிடம் இரண்டுவிதமான சிந்தனைகள் இருந்தன- ஒன்று சுதந்திர மலாயாவோடு இணைப்பது, இரண்டாவது தனி நாடாக்குவது. சிங்கப்பூர் சிறிய நாடு, இயற்கை வளங்களே இல்லாத நாடு. ஆகவே, அவர்களால் தனியாக இயங்கமுடியாது. சீன மக்களும் அதிகமாக வசிப்பதால், சீனாவால் கபளீகரம் செய்யப்படும். சீனா வல்லரசாக இந்த ஆதிக்கம் வழி வகுக்கும் என்று இங்கிலாந்து கணித்தது. ஆகவே, மலாயோவோடு இணைப்பதுதான் இங்கிலாந்தின் திட்டம்.

துங்குவுக்கு இந்த இரண்டு தீர்வுகளுமே சம்மதமில்லை. மலாய்க்கு சமமாக, போட்டியாகச் சிங்கப்பூர் வளருவதை அவர் விரும்பவில்லை. சிங்கப்பூர் பிரிட்டிஷ் காலனியாகத் தொடரவேண்டுமென்று விரும்பினார். அவர் கணக்கு, தெளிவான கணக்கு. தேசப்பற்றுள்ள எந்த மலாயும் போடும் கணக்கு. அதே சமயம் துங்கு மலாயா விடுதலைக்காகப் போராடினார். தன் முயற்சிகளில் ஜெயித்தார். ஆகஸ்ட் 31, 1957. பிரிட்டிஷார் மலாயாவுக்குச் சுதந்திரம் கொடுத்தார்கள். இப்போது மலாயா தனி நாடு. துங்கு முதல்வர்.

மலேயாவோடு தங்களை இணைப்பார்கள், ஆங்கில ஆதிக்கம் விலகும், நமக்கு விடுதலை கிடைக்கும் என்று நம்பிய லீக்கும்

மற்றவர்களுக்கும் ஆசையில் இடி விழுந்தது. எதிர்காலம் கேள்விக் குறிகளாகத் தெரிந்தது. அதே சமயம், மலாயாவுக்கு நிகரான சுயாட்சி தவிர வேறு எதையும் ஒத்துக்கொள்வதில்லை என்று எல்லாக் கட்சிகளும் முடிவு செய்தார்கள். மக்கள் ஆதரவைத் திரட்ட முடிவு செய்தார்கள். சுதந்திரத்துக்கு ஆதரவான மகஜர் தயார் செய்தார்கள். 1,70,000 சிங்கப்பூரியர்களிடம் கையெழுத்து வாங்கினார்கள். எல்லாக் கட்சிகளும் கையெழுத்திட்ட சகல கட்சிக் கோரிக்கை தயாரானது. இங்கிலாந்தின் ஆறு நாடாளுமன்ற உறுப்பினர்களை அழைத்தார்கள். மக்கள் மகஜரையும் சகல கட்சிக் கோரிக்கையையும், முதலமைச்சர் இந்தக் குழுவிடம் சமர்ப்பித்தார்.

இங்கிலாந்து நாடாளுமன்ற உறுப்பினர்கள் குழு தங்கள் பிரதமரிடம் சொன்னார்கள் 'உடனே நடவடிக்கை எடுக்காவிட்டால், நிலைமை கட்டுக்கு அடங்காமல் போய்விடும்.' பேச்சு வார்த்தைகளுக்கு வருமாறு சிங்கப்பூர் அரசியல் கட்சிகளுக்கு இங்கிலாந்து அரசு அழைப்பு விடுத்தது. 13 பேர் கொண்ட இந்தத் தூதுக்குழுவில் லீ ஒருவர்.

'சுயாட்சி தருகிறோம். ஆனால், உள்நாட்டுப் பாதுகாப்பும், வெளிநாட்டு உறவுகளும் எங்கள் கைகளில் இருக்கும்' என்று இங்கிலாந்துக் குழு சொன்னது. இதை ஏற்கலாம், மெள்ள மெள்ள முழுச் சுதந்திரம் பெறலாம் என்பது லீயின் அணுகுமுறை. இதற்கு மார்ஷல் சம்மதிக்கவில்லை. உடனேயே முழுச் சுதந்திரம் தராவிட்டால் பதவியைத் தூக்கி எறிவேன் என்று சவால் விட்டார். இது முட்டாள்தனம் என்று லீ நினைத்தார். மார்ஷல் தலைமையேற்று வந்திருக்கும் தூதுக்குழுவை விட்டு வெளியேறுவதாக அறிவித்தார். சிங்கப்பூர் திரும்பினார்.

மார்ஷல் ஆலோசனைக்கு இங்கிலாந்து சம்மதிக்கவில்லை. பேச்சு வார்த்தைகள் முறிந்தன. இதை மானப்பிரச்னையாகக் கருதிய மார்ஷல் தன் பதவியை ராஜிநாமா செய்தார். லிம் என்பவர் முதலமைச்சரானார்.

உடனேயே முழுச் சுதந்திரம் தர இங்கிலாந்து சம்மதிக்காது என்று லிம் நினைத்தார். பிற கட்சியினரும் அவரோடு ஒத்துக்கொண்டார்கள். தங்கள் கோரிக்கைகளின் வீரியத்தைக் குறைத்துக்கொண்டார்கள். லிம் நாடாளுமன்றத்தில் தீர்மானம் கொண்டுவந்தார், 'உள்நாட்டு விவகாரங்கள், வாணிபம், கலை சமபந்தப்பட வெளிநாட்டு உறவுகள் ஆகியவற்றில் முழு உரிமைகள், அதிகாரங்கள், சலுகைகள் ஆகியவை கொண்ட சுயாட்சியை மாட்சிமை பொருந்திய மகாராணியார் அரசிடமிருந்து பெறவேண்டும்.' இந்தத் தீர்மானம் நிறைவேறியது.

லண்டன் போய் உடன்படிக்கை காண 5 பேர் கொண்ட குழு. இதில், அரசு சார்பில் மூவர், PAP சார்பில் லீ, மலாயப் பிரதமர் துங்குவின்

உம்னோ கட்சி சார்பில் ஒருவர். ஆங்கில ஆதிக்கத்திலிருந்து விடுபடும் புதிய அரசு கடைப்பிடிக்கவேண்டிய அரசியல் சட்டத்தை இந்தக் குழு வடிவமைத்தது. மக்களால் தேர்ந்தெடுக்கப்பட்ட 51 பேர் கொண்ட அசெம்பிளி. தேர்தலில் பெரும்பான்மை பெறும் கட்சி ஆட்சி அமைக்கும். வெளிநாட்டு உறவுகள், பாதுகாப்பு தவிர்த்த பிற எல்லா அம்சங்களும், இந்த அசெம்பிளியிடம் இருக்கும். உள்நாட்டுப் பாதுகாப்புக்கும் வெளிநாட்டுப் பாதுகாப்புக்கும் தொடர்பு இருக்கும் சமாச்சாரங்களை, உள்நாட்டுப் பாதுகாப்பு கவுன்சில் (Internal Security Council) கையாளும். இந்த கவுன்சிலில் மூன்று அங்கத்தினர்கள் பிரிட்டிஷ் அரசின் பிரதிநிதிகள். அவர்களுள் ஒருவர் தலைவராக இருப்பார்: சிங்கப்பூர் சார்பாக முதலமைச்சர், மற்றும் இருவர்: மலாயா சார்பாக ஒருவர்.

லண்டனில் பேச்சுவார்த்தைகள் தொடங்கின. பிரிட்டிஷ் அரசு அனைத்தையும் ஒத்துக்கொண்டார்கள். ஆனால், ஒரு நிபந்தனை விதித்தார்கள்- சதிவேலைகளில் ஈடுபட்டதாக வழக்குப் பதிவாயிருக்கும் யாரும் தேர்தலில் நிற்கக்கூடாது. கம்யூனிஸ்ட்களைத் தேர்தலிலிருந்து விலக்கவேண்டும் என்பது இதன் மறைமுக அர்த்தம். லீ கம்யூனிஸ்ட்களின் எதிரிதான். ஆனாலும், கடும் எதிர்ப்புத் தெரிவித்தார். 'இது ஜனநாயகத்துக்குப் புறம்பானது. இன்று கம்யூனிஸ்ட்கள் தேர்தலில் நிற்கக்கூடாது என்று சொல்கிறீர்கள். இதே பாணியில் மற்ற கட்சிகளையும் தடுக்கமாட்டீர்கள் என்பதற்கு என்ன உத்தரவாதம் இருக்கிறது?' இந்த நிபந்தனை ஜனநாயகத்தையே கேலிக்கூத்தாக்கிவிடும் என்பது லீ வாதம்.

லீ கருத்துகளைப் பிறர் ஏற்கவில்லை. தான் முரட்டுப் பிடிவாதமாக இருந்தால், பேச்சு வார்த்தைகளே முறியும் அபாயம். லீ இணங்கினார். உடன்படிக்கை கையெழுத்தானது. தூதுக்குழு சிங்கப்பூர் திரும்பினார்கள். மக்கள் முழு விடுதலையை எதிர்பார்த்திருந்தார்கள். ஆகவே, வரவேற்பில் ஆரவாரமில்லை, உற்சாகமில்லை, உணர்ச்சி முழக்கங்களில்லை.

பொதுக்கூட்டம். முதலமைச்சரும், பிற தூதுக் குழு உறுப்பினர்களும் பேசியபின் லீ வந்தார். மலாய் மொழியில் பேசினார். 'எங்களால் வாங்கிக்கொண்டுவர முடிந்தது முக்கால் சுதந்திரம்தான். ஆனால், சிங்கப்பூரைப் போன்ற ஒரு சிறிய நாட்டுக்கு எடுத்த எடுப்பிலேயே முழுச் சுதந்திரம் கிடைக்கும் என்று எதிர்பார்ப்பது பைத்தியக் காரத்தனம். அதற்கு ஒரே வழி, மலாயாவோடு இணைவதுதான்.' ஆமாம், சிங்கப்பூரால் தனிச் சுதந்திர நாடாகச் சமாளிக்கமுடியாது என்பது அன்று அவர் எண்ணம்.

ஆனால், லீ கை கோர்க்க நினைத்த கை அவரை உதறித்தள்ள நினைத்துக் கொண்டிருந்தது. மலாயக் கம்யூனிஸ்ட்களை அடக்கி ஒடுக்கத் துங்கு முடிவெடுத்தார். ஐந்து லட்சம் பேர் கொண்ட எதிர்ப்புப் படையைத் திரட்டத் தொடங்கினார், இவர்கள் அத்தனை பேரும் மலாய்கள். பெரும்பாலான கம்யூனிஸ்ட்கள் சீனர்கள். இதனால், மலாய் அரசின் நடவடிக்கை மலாய்- சீன இனக் கலவரங்களுக்கு வழிவகுக்கும் என்று லீ பயந்தார். தன் பயத்தை அறிக்கையாக வெளியிட்டார்.

என் நாட்டு விவகாரத்தில் தலையிட நீ யார்? என்று துங்கு கொதித்தார். கம்யூனிஸ்ட்களோடும், PAP கட்சியோடும் எந்தத் தொடர்பும் வைத்துக்கொள்ள மாட்டேன் என்று கர்ஜித்தார்.

லீ, துங்கு இருவருக்குமிடையே அவநம்பிக்கை விதை விழுந்து விட்டது. அது விரைவில் வேர் விடும், விருட்சமாகும், கிளை பரப்பும், விழுதுகள் விடும். அதன் கசப்புக் கனிகள் பல வருங்காலச் சந்ததிகளைப் பாதிக்கும்.

18

நாளை நமதே!

சிங்கப்பூரின் முன்னேற்றம்தான் லீயின் லட்சியம். அவரைப் பொறுத்தவரை, இந்தக் கனவு நனவாக, மூன்று செயல்பாடுகள் தேவை- பிரிட்டிஷ் ஆட்சியிலிருந்து விடுதலை பெற்றுச் சிங்கப்பூரைச் சுதந்திர நாடாக்கவேண்டும்: மலேயாவோடு இணைக்கவேண்டும்; பொருளாதார வளர்ச்சிக்கும், நாட்டின் அமைதிக்கும் தடைக்கற்களாக இருக்கும் கம்யூனிஸ்ட்களுக்கு முடிவுகட்டவேண்டும்.

சிங்கப்பூர் அரசுக்கும் கம்யூனிஸ்ட்கள்தாம் முக்கிய எதிரிகள். அவர்கள்மேல் அடக்குமுறை ஆயுதத்தை ஏவத் தொடங்கியது. தொழிற்சாலை மற்றும் கடைகள் தொழிலாளிகள் சங்கம், ஆரம்பப் பள்ளிகள் ஆசிரியர்கள் சங்கம், சீன நடுநிலைப் பள்ளி மாணவர்கள் சங்கம், சீனப் பள்ளிகள் பெற்றோர்கள் சங்கம் போன்ற கம்யூனிஸச் சாயல் கொண்டவை என்று சந்தேகம் வந்த ஏராள அமைப்புகளைத் தடை செய்தது. பல பள்ளி ஆசிரியர்கள், ஒரு தலைமை ஆசிரியர், 142 மாணவர்கள் டிஸ்மிஸ் செய்யப்பட்டார்கள்.

இந்த அராஜகத்தை எதிர்த்து தேவன் நாயர் 95 தொழிற்சங்கங்களின் மாநாட்டைக் கூட்டினார். 700 பிரதிநிதிகள் வந்தார்கள். அரசாங்கம் அடக்குமுறையை இன்னும் கடுமையாக அவிழ்த்துவிட்டது. முக்கிய கட்சியான PAP, அதுவும் யூனியன்களின் தோழர் தேவன் நாயர் அங்கமாக இருக்கும் PAP சும்மா இருக்கமுடியுமா? பெரிய மைதானத்தில் பொதுக்கூட்டம். லீ, தேவன் நாயர் இன்னும் பல பிரபலங்கள் மேடையில். முதலமைச்சர் லிம் மீது காரசாரமான தாக்குதல். கூட்டம் அமைதியாக நடந்தது. ஆனால், கூட்டம் முடியும் இறுதி நிமிடங்களில், அமைதிக்குப் பின் கோரப் புயல். ஒரு பெரிய கும்பல் கூட்டத்திலிருந்து பிய்த்துக்கொண்டு போனார்கள். கொண்டு வந்திருந்த லாரிகளில் வேக வேகமாக ஓடி ஏறினார்கள். லீ மனதில் குறளி சொன்னது, ஏதோ விபரீதம் நடக்கப்போகிறது.

நடந்தது. சிறிது தூரம் தள்ளி இருந்தது சுங் செங் என்னும் சீன உயர்நிலைப் பள்ளி (Chung Cheng High School). அங்கே, சுமார் 500 பேர் கொண்ட கும்பல் அருகிலிருந்த அஞ்சல் அலுவலகத்தையும், காவல் நிலையத்தையும் தாக்கினார்கள். போலீஸ் தடியடி நடத்தினார்கள். கண்ணீர்ப் புகை. ஓடிய கூட்டம் நகரத்தின் பல்வேறு பகுதிகளில் கலவரத்தைத் தொடர்ந்தார்கள். நள்ளிரவில், மக்கள் யாரும் பொது இடங்களில் கூடக்கூடாது என்னும் தடை உத்தரவை அரசாங்கம் பிறப்பித்தது. தற்காலிக அமைதி.

மறுநாள் காலை. போலீசார் எல்லாச் சீனப் பள்ளிகளுக்கும் பெரும் படையோடு போனார்கள். பெற்றோர்கள் குழந்தைகளைக் கொண்டு விடும் நேரம். பத்தே நிமிடங்களில் வெளியேறுமாறு பெற்றோர்கள், மாணவர்கள், ஆசிரியர்கள் ஆகியோருக்கு ஆணையிட்டார்கள். மிரட்டல் பலிக்கவில்லை. பள்ளிகளுக்குள் போலீஸ் புகுந்தார்கள். பெற்றோர், மாணவர்கள், ஆசிரியர்கள் என்று எல்லோர் மீதும் கண்மூடித்தனமான லத்தி அடி. கண்ணீர்ப் புகை.

நாடு முழுக்கக் கலவரம் பரவியது. நிலைமை கட்டுக்கு மீறிக் கொண்டிருந்தது. அரசாங்கம் போலீஸோடு ராணுவத்தையும் களம் இறக்கினார்கள். மக்களுக்கும் இவர்களுக்குமிடையே போர். இரண்டு பள்ளிகள் தரைமட்டமாயின. இரண்டு காவல் நிலையங்கள் சேதம். 70 கார்கள் தீக்கிரையாக்கப்பட்டன, 13 பேர் மரணம், 123 பேர் படுகாயம். அரசாங்கம் 1,000 பேரைக் கைது செய்தது. ஆயிரத்தில் ஒருவர் தேவன் நாயர்.

இங்கிலாந்தின் வெளியுறவுத் துறைச் செயலாளர் லெனாக்ஸ் பாய்ட் (Lennox Boyd) முதலமைச்சர் லிம்-முக்குப் புகழ்மாலைகள் குவித்தார் 'கம்யூனிஸப் பாம்பை நெருப்பிட்டுப் பொசுக்கிவிட்டார்கள். ஆனால் இன்னும் பாம்பு கொல்லப்படவில்லை. திறமையும் துணிச்சலும் கொண்ட அமைச்சர்கள் சவால்களைச் சமாளித்துக்கொண்டிருக் கிறார்கள்.'

ஆனால், வன்முறை மூலம் கம்யூனிஸ்ட்களை அடக்க முயல்வது முட்டாள்தனம் என்று லீ நினைத்தார். அரசாங்கத்தை மக்களின் எதிரியாக்குவது கம்யூனிஸ்ட்கள் வைத்த பொறி. இதில் முதலமைச்சர் மாட்டிக்கொண்டதாகக் கருதினார்.

கம்யூனிஸ்ட்களை அடக்கும் முயற்சிகளை லீயும் எடுத்தார். ஆனால், அவர் ஸ்டைல் தனி ஸ்டைல். PAP-ல் உட்கட்சித் தேர்தல்கள் வந்தன. தலைவர், செயலாளர், பொருளாளர், செயற்குழு உறுப்பினர்கள் எனப் பன்னிரெண்டு பேரைத் தேர்ந்தெடுக்கவேண்டும். லீ அணி சார்பாக 8 வேட்பாளர்கள். இடதுசாரிகள் சார்பிலும் 8 போட்டியாளர்கள். தேர்தல்

நடந்தது. லீ எதிர்பார்த்தது போலவே, கம்யூனிஸ்ட்கள் தங்கள் ஆதரவாளர்களைக் கொண்டுவந்து குவித்தார்கள். தேர்தல் முடிந்தது. இரு அணியினருக்கும் சம வெற்றி, ஆறு இடங்கள்.

லீயும், அவர் அணியினரும் தலைவர், செயலாளர், பொருளாளர் ஆகிய மூன்று பதவிகளில் அமர்வார்கள், செயற்குழு உறுப்பினர்களாகப் பின்னணியில் இருந்து கட்சியை இயக்கலாம், உட்குத்து வேலைகள் செய்து மெள்ள மெள்ள லீயின் புகழையும், மக்கள் ஆதரவையும் சரிக்கலாம் என்பது எதிரணித் திட்டம். ஆனால், லீ அடுத்து நகர்த்தியது காய் அல்ல, அணுகுண்டு.

பெரும்பான்மை கிடைக்காததால், நாங்கள் அறுவரும் ராஜிநாமா செய்கிறோம், எதிர் அணியினர் கட்சியை நடத்தட்டும் என்று லீ அறிவித்தார். கம்யூனிஸ்ட்கள் திரைமறைவாகத்தான் கட்சியை இயக்கத் திட்டமிட்டிருந்தார்கள். தலைமைப் பதவிகள் ஏற்றுக் கட்சியை நடத்தினால், சூழ்ச்சிகள் செய்யமுடியாது, மக்கள் முன் முகமூடிகள் கிழிந்துவிடும். ஆகவே, வேறு வழியில்லை. ராஜினாமாவைப் பின்வாங்குமாறு லீயைக் கெஞ்சினார்கள். அவர் மறுத்துவிட்டார். இப்போது PAP கட்சி இடதுசாரிகள் கையில். அவர்கள் செயல்பாடுகள் அத்தனையும் திரைமறைவில்தான்; பொது மக்கள் முன் பகிரங்கமாக. சதிகளோ சூழ்ச்சிகளோ செய்யமுடியாது. உடனேயே அம்பலமாகிவிடும்.

PAP கம்யூனிஸ்ட்களின் கூடாரமாக மாறுவதாக அரசாங்கம் குற்றம் சொன்னது. கட்சியின் தலைவர், உயர்மட்ட நிர்வாகிகள், 12 யூனியன் தலைவர்கள், 4 பத்திரிகையாளர்கள் என 35 பேரைக் கைது செய்தது. PAP கட்சியை கம்யூனிஸ்ட்கள் ஊடுருவிவிட்டார்கள் என்று அறிக்கை வெளியிட்டது. தான் எதைச் செய்ய நினைத்தாரோ, அந்த 'கம்யூனிஸக் களையெடுப்பை' அரசாங்கத்தைச் செய்யவைத்துவிட்டார் ராஜதந்திரி லீ.

PAP கட்சியில் ஏராளமான இளைஞர்களும் மாணவர்களும், கம்யூனிஸ அங்கத்தினர்களாக அனுதாபிகளாக இருந்தார்கள். அவர்களின் மானசீகத் தலைவர்கள் சிறைக்குள். வெற்றிடமாக இருந்த அவர்கள் மனங்களில் இடம் பிடிக்கப் பாய்ந்து வந்தன லீயின் பல திட்டங்கள். கொள்கைப் பிடிப்பு என்பதைத் தாண்டி, கட்சித் தொண்டர்களிடம் நெருக்கத்தை, பாச உணர்வை வளர்க்கவேண்டும். சிங்கப்பூர் மக்கள் தொகையில் சீன இனத்தவர்கள் அதிக எண்ணிக்கையினர். PAP கட்சி உட்பட்ட எல்லாக் கட்சிகளிலும் சீனர்கள்தாம் பெரும்பான்மையான தொண்டர்கள். ஆகவே லீ, சீன இளைஞர்கள்மீது தன் செயல்பாடுகளை ஒருமுகப்படுத்தினார். கட்சிக் கிளை அலுவலகங்களில் பல பயிற்சி

வகுப்புகள் தொடங்கினார்- பாட்டுக்கள், நடனங்கள் நாடகங்கள் எனப் பல்வகைக் கலை நிகழ்ச்சிகள்: சமையல், தையல், ரேடியோ ரிப்பேர் என வகை வகையான வகுப்புகள். இவை அத்தனையும் சீன மொழியில் மட்டும்தான். வாராந்தரக் கட்சிக் கூட்டங்களும், சீன மொழியில் மட்டும்தான். மாதம் ஒரு முறை கூட்டங்கள் மட்டுமே சீனர்கள் தவிர்த்த பிறரும் பங்கேற்கும்படி ஆங்கிலத்தில்.

லீ நடத்திய இந்தப் பயிற்சிப் பாசறைகளில், கம்யூனிஸம் வன்முறை யானது, சிங்கப்பூருக்கு அமைதி வழியில், ஜனநாயக நெறியில் முன்னேற்றம் கொண்டுவரும் சக்தி கொண்ட ஒரே கட்சி PAP தான் என்னும் கருத்துகள் பதியவைக்கப்பட்டன. கணிசமான இளைஞர் படை, இடதுசாரிகளிடமிருந்து விலகிவந்தார்கள், லீ பின்னால் நின்றார்கள். அவர் முடிவெடுத்தார்,- இதுதான் சரியான நேரம். கம்யூனிஸ்ட்கள் தயவில்லாமல் தன் காலிலேயே நிற்கும் திராணி என் கட்சிக்கு இருக்கிறது. அவர்களுக்கு வழிகாட்ட நான் இருக்கிறேன் என்று ஜனநாயக ரீதியாக நிரூபிக்கவேண்டும். அந்த வெற்றி, கம்யூனிஸ்ட்களுக்குக் கொடுக்கும் மரண அடி, எதிர்க்கட்சிகளுக்கு விடுக்கும் சவால், நாட்டுக்கு எழுப்பும் நம்பிக்கை முழக்கம்.

இதற்கு லீ கண்ட வழி, தன் அசெம்பிளி சீட்டை ராஜிநாமா செய்தார். கட்சியில் எஞ்சியிருக்கும் கம்யூனிஸ்ட்கள் தனக்காகப் பிரசாரம் செய்யக்கூடாது என்று தடை விதித்தார். அவருடைய இன்னொரு செயல் அவர் அப்பழுக்கற்ற நேர்மைக்கு வெளிச்சம் போட்டது. மாணவர்கள் அரசியலில் ஈடுபடக்கூடாது என்பது லீயின் உறுதியான கோட்பாடு. நூற்றுக்கணக்கான மாணவர்கள் களம் இறங்க அவர் கண்ணசைவுக்காகக் காத்திருந்தார்கள். கம்யூனிஸ்ட்கள், மாணவர்கள் தனக்காகப் பிரசாரம் செய்யவேண்டாமென்றார். வெற்றிக்காகக் கொள்கையைக் காவு கொடுக்காத வித்தியாசத் தலைவரை நாடு சந்தித்தது.

தேர்தல் முடிவு வந்தது. லீ 67.5 சதவிகித வோட்டுக்கள் வாங்கி, எதிர்த்துநின்ற இரு வேட்பாளர்களைப் படுதோல்வி அடையச் செய்தார். PAP- க்குக் கம்யூனிஸ்ட்கள் துணை இனி வேண்டாம் என்று நிரூபித்துவிட்டார். லீயின் நேர்மைக்கும் ராஜதந்திரத்துக்கும் கிடைத்த இந்த வெற்றி, சிங்கப்பூர் மக்களை விழிக்கவைத்தது, புதிய பாதை போடும் தலைவர் வந்துகொண்டிருக்கிறார்.

லீ போட்ட முதல் புதிய பாதை தேர்தல் அரங்கில். பல நாடுகளைப் போல், அன்று, சிங்கப்பூரிலும், தேர்தல் கரென்சிகள் பறக்கும் திருவிழாவாக இருந்தது. வோட்டுக்களுக்கு விலையாகப் பணம் விநியோகமாகும். கட்சிகள், வாக்காளர்களைத் தங்கள் கார்களில்

பூத்களுக்கு அழைத்துவருவார்கள். கட்சிச் சின்னங்கள் அணிந்த நூற்றுக்கணக்கான 'தொண்டர்கள்' கடைசி நிமிடம்வரை வாக்காளர் களைப் பின் தொடர்வார்கள். அத்தனை செலவுகளையும் கட்சி செய்தது.

வாக்காளர்களை வோட்டெடுப்புக்கு அழைத்துவருவது, மிரட்டுவது, பணம் கொடுப்பது ஆகியவற்றைத் தடை செய்யும் தீர்மானத்தை லீ அசெம்பிளியில் கொண்டுவந்தார். பிடிக்காவிட்டாலும், மக்களிடம் நல்ல பெயர் வாங்குவதற்காக எல்லாக் கட்சிகளும் ஆதரவாகக் கை தூக்கினார்கள். நிறைவேறியது.

சிங்கப்பூர் நகராட்சிப் பிரதிநிதிகள் தேர்தல் வந்தது. மக்களிடம் தன் செல்வாக்கை மறுபடியும் நிரூபிக்கவும் கம்யூனிஸ்ட்களை அரசியல் அரங்கிலிருந்தே துரத்தவும் லீ திட்டம் தீட்டினார். இது, 'எதிரியின் எதிரி என் நண்பன்' என்னும் வியூகம். சிங்கப்பூர் முதலமைச்சர் லிம் தலைமை வகித்த லேபர் கட்சி, மலாயா முதல்வர் துங்கு ஆகிய இருவருடனும், லீக்குச் சுமுக உறவு கிடையாது. ஆனாலும், இருவரோடும் கூட்டணி அமைக்கத் தயாராக இருப்பதாக உறவுக்கரம் நீட்டினார். ஆளும் கட்சியான லேபர் அதிக இடங்கள் கேட்டுப் பிடிவாதம் செய்தது. லீ தயங்கவில்லை. இன்றைய விட்டுக்கொடுத்தல் நாளைய வெற்றிக்கு உதவும். சிரித்துக்கொண்டே விட்டுக் கொடுத்தார். மொத்தம் 32 இடங்கள். அவற்றில் 16 இடங்களில் லேபர் போட்டியிடும்: 2 இடங்களில் உம்னோ: மீதம் 14 இடங்களில் PAP. மூன்று கட்சிகளும் கை கோர்த்தன.

முடிவுகள் வந்தன. லேபர் கட்சிக்குப் பெரும் தோல்வி. போட்டியிட்ட 16 தொகுதிகளில், 4 இடங்களில் மட்டுமே ஜெயித்தது. உம்னோ போட்டியிட்ட இரண்டு தொகுதிகளிலும் வெற்றி. பிற எதிர்க்கட்சிகள் 11; சுயேச்சைகள் 2. PAP போட்டியிட்ட 14 தொகுதிகளில் 13 இடங்களில் வெற்றிக்கொடி நாட்டியது. தன் கட்சிதான் பெரும்பான்மையான மக்கள் ஆதரவு கொண்ட தனிக்காட்டு ராஜா என்று லீ நிரூபித்து விட்டார்.

லீ மனத்திரையில் வருங்காலத் திட்டம் விரிந்தது. முதலில் மேயர் பதவியைப் பிடிக்கவேண்டும். இன்று நகரம் நம் கையில், நாளை நாடே நம் கையில். ஆட்டம் தொடங்கியது. லீ வசம் 13 பிரதிநிதிகள்தானே இருக்கிறார்கள்? மேயர் பதவியைப் பிடிக்க இன்னும் நான்கு பேர் கைவசம் வேண்டும். துங்குவோடு பேசினார். கிடைத்தார்கள் இருவர். இன்னும் இரண்டு பேர் வளைக்கப்பட்டார்கள். சிங்கப்பூர் நகராட்சி லீ கட்சி கைகளில். மேயராக லீ தேர்ந்தெடுத்தவர், அபாரத் திறமைசாலி, அற்புதப் பேச்சாளர், அவருடைய முழு நம்பிக்கையின் சொந்தக்காரர், ஓங் எங் குவான்.

நகரத்தைப் பிடித்துவிட்டோம், நாட்டைப் பிடிக்க என்ன செய்யலாம்? லீ அரசியல் நிலையை ஆராய்ந்தார். விரைவில் சிங்கப்பூருக்குச் சுயாட்சி கிடைக்கும். தேர்தல் நடக்கும். அந்தத் தேர்தலில் எப்படியாவது பெரும்பான்மை பெறவேண்டும். முன்னாள் முதல்வர் மார்ஷல் தன் பெயரைக் கெடுத்துக்கொண்டுவிட்டார். அவர் கட்சி தேர்தலில் அதிக இடங்கள் பெற முடியாது. இப்போதைய முதல்வர் லிம் தலைமை வகிக்கும் லேபர் கட்சிக்கும் ஆதரவு குறைந்துவருகிறது. ஆகவே, தன் வாய்ப்புகள் பிரகாசமானவை. இந்த ஆசைக்கனவைச் சிதைக்கக்கூடியவர்கள் கம்யூனிஸ்ட்கள்தாம். அதுவும், வெளிக் கம்யூனிஸ்ட்கள் அல்ல, சொந்த PAP கட்சியில் இருக்கும் இடதுசாரிகள் தாம். அவர்களை எப்படியாவது அடக்கவேண்டும், கட்சியை முழுக்க முழுக்கத் தன் கட்டுப்பாட்டுக்குள் கொண்டுவரவேண்டும். இதற்கு என்ன செய்யலாம்? அன்றைய ஒரு நிகழ்வு தீர்வுக்கு வழி காட்டியது.

அக்டோபர் 9, 1958. போப் ஆண்டவர் பன்னிரெண்டாம் பயஸ் (Pope Pius XII), தன் 82-ம் வயதில் மரணமடைந்தார். அடுத்த போப் தேர்ந்தெடுக்கப்படவேண்டும். இதற்காகப் பின்பற்றப்படும் வழிமுறையை லீ கூர்ந்து கவனித்தார். போப் மறைந்தாலோ பதவியை விட்டு விலகினாலோ, அவருடைய வாரிசைத் தேர்ந்தெடுக்கும் அதிகாரம், கார்டினல்கள் கல்லூரி (College of Cardinals) என்னும் அமைப்புக்கு மட்டுமே உண்டு. இந்த அமைப்பின் 75 கார்டினல்கள், உலகமெங்கும் இருக்கும் பிஷப்களிலிருந்து போப்பாண்டவரால் தேர்ந்தெடுக்கப்பட்டவர்கள். இவர்களுடைய முக்கிய / ஒரே பணி, போப்பாண்டவரைத் தேர்வு செய்வதுதான். அதாவது, உலகம் முழுக்க இருந்த கத்தோலிக்கக் கிறித்தவர்கள் பல கோடி. இவர்களின் தலைவரைத் தேர்ந்தெடுக்கும் அதிகாரம் வெறும் 75 பேர் கைகளில்!

இதே யுக்தியைக் கட்சியிலும் பயன்படுத்தினால்... போப்பாண்டவர் தேர்வுக்குப் பயன்படுத்தும் அதே வழிமுறையைத்தான் கையாள் கிறோம் என்றால், எதிர்ப்பே இல்லாமல் எல்லோரும் ஒத்துக்கொள் வார்கள். கட்சியின் சட்டத்தைத் திருத்தும் தீர்மானம் வந்தது. இதன்படி, கட்சியில் இரண்டு விதமான உறுப்பினர்கள். சாதாரண அங்கத்தினர்கள் தலைமை அலுவலகம், கிளை அலுவலகங்கள், தற்போதைய தொண்டர்கள் மூலம் சேரலாம். இரண்டாம் வகைச் சிறப்பு உறுப்பினர்கள் செயல்குழுவால் தேர்ந்தெடுக்கப்படுவார்கள். இவர்கள் எண்ணிக்கை சில நூறு. இந்தச் சிறப்பு உறுப்பினர்களுக்கு மட்டுமே கட்சியின் தலைவர், செயலாளர், பொருளாளர், செயற்குழு உறுப்பினர்கள் ஆகிய நிர்வாகிகளைத் தேர்ந்தெடுக்கும் அதிகாரம் உண்டு. இந்தத் தீர்மானம் சொல்லாத ரகசியம்- செயற்குழு உறுப்பினர் களை நியமிப்பவர் லீதான். அவர்கள் லீ சொல்வதுபோல்தானே கை தூக்குவார்கள்?

விசேஷ மாநாடு கூட்டினார். தீர்மானம் நிறைவேறியது. கட்சியின் செக்ரட்டரி ஜெனரலாக லீ தேர்ந்தெடுக்கப்பட்டார். தலைவராக, அவர் முழு நம்பிக்கைக்குரிய சின் சை (Chin Chye). செயற்குழு, மற்ற நிர்வாகிகள் அத்தனை பேரும் லீ ஆதரவாளர்கள். கட்சி முழுக்க முழுக்க லீ கட்டுப்பாட்டில்.

கம்யூனிஸ்ட்கள் மேல் நேரடித் தாக்குதல் தொடங்கினார். கட்சிப் பத்திரிகையில் தலையங்கம் வந்தது. 'PAP கட்சி கம்யூனிசத்துக்கு எதிரானது. விசாரணை இல்லாமல் சந்தேகம் ஏற்படுபவர்களைக் கைது செய்யும் PPSO (Preservation of Public Security Ordinance) அரசாணையைத் தேர்தல் முடிந்தவுடன், PAP கட்சி நிறைவேற்றும்.'

தேர்தலை எதிர்நோக்கும் இந்தக் காலகட்டத்தில், சிறையிலிருந்த தேவன் நாயர் மற்றும் கம்யூனிச அனுதாபி 'நண்பர்களை' மாதம் ஒருமுறை லீ சந்தித்தார். வீட்டில் சமைத்த சிக்கன் கறி, பேக்கரியில் வாங்கிய ஃப்ரெஷ் ரொட்டி ஆகியவற்றைக் கொண்டு போவார். சில சமயம், சிறை அதிகாரிகள் அனுமதித்தால், பீரும் உண்டு. PAP ஆட்சிக்கு வந்தால், அவர்களுக்கு விடுதலை தருவதாகவும், அவர்கள் மீதிருக்கும் எல்லா வழக்குகளையும் வாபஸ் வாங்குவதாகவும் உறுதிமொழி தந்தார். தேர்தலில் அவர்கள் ஆதரவைக் கேட்டார். அதுவும், வாய்மொழியாக அல்லாமல், கையெழுத்திட்டு.

தேவன் நாயரும், சக ஐந்து கைதிகளும் முதலில் எழுதிய கடிதம் லீ எதிர்பார்த்தபடி அமையவில்லை. 'சிங்கப்பூரை மலேயாவோடு இணைத்து, கம்யூனிசம் இல்லாத கூட்டாட்சி அமைக்கும் PAP- க்கு ஆதரவாக அவர்கள் ஆதரவுக் (சரணாகதிக்) கடிதம் தரவேண்டும். மறுத்தார்கள். பின் இணங்கிவந்து லீ கேட்டபடியே கடிதம் தந்தார்கள்.

கம்யூனிஸ்ட்களும் கட்சியும் இப்போது லீ கையில், ஆட்சியைப் பிடிக்க அவர் சந்திக்கவேண்டிய ஒரே எதிரி- சிங்கப்பூர் பீப்பிள்ஸ் அலையன்ஸ் (Singapore Peoples Alliance- சுருக்கமாக SPA) என்ற பெயரில், லேபர் கட்சியும், சோஷியலிஸ்ட்களும் சேர்ந்து அமைத்திருந்த கூட்டணி. அரசியல் அனுபவம் கொண்ட இவர்களை முறியடிக்க வேண்டு மானால், மக்கள் மனங்களைக் கொள்ளை கொள்ளவேண்டும். அவர்களின் முக்கியத் தேவைகளைப் பூர்த்தி செய்யும் வாக்குறுதிகளை வாரி வாரி வழங்கவேண்டும்.

இந்தத் தேவைச் சவால்கள் எத்தனை பிரமாண்டமானவை என்று லீக்குத் தெரியும். 1920- இலேயே குடியிருப்பு வசதிகள் தட்டுப்பாடு தொடங்கி விட்டது. காணும் இடமெல்லாம், புறம்போக்குப் பகுதிகளில் எல்லாம் குடிசைகள். இங்கிலாந்து அரசு, 1927-ல் சிங்கப்பூர் மேம்பாட்டுப் பொறுப்பாட்சி (Singapore Improvement Trust) என்னும் அமைப்பை

உருவாக்கியது. வீட்டு வசதி வாரியம்போல், ஏழைகளுக்கான இருப்பிடங்கள் கட்டித் தருவது இவர்கள் வேலை. 1959 வரை, அதாவது 32 வருடங்களில் இவர்கள் கட்டியிருந்த மொத்த வீடுகள் 23,000. சிங்கப்பூர் வந்த இங்கிலாந்தின் நாடாளுமன்றக் குழு சொன்னது, 'இவை உலகின் மிக மோசமான குடிசைப் பகுதிகள்... நாகரிகமான சமுதாயத்தின் அவமானச் சின்னங்கள்.' இந்தக் கு(க)றையைத் துடைப்பது லீயின் முதல் வேலை. தன் ஆட்சியில் ஏழைகளுக்கு மலிவு விலை வீடுகள் கட்டித் தருவதாக வாக்குறுதி கொடுத்தார்.

லீ தொலைநோக்குப் பார்வை கொண்டவர். சிங்கப்பூரைச் சொர்க்க பூமியாக்கும் ஆயிரம் ஆயிரம் வண்ணக் கனவுகள் வரைபடங்களாக அவர் மனதில் உயிர்பெற்றுவரத் துடித்துக்கொண்டிருந்தன. பொருளாதாரம், கல்வி, வீட்டு வசதி, ஆரோக்கியம், தொழிலாளர் நலம், பெண்கள் முன்னேற்றம் ஆகிய தூண்களின் மேல்தான் தன் கனவு மாளிகையை எழுப்பமுடியும் என்னும் அவர் எண்ணத்தின் வெளிப்பாடுகள்தாம் இந்தத் திட்டங்கள். PAP கட்சியின் தேர்தல் அறிக்கை இந்தத் திடங்களை மக்களோடு பகிர்ந்துகொண்டது. நாடு அன்று இருந்த பரிதாப நிலையில், இந்தத் திட்டங்கள் பகல் கனவுகள், நாட்டை ஏமாற்றும் வாய்ஜாலங்கள் என்று எல்லோரும் நினைத்தார்கள். இல்லை, இவை நடக்கும் என்று அசைக்கமுடியாத நம்பிக்கையோடு இருந்தவர் லீ மட்டும்தான்.

எல்லாக் கட்சிகளும் முனைப்பாகப் பிரசாரப் பொதுக்கூட்டங்கள் நடத்த ஆரம்பித்தார்கள். PAP கட்சியின் முதல் கூட்டம். லீ, மற்றும் முன்னணி நிர்வாகிகள் கலந்துகொண்டு கலக்கும் கூட்டம். முதல் கூட்டத்திலேயே எதிர்க்கட்சியான SPA- க்கு மரண அடி தர லீ முடிவு செய்தார்.

லீ எதிர்பார்த்த அளவுக்கு மாபெரும் கூட்டம் அலை மோதியது. கட்சித் தலைவர் சின் சை பேசினார். பேச்சா அது? எதிர்க்கட்சியான SPA மீது வீசிய வெடிகுண்டு. SPA அமெரிக்காவிடமிருந்து 5 லட்சம் டாலர்கள் தேர்தல் உதவி நிதி வாங்கியதாகக் குற்றம் சாட்டினார். ஆட்சிக்கு வர ஆசைப்படும் கட்சி வெளிநாட்டிடம் சிங்கப்பூரை அடகு வைக்கிறார்கள் என்னும் தேசத்துரோகக் குற்றச்சாட்டு. யாரும் நம்பவில்லை. அமெரிக்கத் தூதர் அறிக்கைவிட்டார், 'பிற தேசங்களின் உள்நாட்டு அரசியலில் தலையிடுவது எங்கள் கொள்கையல்ல.' பிரதமர் லிம், அரசியல் ஆதாயத்துக்காக எதிர்க் கட்சி சுமத்தும் அபாண்டம் என்று கருத்துச் சொன்னார்.

லீ அசெம்பிளியில் ஊழல் குற்றச்சாட்டை எழுப்பினார். லஞ்சம் வாங்கியவர், கல்வி அமைச்சர் சூ ஸ்வீ கீ (Chew Swee Kee) என்று கறை

படிந்த கரங்களின் சொந்தக்காரரை அடையாளம் காட்டினார். விசாரணை கமிஷன் அமைத்து, அமைச்சர் மீது நடவடிக்கை எடுக்க வேண்டுமென்று வாதாடினார். சூ ஸ்வீ கீ தன் பதவியை ராஜிநாமா செய்தார். சொன்னார், 'என்னிடம் மறைப்பதற்கு எதுவுமில்லை. ஆனால், SPA கட்சியின் பெயரைக் காப்பாற்றுவதாகப் பதவி விலகுகிறேன்.'

சூ ஸ்வி கீ பேச்சு வெற்று வீறாப்பு என்று விசாரணை கமிஷன் கண்டு பிடித்தது. அவர் அமெரிக்காவிடமிருந்து லஞ்சம் வாங்கி, அந்தப் பணத்தில், மனைவி பெயரில் வீடு, பினாமி பெயரில் கம்பெனி என எக்கச்சக்கமான சொத்துக்கள் வாங்கிக் குவித்திருந்தார்.

விசாரணை கமிஷன் தன் அறிக்கையை வெளியிட்டது. எல்லா ஊடகங்களிலும், தலைப்புச் செய்தி SPA கட்சியின் ஊழல்தான். PAP கட்சி சுமார் 100 தெருவீதிக் கூட்டங்கள் போட்டு இந்தச் சேதியை மக்கள் மத்தியில் டமாரம் அடித்தது. SPA கட்சித் தொண்டர்களிடம் சுரத்தே இல்லை. மாறாக, PAP தொண்டர்களுக்கு உற்சாக டானிக் அருந்திய இரட்டை வேகம்!

இவ்வாறு வெற்றிக் களிப்பில் மிதந்துகொண்டிருந்தபோது, லீயின் ராஜபாட்டையில் ஒரு தடைக்கல். வந்தது சிங்கப்பூரிலிருந்தல்ல, அண்டைய மலாயாவிலிருந்து. வீசத் தூண்டியவர் மலாயப் பிரதமர் துங்கு அப்துல் ரஹ்மான். தன் உம்னோ கட்சியிலிருந்து யாராவது லீ-க்கு ஆதரவு தந்தால், அவர்கள் கட்சியிலிருந்தே துரத்தப்படுவார்கள் என்று எச்சரித்தார். லீ மீது தனிப்பட்ட வெறுப்போ, தென் கிழக்கு ஆசியத் தலைமையில் அவர் தனக்குப் போட்டியாக வந்துவிடுவார் என்கிற பயமோ, எது உண்மைக் காரணம் என்று தெரியவில்லை.

சிங்கப்பூரின் பிரபல ஆங்கில நாளிதழ்கள் ஸ்ட்ரெயிட்ஸ் டைம்ஸ், சிங்கப்பூர் ஸ்டான்டர்ட் ஆகியவை. இவற்றின் ஆசிரியர்கள் மலாய்கள். துங்குவின் வெறுப்பை, எதிர்ப்பை இவர்களும் வெளிப்படுத்தினார்கள். லீயைக் காரசாரமாக விமர்சித்தார்கள். PAP கட்சிக்கு ஏன் வோட்டுப் போடக்கூடாது என்று உபதேசம் செய்தார்கள். பதிலுக்கு லீ உரத்த குரலில் கர்ஜித்தார், 'மே 30- க்குப் பின், மலாயா, சிங்கப்பூர் உறவுகளில் உரசல் ஏற்படுத்த முயற்சி செய்யும் பத்திரிகை ஆசிரியர்கள், தலையங்கம் எழுதுபவர்கள், உதவி ஆசிரியர்கள், நிருபர்கள் ஆகிய அத்தனை பேரும் பாதுகாப்புச் சட்டத்தின் கீழ், கைது செய்யப் படுவார்கள். அவர்களைச் சிறைக்குள் தள்ளுவோம், சிறைக்குள்ளேயே வைத்திருப்போம்.'

லீ மக்கள் எழுத்துரிமையின் குரல்வளையை நெரிக்கிறார் என்று சிங்கப்பூர் நாளிதழ்கள் உலகப் பத்திரிகை மாநாட்டில் குரல்

எழுப்பினார்கள். கண்டனத் தீர்மானம் போட்டார்கள். லீ இந்தச் சலசலப்புக்கெல்லாம் அஞ்சும் பனங்காட்டு நரியல்ல. தனியொரு வனுக்கு உணவில்லையெனில் ஜெகத்தினை அழித்திடும் கொள்கை கொண்டவர். சிங்கப்பூரின் ஒவ்வொரு குடிமகனுக்கும் வயிறாரச் சோறும், வாழ்க்கை வசதிகளும் தருவதுதான் அவர் இலக்கும் கனவும். வயிற்றுக்குச் சோறு, அதற்குப் பிறகுதான் வாய்க்குப் பேச்சுரிமை. போற்றுவோர் போற்றட்டும், புழுதிவாரித் தூற்றுவோர் தூற்றட்டும், இந்தப் பாதையில் மட்டுமே பயணிப்பதில் லீ தெளிவாக இருந்தார்.

தேர்தல் முடிந்தது. 90 சதவிகிதத்தினர் வாக்களித்தார்கள். அலை, அலை, லீ ஆதரவு அலை. மொத்த 51 தொகுதிகளில் PAP ஜெயித்தவை 43. பிற கட்சிகள் வென்ற தொகுதிகள்: SPA - 4, உம்நோ- 3, சுயேச்சை 1.

லீ சிங்கப்பூரின் அரியணை ஏறப்போகிறார். அவர் அரசியலில் குதித்துக் கட்சி தொடங்கிய ஐந்தே வருடங்களில் அறுதிப் பெரும்பான்மை கண்டு ஆட்சிபீடம் ஏறியது வரலாறு காணாத சாதனை, தன்னிகரில்லாத தலைமை என்று உலகம் புகழ்மாலைகள் சூட்டியது. ஆனால், இது வெறும் ஆரம்பம்தான், அவர் தொடப்போகும் சிகரங்களின் தொடக்கம் தான். வரப்போகும் வருடங்கள் உரக்கச் சொல்லும், அந்தப் பொற்கால அனுபவங்களை!

19

நான் ஆணையிட்டால்...

1959 ஜூன் மாதம். தன் 35- ஆம் வயதில் லீ சிங்கப்பூர்ப் பிரதமர். உலகின் பல்வேறு பாகங்களிலிருந்து வாழ்த்துச் செய்திகள் குவிந்தன. துங்கு பத்திரிகைகளுக்கு விடுத்த சேதி விசித்திரச் சேதி. அவருக்கு லீமேல் இருந்த வெறுப்பை வெளிப்படுத்தியது. 'PAP-ன் வெற்றி எதிர்பார்க்கப்பட்டதுதான். எதிர்க்கட்சிகள் துண்டுபட்டிருந்தார்கள். பலமான எதிர்ப்புத் தரவில்லை. மகிழ்ச்சியான விஷயம் என்னவென்றால், என் நண்பர் லிம் யூ ஹாக் ஜெயித்திருக்கிறார். அவர் இந்த அரசாங்கத்துக்குப் பலமான எதிர்க்கட்சியாக இருப்பார்.' இது வாழ்த்தா, சாபமா? துங்குவிடம்தான் கேட்கவேண்டும்.

பதவி ஏற்பு விழாவுக்கு முன், நல்லெண்ண நடவடிக்கையாக, அரசியல் கைதிகளை லீ விடுதலை செய்தார். (இவர்களுள் பெரும்பாலானோர் கம்யூனிஸ்ட்கள்). விழாவில் லீயும், 9 அமைச்சர்களும் பதவி ஏற்றார்கள். அத்தனை பேரும், பளிச் வெள்ளை உடையில். ஊழல் இல்லாத ஆட்சி தரப்போகிறோம் என்று லீ காட்டிய சமிக்ஞை.

லீ மக்களிடம் பேசினார், 'நாம் புதிய அத்தியாயம் தொடங்குகிறோம்.... நம்முடைய விடுதலைக்கும் மலேயாவோடு இணைப்புக்கும் முதல் அடி எடுத்துவைக்கிறோம். நல்ல விஷயங்கள் வானத்திலிருந்து மடியில் வந்து விழுவதில்லை. அரசாங்கத்தின் முயற்சிகளை மக்கள் தொடர்ந்து ஆதரித்தால் மட்டுமே பலன்கள் கிடைக்கும்... பெரும்பாலானவர்களின் நன்மைக்காக, ஒரு சிலரைப் பாதிக்கும் முடிவுகளை அரசு எடுக்கவேண்டி வரலாம். ஒட்டுமொத்த சிங்கப்பூர் சமுதாயத்தின் நன்மையே முக்கியம் என்பதை நினைவில் வைத்துக்கொள்ளுவோம்.'

லீ நிதியமைச்சரிடம் அரசாங்கத்தின் கையிருப்பை ஆராயச் சொன்னார். முந்தைய அரசின் நடப்பு, வரவு எட்டணா, செலவு பத்தணா. இன்று நிலைமை துந்தணா. PAP அமைச்சர்களும் பழைய பாணியிலேயே

பயணித்தார்கள். அலுவலகங்களில் ஆடம்பர வசதிகள், சுற்றுப் பயணம் போனால் அரசு செலவில் புடைசூழும் பரிவாரங்கள், மக்கள் கைத்தட்டல் வாங்குவதற்காக இலவசங்கள் எனப் பணத்தைக் கரியாக்கினார்கள். இது தொடர்ந்தால் சிங்கப்பூரே சீக்கிரத்தில் திவாலாகிவிடும். லீயின் ஆக்ஷன் ஆரம்பம். வீண் செலவுகள் அத்தனையும் வெட்டப்பட்டன. அமைச்சர்கள் தங்கள் அலுவல கங்கள், அரசுப் பணிகள், சுற்றுப் பயணங்கள் ஆகியவற்றுக்குச் செலவிட வேண்டுமானால், நிதி அமைச்சரிடம் முன் அனுமதி வாங்க வேண்டும். தான்தோன்றியாகச் செலவிட்டால், அரசு பணம் தராது.

அரசு ஊழியர்களின் சம்பளம் முக்கிய செலவு ஐட்டம். அதைக் குறைக்க வேண்டும். உபதேசம் செய்யும் முன்னால், மந்திரிகள் முன்னோடியாக இருக்கவேண்டாமா? அமைச்சர்களின் ஊதியத்தை 15 சதவிகிதம் குறைத்தார். அதிகாரிகளுக்குப் புதிய கார்கள், வெளிநாட்டுப் படிப்பு, பயிற்சி ஆகியவை கால வரையறையின்றி நிறுத்தப்பட்டன. மொத்தம் 14,000 அரசு ஊழியர்கள் இருந்தார்கள். கீழ், மத்திய நிலையில் இருந்த 8,000 ஊழியர்களின் சம்பளத்தில் எந்த மாற்றமும் செய்யப்படவில்லை. உயர்மட்ட 6,000 அதிகாரிகளின் அலவன்ஸ்கள் குறைக்கப்பட்டன. எதிர்த்தார்கள். இது நாட்டின் வாழ்வா, சாவா பிரச்னை. ஆகவே, லீ இதயத்தைக் கல்லாக்கிக்கொண்டார்- இந்தச் சிறு தியாகத்தை அதிகாரிகள் நாட்டுக்காகச் செய்தேயாகவேண்டும். ஒரு வருடத்தில் நாட்டின் நிதிநிலைமை கட்டுப்பாட்டுக்குள் வந்தது.

தன் அமைச்சர்களுக்கு அதிகார போதை வந்துவிடக்கூடாது, தாங்கள் சாமானியர்கள் என்பதை மறந்துவிடவே கூடாது என்பதில் லீ குறியாக இருந்தார். அதே சமயம், மக்கள் மனங்களில் சுகாதாரத்தின் அவசியத்தைப் புரியவைத்து, குப்பை கூளங்கள் நிறைந்த நாட்டைச் சிங்காரச் சிங்கப்பூராக்கும் வெறி. இரண்டு மாங்காய்களை ஒரே கல்லில் வீழ்த்தும் திட்டம். நாட்டைச் சுகாதாரப்படுத்தும் திட்டம் தொடங்கினார். அமைச்சர்கள் கடற்கரை, தெருக்கள் ஆகிய பொது இடங்களைச் சுத்தம் செய்யத் தொடங்கினார்கள். லீயே வழி காட்டினார். கையில் துடைப்பத்தோடு முக்கிய வீதியொன்றைத் துப்புரவாக்கினார்.

லீயின் மனம் வானத்தில் பறந்துகொண்டிருந்த அதே சமயம், கால் புதைகுழியில். பொருளாதாரம், வீட்டு வசதிகள், சுத்தம், சுகாதாரம், கல்வி, தொழில் என அத்தனையும் சிதிலத்தில். ஒவ்வொன்றாகத் தீர்வுகாண நேரமில்லை. அத்தனையும் கொழுந்துவிட்டு எரியும் பிரச்னைகள்.

ஏழைகளுக்கு மலிவு விலை வீடுகள் கட்டித்தருவதாகத் தேர்தல் வாக்குறுதி தந்திருந்தாரே? சொன்னதைச் செய்யும் இந்த மாமனிதர்

செயலிழந்து கிடந்த சிங்கப்பூர் மேம்பாட்டுப் பொறுப்பாட்சியைக் கலைத்தார். அதன் இடத்தில், ஹவுஸிங் டெவலப்மெண்ட் போர்ட் வந்தது.

பெயர் மாற்றம் மட்டுமல்ல, அடிதடிச் செயல் மாற்றம். லீயே, போர்டின் நடவடிக்கைகளை மேற்பார்வை செய்தார். 5 வருடத் திட்டம் தீட்டப்பட்டு, கட்டுமானப் பணிகள் போர்க்கால வேகத்தில் முடுக்கி விடப்பட்டன. இந்தப் பணிக்கு அரசியல்வாதியைவிட பிசினஸ்மேன் தான் தகுதியானவர் என்று முடிவெடுத்தார். லிம் கிம் ஸான் (Lim Kim San) என்னும் வெற்றிகரமான தொழிலதிபரைத் தலைவராக்கினார். சில அமைச்சர்கள் லிம் செயல்பாட்டில் தலையிட்டார்கள். இந்த இடையூறுகளை விலக்கி, அவர் சுதந்திரமாகச் செயல்படச் செய்தார். பிற அமைச்சர்களுக்கும் இது பாடமானது. அரசியல் தலையீடு இல்லாத நல்லாட்சிக்கு வழிகாட்டியது.

லிம் தன் அபாரத் திறமையை விரைவிலேயே நிரூபித்தார். அவர் பொறுப்பேற்று ஏழே மாதங்கள். குடிசைப் பகுதியில் பெரும் தீ விபத்து. 30,000 பேரின் குடிசைகள் எரிந்து சாம்பலாயின. பத்தே மாதங்களில் 768 ஒற்றை அறைக் குடியிருப்புகள் கட்டி முடித்தார் லிம். வீடிழந்த அத்தனை குடும்பங்களையும் கரையேற்றினார்.

நாட்டில் ஊழல் ஊடுருவியிருந்தது. 1952-லேயே, பிரிட்டிஷ் அரசாங்கத்தால் தொடங்கப்பட்டிருந்த ஊழல் நடவடிக்கைகள் விசாரணை பீரோ (Corrupt Practices Investigation Bureau) செயலற்று இருந்தது, லீ இந்த பீரோவைத் தன் நேரடி நிர்வாகத்தில் வைத்துக்கொண்டார். புகார்கள் உடனடி விசாரிக்கப்பட்டன. தடாலடித் தண்டனைகள். லஞ்சம் வாங்கினால் தொலைந்தோம் என்னும் பயம் அரசு ஊழியர்கள் மனங்களில் வந்தது. இதுதானே, ஊழல் ஒழிப்பின் முதற்படி?

சும்மா இருப்பவர் மனங்கள் சாத்தானின் தொழிற்சாலைகள் என்று லீ நம்பினார். மக்கள் மனங்களை, குறிப்பாக இளைஞர் மனங்களை ஆக்கபூர்வமான நடவடிக்கைகளில் திருப்பிவிட்டால், நாட்டில் குற்றங்கள், வன்முறை குறையும். மக்கள் சங்கம் (Peoples Association) என்னும் அரசாங்க அமைப்பு உருவாக்கினார். நாட்டின் அனைத்து இசை, நடன, ஓவிய, சமையல் பள்ளிகள், சங்கங்கள், கிளப்கள், பொழுதுபோக்கு அமைப்புகள், விளையாட்டுச் சங்கங்கள் மக்கள் சங்கத்தில் சேர்ந்தாகவேண்டும். இந்த மக்கள் சங்கம், நாடு முழுக்க 100 சமுதாயக்கூடங்கள் திறந்தது. இவை அறிவுத்தேடல், பொழுதுபோக்கு ஆகிய இரண்டுக்கும் மையங்களாக வடிவமைக்கப்பட்டன. டேபிள் டென்னிஸ், செஸ் போன்ற விளையாட்டுக்கள், ரேடியோ, ஃப்ரிஜ் ரிப்பேர் ஆகியவை இங்கு கற்றுக்கொடுக்கப்பட்டன.

உழைப்பாளர் அணி (Works Brigade) என்னும் அமைப்பை உருவாக்கினார். இவர்கள் அனைவரும் ராணுவ உடை பாணியில் சீருடை அணியவேண்டும். வசதிகள் குறைவான கூடாரங்களில் தங்க வேண்டும். விவசாயம், ரோடு போடுதல், வீடுகள் கட்டுதல் ஆகிய பயிற்சிகள் இவர்களுக்குக் கொடுக்கப்பட்டன. இவை பொழுது போக்குகள் அல்ல, கட்டுப்பாடு, செய்யும் தொழிலைத் தெய்வமாக மதிக்கும் அர்ப்பணிப்பு ஆகியவற்றை இளைய தலைமுறைக்குக் கற்றுக்கொடுக்கும் கட்டாயப் பயிற்சி. ஏழை, பணக்காரன், குடும்பப் பின்புலம் என்கிற எந்த வித்தியாசமும் இல்லாமல், அத்தனை சிங்கப்பூர் இளைஞனுக்கும் நடந்த பட்டை தீட்டல், ஒவ்வொருவரையும் புடம்போட்ட தங்கமாக்கும் அக்னிப் பிரவேசம்.

லீ நெஞ்சுக்கு நெருக்கமாக இருந்த சமாசாரம், பெண்கள் முன்னேற்றம். உத்வேகத்தோடு பெண்களுக்காக உரிமைக்குரல் எழுப்ப ஒரு முன்னோடி, ஒரு புதுமைப் பெண் PAP கட்சியில் வேண்டும். லீ தேடினார் கிடைக்கவில்லை. சில கட்சி நண்பர்கள், இந்தப் பணிக்கு ஏற்றவர், அவர் மனைவி சூ மட்டுமே என்று அடித்துச் சொன்னார்கள். அரைகுறை மனத்தோடு (!!!!!!) லீ சம்மதித்தார்.

மலாய் வானொலியில் சூ முழங்கினார்: ‘சமுதாய, அரசியல், பொருளாதார ரீதியில் பெண்கள் ஆண்களைவிடத் தாழ்வானவர்கள் என்னும் முன் அனுமான அடிப்படையில் நம் சமுதாயம் எழுப்பப் பட்டிருக்கிறது. பெண்களின் உழைப்பைச் சுரண்டுவதற்காகத்தான் இந்த மாயை உருவாக்கப்பட்டிருக்கிறது... அடுத்த தேர்தலில் PAP கட்சி பெண் வேட்பாளர்களைக் களத்தில் நிறுத்தும். அவர்களுக்கு வாக்களிப்போம். எதிர்க்கட்சிகளின் பொம்மலாட்டங்களையும் கேலிக் கூத்துக்களையும் பார்த்துப் பார்த்துச் சிங்கப்பூர்ப் பெண்களுக்கு வெறுப்புத் தட்டிவிட்டது என்று காட்டுவோம். PAP மட்டும்தான் தன் தேர்தல் வாக்குறுதிகளை நிறைவேற்றும் லட்சியப் பிடிப்பு, நேர்மை, திறமை கொண்ட ஒரே கட்சி.’ மனைவி என்ற தகுதியில் சூ இந்த வாய்ப்பைப் பெற்றிருக்கலாம், ஆனால், அவர் தனக்குக் கொடுத்த பணியைக் கன கச்சிதமாக முடித்துக் காட்டியது எதிரிகளும் ஒத்துக் கொண்ட நிஜம்.

PAP வெறும் வாய்ப்பேச்சுக் கட்சியல்ல, சொன்னதைச் செய்பவர்கள் என்பதை நிரூபிக்க, பெண்கள் உரிமைச் சாசனம் (Womens Charter) நிறைவேற்றப்பட்டது. முஸ்லிம்கள் தவிர மற்றவர்கள் அனைவரும் ஒன்றுக்குமேல் திருமணம் செய்துகொள்வது சட்ட விரோதமானது. சூதாட்டம், போதை மருந்துகள் விற்பனை, கஞ்சா புகைத்தல், சின்ன வீடு, ஆடை அவிழ்ப்பு நடன விடுதிகள், லஞ்சம் கொடுத்தல், வாங்குதல், ஏன், ஆபாசப் பாட்டுக்கள்கூடத் தடை செய்யப்பட்டன.

கல்விதான் வளமான நாடு என்னும் மாளிகையைத் தாங்கிப் பிடிக்கும் தூண் என்பது லீயின் உறுதியான நம்பிக்கை. சிங்கப்பூர்க் குழந்தைகள் அனைவரும், ஒருவர் பாக்கியில்லாமல், பள்ளிப் படிப்பு பெற்றாக வேண்டுமென்பதில் குறியாக இருந்தார். லீயின் கல்வி அமைச்சர், நண்பர், பசைத் தொழில் பங்காளி, உறவுமுறை மச்சான், சூவின் அண்ணன் யாங் யாங் நியூக் லின் இதைச் சாத்தியமாக்கினார். நாட்டில் பிறப்பு விகிதம் 4 சதவிகிதம். நாளுக்கு நாள் குழந்தைகள் எண்ணிக்கை அதிகரித்துக்கொண்டிருந்தது. இந்தத் தேவையைப் பூர்த்தி செய்யும் அளவுக்குப் பள்ளிக்கூடங்கள் திறக்க அரசிடம் பணமில்லை. அரசாங்கம் பள்ளி நேரங்களை மாற்றியது. காலையில் ஒரு ஷிஃப்ட்: மதியம் இரண்டாம் ஷிஃப்ட். மாணவர்கள் சேர்க்கை இரண்டு மடங்கானது. ஆசிரியர்களுக்குப் பயிற்சிகள் தரப்பட்டு, அவர்கள் திறமைகள் மெருகேற்றப்பட்டன.

சிங்கப்பூரின் இன்னொரு வியாதி தொழிலாளர் பிரச்னை. நினைத்தபோ தெல்லாம், சில்லறைக் காரணங்களுக்காக வேலை நிறுத்தங்கள் செய்தார்கள். லீ இதற்கு முற்றுப்புள்ளி வைத்தார். இந்தப் பிரச்னை களைச் சமாளிக்க அண்டை நாடுகளில் என்ன செய்கிறார்கள் என்று கவனித்தார். ஆஸ்திரேலியாவில் முதலாளி- தொழிலாளி உறவுகள் சுமுகமாக இருந்தன. அவர்கள் கடைப்பிடித்த வழி, நடுவர் தீர்ப்பு முறை. (Arbitration). லீ ஆஸ்திரேலியா தொழிலாளர் நல அமைச்ச கத்தின் நிரந்தரச் செயலாளராக இருந்த ஹாரி பிளான்ட் (Harry Bland) என்பவரை ஆலோசகராக அழைத்துவந்தார். அவர் வழிகாட்டலில், சிங்கப்பூர் நடுவர் தீர்ப்பு மன்றம் பிறந்தது. இதன்படி, எந்த யூனியன் வேலை நிறுத்தம் செய்தாலும், தொழில் அமைச்சர் ஸ்டிரைக்கைத் தடை செய்து, தகராறை மன்றத்துக்கு அனுப்பிவைக்கலாம். மன்றம் தீர்ப்பே மகேசன் தீர்ப்பு. அப்பீல் கிடையவே கிடையாது.

தினம் ஒரு முன்னேற்றம் என்று கொள்கை வைத்துக்கொண்டிருப்பது போல், பல்வேறு துறைகளில் லீயின் கனவுகள் செயல்திட்டங்களாக மலர்ந்தன.

மக்கள்தொகைப் பெருக்கத்துக்குக் கடிவாளம்போட, குடும்பக் கட்டுப்பாடு.

சீன மொழியில் கல்வி கற்பித்த நான்யாங் பல்கலைக் கழக (Nanyang University) மாணவர்களுக்கு அரசு வேலைகளில் வாய்ப்புக் கதவுகள் முதன் முறையாகத் திறப்பு என எத்தனை எத்தனையோ?

தலைவர்கள் பலவிதமான ஆளுமைகள் கொண்டவர்கள். ஒரு சிலர், திறமைசாலிகளைத் தேர்ந்தெடுப்பார்கள். அவர்களிடம் முழுப் பொறுப்புக்களையும் ஒப்படைப்பார்கள் மேற்பார்வை மட்டும்

செய்வார்கள். இன்னும் சிலர், திறமைசாலிகளைவிட, நம்பிக்கை யானவர்களைக் குழுவில் தேர்ந்தெடுப்பார்கள். ஒவ்வொரு அமைச் சரவைக்கும் இவர்கள்தான் சூத்திரதாரி.

லீ இப்படித்தான். அத்தனை அமைச்சகங்களின் விவரங்களும், நுணுக்கங்களும் தெரிந்தால்தான் தன்னால் நல்லாட்சி நடத்தமுடியும், நாடு பற்றிய தன் கனவுகளை நனவுகளாக்க முடியும் என்று நம்பியவர். ஆகவே, ஒவ்வொரு அமைச்சரகத்திலும், அமைச்சரையும், அதிகாரி களையும் சந்தித்தார். துருவித் துருவி விவரங்கள் கேட்டார். சின்ன விஷயமோ, பெரிய சமாச்சாரமோ, எதுவாக இருந்தாலும், அவருக்குத் தெரியவேண்டும், எல்லா முடிவுகளிலும் அவர் பங்களிப்பு கட்டாயம் இருந்தாகவேண்டும். வீட்டு வசதி, பெண்கள் நலம், தொழிலாளர் நலம், கல்வி, சுகாதாரம் என ஒவ்வொரு துறைக்கும் தனி அமைச்சர்கள் இருந்தபோதிலும், சிங்கப்பூரை ஆண்டது PAP கட்சி அல்ல, லீ தான்.

சிங்கப்பூருக்குத் தனித்துவம் உருவாக்கவேண்டும், சுதந்திர நாடாக அடையாளம் பதிக்கவேண்டும். அதற்குத் தேவை தேசியக் கொடி. அதை வடிவமைப்பதில்தான் எத்தனை பிரச்னைகள்? சீனர்களுக்குச் சிவப்பு நிறம் அதிர்ஷ்டத்தின் அடையாளம். சீன தேசியக் கொடியில் 5 மஞ்சள் நட்சத்திரங்கள். இந்தப் பாதிப்புக்களால், மஞ்சள் நட்சத்திரங்கள் கொண்ட சிவப்புக் கொடி கேட்டார்கள். மலாய்கள் தேர்வு, தைரியத்தின் அடையாளமான சிவப்பு, தூய்மையைக் குறிக்கும் வெண்மை ஆகிய இரண்டும் கொண்ட சிவப்பு-வெள்ளை இருவண்ணக் கொடி, அதில் இஸ்லாமிய அடையாளமான பிறைச் சந்திரன்.

லீ இரு இனத்தவரோடும் பல சுற்றுப் பேச்சு வார்த்தைகள் நடத்தினார். சீன, மலாய்களைத் திருப்திப்படுத்தும் கொடி முடிவானது- மேலே சிவப்பு, கீழே வெள்ளை என இரு வண்ணக் கொடி. சிவப்புப் பகுதியில் பிறைச் சந்திரன், ஐந்து நட்சத்திரங்கள். இந்த ஐந்து நட்சத்திரங்களும் ஜனநாயகம், அமைதி, முன்னேற்றம், நீதி, சமத்துவம் என்னும் நாட்டின் ஐந்து லட்சியங்களைக் குறிப்பவை.

இதுவரை பறந்துகொண்டிருந்த இங்கிலாந்து அரசின் யூனியன் ஜாக் கொடி கீழே இறங்கியது. சிங்கப்பூரின் புதுக் கொடி பட்டொளி வீசிப் பறக்கத் தொடங்கியது.

கொடிக்கு அடுத்து, தேசிய கீதம். ஹாஜி ஸுபீர் செயித் (Haji Zubir Said) என்னும் மலாய் இசையமைப்பாளர் எழுதி, இசை வடிவம் தந்த பாடல். மலாய் மொழியிலும், ஆட்சி மொழிகளான மான்டரின் சீனம், தமிழ், ஆங்கிலம் என்னும் நான்கு மொழிகளிலும் பாடலாம். அதிகாரபூர்வமான தமிழ் மொழிபெயர்ப்பு இதோ:

சிங்கப்பூர் மக்கள் நாம்
செல்வோம் மகிழ்வை நோக்கியே
சிங்கப்பூரின் வெற்றிதான்
சிறந்த நம் நாட்டமே.
ஒன்றிணைவோம் அனைவரும்
ஓங்கிடும் புத்துணர்வுடன் முழங்குவோம் ஒன்றித்தே
முன்னேறட்டும் சிங்கப்பூர்
முன்னேறட்டும் சிங்கப்பூர்.
ஒன்றிணைவோம் அனைவரும்
ஓங்கிடும் புத்துணர்வுடன்
முழுங்குவோம் ஒன்றித்தே
முன்னேறட்டும் சிங்கப்பூர்
முன்னேறட்டும் சிங்கப்பூர்.

பல நாடுகளில் அரசாங்கச் சின்னம் வைத்துக்கொள்வார்கள். இதை, மரபுரிமைச் சின்னம் கொண்ட மேலங்கி (Coat of Arms) என்று சொல்வார்கள். லீ சிங்கப்பூருக்கும் இத்தகைய தனிச் சின்னம் கொண்டு வந்தார். சிவப்பு நிறக் கேடயம். அதில் வெள்ளை நிறத்தில், தேசியக் கொடிபோல் வெள்ளை நிறத்தில் ஒரு பிறைச் சந்திரன், ஐந்து நட்சத்திரங்கள். கேடயத்தைத் தாங்கிப் பிடித்தபடி இடப்புறம் சிங்கம், வலப்புறம் புலி. இரண்டும் சிரித்தபடி. சிங்கம், சிங்கப்பூர். புலி மலாயாவுடன் இருக்கும் பாரம்பரிய உறவுகளை உணர்த்த. கீழே, மஜுலா சிங்கப்பூரா என்னும் மலாயா மொழி வாசகம்- முன்னேறட்டும் சிங்கப்பூர் என்று அர்த்தம்.

கொடி, தேசிய கீதம், நாட்டுச் சின்னம் என ஒவ்வொரு அம்சத்திலும் எல்லா இனத்தவரையும் அரவணைத்துப்போகும் மனப்போக்கை, அண்டைய மலாயாவோடு சகோதரத்துவத்தோடு வாழும் ஆசையை, கொடி, தேசிய கீதம், நாட்டுச் சின்னம் என ஒவ்வொரு அம்சத்திலும் லீ காட்டினார். இதுதான் லீ! இது அவர் கண்ட மாபெரும் வெற்றிகளின் ஒரு ரகசியம்.

சுதந்திர சிங்கப்பூருக்கு லீ பலமான அடித்தளம் போட்டுவிட்டார். எழப்போகிறது பிரம்மாண்ட மாளிகை. வரப்போகின்றன பல தடைகள். எப்படி லீ எதிர்கொள்ளப்போகிறார்? பார்ப்போம்.

20

சவாலே சமாளி!

லீ சிங்கப்பூரின் பிரதமராகப் பதவியேற்று ஒரு வருடமாகிவிட்டது. மக்கள் மனங்களில் இவரல்லவோ தலைவர் என்னும் எண்ணம் வேரூன்றத் தொடங்கியது. இந்த வளர்ச்சியும் புகழும் பலர் மனங்களில் பொறாமையைத் தூண்டின. காலை இழுக்கும் வேலைகளில் இறங்கினார்கள். சிலர் நேரடியாக, சிலர் மறைமுகமாக.

முதல் கத்தியை எறிந்தவர் ஓங் எங் குவான். ஆமாம், நகரசபைத் தேர்தலில் PAP கட்சிக்கு மெஜாரிட்டி கிடைத்து ஆட்சி அமைக்கும் வாய்ப்புக் கிடைத்தவுடன் யாருக்கு முதல் பதவி, மேயர் பதவி கொடுத்துப் பெருமைப்பட்டாரோ, அந்தச் செல்லத் தொண்டன். லீ வளர்த்த அந்த கடா அவர் மார்பில் பாய்ந்தது.

ஓங் எங் குவான் கட்சிக்குள் கலகக் கொடி தூக்கினார், லீயையும் கட்சித் தலைமையையும் கடுமையாக விமரிசித்தார். கட்சிக் கட்டுப்பாட்டைக் குலைக்கும் இந்த கான்சர் நோயை வேரோடு பிடுங்க லீ முடிவெடுத்தார். ஓங் கட்சியில் பிளவு ஏற்படுத்துவார், கட்சி பலவீனமாகிவிடும், வருங்காலத்தில் ஆட்சியைப் பிடிப்பது கேள்விக் குறியாகிவிடும் என்று லீயின் நண்பர்கள் ஆலோசனை சொன்னார்கள். லீ மறுத்தார். அவரைப் பொறுத்தவரை, தவறு செய்தவர்கள் தண்டிக்கப் படவேண்டும். அவர்கள் யாராக இருந்தாலும் சரி. ஓங் மற்றும் அவருடைய நெருங்கிய சகாக்கள் அத்தனை பேரையும் ஒட்டு மொத்தமாகக் கட்சியிலிருந்து நீக்கம் செய்தார் லீ.

ஓங் தாக்குதல் இப்போது நாடாளு மன்றத்தில். லீ பிரிட்டிஷ் ஆட்சியின் கைக்கூலியாகச் செயல்படுவதாகப் பழி சுமத்தினார். நாடாளுமன்ற நடவடிக்கைகளை நீதிமன்றத்துக்கு எடுத்துப்போக முடியாது என்னும் காரணம் தந்த தைரியம். பதிலுக்கு லீ சவால் விட்டார்: 'நாடாளு மன்றத்துக்கு வெளியே வந்து இந்தக் குற்றச்சாட்டைச் சொல்லுங்கள் பார்க்கலாம்.' ஓங் பதில் மௌனம்.

அடுத்த சில மாதங்கள் ஓடின. இந்த முரட்டுக்குக் குதிரைக்குக் கடிவாளம் போடும் வழிகளை லீ தேடிக்கொண்டிருந்தார். ஓங் பேசத் தொடங்கினால் உணர்ச்சிவசப்படுவார். அந்த வேகத்தில், வார்த்தைகள் அவரைமீறி வரும். அவை, அவருக்கே அவர் பறிக்கும் குழி. அப்படியொரு குழி...

நாடாளுமன்றக் கூட்டம். லீ தன் மச்சான், க்வா ஸூன் சுவான் (Kee Soon Chuan) என்பவரை வருமானத் துறை உதவி கமிஷனராக நியமித்திருந்தார். ஊழல் குற்றச்சாட்டுகளில் சந்தேகப்பட்டவர்களை உள்ளே தள்ளும் அதிகாரம் கொண்ட சக்திபீடம். லீ தன் உறவினருக்கு இந்தப் பதவி கொடுத்தது அதிகார துஷ்பிரயோகம் என்று ஓங் கண்டன அம்பு வீசினார். இந்தக் குற்றச்சாட்டை நாடாளுமன்றத்துக்கு வெளியே சொல்லத் துணிச்சல் இருக்கிறதா என்று லீயின் பதில் கணை. ஓங் பதில் சொல்லவில்லை. சபையை அவமதித்ததாக அவர்மீது அவைத் தலைவர் கண்டனத் தீர்மானம் கொண்டுவந்தார்.

'என்னைக் கண்டிக்கவும் தண்டிக்கவும் மன்றத்துக்கு அதிகாரம் கிடையாது. ஒரு குற்றச்சாட்டல்ல, முதலமைச்சர் மீதும், அவர் கட்சிமீதும் இதோ இன்னும் பல குற்றச்சாட்டுகள்.'

ஓங் குற்றச்சாட்டுகளை அடுக்கினார். கோபாவேசம். தன்னை மறந்தார், நிலை இழந்தார். 'என் பதவியை ராஜிநாமா செய்கிறேன். பழைய தொகுதியிலேயே இடைத்தேர்தலில் நின்று ஜெயித்துக் காட்டுகிறேன். லீயும் முதலமைச்சர் பதவியைத் துறந்துவிட்டு, அவர் தொகுதியில் இடைத்தேர்தலைச் சந்திக்கத் தயாரா?'

லீ, தன்மீது சாட்டப்பட்ட குற்றங்களை விசாரிக்க ஒரு கமிஷன் நியமித்தார். அவர்கள் குற்றங்களை நிரூபித்தால், பதவி விலகுவதாக உறுதிமொழி கூறினார். ஓங் தன் பதவியை ராஜிநாமா செய்தார்.

மூன்றே மாதங்கள். கமிஷனின் முடிவு வெளியானது, குற்றச்சாட்டுகள் அத்தனையும் அபாண்டம். தன் எதிரி பொய்யர் என்று பொதுமக்கள் முன்னால் நிரூபித்துவிட்டோம், இனி அவர் எதிர்காலம், இறந்த காலம்தான் என்று லீ நினைத்தார். இடைத் தேர்தல் நடந்தது. லீ PAP சார்பில் பலமான வாக்காளரை நிறுத்தினார். தீவிர பிரசாரம் செய்தார். விசித்திரமான மக்கள். ஓங் 7,747 வோட்டுக்கள் வாங்கி மாபெரும் வெற்றி கண்டார். PAP வேட்பாளருக்கு 2,820 வாக்குகள். லீ எதிர்பார்த்தேயிராத மாபெரும் தோல்வி. ஆனால், விழுவது எழுவதற்கே என்பது கொள்கை. அவர் சொன்னார், 'மக்கள் மனங்களில் நம்பிக்கை ஏற்படுத்துவது இன்னும் முக்கியமாகிறது.'

ஒருவகையில், இந்தத் தோல்வி மாறுவேடம் போட்டு வந்த வரம். ஓங் சீன மொழியில் கேட்பவர் மனங்களை வசியம் செய்யும் வசீகரப்

பேச்சாளர். அவரை நெருங்கும் திறமைகூட யாருக்கும் இல்லை. அந்த வெற்றிடத்தை நிறைக்க லீ முடிவு செய்தார். சீன மொழிக்குப் பல வட்டார வடிவங்கள் உண்டு. அவற்றுள், ஹோக்கியென் (Hokkien) வடிவம்தான் சிங்கப்பூரில் பெரும்பான்மையான சீனர்கள் பயன்படுத்திய பேச்சு வடிவம். இதை வசப்படுத்தவேண்டும்.

லீ எதையுமே மேலெழுந்தவாரியாகச் செய்பவரல்ல. மூச்சடக்கி, ஆழ்கடலில் முத்தெடுப்பவர். அவர் சொன்னார், ‘இது வெறுமே, ஓங்கைத் தோற்கடிக்கும் முயற்சியல்ல, (அரசியலின்) வாழ்வா, சாவா பிரச்னை.’ இரண்டு ஆசிரியர்களை அமர்த்திக்கொண்டார். கன்னி முயற்சியாக ஒரு பொதுக்கூட்டம். வார்த்தைகள் வரவில்லை. வந்தவற்றிலும், சொல், பொருள் இலக்கணைப் பிழைகள். முன்வரிசையில் இருந்த சிறுவர் சிறுமிகளே கைகொட்டிச் சிரித்தார்கள். இதற்கெல்லாம் வெட்கப்பட்டால் முடியுமா? லீ தன் கடும் உழைப்பை, பயிற்சியை இருமடங்காக்கினார். மூன்றே மாதங்களில், தங்கு தடையின்றி, சரளமாக, சுவாரஸ்யமாக ஹோக்கியெனில் பேசுவதில் வல்லுநராகிவிட்டார்.

கட்சி நீக்கம், ஹோக்கியென் பேச்சு ஆகியவற்றால் லீ ஓங்கை வென்று விட்டார். ஆனால், அவர் முன்னால் இன்னும் இரண்டு பெரும் சவால்கள். ஒன்று கம்யூனிஸ்ட்கள், இரண்டு துங்கு.

லீ என்னதான் திட்டம் போட்டாலும், பகீரதப் பிரயத்தனம் செய்தாலும், பொருளாதார வளர்ச்சி சிங்கப்பூரோடு கண்ணாமூச்சி ஆடியது. புதிய தொழிற்சாலைகள் எதுவும் வரவில்லை. வேலையில்லாத் திண்டாட்டம் தலை விரித்து ஆடியது. கம்யூனிஸம் தலைதூக்க அற்புதமான சூழ்நிலை. யூனியன் தலைவர்கள் லீயை ரகசியமாகச் சந்தித்தார்கள். தங்கள் இயக்கத்தைத் தடை செய்யாமல் செயல்பட விட்டால், லீ ஆட்சிக்கு ஆதரவு தருவதாகச் சொன்னார்கள். வாக்குறுதி தர லீ மறுத்துவிட்டார். இதற்குப் பல காரணங்கள்- தனிப்பட்ட முறையில் அவருக்கு கம்யூனிஸ்ட்கள் மீது நம்பிக்கையில்லை. சிங்கப்பூரின் வளர்ச்சிக்கு அவர்கள் தடையாக இருப்பார்கள் என்று நினைத்தார். துங்குவுக்கு கம்யூனிஸ்ட்கள் மேல் ஜென்மப் பகை இருப்பதும் அவருக்குத் தெரியும். தான் இணைய நினைக்கும் மலாயத் தலைவர் துங்கு மனதில் தன்னைப்பற்றிய எந்தச் சிறு சந்தேகமும் ஏற்படுத்த லீ தயாராக இல்லை.

ஆனால், துங்கு மனதில் சந்தேக விதை விழுந்துவிட்டது. பாலுக்கும் காவல் பூனைக்கும் தோழன் என்பதுபோல் லீ இரட்டை ஆட்டம் போடுவதாக நினைத்தார். இடதுசாரிகளை எதிர்ப்பதாகச் சொல்கிறார், ஆனால், தன் PAP கட்சியில் அவர்களை வைத்துக்கொண்டிருக்கிறார்.

துங்குவுக்கு இன்னொரு பயமும் இருந்தது. பெரும்பான்மையான சீனர்கள் கொண்ட சிங்கப்பூரை மலாயாவுடன் இணைத்தால், மண்ணின் மைந்தர்களான மலாய்களின் முக்கியத்துவம் போய்விடும், இரு இனத்தினருக்குமிடையே கலவரங்கள் எழும், அத்தோடு லீ அரவணப்பில் கம்யூனிஸ்ட்களும் மலாயாவில் பலம் பெறுவார்கள் என்று அச்சம்.

துங்குவைத் திருப்திப்படுத்த, லீயும் பிரிட்டிஷ் அரசும் ஒரு வழி கண்டுபிடித்தார்கள். மலாயாவோடு, சிங்கப்பூர் மட்டுமல்லாது, பிரிட்டிஷ் காலனிகளாக இருந்த புரூனே (Brunei), சாராவாக் (Sarawak), வடக்கு போர்னியோ (North Borneo) ஆகிய பகுதிகளை இணைத்து ஐக்கிய மலேசியக் குடியரசு (Federation of Malaysia) என அமைக்க வேண்டும். இந்த ஆலோசனை அறிக்கையை லீ தயார் செய்தார்.

துங்கு சிங்கப்பூருக்கு வந்திருந்தார். பத்திரிகையாளர் சங்கத்தில் சந்திப்பு. அப்போது லீக்குக் கிடைத்தது ஆனந்த அதிர்ச்சி. துங்கு பேசினார், 'என்றாவது ஒரு நாள், இங்கிலாந்து, சிங்கப்பூர், வடக்கு போர்னியோ, புரூனே, சாராவாக் ஆகிய மக்களோடு மலாயா நல்லுறவோடு இருக்கும். எப்போது, எப்படி இது நிகழும் என்று என்னால் இப்போது சொல்ல முடியவில்லை. ஆனால், இது தடுக்கமுடியாதது. இந்தப் பகுதிகளுக்குள் அரசியல், பொருளாதார ஒத்துழைப்பைக் கொண்டுவர நாம் திட்டமிடவேண்டும்.'

லீ நிம்மதிப் பெருமூச்சு விட்டார். சிங்கப்பூர் மலாயாவுடன் இணைவதற்கு இடையூறாக இருந்த ஒரு தடை விலகிவிட்டது. அவர் கனவு நிறைவேறும் காலம் கைக்கு எட்டும் தூரத்தில்.

ஆனால், லீயின் கட்சியில் இருந்த கம்யூனிஸ்ட்கள் இணைப்புக்கு ஆயிரம் நிபந்தனைகள் போட்டார்கள். அப்போது சிங்கப்பூரில் ஆறு பெரிய தொழிற்சங்கங்கள் இருந்தன. இவை Big Six என்று அழைக்கப் பட்டன. இவற்றின் தலைவர்கள் இரு முக்கிய கோரிக்கைகள் வைத்தார்கள்- பெயரளவில் இல்லாமல், உண்மையான அதிகாரமுள்ள சுயாட்சி சிங்கப்பூரில் அமையவேண்டும். பிரிட்டிஷாரால் அமைக்கப் பட்ட உள்நாட்டுப் பாதுகாப்பு கவுன்சிலைக் கலைக்கவேண்டும். இவற்றைச் செய்தால், சிங்கப்பூர் எப்போதும் ஸ்திரமற்ற நிலையில் இருக்கும், அந்தக் குழம்பிய குட்டையில் மீன் பிடிக்கலாம் என்பது இடதுசாரிகள் கணக்கு.

இந்தக் காலகட்டத்தில் *(1961)*, சிங்கப்பூரின் ஆன்ஸன் (Anson) என்னும் தொகுதியின் PAP மக்கள் பிரதிநிதி திடீர் மரணமடைந்தார். இடைத் தேர்தல். இங்கே வாங்கும் வாக்குகள்தாம், தன் மக்கள் ஆதரவுக்குச் சாட்சியாகும். துங்குவிடமும் பிரிட்டிஷ் அரசிடமும் ஆணித்தரமாகப்

பேசி மலாயா குடியரசை உருவாக்கும் பலமான அடித்தளம் உருவாக்கும் என்று லீ நம்பினார். எப்படியாவது அமோக வெற்றி காணவேண்டும்.

PAP வேட்பாளர் தொழிற்சங்கத் தலைவராக இருக்கவேண்டும். அதே சமயம், கம்யூனிஸத் தாக்கம் இல்லாதவராக, துங்குவுக்கு ஏற்றவராக, லீயின் சொல் கேட்பவராக இருக்கவேண்டும். கிடைத்தார் அப்படி ஒருவர். முகமது பின் அவாங் (Mahmud bin Awang) என்னும் மலாய் இனத் தலைவர். அவருக்கு எதிராக, ஒர்க்கர்ஸ் பார்ட்டி (Workers' Party), முன்னாள் முதலமைச்சர் டேவிட் மார்ஷலைக் களமிறக்கியது.

வாக்கெடுப்புக்கு இரண்டு நாட்கள் முன்னால், கம்யூனிஸ்ட்கள் போட்டார்கள் ஒரு வெடிகுண்டு. ஆறு PAP அசெம்பிளி அங்கத்தினர்கள் கட்சித் தலைமைக்கு பகிரங்கக் கடிதம் எழுதினார்கள். Big Six என்னும் ஆறு தொழிற்சங்கங்களுக்கும் கட்சி நிபந்தனையற்ற ஆதரவு தரவேண்டும்: அத்தனை அரசியல் கைதிகளையும் விடுதலை செய்யவேண்டும்: உள்நாட்டுப் பாதுகாப்பு கவுன்சிலைக் கலைக்க வேண்டும். இது வெறும் கடிதமல்ல, லீக்கு எதிராகத் தூக்கிய போர்க்கொடி, அவர் ஆதரவைத் தகர்க்கும் சதி.

அடிபட்ட சிங்கம் வெறியோடு எழுந்தது. கட்சியின் மூன்று அரசியல் செயலாளர்களையும் லீ கட்சியிலிருந்து வெளியேற்றினார். ஆறு அசெம்பிளி அங்கத்தினர்களும், தங்கள் சுயநலத்துக்காகக் கட்சியை அழிக்கும் செயல்களில் ஈடுபடுவதாக அறிக்கைவிட்டார். கம்யூனிஸ்ட்கள் இப்போது லீயுடன் நேருக்கு நேர் மோதினார்கள். அவர் பிரிட்டிஷ் ஏகாதிபதியத்தின் கையாள், துங்குவுக்கு சிங்கப்பூரை விலை பேசுகிறார் என்று அபாண்டப் பிரசாரங்களை முடுக்கி விட்டார்கள்.

பரபரப்பான தேர்தல் முடிந்தது. சிறிய அளவு வாக்கு வித்தியா சத்திலாவது ஜெயித்துவிடுவோம் என்று லீ நினைத்தார். ஏமாற்றம். 546 வாக்குகள் அதிகம் பெற்று மார்ஷல் வெற்றி கண்டார். மதமதப்பில் முழங்கினார், '(லீ அவர்களே), உங்கள் முதலமைச்சர் பதவியை ராஜிநாமா செய்யுங்கள். ஓய்வில் இருக்கும்போது பணிவையும் மனித நேயத்தையும் கற்றுக்கொள்ளுங்கள். அப்படிச் செய்வீர்களேயானால், சந்தேகத்துக்கு அப்பாற்பட்ட உங்கள் திறமை, சுயநலமின்றி, நேர்மையோடு மக்களுக்குப் பயன்படும்.' லீ சுயநலக்காரர், திமிர் பிடித்தவர், மனிதநேயமற்றவர் என்னும் வஞ்சப் புகழ்ச்சி இது!

கட்சிக்குள் எழும் எதிர்ப்பு, தேர்தல் தோல்வி ஆகியவற்றை லீயால் ஒத்துக்கொள்ள முடியவில்லை. அதிரடியாக ஏதாவது செய்ய வேண்டும். அப்போதுதான் மக்கள் மனங்களில் தன்மீது நம்பிக்கையை

மறுபடியும் மலரச் செய்யமுடியும். இதற்கும் மேலாக, அவருக்கே ஒரு தன்னம்பிக்கை டானிக் தேவைப்பட்டது. அந்த டானிக், மக்களுக்குக் கொடுத்த அதிர்ச்சி வைத்தியம்- முதலமைச்சர் பதவியிலிருந்து ராஜிநாமா.

தன் முடிவை PAP கட்சித் தலைவருக்குக் கடிதம் எழுதினார். அவர் ஏற்கவில்லை. அசெம்பிளியில் நம்பிக்கை வாக்குப் பெற லீ முடிவு செய்தார். மிக மிக ரிஸ்க்கான முடிவு. ஏன் தெரியுமா? அசெம்பிளியில் மொத்த உறுப்பினர்கள் 51 பேர். அவருக்கு ஆதரவானவர்கள் 25 பேர்: எதிர் அணியினர் இன்னொரு 25 பேர். மீதம் இருந்த ஒற்றை அங்கத்தினர்- மலாய் இனத்தைச் சேர்ந்த சஹோரா பின்டே அஹ்மத் (Sahorah binte Ahmat). உடல்நலம் சரியில்லாத அவர் மருத்துவ மனையில் அனுமதிக்கப்பட்டிருந்தார். இரு அணியினரும் சஹோரா ஆதரவு கோரி, நோய்ப் படுக்கையிலும் அவரை நச்சரித்துக்கொண்டிருந் தார்கள். ஆட்சியல்லவா ஆட்டத்தில் இருக்கிறது? அதுவும் சஹோரா தானே துருப்புச் சீட்டு? ஆனால், அவர் எழுந்து நிற்க முடியாத நிலையில் படுக்கையில். மருத்துவமனையைவிட்டு அவர் வெளியே வந்தால், உடல்நலத்துக்கே அபாயம் என்று மருத்துவர்களின் எச்சரிக்கைகள்.

ஜூலை 20, 1961. மதியம் 2.30. அசெம்பிளி கூடியது. 50 அங்கத்தினர் களும் அவையில். காரசாரமான விவாதங்கள். குற்றச்சாட்டுக்கள், அவதூறுப் பட்டியல்கள். இரவு முழுக்க நடக்கும் கூட்டம் மறுநாள் அதிகாலைக்கும் தொடர்கிறது. அதிகாலை மணி 3. எப்போதும் வாக்கெடுப்பு நடக்கலாம். இருவருக்கும் தலா 25 வாக்குகள் கிடைக்கும். அப்போது பிரிட்டிஷ் கவர்னர் என்ன செய்வார்? 'உங்கள் மக்களாட்சி போதும். அடுத்த தேர்தல் நடப்பதுவரை அதிகாரத்தை என் கையில் வைத்திருக்கிறேன் என்று அறிவிப்பாரா? லீ அரசியல் வாழ்க்கை அஸ்தமனமாகிவிட்டதா? விடைகள் இல்லாத வினாக்கள்.

அப்போது, அசெம்பிளி வாசலில் ஒரு ஆம்புலன்ஸ் சைரன் ஒலி. கிரீச்சிடும் டயர்கள். மருத்துவமனைப் பணியாளர்கள் ஒரு வீல்சேரைக் கீழே இறக்குகிறார்கள். வாசலிலிருந்து 45 அடி தூரம். பணியாளர்கள் உதவியுடன் தள்ளாடியபடி நடந்துவருகிறார் சஹோரா! லீக்கு ஆதரவாகக் கை தூக்குகிறார். அது கையல்ல, தள்ளாடிக்கொண்டிருந்த அரசைத் தூக்கி நிறுத்திய தூண், லீ அரசியல் வாழ்வுக்குப் புத்துயிர்.

நம்பிக்கைத் தீர்மானத்துக்கு எதிராக வாக்களித்த 25 மக்கள் பிரதி நிதிகளும், PAP கட்சியைவிட்டு வெளியேறவேண்டிய கட்டாயம். வெளியே போனார்கள் (லீயால் வெளியேற்றப்பட்டார்கள்.) பாரிசான் சோஷியலிஸ் (Barisan Socialis Party) என்னும் தனிக்கட்சி

தொடங்கினார்கள். லீ களையெடுத்துவிட்டார். PAP கட்சி இப்போது அவர் கட்சி.

லீ தன் வியூகத்தை விளக்கினார், 'எதிரிகள் கடுமையாகத் தாக்கும் போது, பதிலடி கொடுப்பதற்குப் பதிலாக, மேலே விழும் அடிகளைத் தவிர்க்கவேண்டும். அதே சமயம், நம் அணுகுமுறையில் என்ன அடிப்படை மாற்றங்கள் செய்யவேண்டும் என்று ஆலோசிக்க வேண்டும்.'

மயிரிழையில், ஒரே வோட்டில் ஆட்சி தலை தப்பிவிட்ட இந்த வேளையில் லீ இதைத்தான் செய்தார். பிளவுபட்ட PAP கட்சிக்கும் தனக்கும் மக்கள் மத்தியில் எத்தனை ஆதரவு இருக்கிறது என்று லீ தெரிந்துகொள்ள விரும்பினார். அமைச்சர் பணியிலிருந்து தன்னைத் தற்காலிகமாக விடுவித்துக்கொண்டார். காலை முதல் இரவுவரை ஒரே வேலை, மக்கள் சந்திப்பு, அவர்களின் நாடித் துடிப்புக் கணிப்பு. வீதி வீதியாக நடந்துபோனார். பலமட்ட மக்கள், கட்சி நிர்வாகிகள், சாமான்னியர்கள் ஆகியோரோடு பேசினார். கட்சியின் ஆணிவேரான அடிமட்டத் தொண்டர்கள் தன்னோடு இருப்பது தெரிந்தது, காற்றுள்ள போதே தூற்றிக்கொள்ளவேண்டும். கம்யூனிஸ்ட்களை வேரறுக்க இதுதான் சரியான நேரம்.

அசெம்பிளியில் கிடைத்த 25 அங்கத்தினர்கள் ஆதரவு கம்யூனிஸ்ட்களுக்கும் புது ரத்தம் பாய்ச்சியது. தங்கள் அரசியல் கனவுகளுக்கு முக்கிய வில்லன் லீதான் என்பதை உணர்ந்தார்கள். அவர் அரசியல் அத்தியாயத்துக்கு அஞ்சலி எழுத முடிவெடுத்தார்கள். லீயா-கம்யூனிஸ்ட்களா? சிங்கப்பூரின் வருங்காலம் யார்? தொடங்குகிறது போர், போர், போர்!

அரசாங்கத்தைக் கவிழ்த்த முயன்று தோற்ற இடதுசாரிகள் PAP கட்சியின் முதுகெலும்பை முறிக்கும் முயற்சிகளில் தீவிரமாக இறங்கினார்கள். PAP- க்கு 25 கிளைகள் இருந்தன. இவற்றுள் 20 கிளைச் செயலாளர்களைத் தங்கள் பக்கம் இழுத்துக்கொண்டார்கள். இவர்கள் வெறும் கைகளோடு போகவில்லை. கட்சி இருந்த இடங்கள், டைப்ரைட்டர்கள் போன்ற சொத்துக்கள், ஏராளமான தொண்டர் படை ஆகியவற்றையும் எடுத்துச் சென்றார்கள். தங்களோடு சேர மறுத்த கிளைகளை அடித்து நொறுக்கினார்கள். அந்தச் செயலாளர்களை அடி, உதை என்று மிரட்டினார்கள்.

லீ இளைஞர்களை நாட்டு முன்னேற்றத்தின் ஆக்கசக்தியாகப் பயன்படுத்த, உழைப்பாளர் அணி (Works Brigade) என்னும் அமைப்பை உருவாக்கியிருந்தார். ராணுவ பாணியில் சீருடை அணியும் இவர்கள், வீடுகள் கட்டுதல் ஆகிய பயிற்சிகளிலும்,

பணிகளிலும் செதுக்கப்பட்டுக்கொண்டிருந்தார்கள். ஆரம்ப காலங்களில் நேரடியாக இதை லீ மேற்பார்வை செய்துகொண்டிருந்தார். முதலமைச்சரானதும் நேரமின்மையால், பொறுப்பை இன்னொரு அமைச்சரிடம் தந்தார். எல்லா ஆட்சிகளிலும் சாதாரணமாக நடப்பதுபோல், அந்த அமைச்சர் இன்னொரு குட்டித் தலைவரிடம் பொறுப்பைக் கொடுத்தார். மேற்பார்வை நீர்த்துப்போனது. கம்யூனிஸ்ட்கள் இந்த இடைவெளியைப் பயன்படுத்தி, உழைப்பாளர் அணியைத் தங்கள் ஆதரவாளர்களால் நிரப்பி விட்டார்கள். உழைப்பாளர் அணி இடதுசாரிகள் கோட்டையாகி விட்டது. நேரடியாகக் களத்தில் இறங்கியபோதுதான், இந்த விபரீதம் லீக்குத் தெரிந்தது.

இதேபோல். நாட்டின் அனைத்து இசை, நடன, ஓவிய, சமையல் பள்ளிகள், சங்கங்கள், கிளப்கள், பொழுதுபோக்கு அமைப்புக்கள், விளையாட்டுச் சங்கங்கள் ஆகியவற்றின் ஒருங்கிணைப்பாக லீ தொடங்கியிருந்த மக்கள் சங்கத்தின் 100 சமுதாயக்கூடங்களும் பொதுவுடமைக் கொள்கைகள் போதிக்கும் கூடாரங்களாகியிருந்தன.

கட்சியில் இருந்துகொண்டே, கம்யூனிஸ்ட்கள் மறைமுகமாக நடத்திக் கொண்டிருந்த கொரில்லாப் போர் இது. தலைக்குமேல் தண்ணீர் போய்விட்ட நிலை. இன்னொரு மனிதராக இருந்திருந்தால், சோதனை மேல் சோதன, போதுமடா சாமி என்று அரசியல் சந்நியாசம் வாங்கியிருப்பார். லீ வித்தியாசமானவர். சவால்களும் எதிரிகளின் சதிகளும் அவருக்கு உற்சாக டானிக்.

லீ உழைப்பாளர் அணியில் இருந்த கம்யூனிஸ்ட் அனுதாபிகளை அடையாளம் கண்டார். அவர்கள்மீது, தண்டனை, தற்காலிக நீக்கம் என்னும் கணைகளை ஏவினார். அவர்களுள் 150 பேர் உழைப்பாளர் அணித் தலைவரின் அலுவலகத்தை முற்றுகையிட்டார்கள். தலைவர், அவருடைய இரு உதவியாளர்கள் ஆகியோரின் சைக்கிள்களை நெருப்புவைத்துக் கொளுத்தினார்கள். அரசாங்கம் ஏழு பேர் மீது வழக்குப் பதிவு செய்தது.

சும்மா இருக்குமா எதிரணி? எதிர்ப்புக் கூட்டங்கள், மறியல்கள். அரசு தரப்பு அவர்களின் மூன்று முக்கிய தலைவர்களை டிஸ்மிஸ் செய்தது. 180 பேர் ஒரு சமுதாயக்கூடத்தை முற்றுகையிட்டார்கள். வன்முறையில் இறங்கும் நோக்கத்தோடு வருகிறார்கள் என்று உளவுத்துறை சொன்னது. அரசாங்கம் முன்னேற்பாடாக, ராணுவத்தைக் கூடத்துக்கு அனுப்பினார்கள். கலவரம் வெடிக்கும் முன்னால், அடக்கப்பட்டது. உழைப்பாளர் அணி, மக்கள் சங்கங்கள் ஆகியவற்றைத் தன் இரும்புக் கரங்களால், உறுதியான நடவடிக்கைகளால், லீ தன் கட்டுப் பாட்டுக்குள் கொண்டுவந்துவிட்டார்.

தொழிலாளர் உறவு அத்தனை சுலபமானதாக இல்லை. எரியும் கொள்ளியில் கம்யூனிஸ்ட்கள் எண்ணெய் வார்த்துக்கொண்டேயிருந்தார்கள். கட்சி உடைந்த பதினைந்தே மாதங்களில், சிங்கப்பூரில் நடந்த வேலை நிறுத்தங்கள் 153- நாட்டின் வரலாற்றில் ஒரு ரெக்கார்ட். அத்தனையும் கம்யூனிஸ்ட்கள் உபயம்!

அமைச்சரகம் போகும் வழியில், அவர் அடிக்கடி பார்த்த காட்சி, தொழிலாளர்கள் வேலைக்குப் போகாமல் சின்னச் சின்னக் கூட்டங்களாக நின்று வம்படித்துக்கொண்டிருப்பார்கள்: அல்லது கைகளில் கோரிக்கை அட்டைகளோடு முழக்கம். சிலர் தொழிற்சாலைகளின் வேலிகளை அழிப்பது, சுவர்களை உடைப்பது, பொதுச் சொத்துக்களைச் சேதம் செய்வது என்னும் பல்வேறு நாச வேலைகளில். 'பைத்தியக்காரர்களே, நீங்கள் அழிப்பது உங்கள் முதலாளிகளையல்ல, என் ஆட்சியையல்ல, உங்கள் பிறந்த பொன்னாட்டைத்தான்' என்று லீ நெஞ்சு கதறும், ரத்தக் கண்ணீர் விடும்.

21

மலாயாவுடன் சிங்கப்பூர் இணைந்தது

கம்யூனிஸ்ட்கள் பிடியிலிருந்து காப்பாற்றினால்தான் சிங்கப்பூர் உருப்படும் என்பதில் லீ தெளிவாக இருந்தார். அவரைக் கருவியாக வைத்து, கம்யூனிஸத்துக்குச் சிங்கப்பூரில் சமாதிகட்ட பிரிட்டிஷாரும் துங்குவும் விரும்பினார்கள். சாமர்த்தியசாலி லீக்கா இது தெரியாது? தான் பொதுவுடைமைவாதிகள்மீது கடும் நடவடிக்கை எடுத்து அவர்களை அடக்க முயற்சிப்பது அபாயகரமான வேலை என்பதை அவர் அறிவார். இந்த முயற்சியில் தோற்றாலும், ஜெயித்தாலும், மக்கள் அனுதாபம் கம்யூனிஸ்ட்கள் பக்கம் இருக்கும். சொந்தச் சகோதரர்களையே அடக்கி ஒடுக்கிய அவரை மக்கள் வெறுப்பார்கள். பிரிட்டிஷாரும், மலாயர்களும், அவரைப் பலிகடாவாக்கிவிட்டு, அமைதிப்பூமியாக சிங்கப்பூரை ஆட்சி செய்வார்கள். இது அரசியல் தற்கொலை முயற்சி. பிரிட்டிஷார் – துங்கு ஆட்டத்தில் தான் எப்போதுமே பகடைக்காயாகப் போவதில்லை. இந்த அடிப்படையில் லீ ராஜதந்திர நடவடிக்கைகள் எடுத்தார்.

மலாயாவோடு சிங்கப்பூரை இணைக்கும் வேலையை எவ்வளவு சீக்கிரம் முடியுமோ, அத்தனை சீக்கிரம் செய்யவேண்டும். அப்போது, கம்யூனிஸ்ட்கள் மீது அவர் கடும் நடவடிக்கைகள் எடுத்தாலும், அதன் பொறுப்பு மலேயா அரசின்மீதுதான் விழும்: பொறுப்பின் சிறு சுமைதான் அவர் தலையில் விழும்.

மலேயாவோடு இணைவது காலத்தின் கட்டாயம் என்பதை மக்கள் மனங்களில் ஆழமாகப் பதியவைப்பதுதான் முக்கிய வேலை. இரண்டு வாரத் தனிமை. சிங்கப்பூர் வானொலியில் மக்களோடு மனம்விட்டுப் பேசவேண்டும். விதவிதமான 30 நிமிடப் பேச்சுக்கள் தயார் செய்தார். பல்வேறு கோணங்களில் அணுகி, ஆழமாக ஆராய்ந்து, மலேயா-சிங்கப்பூர் இணைப்பு ஏன் தவிர்க்கமுடியாத, வரவேற்கவேண்டிய அவசியம் என்பதை மக்கள் மனங்களில் பதியவைக்கும் வாதங்கள்.

அடுத்த இரண்டு மாதங்கள். பன்னிரெண்டு வானொலி உரைகள். லீ மிக மிகச் சாமர்த்தியமாக வார்த்தைகளை வைத்து விளையாடினார். கம்யூனிஸ்ட்கள்மீது தனிப்பட்ட முறையில் தனக்கு அபிமானம், அன்பு, மரியாதை உண்டு. இதையும் தாண்டி, அவர்களைத் தான் எதிரியாக நினைக்க ஒரே காரணம், அவர்கள் சிங்கப்பூரின் வளர்ச்சியை, முன்னேற்றத்தைத் தடுப்பதால்தான் என்பதைத் தெளிவாக்கினார்.

'ஏராளமான யூனியன் தலைவர்களை எனக்குத் தெரியும். அவர்கள் ஏமாற்றுக்காரர்களல்ல, சந்தர்ப்பவாதிகளல்ல. பொதுவுடமைக் கொள்கைகளுக்காகத் தங்கள் சுதந்திரத்தை இழக்கத் தயாராக இருப்பவர்கள். சீனாவுக்கு நாடு கடத்தப்பட்ட அவர்களுள் பலர் என் நெருங்கிய நண்பர்கள். ஜனநாயக ஆட்சிமுறை நேர்மையான, சமத்துவமான சமுதாயத்தை உருவாக்காது என்று அவர்களோடு சம்மதித்து, நான் அவர்களோடு சேருவேன் என்று நினைத்தார்கள். ஆனால், அந்தச் சமுதாயத்தை உருவாக்கக் கம்யூனிஸம் சரியான வழியல்ல. சீனர்களையும், இந்தியர்களையும் மலாய்களோடு தேசிய மொழியால் இணைத்து, ஒற்றுமையையும் தேசப்பற்றையும் வளர்க்கவேண்டும் என்று அவர்களோடு வாதாடினேன்.'

மலேயாவோடு சிங்கப்பூரை இணைப்பதற்கு அவர் வாதங்களை அடுக்கிய பாணி, இங்கிலாந்தில் முதன்மை மாணவனாக அவர் சட்டம் படித்ததற்குச் சாட்சி.

'ஏன் மலேயா- சிங்கப்பூர்க் குடியரசு உருவாகவேண்டும் என்பதற்கான காரணங்கள் உங்கள் அனைவருக்கும் தெரியும். மலேயா ரப்பர்தான் சிங்கப்பூர்ப் பொருளாதாரத்தின் அடித்தளம். இரண்டு நாடுகளும் அரசுகளும் பொருளாதாரமும் இணையாவிட்டால், நம் பொருளாதாரம் சீர் கெட்டுவிடும். உங்கள் வாழ்வாதாரம் மறைந்துவிடும்.'

இயற்கையும் லீக்கு உதவிக்கரம் நீட்டியது. சிங்கப்பூரில் மழையே பெய்யவில்லை. நீர்த்தேக்கங்கள் காலி. தினமும் ஆறு மணி நேரத்துக்குத் தண்ணீர் ரேஷன். மக்கள் அவதிப்பட்டார்கள். அதே சமயம், மலேயாவில் உபரித் தண்ணீர். இரண்டும் ஒரே நாடாக இருந்திருந்தால், தங்கள் தாகம் எளிதில் தணிந்திருக்கும் என்னும் நிதர்சன நிஜம் மக்களுக்குப் புரிந்தது. மூளைச்சலவை என்றுகூடச் சொல்லலாம். பெரும்பாலான மக்கள் இணைப்புக்கு ஆதரவு தரும் மனநிலைக்கு மாறிவிட்டார்கள். லீ ஜெயித்துவிட்டார். காய்களை நகர்த்தத் தொடங்கினார். பிரிட்டிஷ் அரசு, துங்கு ஆகியோரோடு தீவிரப் பேச்சு வார்த்தைகள் ஆரம்பம்.

பிரிட்டிஷ் அரசு பூர்வாங்க நடவடிக்கைகள் தொடங்கியது. சிங்கப்பூர், மலாயா, புரூனே, சாராவாக், வடக்கு போர்னியோ ஆகிய

காமன்வெல்த் பகுதிகளின் கலந்தாலோசனைக் கூட்டத்தை சிங்கப்பூரில் நடத்தியது. மலேஷியக் கூட்டமைப்பு நாடு அமைக்க அத்தனைபேரும் சம்மதித்தார்கள். எதிர்க்கட்சியான இடதுசாரி பாரிசான் சோஷியலிஸ் கட்சியும் எதிர்பாராதவிதமாக இணைப்புக்குப் பச்சைக்கொடி காட்டினார்கள்.

சிங்கப்பூர், மலேயா அரசுகள் இரண்டும் சேர்ந்து இணைப்பு குறித்த ஒப்பந்தம் தயார் செய்தார்கள். இது குறித்த வெள்ளை அறிக்கையைச் சிங்கப்பூர் நாடாளுமன்றத்தில் லீ வெளியிட்டார்.

'மலேசிய நாடாளுமன்றத்தில் சிங்கப்பூருக்கு 15 தொகுதிகளும் மேல் சபையில் 2 இடங்களும் ஒதுக்கப்படும். 6,24,000 சிங்கப்பூர்க் குடி மக்களும் தங்கள் சிங்கப்பூர்க் குடியுரிமையை இழந்து ஐக்கிய மலேஷியக் குடியரசின் குடிமக்களாவார்கள். புதிய நாட்டின் பாஸ்போர்ட் பெறுவார்கள். சிங்கப்பூர் புதிய நாட்டின் தனி மாநிலமாக இயங்கும். பிற மாநிலக் குடிமக்களுக்கு இணையான உரிமைகளும், பொறுப்புக்களும், கடமைகளும் இவர்களுக்கு உண்டு.

சிங்கப்பூர்த் துறைமுகம் தொடர்ந்து சுயாட்சியுடன் (Free Port) செயல்படும்.

சிங்கப்பூரின் நிர்வாகம் இப்போது போலவே, முதலமைச்சர் தலைமையில் தொடரும். பிற அமைச்சர்களை அவர் நியமிப்பார். ஆனால், நாட்டின் பாதுகாப்பு, ராணுவம், வெளியுறவு ஆகியவை பற்றிய சட்டங்கள் இயற்றும் அதிகாரம் அசெம்பிளிக்குக் கிடையாது. கல்வி மற்றும் தொழிலாளர் விவகாரங்களில் சிங்கப்பூர் தன்னிச்சை யாகச் செயல்படலாம்.

சிங்கப்பூர் தன் வருவாயில் பெரும்பகுதியை மலேசியாவுக்குத் தரும்.

சிங்கப்பூர் மக்களின் தனித்துவம் பாதுகாக்கப்படும்.'

ஜனவரி 24, 1962. நாடாளுமன்றத்தில் இணைப்புத் தீர்மானம் நிறைவேறியது – 35 'ஆமாம்' வோட்டுக்கள். 13 பாரிசான் சோஷியலிஸ் கட்சியினர்:வேண்டாம்'. 3 பேர் மதில்மேல் பூனைகளாக அவைக்கு வரவில்லை.

லீ அடிக்கடி துங்குவைச் சந்திக்கவேண்டிய கட்டாயம். துங்கு தன்னுடன் பழகும் முறையில் லீ ஒரு வித்தியாசத்தை உணர்ந்தார். இணைப்பு முடிவாகும்வரை, துங்கு அவரைச் சகநாட்டின் முதல்வராக நடத்திவந்தார். இப்போது, தன் கீழ் வரும் மாநில முதல்வர் என்று ஒருபடி தாழ்ந்தவராக. லீக்குத் தன்மானம் அதிகம். ஆனால்,

| 165 |

முரண்டினால், சிங்கப்பூரின் வருங்காலம் பாதிக்கப்படும். பல்லைக் கடித்துக்கொண்டு பழகுமுறை மாற்றத்தை ஏற்றுக்கொண்டார்.

லீ, துங்கு இருவருக்குமிடையே உரசல் உண்டாக்கியது இன்னொரு சமாசாரம். அண்டைய ஆசிய, ஆப்பிரிக்க நாடுகளுக்கு விஜயம் செய்து அந்த நாட்டுத் தலைவர்களைச் சந்திக்க லீ விரும்பினார். தன் நிழலில் வாழவேண்டிய விழுது கிளைகள் பரப்புவது துங்கு ஆலமரத்துக்குப் பிடிக்கவில்லை. அந்த விழுதுக்கோ தானும் விருட்சமாக ஆசை. லீ சுற்றுப் பயணம் புறப்பட்டார். ரங்கூன், தில்லி, கெய்ரோ, பெல்கிரேட் வழியாக லண்டன்; பஞ்சசீல நடுநிலை நாட்டுத் தலைவர்கள் நேரு, நாசர், டிட்டோ ஆகியோரோடு சந்திப்பு.

முதலில் நேருஜி. அருமையான சந்திப்பு, லீ அனுபவித்த சந்திப்பு. நேருஜி மலேஷியாவுக்குத் தன் மனமார்ந்த வாழ்த்துகளைத் தெரிவித்தார். அகண்ட மலேஷியா அமைவதுதான், மலேஷிய-சிங்கப்பூர் இணைப்புதான் ஒரே வழி என்று உறுதியான ஆதரவு தெரிவித்தார். நேருஜி உலகே மதித்த நடுநிலை நாடுகளின் குரல். அவர் ஆசீர்வாதம், முதல் ஆசீர்வாதம், மற்ற நாடுகள் உறவுக்கரம் நீட்டப் பெரிதும் உதவியது.

எகிப்திய நாசர், தன் நாட்டின் கதவுகள் நண்பர் லீ வருகைக்காக எப்போதும் திறந்திருக்கும் என்று சிவப்புக் கம்பளம் விரித்தார். இடதுசாரிக்காரரான யூகோஸ்லேவியத் தலைவர் டிட்டோ அத்தனை நட்பாகப் பழகவில்லை. ஆனால், மலாயா-சிங்கப்பூர் இணைப்புக்கு ஆசிகளும், புதிய நாட்டுக்கு வாழ்த்துகளும் தந்தார்.

இணைப்புப் பேச்சுக்களின் முன்னேற்றம், உலகத் தலைவர்களின் வாழ்த்துக்கள் ஆகியவை லீயின் திறமையைச் சிங்கப்பூர் மக்களுக்கு வெளிச்சம்போட்டுக் காட்டின. அவர் தலையைச் சுற்றி ஒரு ஒளிவெள்ளம் வந்துவிட்டதுபோல் நாடு முழுக்கப் பிரமை. இடதுசாரி பாரிசான் சோஷியலிஸ் கட்சி அவருக்கு எதிராக நடத்திய பல வேலை நிறுத்தங்கள் பிசுபிசுத்துப்போயின. மக்களோடு வானொலிப் பேச்சு, துங்குவோடு அடக்கி வாசித்த அணுகுமுறை, உலக முன்னணித் தலைவர்கள் ஆதரவு என்னும் பல வியூகங்களால் லீ கம்யூனிஸ்ட்களைக் கட்டுப்பாட்டுக்குள் கொண்டுவந்துவிட்டார்.

லீ லண்டன் போனார். துங்குவும் அங்கே வந்திருந்தார். பிரிட்டிஷ் ஆட்சியாளர்களோடு பேசினார்கள். இணைப்பு ஒப்பந்தம் எல்லோரும் சம்மதிக்கும் உடன்படிக்கையாக மெருகேற்றப்பட்டது.

துங்குவுக்குச் சில (மூட) நம்பிக்கைகள் உண்டு. அதிர்ஷ்ட எண்கள், நிறங்கள் எனப் பல நம்பிக்கைகள். அதிலும் ராசிகள்மீது பக்தியோ

பக்தி. ரோம், கிரேக்கம் ஆகிய நாடுகளின் வானியல், சோதிடம் ஆகியவற்றின் அடிப்படையில் உருவாக்கப்பட்டு, இன்று புழக்கத்தில் இருக்கும் 12 ராசிகள்- ஏரிஸ் (Aries), டாரஸ் (Taurus), ஜெமினி (Gemini), கான்சர் (Cancer), லியோ (Leo), விர்கோ (Virgo), லிப்ரா (Libra), ஸ்கார்ப்பியோ (Scorpio), ஸாகிட்டேரியஸ் (Sagittarius), காப்பிரிக்கார்ன் (Capricorn), அக்வேரியஸ் (Aquarius), பைசஸ் (Pisces). இவற்றைக் குறிக்கும் 12 உருவங்கள்- ஆடு, காளை, இரட்டையர், நண்டு, சிங்கம், கன்னிப் பெண், தராசு, தேள், வில்லாளி, ஆடும் மீனும் இணந்த உருவம், தண்ணீர் சுமந்துவரும் இளைஞன், மீன்.

துங்கு இந்த 12 உருவங்கள் பொதித்த மோதிரம் தயாரிக்க லண்டனில் ஆர்டர் தந்தார். இந்த அதிர்ஷ்ட மோதிரத்தை அணிந்துகொண்டு புதிய மலேஷிய நாடு பிறக்கும் ஒப்பந்தத்தில் கையெழுத்திட்டால், தனக்கும், நாட்டுக்கும் சுபிட்சம் என்று நம்பினார். மோதிரம் ரெடியானது. வாங்கப்போனார். அதிர்ச்சி. தவறு நடந்துவிட்டது. ஆடு, எருது, இரட்டையர் என்னும் உருவங்களுக்குப் பதிலாக, நகைக் கலைஞர் வேறு ஏதோ உருவங்களைப் பொறித்துவிட்டார். துங்கு மனதில் நெருடல்- இந்த இணைப்பு சமாச்சாரத்தில் எதிர்பாராத பிரச்னை வரப்போகிறது. அவர் மனதில் ஆயிரம் கேள்விகள். இன்னொரு மோதிரம் தயார்செய்ய நேரமில்லை. துங்குவோடு வந்தவர்கள் ஏதேதோ சாக்குப்போக்குகள் சொல்லி, அவரைத் திருப்திப்படுத் தினார்கள். அவரும் அரை மனதாகச் சம்மதித்தார்.

துங்குவுக்கு அதிர்ஷ்ட நம்பர் 8. ஆகவே, வருடத்தின் எட்டாம் மாதமான ஆகஸ்ட் ஒப்பந்தம் கையெழுத்திடும் நல்ல நாளாகத் தேர்ந்தெடுக்கப்பட்டது. ஆகஸ்ட் 1, இரவு மணி 7. தேதியையும், நேரத்தையும் (1 + 7) கூட்டினால் வருவது 8.

மக்கள் குரல் மகேசன் குரல் என்று நம்புபவர் லீ. ஆகவே, முதல்வராகத் தான் மட்டுமே சிங்கப்பூரின் தலைவிதியை நிர்ணயிக்கக்கூடாது என்பதில் உறுதியாக இருந்தார். இணைப்புபற்றி மக்களிடம் பொது வாக்கெடுப்பு நடத்தி, அவர்கள் ஆதரவை உறுதி செய்துகொண்ட பிறகுதான் கையெழுத்து. புதிய மோதிரம் ஜொலிக்கும் கையோடு துங்கு, இங்கிலாந்துப் பிரதமர் மாக்மில்லன், வடக்கு போர்னியோ, சராவாக் கவர்னர்கள் கையெழுத்திட்டார்கள். லீ கையெழுத் திட்டவுடன் அகண்ட மலேஷியா உதயமாகும்.

செப்டம்பர் 1. சிங்கப்பூரில் பொதுவாக்கெடுப்பு நாளாக நிச்சயிக்கப் பட்டது. லீ புயலாகப் பிரசாரம் செய்தார். மலேஷியாவுடன் இணைப்பு வேண்டுமா? என்னும் கேள்விக்கு ‘ஆமாம்’ அல்லது ‘இல்லை’ என்று மக்கள் பதில் சொல்லவேண்டும். இரண்டு பதில்களுமே தராமல் காலி

வாக்குச்சீட்டுக்களைப் போடுமாறு கம்யூனிஸ்ட்கள் மக்களைத் தூண்டினார்கள். வாக்கெடுப்பு நடந்தது. காலி வாக்குகள் 30 சதவிகிதம் மட்டுமே. மீதி 70 சதவிகித மக்கள் இணைப்புக்கு ஆதரவு. வெற்றி, வெற்றி, இணைப்புக்கு, லீக்கு மகத்தான வெற்றி.

என்னதான் வீராவேசமாகப் பேசினாலும், இணைப்பு சிங்கப்பூருக்கு ஒளிமயமான எதிர்காலம் தருமா என்பதுபற்றி லீ மனதில் ஓராயிரம் கேள்விகள். ஒரு உறையில் இரண்டு வாள்கள் இருக்கமுடியுமா என்பதுதான் முக்கிய பயம். அந்த இன்னொரு வாள், துங்கு. அவர் நல்லவர். அவருக்குப் பிடிக்காத ஒரே விஷயம் அதிகாரத்தைப் பகிர்ந்து கொள்வது. சுல்தான் மகனாகப் பிறந்த பாரம்பரியம், 'ஆமாம் சாமி' என்று அவர் சொல்வதற்கு மறுபேச்சுப் பேசாத பிற தலைவர்கள். லீ தனக்கு அடங்கியவராக மட்டுமே இருக்கவேண்டும் என்று நினைத்தார். லீயோ தனக்கெனத் தனித்துவ ஆளுமைக்கு ஆசைப் பட்டார். உரசல்கள் வருமே? வந்தன.

லீ உலக அரங்குகளில் தன் முத்திரை பதிக்க விரும்பினார். இந்திய, எகிப்து, யூகோஸ்லேவியப் பயணங்கள் இதைத் தன்னால் சாதிக்க முடியும் என்னும் நம்பிக்கையை அவருக்குத் தந்தன. அடுத்து அவர் விஜயம் செய்ய ஆசைப்பட்ட நாடு ரஷ்யா. கை குலுக்க விரும்பிய வர்கள் கம்யூனிசத் தலைவர்கள். தன் ஜென்ம எதிரிகளோடு, எதிர்காலப் பங்காளி உறவு வைத்துக்கொள்வது துங்குவுக்குப் பிடிக்கவில்லை. ரஷ்யா போகக்கூடாது என்று சொன்னார். லீ கேட்கவில்லை. போனார். துங்கு புழுங்கினார்.

இது போதாதென்று இந்தோனேஷியா புதிய பிரச்னைகளை எழுப்பியது. இந்தோனேஷியா, மலேசியா, சிங்கப்பூர், ப்ரூனே, சராவாக், போர்னியோ, சபா ஆகியவற்றை ஒருங்கிணைத்து 'அகண்ட இந்தோனேஷியா' உருவாக்க, இந்தோனேஷியப் பிரதமர் சுகர்னோ விரும்பினார். மலேஷிய இணைப்பு சுகர்னோ ஆசையில் மண்ணைப் போட்டது. ப்ரூனேயில் 30,000 பேர்கொண்ட போராளிகளை அனுப்பிக் கலவரங்களைத் தூண்டிவிட்டார். மலாயா ராணுவத்தை அனுப்பியது. சிங்கப்பூரின் கம்யூனிஸ்ட்கள் ப்ரூனே போராட்டங்களுக்கு ஆதரவுக் கொடி காட்டினார்கள். கலவர நெருப்பு மலாயாவுக்கும் பரவிவிடும் என்று துங்கு பயந்தார். உள்நாட்டுப் பாதுகாப்பு கவுன்சிலைக் கூட்டினார். மலாயாவிலும் சிங்கப்பூரிலும் இடதுசாரித் தலைவர் களைக் கைதுசெய்து சிறையில் அடைக்கும் முடிவு எடுத்தார்.

டிசம்பர் 15 இரவு. பிரபலங்கள் வீடுகளுக்கு அருகில் போலீஸ் படைகள் ரெடி. லீ சுட்டுவிரலை அசைக்கவேண்டும். கம்யூனிஸ்ட்கள் கம்பி எண்ணுவார்கள். அப்போது லீக்கு ஒரு சேதி வந்தது. துங்கு மனம்

மாறிவிட்டார், கைதுகள் நடக்கக்கூடாது. லீ அதிர்ந்தார். அவரும், முக்கிய அதிகாரிகளும் துங்கு வீட்டுக்கு விரைந்தார்கள். அங்கே விளக்குகள் அணைக்கப்பட்டுவிட்டன. தலைவர் தூங்கப்போய் விட்டார். கதவைத் தட்டினார்கள். யாரும் திறக்கவில்லை, எந்தப் பதிலும் கேட்கவில்லை. மாநில முதலமைச்சருக்கு நாட்டுப் பிரதமர் கொடுத்த மரியாதை! சிங்கப்பூரின் வருங்காலத்துக்காக லீ அவமான ஆலகால விஷத்தை விழுங்கினார்.

அரசாங்கம் தங்கள்மீது நடவடிக்கை எடுக்கப் பயப்படுகிறது என்று கம்யூனிஸ்ட்கள் நினைத்தார்கள். இணைப்பு எதிர்ப்பு அறிக்கை களிலும், ப்ரூனோ ஆதரவிலும் காரம் கூடியது. என்ன தவறு செய்து விட்டோம் என்று துங்கு விழித்துக்கொண்டார். இனிப் பொறுப்பதில்லை என்று முழங்கினார். கைதுகளுக்குப் பச்சைக்கொடி காட்டினார். தொடங்கியது ஆப்பரேஷன் கோல்ட் ஸ்டோர் (Operation Cold Store). நூற்றுக்கும் அதிகமானோர் சிறைக்குள்.

பல பிரபலங்கள் வலையில் சிக்கவில்லை. தப்பி ஓடிவிட்டார்கள். லீக்கு ஏமாற்றம். ஆனால் அவரைவிட அதிக ஏமாற்றம் கம்யூனிஸ்ட் களுக்குத்தான். ஏன் தெரியுமா? தங்கள் கைதுகளை எதிர்த்து மக்கள் போராட்டங்கள் நாடு முழுக்க வெடிக்கும் என்று எதிர்பார்த்தார்கள். ஆனால், ஓரிரு சிறு சிறு சலசலப்புகளைத் தவிர, சிங்கப்பூர் முழுக்க அமைதிப்பூங்காவாக இருந்தது. லீ, தன் ராஜதந்திரத்தால், கம்யூனிஸ்ட் களுக்கு அஞ்சலி எழுதிவிட்டார்.

துங்கு இணைப்பு குறித்து உறுதியான முடிவுகள் எடுக்கத் தயங்குவதாக லீ, பிரிட்டிஷ் அரசு இருவருமே நினைத்தார்கள். அது உண்மைதான். துங்கு மனதில் இரண்டு எண்ண ஓட்டங்கள். சிங்கப்பூர், ப்ரூனே, சாராவாக், வடக்கு போர்னியோ ஆகிய பகுதிகளோடு இணைய வேண்டும் என்று அவருடைய ஒரு மனம் சொன்னது. அதே சமயம், இன்னொரு மனம் இந்தோனேஷியாவைக் கண்டு பயந்தது. அவர்களோடு சேர விரும்பியது. இந்த நிலை தொடர்ந்தால், துங்கு எந்தப் பக்கம் சாய்வார் என்று தெரியாத நிலை.

இணைப்பைத் துரிதப்படுத்த லீ முடிவு செய்தார். சிங்கப்பூர் பிரிட்டிஷ் காலனியாக இருந்தது. மலாயாவோடு இணையவேண்டுமானால், அரசியல் பாரம்பரியப்படி, பிரிட்டிஷ் காலனியாக இருந்த சிங்கப்பூர் தனி நாடாகவேண்டும். ஆகஸ்ட் 31, 1963-ல் சிங்கப்பூரைத் தனிநாடாக லீ பிரகடனம் செய்தார். மலேஷிய இணைப்புக்கான வேலைகள் முழுவேகத்தில் நடந்தன. இணைப்பு முடிந்தவுடன், சிங்கப்பூர் தனிநாடல்ல, மலேஷிய நாட்டின் மாநிலம். அசெம்பிளி அங்கத்தினர்கள் பதவி இழப்பார்கள். மலேஷிய நாட்டின் மாநிலம்

என்னும் ஹோதாவில் பொதுத்தேர்தல் நடத்தவேண்டும். அதில் வெற்றி காண்பவர்களே மக்கள் பிரதிநிதிகள். இணைப்புக்கான நாளாக செப்டம்பர் 16-ம், பொதுத்தேர்தல் நாளாக, செப்டம்பர் 21-ம் நிச்சயிக்கப்பட்டன. இந்தத் தேர்தலில் லீயின் PAP கட்சிக்கு ஆதரவு தருவதாகத் துங்கு உறுதிமொழி தந்தார் என்கிறார்கள். இது உண்மையா, பொய்யா என்று தெரியவில்லை.

செப்டம்பர் 16 அன்று, லீ சிங்கப்பூரை மலேஷியாவின் ஒரு மாநிலமாக அறிவித்தார். மறுநாள் காலை, கோலாலம்பூரில், மலாயா சார்பில் துங்கு, சிங்கப்பூர் சார்பில் லீ, மலாயா, சாராவாக், ஸபா (Sabah) சார்பாகப் பிரிட்டிஷ் அதிகாரிகள் இணைப்பு ஒப்பந்தத்தில் கையெழுத் திட்டார்கள். இந்த நான்கு பகுதிகளை உள்ளடக்கிய அகண்ட மலேஷியா பிறந்தது. ஐ.நா. சபை புதிய நாட்டுக்குத் தன் ஆதரவை அறிவித்தது.

கொதித்தார் இந்தோனேஷிய சுகர்னோ. மலேஷியத் துங்குவின் மனதில் அவர் பயத்தை உண்டாக்கிக்கொண்டிருக்கும்போது, நேற்றுப் பிறந்த இந்தச் சிங்கப்பூர்க் கன்றுக்குட்டி துள்ளுவதா? லீயின் வாலை ஒட்ட நறுக்க விரும்பினார். ப்ரூனே, சிங்கப்பூர் ஆகிய இடங்களில் வன்முறையைக் கட்டவிழ்த்துவிட்டார். இந்தோனேஷியாவில் தீவிரவாதப் பயிற்சி பெற்ற ஆயிரக்கணக்கான கம்யூனிஸ்ட்கள் எல்லை தாண்டி, சிங்கப்பூரில் சரமாரியாகப் புகுந்தனர். அவர்களுடைய முதல் குறி, பிரிட்டிஷ், மலேஷியத் தூதரகங்கள். கல்வீச்சு, கல்வீச்சு. ஜன்னல்களை அடித்து நொறுக்கினார்கள். பதிலடியாக, மலேஷிய ஆதரவாளர்கள் இந்தோனேஷியத் தூதரகத்தைத் தாக்கினார்கள். போலீஸ் படை வந்து கலவரங்களை அடக்கியது. ஆனாலும், நாடு முழுக்கப் பதற்ற நிலை.

மலாயாவோடு இணைந்தபின், முதல் பொதுத் தேர்தல். இந்தச் சூழலில், லீக்குச் சோதனைமேல் சோதனை. PAP கட்சி அனைத்து 51 தொகுதிகளிலும் போட்டியிட்டது. லீ முதுகில் பாய்ந்தது துங்குவின் கத்தி. துங்கு தலைமை வகித்த உம்னோ கட்சி, சிங்கப்பூர் அலையன்ஸ் பார்ட்டி (Singapore Alliance Party) யோடு கை கோர்த்தது. 42 தொகுதிகளில் லீக்கு எதிராக வேட்பாளர்களைக் களமிறக்கியது. அண்ணன் தம்பியாகத் தானும், துங்குவும் புதிய நாட்டை முன்னேற்றப் பாதையில் வழிநடத்திச் செல்லக் கனவுகள் கண்டுகொண்டிருந்த போது, அண்ணன் தனக்கு நம்பிக்கைத் துரோகம் செய்யலாமா என்று லீ மனம் முழுக்க ரணம்.

வந்தது பொதுத் தேர்தல். லீ சூறாவளிப் பிரசாரம் செய்தார். துங்குவும் ஒரு சில பொதுக்கூட்டங்களில் PAP கட்சிக்கு எதிராகப் பேசினார்.

மலாய்களின் வாக்குகள், சிங்கப்பூர் அலையன்ஸ் பார்ட்டிக்கு வந்து குவியும், பிற கட்சிகளோடு கூட்டுச் சேர்ந்து லீயை விலாசம் இல்லாமல் ஆக்கிவிடுவது துங்குவின் திட்டம். சிங்கப்பூரை மலாயாவோடு இணைக்கவும், கம்யூனிஸ்ட்களை அடக்கவும், துங்குவுக்கு லீ தேவைப் பட்டார். அந்த வேலை முடிந்துவிட்டது. 'இந்த ஆள் மகா திறமைசாலி. இனியும் வளரவிட்டால் நம் தலைமைக்கே வேட்டு வைத்துவிடுவார்.' லீயைக் கறிவேப்பிலையாக்கும் முடிவோடு காய்களை நகர்த்தினார்.

தான் எட்டடி பாய்ந்தால், லீ பதினாறடி பாய்வார் என்று துங்குவுக்குத் தெரியாது. 51 தொகுதிகளையும் லீ சுற்றிச் சுற்றி வலம் வந்தார். அத்தனை மக்களின் நாடித்துடிப்பும் அவர் விரல் நுனிகளில். தன் கட்சியின் ஒவ்வொரு அசைவையும் நுணுக்கமாக இயக்கும் சூத்திரதாரியானார்.

எல்லாத் தொகுதிகளிலும் மயிரிழைப் போட்டிகள். லீ எத்தனை சிறந்த ராஜதந்திரி, எத்தனை மகத்தான ஒருங்கிணைப்பாளர் என்று தேர்தல் முடிவுகள் முழக்கமிட்டன. மொத்த 51 தொகுதிகளில் PAP கட்சி 37 இடங்களை ஜெயித்தது. கம்யூனிஸ்ட் ஆதரவான பாரிசான் சோஷியலிஸ் கட்சிக்கு 13 இடங்கள். இன்னொரு உதிரிக் கட்சிக்கு ஒரே ஒரு இடம். துங்குவின் சிங்கப்பூர் அலையன்ஸ் கட்சிக்கு ஒரு இடம்கூடக் கிடைக்கவில்லை. மலாய் மக்கள் பெரும்பான்மையாக வசித்த தொகுதிகளில்கூட, துங்குவின் வேட்பாளர்கள் மண்ணைக் கவ்வினார்கள். லீ சிங்கப்பூர் முதல்வரானார்.

துங்கு, லீ இருவருமே இப்போது அடிபட்ட வேங்கைகள். அறுபது வயதும் அரசியலில் பழுத்த அனுபவமும் கொண்ட தன்னை 40 வயதுச் 'சிறுவன்' ஒரு சீட் கூடக் கிடைக்காமல் தோற்கடித்துவிட்டானே என்று துங்குவுக்கு அடங்காக் கோபம். முழுக்க முழுக்க நம்பிக்கைவைத்த தனக்கு இவர் துரோகம் செய்துவிட்டாரே என்று இளைஞருக்கு எரிச்சல். மலேஷியா, சிங்கப்பூர் நாடுகள் முன்னேறவேண்டுமானால், அடிபட்ட இந்த இரண்டு புலிகளும் தங்கள் தன்முனைப்பு உணர்வு களை ஓரம் கட்டிவிட்டு, கைகோர்த்துப் பணியாற்றவேண்டும். நடக்குமா இது? அடுத்து வரும் 693 நாட்கள் பதில் சொல்லும்!

22

இனவெறிப் பிசாசின் கோர தாண்டவம்

லீ முதல்வராகப் பொறுப்பேற்றவுடன், தங்கள்மீது அரசின் அடக்கு முறை பாயும் என்று கம்யூனிஸ்ட்களும் பாரிசான் கட்சி உறுப்பினர்களும் பயந்தார்கள். தேர்தலில் வெற்றி கண்ட இரண்டு பாரிசான் கட்சி மக்கள் பிரதிநிதிகள் தலைமறைவானார்கள்.

அவர்கள் யூகம் சரியானதுதான். மக்களிடம் பேராதரவு பெற்றிருந்த பிரபலங்கள் சிலரைக் கைது செய்து, எதிர்க்கட்சிகளின் நரம்புகளில் பயம் ஏற்படுத்தி, அவர்கள் முதுகெலும்பை உடைப்பது லீ திட்டம். ஆனால், அவர் இதை மறைக்கவில்லை, ஏமாற்றுத்தனமாகச் செய்ய வில்லை. வெளிப்படையாகவே முழங்கினார், 'கம்யூனிஸ்ட்களின் கைப்பாவைகளாக இயங்கி, சிங்கப்பூரின் அமைதிக்கும் வளர்ச்சிக்கும் குந்தகம் விளைவிப்பவர்கள் எத்தனை பணக்காரர்களாக, சமூக அந்தஸ்து கொண்டவர்களாக இருந்தாலும் அவர்கள்மீது அரசாங்கம் கடும் நடவடிக்கைகள் எடுக்கும்.'

லீ வைத்த முதல் குறி, டான் லார்க் ஸை (Tan Lark Sye). சீனர்களின் அபிமானத் தலைவர், நான்யாங் பல்கலைக் கழக நிறுவனர். டானின் குடியுரிமையை லீ ரத்து செய்தார். 20 பல்கலைக்கழக மாணவர்களைக் கைது செய்து சிறையில் அடைத்தார். செயல்படும் உரிமையைப் பறித்துவிடுவதாக, ஏழு முக்கிய தொழிலாளர் யூனியன்களுக்கு நோட்டீஸ் பறந்தது.

மாணவர்களும் தொழிலாளர்களும் போர்க்கொடி தூக்கினார்கள். நூறு லாரிகளில் ஆதரவாளர்களைத் திரட்டி வந்து ஆர்ப்பாட்டம் நடத்தினார்கள். சிங்கப்பூரின் பொருளாதார இதயம் துறைமுகம். இந்தத் தொழிலாளிகள் வேலை நிறுத்தம் செய்தார்கள். நாடு முழுக்க எல்லா யூனியன்களும் சேர்ந்த இரண்டு நாள் வேலை நிறுத்தம் நடத்தப்போவதாக அறிக்கைவிட்டார்கள். ஸ்டிரைக் தொடங்குவதற்கு முந்தைய நாள். லீ தன் இரும்புக் கரங்களைக் காட்டினார். 14 முக்கிய

யூனியன் தலைவர்களைக் காவல்துறை கைது செய்தது. வேலை நிறுத்த நாளன்று, சுமார் ஆயிரம் தொழிலாளர்கள் உள்துறை அமைச்சகம் நோக்கி ஊர்வலம் வந்தார்கள். காவல்துறை அவர்களை எதிர் மோதியது. அடித்து விரட்டியது. பயந்த யூனியன்கள் ஒவ்வொன்றாகப் போராட்டத்திலிருந்து விலகின.

சிறையில் அடைக்கப்பட்டிருந்த சில தலைவர்களோடு லீ பேசினார் (பேச்சா? மிரட்டலா?) அரசியலிலிருந்து விலகிவிட்டால், அவர்களுக்கு விடுதலை. சில தலைவர்கள் இதற்குச் சம்மதித்தார்கள். அரசியல் சந்நியாசம் வாங்கிக்கொண்டார்கள். ஞானோதயம் பெற்ற சில தலைவர்கள் தந்த வாக்குமூல அறிக்கைகள்- 'கம்யூனிச நடவடிக்கைகள் பிறர் வாழ்க்கையை எப்படிக் கெடுத்துவிட்டன என்று என் அனுபவங்கள் கற்றுத் தந்துவிட்டன.' 'இனிமேல் நான் கம்யூனிச எதிரி.'

கம்யூனிசத் தீயை லீ இப்படி அணைத்துக்கொண்டிருந்தபோது, பங்காளியே பெரும் நெருப்பு வைக்கத் தொடங்கினான். துங்குவால் தன் கட்சியின் தேர்தல் தோல்வியை ஜீரணிக்கவே முடியவில்லை. PAP- க்கு வாக்களித்த மலாய்கள் துரோகிகள் என்று காட்டமாக வார்த்தைகளைக் கொட்டினார். இந்தப் பேச்சு அரசியல் நாகரிகமல்ல, சீனர்கள், இந்தியர்கள் ஆகியோருக்கு எதிராக மலாய்களைத் தூண்டிவிடும் இனவெறிப் பேச்சு என்று லீ நினைத்த போதிலும், இது தற்காலிகமானது, காலம் துங்குவின் தோல்விக் காயங்களைக் குணப்படுத்திவிடும் என்று நம்பினார்.

அதே சமயம் துங்குவின் பயங்களைப் போக்கினார். தான் என்றைக்குமே மலாய்கள் நாட்டை ஆள்வதற்குப் போட்டியல்ல என்று தெளிவாக்கினார். 'நம் நாட்டில் 43 சதவிகிதம் மலாய் இனத்தவர்கள், 41 சதவிகிதம் சீனர்கள், 10 சதவிகிதம் இந்தியர்கள், 6 சதவிகிதம் பிறர். ஆகவே, அடுத்த இருபது ஆண்டுகளுக்கு மலேஷியாவின் பிரதமர் மலாய் இனத்தவராக மட்டுமே இருக்கமுடியும் என்று எங்களுக்குத் தெரியும். கோலாலம்பூரின் ஆட்சியைப் பிடிக்கும் போட்டியில் நாங்கள் இல்லை. மலேஷியாவின் வளர்ச்சிக்கு எங்கள் உழைப்பையும் ஒத்துழைப்பையும் தர விரும்புகிறோம்.' ஆனால், துங்குவும் உம்னோ கட்சியும் PAP- யையும் லீயையும்தான் தங்கள் முதல் எதிரியாக நினைத்தார்கள், நடத்தினார்கள்.

ஆனால், ஒரு பொது எதிரி, இருவருக்குள்ளும் தற்காலிகச் சமரசம் கொண்டுவந்தார். அவர், இந்தோனேஷிய ஜனாதிபதி சுகர்னோ. ப்ரூனே, வடக்கு போர்னியோ பகுதிகளில் இணைப்புபற்றி நடந்த வாக்கெடுப்புகளில் ஏராளமான தில்லுமுல்லுகள், மறுபடி

வாக்கெடுப்பு நடத்தவேண்டும் என்று போர் முரசம் கொட்டினார். துங்கு மறுத்தார். இந்தோனேஷியா சிங்கப்பூரில் வன்முறையைத் தொடங்கியது. ஒரு குடியிருப்புப் பகுதியில், குண்டு வெடித்தது. இருவர் பலி. சிங்கப்பூரின் மின்நிலையங்கள், குடிநீர் வசதிகள் ஆகியவற்றைத் தகர்த்து நாட்டை ஸ்தம்பிக்கவைக்க இந்தோனேஷியா போட்டிருந்த சதிகள் அம்பலமாயின. சிங்கப்பூரும் மலேஷியாவும் தங்கள் பாதுகாப்பை இரும்புக் கோட்டைகளாக்கினார்கள்.

இந்தோனேஷியாவின் சதியை முறியடித்தால் மட்டும் போதாது, உலக அரங்கிலும் அவர்கள் முகமூடியைக் கிழித்து, மலேஷியாவுக்கு ஆதரவு தேடவேண்டும் என்று லீ நினைத்தார். துங்கு சம்மதத்தோடு ஆப்பிரிக்க நாடுகள் பயணம் தொடங்கினார். எகிப்து, துனீஷியா, மொராக்கோ, அல்ஜீரியா, மாலி, லைபீரியா, கென்யா, ஐவரி கோஸ்ட், கனா, நைஜீரியா, ஜாம்பியா, மலாவி, மடகாஸ்க்கர், தன்சானியா, உகண்டா, இத்தோப்பியா. எல்லா நாடுகளிலும், தன் அணுகுமுறையால், சாதுரியப் பேச்சால் லீ மலேஷியாவுக்கு ஆதரவு பெற்றுவிட்டார். இதோ எழுகிறார் ஒரு இளம் சூரியன் என்று உலகம் லீயைக் கவனிக்கத் தொடங்கியது. அதே சமயம், அத்தனை ஆப்பிரிக்க நாடுகளின் சாதனைகளும் பிரச்னைகளும், லீ விரல் நுனிகளில்.

மலேஷியா திரும்பும் முன், லீ பயணத்தின் கடைசி நிறுத்தல் இந்தியா. நேருஜியைச் சந்தித்தார். இரண்டு வருடங்களுக்கு முன்னால் சந்தித்த நேருஜியா இவர்? 1962-ல் நடந்த சீனப் போர் அவர் நெஞ்சத்தைச் சுக்கு நூறாக்கிவிட்டிருந்தது. நம்பிக்கைத் துரோகம் ஒரு மாபெரும் தலைவரை எப்படிச் சிதைத்துவிடும் என்று லீ அதிர்ச்சியோடு உணர்ந்தார்.

லீ தில்லியிலிருந்து சிங்கப்பூர் போகவில்லை. கோலாலம்பூர் போனார். துங்குவைச் சந்தித்துப் பயண விவரங்களை நேரடியாகச் சொல்லிவிட்டு ஊர் போகும் திட்டம். அப்போதுதானே அவரைச் சந்தோஷப்படுத்த முடியும்? யுக்தி பலித்தது. அடங்கியிருக்கும் பிள்ளையைப் பார்த்துத் துங்கு அகமகிழ்ந்தார். மலேஷிய ஊடகங்கள் இந்தோனேஷியாவுக்கு எதிராக மலேஷியாவுக்கு ஆதரவு வளர்த்த லீயின் திறமையை வானளாவப் புகழ்ந்தன. லீ இரண்டு மாங்காய்களை ஒரே கல்லால் வீழ்த்திவிட்டார்.

மலேஷியாவில் பொதுத்தேர்தல்கள் 1964 ஏப்ரலில் நடக்கப்போவதாக அரசாங்க அறிவிப்பு வந்தது. PAP கட்சி தேர்தலில் 9 மலேஷியத் தொகுதிகளில் போட்டியிடத் தீர்மானித்தது. லீ சூறாவளிப் பிரசாரம் செய்தார். சமூகப் புரட்சி ஏற்படுத்தி, மலேஷியாவுக்கு முன்னேற்றம் காண்பதுதான் தங்கள் கட்சியின் கொள்கை என்று தெளிவாக்கினார்.

துங்குவின் வழிகாட்டலில், உம்னோ கட்சி லீ மீது தனிமனிதத் தாக்குதல் நடத்தியது. கட்சியின் பொதுச் செயலாளர் சையத் ஜாஃபர் அல்பார் (Syed Jaafar Albar), 'லீ கொடுத்த வாக்கைக் காப்பாற்றுப வரல்ல. லீ போன்றவர்களுக்கு மலேஷியாவில் இடம் கிடையாது' என்னும் கருத்தை மையமாக வைத்துப் பிரசாரம் செய்தார்.

வாக்குகள் எண்ணப்பட்டன. துங்குவின் கூட்டணி மொத்த 104 இடங்களில் 89 இடங்களைப் பிடித்தது. PAP கட்சி ஜெயித்த தொகுதி ஒன்றே ஒன்றுதான். மற்ற 8 இடங்களில் மாபெரும் தோல்வி.

தன்மீது சுமத்தப்பட்ட பழிகளையும் தேர்தல் தோல்வியையும், அரசியல் விளையாட்டின் அத்தியாவசிய அம்சங்களாக லீ எடுத்துக் கொண்டார். காழ்ப்புணர்ச்சி இல்லாமல், தன்னைப் பழித்தவர்களோடும் நட்போடு பழகினார். ஆனால், பல சின்னச் சின்ன சம்பவங்கள், மலாய் இனவெறி அவர்கள் அடிமனங்களில் நீறுபூத்த நெருப்பாக இருப்பதை அவருக்கு நினைவுபடுத்தி வந்தன.

சீனர்களோடும் இந்தியர்களோடும் திறமையிலும் கடும் உழைப்பிலும் தாங்கள் போட்டி போடமுடியாது என்று மலாய்களுக்குத் தெரியும். இந்தப் பாதுகாப்பின்மையால் பயம் வந்தது. பிற இனத்தவரை முன்னேறாமல் தடுக்கும் முயற்சிகளில் ஈடுபட்டார்கள். சீன மொழிப் பள்ளிகளுக்கு ஏராள இடையூறுகள் போட்டார்கள். ஆங்கிலத்தின் இடத்தில் மலாய் மொழி வந்தது. இதனால், அதிகம் பாதிக்கப் பட்டவர்கள் இந்தியர்கள், குறிப்பாகத் தமிழர்கள். இதுவரை, தங்கள் ஆங்கில அறிவால், பெரும்பாலான இந்தியர்கள் ரயில்வே போன்ற அரசு அலுவலகங்களில் பணிகள் பெற்றார்கள். மலாய் மொழித் திணிப்பு, இந்த வாய்ப்புக் கதவுகளை மூடியது.

அலுவலகங்களில் மட்டுமல்ல, அடிமட்ட வேலைகளிலும், மலாய் இனவெறி தலைவிரித்து ஆட ஆரம்பித்தது. பெரும்பாலான ரப்பர் தோட்டங்கள் பிரிட்டிஷ் முதலாளிகளிடம் இருந்தன. இவற்றின் தொழிலாளிகள் ஏழைத் தமிழர்கள். ஆங்கில ஆட்சி அகன்றவுடன், ரப்பர் தோட்டங்கள் மலாயர் வசமாயின. அவர்கள் செய்த முதல் வேலை, தமிழர்களை வீட்டுக்கு அனுப்பினார்கள். அந்த இடங்களில் மலாய்த் தொழிலாளிகள்.

லீ பிறப்பால் சீனர். ஆனால், உணர்வால் சிங்கப்பூரியர். மலேஷியாவில், சீனர்கள், இந்தியர்கள், மலாய்கள் ஆகிய மூன்று இனத்தவருக்கும் சம உரிமை உண்டு, ஒருவர்க்கொருவர் உயர்வு தாழ்வு கிடையாது என்னும் சமத்துவப் போக்குக் கொண்டவர். மலாய் இன ஆதிக்கமும் இதற்குத் துங்கு துணை போவதும் லீ ரத்தத்தைக் கொதிக்கவைத்தன.

மலாய் ஆதிக்க ஆசைகளுக்கு எதிராக உரிமைக்குரல் எழுப்பும் முதுகெலும்பு லீக்கு மட்டுமே இருந்தது. மக்கள் மனங்களில் சிம்மாசனம் போட்டிருந்த அவர் பிம்பத்தைக் குலைக்க, மலேஷியத் தலைவர்கள் முடிவு செய்தார்கள். துங்கு ஆசியுடன் அல்பார் என்னும் உம்னோ கட்சித் தலைவர் முன் நிறுத்தப்பட்டார். அல்பார் அற்புதப் பேச்சாளர். ஆயிரமாயிரம் மக்களின் இனவெறியை ஐந்தே நிமிடங்களில் கொழுந்துவிட்டு எரியவைக்க அவரால் முடியும். லீ துங்குவை மதிப்பதில்லை, லீ சிங்கப்பூரில் மலாய்களுக்கு வாய்ப்புகள் தர மறுக்கிறார். ஆகவே, அவர்கள் வறுமையில் வாடுகிறார்கள் என்று சரமாரியாகக் குற்றச்சாட்டுக்களை அடுக்கினார். லீ அரசு மலாய்களுக்கும் இஸ்லாம் மதத்துக்கும் எதிரான அரசு. எனவே, போர்க்கொடி தூக்குங்கள் என்று சிங்கப்பூர் மலாய்களைத் தூண்டினார்.

அவருடைய ஒரு பேச்சு: 'சிங்கப்பூர் மலாய்கள் ஒற்றுமையாக இருக்கிறோம். நம் இனத்தின் வருங்காலத்துக்காகச் சேர்ந்து வாழ்வோம் சேர்ந்து மடிவோம். உலகின் எந்த சக்தியும் நம்மை அடிபணியவைக்கவோ, அவமானப்படுத்தவோ முடியாது. ஒரு லீ குவான் யூ அல்ல, ஓராயிரம் லீ குவான் யூக்கள் வந்தாலும், நாம் அனைவரையும் ஒழித்துக் கட்டுவோம்.' (கூட்டத்தில் ஆரவாரக் கை தட்டல்கள், கொல்லுவோம், கொல்லுவோம், லீ குவான் யூவைக் கொல்லுவோம் என்னும் வெறிக்குரல்கள்.) இந்தக் கூட்டத்தை மலேஷியத் தொலைக்காட்சி பலமுறை ஒளிபரப்பியது. உணர்ச்சிகள் தூண்டப்பட்ட மலாய்கள் காவல் நிலையங்களைத் தாக்கினார்கள். பல இடங்களில் மலாய்களுக்கும், சீனர்களுக்குமிடையே ரத்தக்களரியான மோதல்கள்.

கலவரம் பரவாமல் தடுக்க லீ கடுமையான நடவடிக்கைகள் எடுத்தார். அதேநேரம், அவர் அணுகுமுறை இரும்புக்கரம் அல்ல, குறைகள் தீர்க்கும் அன்புக் கரம். அனைத்து மலாய்க் கட்சிகளையும் கூட்டுப் பேச்சு வார்த்தைக்கு அழைத்தார். இந்தக் கூட்டத்தைப் புறக்கணித்து, லீ முகத்தில் கரி பூசுமாறு உம்னோ கட்சி வேண்டுகோள் (எச்சரிக்கை?) விடுத்தது. மலாய் மக்கள் உம்னோ கட்சித் தலைவர்கள் மூஞ்சிகளில் அட்டைக்கரி பூசினார்கள். 900 பிரதிநிதிகள் கூட்டத்துக்கு வந்தார்கள். ஐந்து மணிநேரக் கருத்துப் பரிமாற்றம். தன் அரசு எல்லா இனத்த வரையும் சமமாக நடத்துவதைப் புள்ளிவிவரங்களுடன் லீ தெளிவாக்கினார். கல்வி, வேலை வாய்ப்புகள், வீட்டு வசதிகள் போன்ற சில குறிப்பிட்ட அம்சங்களில் மலாய்களுக்கு இருந்த குறைகளை நிவர்த்தி செய்யும் திருத்தங்கள் போர்க்கால அடிப் படையில் தொடங்கும் என உறுதிமொழி தந்தார். சுமுகமாக, பரஸ்பர நம்பிக்கையோடு இரு தரப்பாரும் பிரிந்தார்கள்.

மலேஷியச் செய்தித்தாள்கள், பத்திரிகைகள், தொலைகாட்சி ஆகிய அத்தனை ஊடகங்களும் வெற்றிகரமாக நடந்து முடிந்த பேச்சு வார்த்தைகளை முழு இருட்டடிப்பு செய்தன. லீக்கு அதிர்ச்சி. தன் மாநிலங்கள் ஒன்றின் பிரச்னையில் தனக்குத் துணை நிற்கவேண்டிய மத்திய அரசு, சிங்கப்பூரையும் தன்னையும் எதிரியாக நடத்துகிறதே?

ஜூலை 21, 1964. நபிகள் நாயகம் பிறந்த நாள். மலேஷியர்களில் பெரும்பாலானோர் இஸ்லாமியர்கள். பொது இடத்தில் கூடுவார்கள். இசை, நடனம், குர்ஆன் பாராயணம் ஆகியவற்றோடு ஊர்வலம் போவார்கள். இதைப் பயன்படுத்திச் சில விஷமிகள் நாசவேலைகளில் இறங்கலாம் என்று உளவுத்துறை லீயை எச்சரித்தது. முந்தைய நாள். ஜூலை 20. ஒரு நாளிதழில் கொட்டை எழுத்துச் செய்தி- ஆசிரியர் மாணவனைக் கட்டாயப்படுத்தி, பன்றி இறைச்சி சாப்பிடவைத்தார்.

மாலை மணி ஐந்து. 25,000 பேர் கொண்ட முஸ்லிம்கள் ஊர்வலம் புறப்பட்டது. சீனர்கள் வாழும் பகுதியைக் கடக்கும்போது, யார் தொடங்கிவைத்தார்கள் என்று தெரியவில்லை. அடிதடி தொடங்கியது. போலீசாரால் அடக்க முடியவில்லை. கலவரமும், அதைவிட வேகமாக வதந்திகளும் காட்டுத் தீயாகப் பரவின. மலாய்கள் சீனர்களைக் கொன்றார்கள்: சீனர்கள் மலாய்களைக் கொன்றார்கள். இரு தரப்பிலும் எக்கச்சக்கச் சேதம். நாள் முடிவில் 23 பேர் மரணம், 454 பேர் படுகாயம். கலவரங்கள் 14 நாட்கள் நீடித்தன. ஆகஸ்ட் 2 அன்றுதான் ஓரளவு அமைதி திரும்பியது.

இந்தோனேஷியா, அலிபார் இருவரும் எரியும் தீயில் எண்ணெய் வார்த்தார்கள். 'லீதான் கலவரங்களுக்குக் காரணம்' என்று இந்தோனேஷிய ஊடகங்கள் ஓலமிட்டன. அலிபார் இன்னும் பல படிகள் மேலே போனார், ' சிங்கப்பூரில் ஒரு பிசாசு இருக்கிறது. அது மலாய்களையும், சீனர்களையும் ஒருவருக்கு ஒருவர் எதிராகத் தூண்டிவிடுகிறது. பிரிட்டிஷ், ஜப்பானிய ஆட்சிகளில் இத்தகைய சம்பவங்கள் நடக்கவில்லை? ஏன் தெரியுமா? லீ குவான் யூ மலேஷியத் தேசிய உணர்வைக் குலைக்க முயற்சி செய்கிறார். உங்கள் சுதந்திரம் வெள்ளித்தட்டில் கிடைத்தது என்று நம்மைக் கேலி செய்கிறார். துங்கு அப்துல் ரஹ்மான் திறமை இல்லாதவர் என்று சொல்கிறார். இவை அத்தனையும் முழுப்பொய்.'

காமன்வெல்த் பிரதமர்கள் கூட்டத்துக்காக வெளிநாடு போயிருந்த துங்கு, கலவரங்கள் பற்றித் தன் அதிர்ச்சியைத் தெரிவித்தார். துங்குவின் பயண காலத்தில் தற்காலிகப் பிரதமர் பொறுப்பேற்றிருந்த ரஸாக் சிங்கப்பூர் வந்தார். நிலைமை கட்டுப்பாட்டுக்குள் வந்துவிட்டது, ஆனால் ஊரடங்குச் சட்டம் தொடரும் என்று லீயோடு சேர்ந்து அறிவித்தார்.

லீ பிரச்னைப் பகுதிகள் அத்தனைக்கும் போனார். பொதுமக்களோடு பேசினார். இனச் சண்டைகளைத் தன் அரசு இரும்புக் கரங்களோடு கையாளும், அவற்றுக்கு முடிவு கட்டும் என்று உறுதிமொழி தந்தார். மலேஷியாவின் குழி பறிக்கும் வேலைகளை மௌனசாமியாக ஏற்றுக்கொள்ள அவர் தயாராக இல்லை. சூடாக வந்தது அரசு அறிக்கை.'செல்வாக்குப் படைத்த அரசியல் தலைவர்களும் செய்தித்தாள்களும் பல மாதங்களாக, அரசியல், இனவெறிப் பிரசாரம் நடத்தி வருகிறார்கள். இவர்களில் பலர் மத்திய அரசோடும் மத்திய ஆளும் கட்சியோடும் நெருங்கிய தொடர்பு கொண்டவர்கள். இனவெறியைத் தூண்டிய ஒருவரைக்கூடக் கைது செய்யாமலும், ஏன் கண்டிக்காமலும் இருப்பதன் மர்மம் இந்தத் தொடர்புதான் என்று அச்சமில்லாமல் போட்டு உடைத்தார். விசாரணை கமிஷன் அமைக்க வேண்டும் என்னும் சிங்கப்பூர் அரசின் வேண்டுகோளை மத்திய அரசு ஒதுக்கித்தள்ளியது.

23

உறவு என்றொரு சொல் இருந்தால் பிரிவு என்றொரு பொருள் இருக்கும்

மலேஷிய மத்திய அரசு, சிங்கப்பூருக்கும், குறிப்பாக லீக்கும் சிரமம் தரும் வேலைகளைப் பல்வேறு கோணங்களில் தொடங்கியது. நவம்பர் 24, 1964. மலேஷிய நிதி அமைச்சர் டான் ஸியூ ஸின் (Tan Sieu Sin) நாட்டின் பட்ஜெட்டை நாடாளுமன்றத்தில் சமர்ப்பித்தார். பல புது வரிகள். எல்லா பிசினஸ்கள்மீதும் ஒன்றரைச் சதவிகிதம். அவர்கள் ஊழியர்களுக்குக் கொடுக்கும் சம்பளத்துக்கு இரண்டு சதவிகிதம். இந்த வரிச்சுமைகள் பிசினஸ் வளர்ச்சியைத் தடுக்கும். புதிய தொழில்கள் தொடங்கப்படுவதை நிறுத்தும்.

மலாயைவிடச் சிங்கப்பூரில்தான் அதிக பிசினஸ்கள் இருந்தன. அதிகமான வேலை வாய்ப்புகளை உருவாக்கும் புதிய பிசினஸ்களை சிங்கப்பூருக்குக் கொண்டுவருவதுதான், லீயின் பொருளாதாரக் கொள்கையின் அடிப்படை. இந்த அடிப்படையைத் தகர்ப்பதுதான், புதிய வரிகளின் நோக்கம், ஆகவே, லீ இந்த வரிகளைக் கடுமையாக எதிர்த்தார். மலேஷிய அரசு, இந்த வரிகளை வாபஸ் பெறவேண்டும் என்று எதிர்ப்புக் குரல் கொடுத்தார்.

துங்குவின் பதில் வந்தது. காட்டமான பதில். லீயை அதிரவைத்த பதில். 'சிங்கப்பூர் அரசியல்வாதிகள் யாருக்காவது இந்த வரிகள் குறித்து எங்களோடு கருத்து வேறுபாடுகள் இருந்தால், ஒரே தீர்வு, சிங்கப்பூர் மலேஷியாவிலிருந்து பிரிந்து தனிநாடாகப் போவதுதான்.'

மத்திய அரசின் பிற நடவடிக்கைகள், சிங்கப்பூரைத் துரத்தும் செயல்களோ என்னும் நியாயமான பயத்தை லீ மனதில் உண்டாக்கின. 'மலேஷியா முழுக்க வறுமையில் வாடும்போது, சிங்கப்பூர் மட்டும் பாலைவனச் சோலையாக இருக்கமுடியாது' என்றார் நிதி அமைச்சர் ஸியூ ஸின். அவர் செயல்கள் இந்தப் பேச்சின் பாணியில் தொடர்ந்தன.

| 179 |

சிங்கப்பூரில் தொழில் தொடங்க விரும்பும் முனைவர்கள், தங்கள் விண்ணப்பங்களை சிங்கப்பூர் பொருளாதார வளர்ச்சிக் குழுமத்துக்கு (Singapore Economic Development Board) அனுப்பவேண்டும். இந்தக் குழுமம் பரிந்துரை செய்தால், 5 முதல் 10 வருடங்களுக்கு அரசாங்கம் வரி விலக்கு தரும். மலேஷியாவோடு இணைந்தபின் 69 விண்ணப்பங்கள் வந்தன. அவற்றுள் 67 விண்ணப்பங்களை ஏதேதோ சாக்குப் போக்குச் சொல்லி, மத்திய அரசு தள்ளுபடி செய்தது. இரண்டு தொழிலகங்களுக்கு மட்டுமே அனுமதி வழங்கியது.

இதேபோல், சிங்கப்பூரின் பொருளாதார வளர்ச்சியைத் தடுக்கும் இன்னொரு தடைக்கல்லை மத்திய அரசு கொண்டுவந்தது, உலக வாணிபத்தில் பெரும்பங்கு ஜவுளிப் பொருட்களுக்கு உண்டு. வளரும் நாடுகளுக்கு ஏற்றுமதியில் வாய்ப்புகள் தருவதற்காக, உலக வணிகக் கழகம் (World Trade Organization), பங்குமுறை (Quota System) என்னும் திட்டத்தை அமல்படுத்தினார்கள். இதன்படி, ஒவ்வொரு நாடும் எவ்வளவு டாலர் மதிப்புக்கு ஜவுளி சாமான்கள் ஏற்றுமதி செய்யலாம் என்று உலக வணிகக் கழகம் உச்சவரம்பு நிர்ணயித் திருந்தது. மலாயாவும் சிங்கப்பூரும் தனி நாடுகளாக இருந்தபோது அவர்களுக்குத் தனித்தனியான உச்சவரம்புகள் இருந்தன. இரு நாடுகளும் இணைந்ததும் இந்த உச்சவரம்புகள் இரண்டும் ஒன்றாகக் கூட்டப்பட்டன.

மலேஷிய மத்திய அரசு, சிங்கப்பூரில் ஏற்கெனவே இருந்த தொழிற் சாலைகளுக்கு இந்தக் கோட்டாவைத் தர மறுத்தது. மலாயாவில் ஜவுளி ஏற்றுமதிக்காகப் புதிய தொழிற்சாலை தொடங்கியது. சிங்கப்பூர் தொழிலின் வயிற்றில் அடிக்கும் வேலை இது. சுமார் 2,000 சிங்கப்பூர் தொழிலாளிகள் வேலை இழந்து நடுத்தெருவுக்கு வந்தார்கள்.

இமையே கண்களைக் குத்துமா, பெற்ற தாயே தன் பச்சிளம் குழந்தைக்கு நஞ்சு ஊட்டுவதுண்டா? செய்தார்களே! லீ என்னும் தனிமனிதர் மீது இருந்த காழ்ப்பால், அவர் வளர்ந்துவிடுவாரோ என்னும் பயத்தால், மலாயா ஆட்சியாளர்கள் சிங்கப்பூரின் பொருளா தாரத்தைச் சீர்குலைப்பதோடு மட்டுமல்ல, உள்நாட்டு அமைதியைக் கெடுக்கும் இனக் கலவரங்களையும் தூண்டிவிட்டார்கள். சில மலாய்கள் கலவரங்களைத் தொடங்குவார்கள். சீனர்கள், இந்தியர்கள் ஆகியோரின் சொத்துக்களை அழிக்கும்போது, போலீஸ் அவர்களுக்குப் பாதுகாப்புத்தரும். சீனர்கள் பதிலடி கொடுக்கும்போது, போலீஸ் அவர்களை அடித்து விரட்டும், கைது செய்யும். கலவரம் பரவும். சாதாரண மலாய்களும் சீனர்களும் அடித்துக்கொள்வார்கள். கம்யூனிஸ்ட்கள் என்னும் கொதிக்கும் எண்ணெயிலிருந்து தப்புவதற் காக எரியும் இனவெறி அடுப்பில் சிங்கப்பூரை விழ வைத்துவிட்டோம்

என்று லீ உணர்ந்தார். ஐயோ, ஏதோ கணக்குப்போட்டு, சிங்கப்பூருக்குக் கெடுதல் செய்துவிட்டோமே என்று அவர் மனச்சாட்சி குத்தியது.

மலேஷியாவிலிருந்து லீ நெஞ்சைக் குறிவைத்து வந்தது இன்னொரு விஷக்கத்தி. மலாய் இன ஆதரவுக் கட்சிகள் அனைத்தையும் ஒரே குடையின்கீழ்க் கொண்டுவர துங்கு திட்டமிட்டார். அவர்கள் அனைவருக்கும் அழைப்பு விடுத்தார். இதற்குப் பதிலடியாக, இன ஒற்றுமையை விரும்பும் நல்லிணக்க எதிரணி அமைக்க லீ முடிவு செய்தார்.

துங்குவின் 'குரலான' அல்பர் இப்போது கீழ்த்தரத் தாக்குதல்கள் தொடங்கினார். மலேஷியா நாளிதழான உட்டுஸான் மலாயு அவர் குரலானது. லீ இந்தோனேஷியக் கைக்கூலி, கம்யூனிஸ்ட்களின் அடிவருடி, போலிவேடம் போடுபவர், தேசத்துரோகி, கிரிமினல், கலவரங்களைத் தூண்டிவிட்டு எளிய மக்களின் சாவுக்குக் காரணமானவர் என்று சேற்றை அள்ளி வீசினார்கள். சிங்கப்பூர் முதல்வராகத் தொடரத் தகுதியற்றவர் என்று இந்தச் சாத்தான்கள் நீதிமன்றம் தீர்ப்புக் கூறியது. தங்கள் குற்றச்சாட்டுகளை வாபஸ் வாங்குமாறும், மன்னிப்புக் கேட்குமாறும் லீ வேண்டுகோள் விடுத்தார். மறுத்தார்கள். இருவர் மீதும், லீ இங்கிலாந்துக் கோர்ட்டில் மானநஷ்ட வழக்குத் தொடுத்தார். பொய்க் குற்றச்சாட்டுகள் நீதிமன்றத்தில் எடுபடாது, தங்கள் வேஷம் கலைந்துவிடும் என்று உணர்ந்த அலிபரும், உட்டுஸான் மலாயுவும் மன்னிப்புக் கேட்டார்கள்.

துங்கு அடுத்து இன்னொருவரைக் களத்தில் இறக்கினார். அவர் துங்குவின் வலது கை என்று அறியப்பட்ட ரஸாக். 'மலாய் இனத்தவர்கள் மலாய் நாட்டின் மண்ணின் மைந்தர்களல்ல, அவர்களும் புலம் பெயர்ந்து வந்தவர்கள்தாம்' என்று லீ அறிக்கை விட்டதாகக் குற்றம் சாட்டினார். அப்படிப்பட்ட அறிக்கையைத் தான் வெளியிட வேயில்லை என்று லீ மறுத்தார். ரஸாக் கவலைப்படவேயில்லை. தாக்குதலை இன்னும் கடுமையாக்கினார். 'எங்களோடு நல்லுறவு வேண்டுமென்றால், சிங்கப்பூர் மக்கள் நேர்மையான இன்னொரு தலைவரைக் கண்டுபிடிக்கவேண்டும்.' துங்குவும் போரில் கலந்தார். 'லீயின் அறிக்கை குழந்தைத்தனமானது'.

லீ அரசியலில் இருக்கும்வரை, சிங்கப்பூர் மலேஷியாவின் ஒரு பகுதியாக நீடிக்கமுடியாது என்று மலேஷியத் தலைவர்கள் ஒவ்வொருவரின் பேச்சுகள், அறிக்கைகள். 'சிங்கப்பூர் மலேஷியாவிலிருந்து பிரிந்து தனிநாடாகப் போனாலும், 15 லட்சம் சீனர்கள், 10 கோடி மலாய்களால் சூழப்பட்டிருப்பார்கள். இதை அவர்கள்

புரிந்துகொள்ளவேண்டும்' என்று மத்திய நிதியமைச்சர் ஸியூ ஸின் மிரட்டினார்.

சிங்கப்பூர் தனிநாடாகவேண்டும் என்று தான் கனவில்கூட நினைப்பவனல்ல என்று லீ தன்னிலை விளக்கம் தந்தார். காதுகளை மூடிக்கொண்டவர்களுக்கு நேர்மையின் குரல் கேட்கவில்லை. அல்பர் ஒரு பொதுக்கூட்டத்தில் சவால்விட்டார், 'லீ குவான் யூ ஆண்மகனாக இருந்தால், மலேஷியாவிலிருந்து பிரிந்துபோகவேண்டும் என்று வெளிப்படையாகக் கேட்கவேண்டும்.' (பின்னாட்களில் மலேஷியப் பிரதமரான) உம்னோ கட்சித் தலைவர் மாத்திர் பின் முகமது 'PAP கட்சி சீன, கம்யூனிஸ்ட் ஆதரவுக் கட்சி, மலாய்களை வெறுக்கும் கட்சி' என்று பழித்தார்.

தன் அரசியல் வாழ்க்கையை அஸ்தமனமாக்கவும் அது முடியா விட்டால், சிங்கப்பூரை மலேஷியாவிலிருந்து துரத்தவும் துங்கு முடிவெடுத்துவிட்டார் என்பது லீக்கு அப்பட்டமாகத் தெரிந்தது. பொய்ப் பிரசாரத்துக்குச் சாவு மணி அடித்தாகவேண்டும்.

சிங்கத்தின் குகைக்கே போய், மலேஷிய நாடாளுமன்றத்தில், கர்ஜித்தார், 'நாட்டின், மலாய்களின் முக்கிய பிரச்னை வறுமை. அவர்கள் வாழ்க்கையை உயர்த்துவதற்கு ஒதுக்கீடுகள் தீர்வுகளல்ல. சமுதாயம் போட்டிகள் நிறைந்தது. கல்வி, பயிற்சி ஆகியவற்றால் மலாய்கள் தங்களை உயர்த்திக்கொள்ளவேண்டும்.' மலாய்கள் தன்னை முழுமையாகப் புரிந்துகொள்ளவும், தான் அவர்களின் எதிரியல்ல என்று நிரூபிக்கவும், லீ இந்த உரையை மலாய் மொழியில் நிகழ்த்தினார். இன வேறுபாடற்ற, திறமையின் அடிப்படையிலான சமுதாயம் அமைப்பதுதான் லீயின் பாதை என்னும் தொலைநோக்குப் பார்வையை இந்தப் பேச்சு வெளிச்சம் போட்டுக் காட்டியது. நாடாளு மன்றத்தில் ஊசி விழுந்தாலும் கேட்காத அமைதி. அவர்மேல் வெறுப்பைச் சுமந்த உம்னோ கட்சி உறுப்பினர்கள்கூட மெய்மறந்தார்கள்.

லீயின் உரைக்குப் பதிலளிக்க வந்தார் அமைச்சர் ரஸாக். திசை திருப்பினார். உரைக்கு சம்பந்தமே இல்லாத பதில் சொன்னார், 'நமக்கும் PAP கட்சிக்கும் இருக்கும் இடைவெளி இப்போது தெளிவாகிவிட்டது. PAP கேட்பது பிரிவினை.'

லீயின் துணிச்சலான பேச்சு, மலாய் இனவெறிக்கு எதிரான பல்வேறு கட்சிகளைச் சங்கமிக்கவைத்தது. சிங்கப்பூர், மலாயா, சராவாக் ஆகிய பகுதிகளில் இருந்த மூன்று எதிர்க்கட்சிகள் அவர் தலைமையில், மத்திய அரசின் மலாய் இனவெறியை முறியடிக்க முன்வந்தார்கள்.

ஜூன் 6, 1965. நான்கு கட்சிகளின் ஒருங்கிணைப்பு மாநாடு சிங்கப்பூரில் கூடியது. 3000 பேர் கொள்ளளவு கொண்ட அரங்கம் நிரம்பி வழிந்தது. எல்லாத் தலைவர்களின் பேச்சுகளிலும் அனல் வெடித்தது.

‘எந்த ஒரு இனமும் பிற இனங்களை அடக்கி ஆளாமல், இன பேதமின்றி எல்லாக் குடிமக்களும் சமமாக நடத்தப்படும் நாடுகள் மட்டுமே ஒன்றுபட்டவையாக வாழமுடியும்.’- சின் சை (Chin Chye), PAP கட்சி சேர்மேன்.

‘மலாயர்கள் அல்லாதவர்களுக்கு சம உரிமைகள் மறுக்கப்படுகின்றன. இது நிறுத்தப்படவேண்டும்.’- ஓங் கீ ஹூயி (Ong Kee Hui), சராவாக் பகுதியின் யுனைட்டெட் பீப்பிள்ஸ் கட்சித் தலைவர்.

‘நாம் இப்போதைய முயற்சிகளில் தோல்வி கண்டால், நமக்கும் நம் வாரிசுகளுக்கும், எதிர்காலம் கிடையாது, சமத்துவ சமுதாயம் இருக்காது.’- லிம் சோங் இயூ (Lim Chong Eu), யுனைட்டெட் டெமோக்ரட்டிக் கட்சித் தலைவர்.

லீ ஒருங்கிணைப்பு மாநாட்டின் இறுதி உரை நிகழ்த்தினார். ‘இனவெறி தொனிக்கும் கடுமையான வார்த்தைகள், மிரட்டும் செயல்கள், தொண்டர்களுக்கு விடுக்கும் சமிக்ஞைகள் இந்த நிலை நீடித்தால், மலேஷியா மலேஷியர்களுக்குச் சொந்தமானதாக இருக்காது.’ மலேஷியர்கள் என்றால், மலாய், சீனர்கள், இந்தியர்கள் என்று மலேசியாவின் மூன்று இனக் குடிமகன்களையும் குறிக்கும். உம்னோ தலைவர்கள் இந்தப் பேச்சைத் திரித்தார்கள். மலேஷியாவில் இருக்கும் மலாய் மக்களை ஒழித்துக்கட்டுவதாக லீ பேசியதாக விபரீத அர்த்தம் சொன்னார்கள்.

லீ கைது செய்யப்படலாம், அவர் அப்படிப் பதவி இழந்தால், சக அமைச்சர்களுள் ஒருவர் முதலமைச்சர் நாற்காலியில் அமரத் தயாராக இருக்கிறார்கள் என்று வதந்திகள் பரவின (பரப்பப்பட்டன). சக அமைச்சர்கள் கூட்டறிக்கை விட்டார்கள்- எங்கள் தலைவர் லீக்கு எப்போதும் துரோகம் செய்யமாட்டோம். அவர் மட்டுமே முதல்வர்.

துங்கு அரசுக்கும் லீ ஆட்சிக்குமிடையே இரும்புத் திரை விழுந்து விட்டது, பரஸ்பர நம்பிக்கை சிதறிவிட்டது. ஒரே நாடாகத் தொடர, ஏதாவது செய்தாகவேண்டும். அதிகாரப் பகிர்வை மறுபரிசீலனை செய்யலாமா, சிங்கப்பூரை மலேஷியாவின் அங்கமான தனிநாடு ஆக்கலாமா? லீ மனதில் பல்வேறு மாற்றுச் சிந்தனைகள். துங்குவின் அமைச்சர்களோடு, குறிப்பாக அவரது வலதுகரம் ரஸாக்கைப் பலமுறை சந்தித்தார். ஆனால், அவரோ கழுவும் நீரில் நழுவும் மீனாக இருந்தார். எங்கே போகிறது பாதை என்று லீயால் கணிக்கவே முடியவில்லை.

ஏகப்பட்ட முயற்சிகளுக்குப் பின் துங்குவைச் சந்தித்தார். துங்குவின் மனக்கதவுகள் மூடிவிட்டன, இணைப்பு முறியப்போகிறது என்று லீ மனதில் எச்சரிக்கை மணிகள். அதுவே நடந்தது. துங்கு சொன்னார், 'நான் முடிவெடுத்துவிட்டேன். நாங்கள் எங்கள் வழியில் போகிறோம். நீங்கள் உங்கள் வழியில் செல்லுங்கள். நமக்குள் உறவுகள் இருக்கும் வரை, நாம் நண்பர்களாக வாழ முடியாது. பிரிவோம், நட்பைத் தொடர்வோம்.'

வரும் வழியில் லீ, மலேஷிய நிதி அமைச்சர் ஸியூ ஸின்னைப் பார்த்தார். அநியாய வரிகள் போட்டுச் சிங்கப்பூரின் தொழில் வளர்ச்சிக்கு நந்தியாக இருந்தவர் இவர்தானே என்று கோபம் கொப்பளித்தது. அவரிடம் பேசினார். அது பேச்சல்ல, தன்மானச் சவால். 'இந்த நாள், உங்கள் வெற்றித் திருநாள், நாங்கள் தோல்வி காணும் நாள். ஆனால், 5, 10 வருடங்களுக்குள் இந்த நாளை நினைத்து நினைத்து நீங்கள் வருத்தப்படுவீர்கள்.'

அடுத்த சில வாரங்கள். லீ கண்கள் தூக்கம் மறந்தன. ஆயிரமாயிரம் வேலைகள். சிங்கப்பூர் மலேஷியாவிலிருந்து பிரியவேண்டிய கட்டாயம் பற்றிச் சக அமைச்சர்களுக்குச் சொல்லிப் புரியவைக்க வேண்டும். முக்கிய அதிகாரிகளிடம் செய்தியைப் பகிர்ந்துகொண்டு, அவர்களுடைய தொடர்ந்த அர்ப்பணிப்பைப் பெறவேண்டும். வெளிநாட்டுத் தூதர்களிடம் புதிய தனிநாடான சிங்கப்பூரின் நட்புக் கரங்களை நீட்டி, அவர்களின் நல்லுறவை நாடவேண்டும்.

அந்த நாள், மலேஷிய நாடு இரண்டாகப் பிரியும் நாள் வந்தது. ஆகஸ்ட் 9, 1965. காலை மணி 10. மலேஷிய நாடாளுமன்றத்தில் துங்கு அதனை அறிவித்தார். சிங்கப்பூரில் அரசாங்கம் கெஜட்டில் அறிவிப்புச் செய்தது. சிங்கப்பூர் வானொலியில் இரு நாடுகளின் பிளவு (பிரிவு) பற்றிய அறிக்கையைச் சம்பிரதாயப்படி பிரதமர் லீ படிக்கவேண்டும். அவர் படிக்கவில்லை. வானொலி அறிவிப்பாளர் படித்தார். 'வேறு வேலைகள் இருந்ததால் என்னால் படிக்கமுடியவில்லை' என்று லீ சொன்னார். ஆனால், உண்மைக் காரணம் வேறு.

அன்று மதியமே அந்தக் காரணம் ஊருக்குத் தெரியவந்தது. லீ பத்திரிகையாளர் சந்திப்புக்கு வந்தார். அவரை நோக்கிச் சரமாரியாகக் கேள்விகள்- இந்தோனேஷியாவோடு உறவு வைத்துக்கொள்வீர்களா, பொருளாதார முன்னேற்றத்துக்கு உங்கள் திட்டங்கள் என்ன, உங்கள் குட்டி நாட்டின் பாதுகாப்புக்கு என்ன செய்யப்போகிறீர்கள், கம்யூனிஸ்ட் ரஷ்யாவோடு உங்கள் பழகுமுறை என்ன? அனைத்துக் கேள்விகளுக்கும் தெளிவாக, உறுதியாகப் பதில்கள் சொன்னார்.

அப்போது ஒரு கேள்வி, ‘இன்று காலை அறிவிக்கப்பட்ட அரசாணையின் பின்னணி நிகழ்ச்சிகளைச் சொல்லமுடியுமா?’

துங்குவோடு நடந்த பல பேச்சு வார்த்தைகளை லீ நினைவுகூர்ந்தார். ‘எனக்கு இது மிகவும் சோகமான நேரம். ஏனென்றால், நினைவு தெரிந்த நாட்கள் முதலாக, மலாயா, சிங்கப்பூர் ஆகிய இரு நாடுகளின் இணைப்பையும் ஒற்றுமையையும் நம்பியவன் நான். பூகோளத்தால் பொருளாதாரத்தால் ரத்த பந்த உறவுகளால் ஒன்றுபட்ட நாடுகள் இவை.’’

இதற்குமேல் லீயால் பேச முடியவில்லை. துக்கம் தொண்டையை அடைத்தது. கண்களில் நீர் பொங்கியது. அழுதார். பத்திரிகையாளர்களிடம் மன்னிப்புக் கேட்டுக்கொண்டார். 20 நிமிடங்கள் டி.வி. கேமராக்கள் நிறுத்தப்பட்டன.

நாட்டு மக்களுக்குக் கொடுத்த வாக்குறுதியை நிறவேற்ற முடியாமல் மக்களை ஏமாற்றிவிட்டோமே என்னும் குற்ற உணர்ச்சிகொண்ட இந்த மனிதர் நிச்சயமாக, அரசு ஆணையை வானொலியில் படிக்க முடியாமல் திண்டாடித் திணறியிருப்பார். இதனால்தானே, ‘வேறு வேலைகள் இருந்ததால் என்னால் படிக்கமுடியவில்லை’ என்று பொய் சொன்னீர்கள் லீ? ஆமாம், தொப்புள் கொடியை அறுத்த மலேஷியாவின் கொடூரம், எதற்கும் கலங்காத அஞ்சாநெஞ்சர் இதயத்தைச் சுக்கல் நூறாக்கிவிட்டது.

சிங்கப்பூர் இனிமேல் மலேஷிய நாட்டின் ஒரு மாநிலமல்ல, சர்வ உரிமைகளும் கொண்ட தனி தேசம், தன் தலைவிதியைத் தானே நிர்ணயிக்கப்போகும் தேசம்.

மலேஷியாவும் சிங்கப்பூரும் பிரிந்தது ஏன்? பல காரணங்கள். சீனர்களையும், இந்தியர்களையும் அடக்கி ஆள நினைத்த மலாய்த் தலைவர்களின் இனவெறி, சிங்கப்பூரை வளரவிடாமல் அவர்கள் போட்ட பொருளாதாரத் தடைகள் என்று லீ சொல்லுவார். துங்கு ஒருவேளை சொல்லுவார், ‘என் ராசி மோதிரம் அணியாமல் இணைப்பு ஒப்பந்தத்தில் கையெழுத்துப்போட்டதுதான் காரணம்’ என்று.

24

இப்படை தோற்கின் எப்படை ஜெயிக்கும்?

புதிய நாடு பிறந்துவிட்டது. பிஞ்சுக் குழந்தையின் முதல் காலடியே நெருப்பு ஆற்றில் வைக்கநேர்ந்தது போன்ற கொடுமை. லீ மனசு முழுக்க பிரிவுச் சோகம். மனம் நிறையக் கலக்கம், குழப்பம், பயம். கைகளில் இருப்பதோ பச்சிளம் குழந்தையாக நாடு. இருபது லட்சம் மக்களின் தலைவிதி அவர் கையில். இயற்கைச் செல்வங்கள் எதுவுமே கிடையாது. குடிக்கும் தண்ணீருக்குக்கூட மலேஷியாவிடம் கையேந்தவேண்டிய கட்டாயம்.

எங்கே திரும்பினாலும், பற்றி எரியும் பிரச்னை நெருப்பு. விழுங்கிவிடத் துடிக்கும் அண்டை நாடுகள் மலேஷியா, இந்தோனேஷியா; காணும் இடமெல்லாம் குடிசைகள், குப்பை கூளங்கள், வேலைக்காக அலையும் இளைஞர்கள், நோய்களின் ஊற்றாக மருத்துவமனைகள், அரசியல்வாதிகளின் கூடாரமாகிவிட்ட கல்வி நிலையங்கள், அர்ப்பணிப்பில்லாத ஆசிரியர்கள், வழிகாட்டல் இல்லாமல் திணறும் மாணவர்கள், இளைஞர்கள், காரணமே இல்லாமல் வேலை நிறுத்தம் செய்யும் தொழிலாளிகள், அரசின் ஊழல் பெருச்சாளிகள், இனக்கலவரத் தினவெடுத்த ரவுடிகள், விரக்தியின் உச்சியில் மக்கள்...

இவை அத்தனையையும் தரை மட்டமாக்க, ஒன்றே ஒன்று இருந்தது. அதுதான், லீயின் மன உறுதி. மனதுக்குள் மலேஷியாவுக்குச் சவால் விட்டார், 'பொய்ம்மையும், வஞ்சமும் உன் பூர்விகமாக இருக்கலாம், ஆனால், ரத்தமும் வியர்வையும்தான் என் ராஜாங்கம். எனது படையில் உனது படைகள் பொடிபடும். உன்னை வெல்வேன்.' உளி தாங்கும் கற்கள் மட்டுமே சிலையாகும். ஆகவே, இந்தக் கனவு நனவாகவேண்டு மானால், ஒவ்வொரு சிங்கப்பூரியனும் வலி தாங்கும் உள்ளத்தோடு, தன் ரத்தம், வியர்வை, நேரம், உழைப்பு ஆகியவற்றை நாட்டுக்காக அர்ப்பணிக்கவேண்டும்.

இதை நிஜமாக்கவேண்டும் மாபெரும் பொறுப்பு அவருக்கு இருக்கிறது. மக்கள் மனங்களில் ஒழுக்கத்தை, கட்டுப்பாட்டை, நேர்மையை, அர்ப்பணிப்பை வளர்க்கவேண்டும். திறமைக்கு அரியாசனம் போடவேண்டும். ஊழலை ஒழித்துக்கட்டவேண்டும். நாட்டின் இருபது லட்சம் மக்களுக்கும் முன்னோடியாக அவர் வாழவேண்டும்.

லீ தன் பாதையை மக்களுக்கு விளக்கினார், உறுதிமொழி தந்தார். 'நீங்கள் எதற்கும் கவலைப்படவேண்டாம். உறுதியாக, அமைதியாக இருங்கள். பல்வேறு இனத்தவரும் இணைந்து வாழும் சமத்துவ சமுதாயத்தை நாம் உருவாக்கப்போகிறோம். நம் நாடு மலாய்களின் நாடல்ல; சீனர்களின் நாடல்ல: இந்தியர்களின் நாடல்ல. எல்லா இனத்தவருக்கும், எல்லா மதத்தினருக்கும், எல்லா மொழியினருக்கும் இங்கே சம இடம் உண்டு. சிங்கப்பூரியர்களே, இன, மொழி, மத, கலாசார வேறுபாடுகள் இல்லாமல் ஒற்றுமையாக வாழ்வோம்.'

1959-ல், பிரிட்டிஷ் ஆதிக்கத்தில் இருந்த சிங்கப்பூரின் முதல்வராக முதன் முதலில் லீ அரசு கட்டில் ஏறினார். 1965-ல், நாடு விடுதலை பெற்றவுடன் முதல்வர் லீ. 1990 வரை, 31 ஆண்டுகள் முதல்வராக இருந்தார். 1990-ல், இன்னொரு முதல்வரை நியமித்துவிட்டு மூத்த அமைச்சரானார்: 2004-ல், வழிகாட்டும் அமைச்சரான லீ, 2011-ல், ஆட்சிபீடத்திலிருந்து ஓய்வு வாங்கிக்கொண்டார். தானாகவே அவர் இளைய தலைமுறையை வளர விட்டிருக்காவிட்டால், மக்கள் அவரை நிரந்தர முதல்வராக்கியிருப்பார்கள். மக்களாட்சியில், 52 வருடங்கள் தொடர்ந்து உயர் பதவியில் ஒருவர் தொடர்வது மாபெரும் வரலாற்றுச் சாதனை.

மக்கள் லீயிடம் மட்டும் இந்த அழுத்தமான நம்பிக்கையை வைக்கவில்லை: அவர் தலைமையேற்று நடத்திய PAP கட்சி மீதும். சுதந்திர சிங்கப்பூரில் இதுவரை நடந்திருக்கும் 12 நாடாளுமன்றத் தேர்தல்களின் முடிவுகள் இதற்குச் சாட்சி

கோட்டைக்குப் போகும் பாதை வழுக்குப் பாதை. மக்கள் மனங்கள் காற்றடித்த பக்கமெல்லாம் திசை திரும்புபவை. தலைவராக ஒருவரைத் தலையில் வைத்துக் கூத்தாடுவார்கள். நாளையே இன்னொருவர் வருவார். நேற்றைய ஹீரோ இன்றைய ஜீரோ ஆவார். பொது வாழ்க்கையில் இது சகஜம். 52 ஆண்டுகளாக லீ தலைமையில் தொடர்ந்தது எப்படி? இதைவிட ஆச்சரியம், மக்கள் மனங்களில் அசைக்கவே முடியாத இடம் பிடித்தது எப்படி? லீதான் சிங்கப்பூர், சிங்கப்பூர்தான் லீ என்று எல்லோரும் கொண்டாடுவது ஏன்? இவர்தான் தலைவர் என்று இந்தியப் பிரதமர் நரேந்திர மோடி, அமெரிக்க அதிபர்

தேர்தல் வருடம்	மொத்தத் தொகுதிகள்	ஒருமனதாக வென்ற தொகுதிகள்	போட்டியிட்ட தொகுதிகள்	வென்ற தொகுதிகள்	மொத்தம் வென்ற தொகுதிகள்
1968	58	51	7	7	58
1972	65	58	7	7	65
1976	75	37	38	38	75
1980	75	37	38	38	75
1984	79	30	49	47	77
1988	81	10	70	69	79
1991	81	41	40	36	77
1997	83	47	36	34	81
2001	84	55	29	27	82
2006	84	37	47	45	82
2011	87	5	82	76	81
2015*	89	0	89	83	83

*லீ மறைவுக்குப் பின் நடந்த முதல் பொதுத் தேர்தல்.

பாரக் ஒபாமா, இங்கிலாந்துப் பிரதமர் டேவிட் காமெரான், ஜப்பான் பிரதமர் ஷின்ஸோ அபே, தென்கொரிய அதிபர் பார்க் கூன் ஹே, ஆஸ்திரேலியப் பிரதமர் டோனி ஆபட் ஆகியோர் மட்டுமல்ல, கொள்கையில் அவருக்கு எதிர் துருவங்களான ரஷ்யத் தலைவர் விளாடிமிர் புட்டின், சீனக் குடியரசுத் தலைவர் ஷீ ஜின் பிங் புகழாரம் சூட்டுவது ஏன்?

இந்த எப்படிகளுக்கும், ஏன்களுக்கும் பதில் - அவர் நிகழ்த்தியிருக்கும் சாதனைகள், சாதனைகள், சாதனைகள்!

●

சுவர் இருந்தால்தான் சித்திரம் வரைய முடியும். மலேஷியா, இந்தோனேஷியா ஆகிய அண்டைய பகைமை நாடுகளுக்கு சிங்கப்பூர்மீது படையெடுத்து ஆக்கிரமிக்கும் ஆசையே வரக்கூடாது. குழம்பிய நீரில் மீன் பிடிக்கும் எண்ணமும் கம்யூனிஸ்ட்கள் மனங்களில்

வரவே கூடாது. லீ முடிவு செய்தார், முதல் வேலை, ராணுவத்தையும் போலீஸையும் தன் முழு நம்பிக்கைக்குரிய இரும்புக் கோட்டைகளாக்கவேண்டும்.

பிரிவின்போது, சிங்கப்பூர் ராணுவத்தில் இரண்டு காலாட்படைப் பிரிவுகள் மட்டுமே இருந்தன. இவை இரண்டிலும் சேர்த்து மொத்தம் ஆயிரமே வீரர்கள். ஒரு நாட்டின் படைபலமா இது? இவர்களிலும் எழுநூறு வீரர்கள் மலேஷியக் குடிமகன்கள். இவர்களின் தளபதி ஒரு மலேஷியர். சிங்கப்பூர் இவர்களுக்கு அயல்தேசம். இப்போது பகைமை கொண்டிருக்கும் மலேஷியா படையெடுத்து வந்தால் இவர்கள் யார் பக்கம் நிற்பார்களோ?

வலிமையான ராணுவத்தை உருவாக்கும் பொறுப்பை ஏற்றுக் கொள்ளத் தாமாகவே முன்வந்தார், நிதி அமைச்சராக இருந்த கோ கெங் ஸ்வீ (Kong Keng Swee). நிதிப் பொறுப்பிலிருந்து தன்னை விடுவித்துக் கொண்டு ராணுவ அமைச்சரானார்.

பாதுகாப்புதான் முதல் வேலை என்று லீ போட்ட கணக்கு நூற்றுக்கு நூறு சரியானது என்பது சீக்கிரமே தெரிந்தது. சிங்கப்பூர் ராணுவம் புதிய வீரர்களைப் பணியில் அமர்த்திக்கொண்டிருந்தது. சிங்கப்பூரைக் கைக்குள் வைத்திருக்க, மலேஷிய அதிகாரிகள் சதி செய்தார்கள். தேர்ந்தெடுக்கப்பட்டவர்களில் எண்பது சதவிகிதம் பேர் மலேஷியர்கள்

பிப்ரவரி 1, 1966. ராணுவ அமைச்சர் ஸ்வீ இதைக் கண்டுபிடித்தார். அத்தனை புது நியமனங்களையும் நிறுத்தினார். மலேஷிய நாட்டவர்களை இனி ராணுவத்தில் எடுக்கக்கூடாது என்று ஆணையிட்டார். இந்தக் கட்டளையை ஒரு சீன கமாண்டர் தவறாகப் புரிந்துகொண்டார். படையினரை அணி வகுக்கச் சொன்னார். ‘மலாய்கள் அல்லாதவர்கள் அத்தனைபேரும் வெளியே வாருங்கள்’ என்றார். வந்தார்கள். இப்போது, அணிவகுப்பில் நின்றவர்கள் மலாய் இனத்தவர்கள் மட்டுமே. முழங்கியது கமாண்டர் குரல்,’நீங்கள் அத்தனைபேரும் மொத்தமாக ராணுவத்திலிருந்து நீக்கம் செய்யப்படுகிறீர்கள்.’

மலாய் வீரர்களுக்குக் கொஞ்ச நேரம் என்ன நடந்தது என்றே புரியவில்லை. புரிந்ததும், எரிமலை வெடித்தது. தொடங்கியது ராணுவத்தில் இனக் கலவரம். மலாய்கள் சீன, இந்திய சக வீரர்கள்மீது பாட்டில்கள், கம்புகள், உருட்டுக் கட்டைகள் எனக் கைகளில் கிடைத்தவையை எல்லாம் எடுத்துத் தாக்கினார்கள்; மூன்று மோட்டார் சைக்கிள்களை நெருப்புவைத்துக் கொளுத்தினார்கள். ஒரு வேனைத் தலைகீழாகக் கவிழ்த்தார்கள். நிலைமை அறிந்துவந்த போலீஸ் காரையும், தீயணைக்கும் எஞ்சினையும் உள்ளே நுழையவிடாமல்

தடுத்தார்கள். ராணுவத்தினரின் புரட்சியை வேடிக்கை பார்க்கக் கூட்டமோ கூட்டம்.

கலவரத்தை அடக்கும் தனிப்படை வந்தது. வீரர்களைக் குண்டுக் கட்டாகத் தூக்கினார்கள், போலீஸ் வேன்களில் அடைத்தார்கள். காவல் நிலையத்துக்குக் கொண்டுபோனார்கள். ராணுவ அமைச்சர் ஸ்வீ, லீயிடம் ஓடோடி வந்தார். நிலைமையை விளக்கினார். கலவரக் காரர்கள் முகாம்களை விட்டு வெளியே வந்தால், மலாய்- சீன இனக் கலவரம் நாடு முழுக்கப் பரவிவிடும். சிங்கப்பூர் முழுக்க, ரகளை, ரத்தக் களறியாகிவிடும். என்ன செய்யலாம்?

லீ உடனேயே முடிவெடுத்தார். சிங்கப்பூரில் முகாமிட்டிருந்த பிரிட்டிஷ் படைத் தளபதியிடம் பேசினார், 'தேவைப்பட்டால், உங்கள் உதவி கேட்பேன்.' அவர் எடுத்த அடுத்த முடிவு, காவல் நிலையத்துக்குப் போய், கலவரக்காரர்களைச் சந்தித்து உண்மை நிலையை விளக்குவது. இது மிக மிகத் துணிச்சலான முடிவு. ஏனென்றால், அவர்களின் கோபம் லீ மீதுதான் மையம் கொண்டிருந்தது. அவரை அவர்கள் தாக்கலாம், அவரைக் கொலையே செய்யலாம். துணிச்சல் இருந்தால், மரணமும் தூசு. லீ காவல் நிலையம் வந்தார்.

அருகே இரு அமைச்சர்கள். மற்றபடி, துணிச்சல் மட்டுமே துணையாக, பாதுகாப்பாக லீ. பார்க்கும் இடமெல்லாம், வெறுப்பிலும், கோபத்திலும் கொந்தளிக்கும் பலநூறு படை வீரர்கள். லீ கையில் ஒலிபெருக்கியை எடுத்தார். மலாய் மொழியில் பேசினார். அமைச்சரின் ஆணையைக் கமாண்டர் தவறுதலாகப் புரிந்துகொண்டதால் வந்த விபரீதத்தை விளக்கினார். தன் ஆட்சியில், மலாய்கள், சீனர்கள், இந்தியர்கள் என்னும் மூன்று இனத்தவர்கள் கிடையாது. அத்தனை பேரும் சிங்கப்பூரியர்கள் மட்டுமே என்று அழுத்தம் திருத்தமாக எடுத்துவைத்தார். மலேஷிய மலாய்கள் தங்கள் ஊருக்குத் திரும்பிப் போகவேண்டும். சிங்கப்பூர் மலாய்கள் எல்லோருக்கும் வேலை உண்டு. மறுநாள் காலை, டியூட்டிக்கு அவர்கள் வந்தேயாகவேண்டும்.

அரசாங்கத்தின் கொள்கையைத் தெளிவாக்கி, அமைதிவேண்டிய லீயின் கருணை முகம் இது. மனிதநேயத்தைப் பலவீனமாகப் பலரும் கருதும் காலம், ஆகவே, அடுத்து லீ, தன் கண்டிப்பு முகத்தைக் காட்டினார். கலவரக்காரர்களில் பொதுச்சொத்துக்களுக்கு சேதம் விளைவித்தாகப் பத்துபேர் கைது செய்யப்பட்டிருந்தார்கள். இவர் களுக்குத் தண்டனை நிச்சயம். மற்ற அத்தனைபேரும் விடுதலை செய்யப்படுவார்கள். ஒரு நிபந்தனை. யாராவது வதந்திகள் பரப்பினாலும், கலவரங்கள் செய்தாலும், கடுமையாகத் தண்டிக்கப் படுவார்கள். யாரேனும் சிங்கப்பூர் மலாய் வீரர் பணிக்கு வராவிட்டால்,

அரசு அவர்கள் மேல் தேசத்துரோகக் குற்றம் சுமத்திக் கடும் நடவடிக்கைகள் எடுக்கும்.

லீ பேசி முடித்தார். கை தட்டல்கள், ஆரவாரங்கள். லீ முதல் நெருப்பாற்றை வெற்றிகரமாக நீந்திக் கடந்துவிட்டார். ஆனால், இது சோதனைகளின் முடிவல்ல, ஆரம்பம். இனக் கலவரங்கள் தொடர்கதையாகும் வாய்ப்புகள் அதிகம் என்பதை உணர்ந்தார். ராணுவத்துக்கும், போலீஸுக்கும் நவீன ஆயுதங்கள் தரவேண்டும், பயிற்சி அளிக்கவேண்டும். லீ, இந்தியா, எகிப்து, இஸ்ரேல் ஆகிய மூன்று நாடுகளிடமும் உதவி கேட்டார். இந்திய பிரதமர் லால் பகதூர் சாஸ்திரி இந்தக் கோரிக்கைக்குப் பிடி கொடுக்காமல் பதில் போட்டார். நண்பர், நிச்சயமாக உதவுவார் என்று லீ நம்பிய எகிப்து அதிபர் நாஸர் கோரிக்கையை மறுத்தார். சக முஸ்லிம் நாடான மலேஷியாவுக்கு எதிரானதாக இந்த நடவடிக்கை இருக்கும் என்னும் நாஸரின் சக முஸ்லிம் சகோதரப் பாசம் இதற்குக் காரணம் என்பது லீ கணிப்பு.

சிங்கப்பூர் ராணுவத்தை மேம்படுத்த இஸ்ரேல் முன்வந்தார்கள். இஸ்ரேலுக்கும் முஸ்லிம் நாடுகளுக்கும் ஜென்மப் பகை. இஸ்ரேலிடம் உதவி வாங்குவது தெரிந்தால், பெரும்பாலான முஸ்லிம் மதத்தவரான மலாய் இனத்தவர்கள் கொதித்தெழுவார்கள். ஆகவே, மெக்சிகோ நாட்டிடம் உதவி வாங்குவதாக அரசாங்கமும், அரசு வழிகாட்டலில் ஊடகங்களும், மக்கள் மனங்களில் மாயத் தோற்றத்தை உருவாக்கினார்கள்.

இஸ்ரேல் உதவியோடு சிங்கப்பூர் அரசு நம்பவே முடியாத ஒரு திட்டம் தீட்டியது. அடுத்த ஐந்து வருடங்களில், ஒன்றரை லட்சம் பேர் கொண்ட சிங்கப்பூர் ராணுவம் (Singapore Armed Force) என்னும் படை திரட்டவேண்டும். யாராவது கேட்டிருந்தால், கூரைமேல் ஏறமுடியாத கோழி வானத்தில் பறந்து வைகுந்தம் போக ஆசைப்பட்ட கதையாக இதை நினைத்திருப்பார்கள். ஏன் தெரியுமா? அன்றைய சிங்கப்பூர் ராணுவத்தில் இருந்தவர்கள் வெறும் ஆயிரம் பேர். ஆயிரத்தைப் பல லட்சமாக்கவேண்டும். அதுவும் ஐந்தே வருடங்களில்... நடக்கக்கூடிய காரியமா? ஆனால், இது நடக்கும் என்பதில் ஒரு மனிதர் வெகு நிச்சயமாக இருந்தார். அவர் லீ. ஏன் தெரியுமா? அவரைப் பொறுத்த வரை, 'முடியாது என்னும் வார்த்தை முட்டாள்களின் அகராதியில் மட்டுமே உண்டு.' ஆனால், இலக்கை எட்டுவதற்குள் சந்தித்த பிரச்னைகள், அவற்றை லீ சமாளித்த முறைகள் சாதனைச் சரித்திர கிரீடத்தின் வைரக்கற்கள்!

சீனர்களைப் பொறுத்தவரை, வியாபாரம்தான் மதிப்பான தொழில், ராணுவம் ஒரு இழிவான வேலை. ஒரு நல்ல சிறுவன் ராணுவ

வீரனாகக்கூடாது. நல்ல உருக்கு ஆணியாகக்கூடாது என்பது சீனப் பழமொழி, பாரம்பரிய நம்பிக்கை. நாட்டின் இருபது லட்சம் பேரில் ஒரு லட்சம் பேரை, அதாவது, இருபது பேரில் ஒருவரை ராணுவத்தில் சேர்த்தாகவேண்டும். மக்கள் தொகையில் எழுபது சதவிகிதம் பேர், ராணுவத்தை வெறுக்கும் சீனர்கள். மலாய்கள், இந்தியர்கள் ஆகிய இனத்தவருக்கும் ராணுவம், போலீஸ் என்றால், ஜப்பானியரின் சாம்பல்நிற யூனிஃபார்மும், அராஜகமும்தான் நினைவுக்கு வந்தன. இரு துறைகளிலும் பணியாற்ற யாருமே தயாராக இல்லை. என்ன செய்யலாம்?

மிலிட்டரி வேலையைக் கட்டாயப்படுத்துவது ஒரு வழி. அப்படிச் செய்தால், யுத்தம் வரும்போது, அத்தனை பேரும் மாயமாகக் காணாமல் போய்விடுவார்கள். லீ கண்ட வழி, தனி வழி. மனமாற்றம். ராணுவம்பற்றி மக்கள் மனங்களில் மதிப்பை, மரியாதையை உண்டாக்கவேண்டும்.

உயர்நிலைப் பள்ளிகளில் தேசிய மாணவர் படை (National Cadet Corps), தேசியக் காவல் மாணவர் படை (National Police Cadet Corps) என்னும் இரு அமைப்புகள் தொடங்கப்பட்டன. இவற்றுள் ஏதாவது ஒன்றில் மாணவர்கள் கட்டாயமாகச் சேரவேண்டும், பயிற்சி பெறவேண்டும் என்று வந்தது சட்டம். தொடங்கியது திட்டம். சிறுவர்கள் குழந்தைகள் யூனிஃபார்ம் அணிந்து 'டொக்' 'டொக்' என்று பளபளக்கும் ஷூக்கள் ஒலிக்கக் கம்பீர நடை போட்டபோது, பெற்றோரின் மனங்கள் பெருமையால் நிறைந்தன. நாட்கள் ஓட, ஓட, ராணுவ, போலீஸ் யூனிஃபார்ம்களைப் பார்க்கும்போது, அவர்கள் நினைவில் வந்தவர்கள் ஜப்பானியர்களல்ல, அவர்களுடைய செல்லக் குழந்தைகள். ராணுவம், போலீஸ் மீது அவர்களுக்கு இருந்த வெறுப்பு மறைந்தது, ஒருவித பாசம், பிணைப்பு எழுந்தது. இதற்குத்தானே ஆசைப்பட்டார் லீ? அவருடைய மனோதத்துவ மருத்துவம் பலன் தந்துவிட்டது.

ராணுவ வீரர்களைத் தங்களுள் ஒருவராக மக்கள் நினைக்கவேண்டும். நாட்டின் பாதுகாப்பு வெறும் ராணுவ வீரர்களுடையது மட்டுமல்ல, ஒவ்வொரு சிங்கப்பூரியனின் அடிப்படைக் கடமை. அதற்குத் தோள் கொடுக்கும் தோழர்கள் ராணுவ வீரர்கள் என்பதை மக்கள் உணர வேண்டும். அன்றைய சிங்கப்பூர் சமுதாயத்தில், பணம் சேர்ப்பதுதான் முக்கிய இலக்காக இருந்தது. உடற்பயிற்சி, வீர தீர விளையாட்டுக்களில் பங்கேற்பது ஆகியவை நேரத்தை வீணடிக்கும் வெட்டித்தனங்களாக நினைத்தார்கள். இந்த மனப்போக்கை மாற்ற வேண்டும்.

ராணுவ அமைச்சர் கெங் ஸ்வீ வித்தியாசமாக யோசித்தார். பொது மக்கள், அரசு ஊழியர்கள், மந்திரிகள், நாடாளுமன்ற உறுப்பினர்கள் ஆகியோர் கொண்ட மக்கள் பாதுகாப்புப் படை (Peoples' Defence Force) தொடங்கினார். இவர்களுக்கு ராணுவப் பயிற்சி வழங்கினார். சிங்கப்பூர் மலேஷியாவிலிருந்து பிரிந்து வந்த முதல் தேசிய தின விழா. ஆகஸ்ட் 9, 1966. மக்கள் பாதுகாப்புப் படையினர், ராணுவத்தோடு சேர்ந்து அணிவகுத்து வந்தனர். இவர்களுள் பலர் நாற்பது வயதைத் தாண்டியவர்கள். திருவிழாக் கூட்டமாக வந்திருந்த மக்கள் ஆரவாரமாகக் கைகள் தட்டினார்கள், உற்சாகக் கூச்சலிட்டார்கள். 'ராணுவ வீரர் நம் தோழர், நமக்குள் ஒருவர் என்னும் எண்ணம் ஆழமாகப் பதிந்தது. பொதுமக்களுக்கும், ராணுவம், காவல் துறை களுக்குமிடையே இருந்த தடுப்புச் சுவர் தகர்ந்தது.

'சிங்கப்பூரில் எல்லோரும் ஒரே இனம், ஒரே குலம்' என்னும் குறிக்கோளை உலகம் முழுக்க எதிரொலிக்கச் செய்ய, லீ முதல் தேசிய தின விழாவைப் பயன்படுத்திக்கொண்டார். பரேடில், சீனர்கள், மலாய்கள், இந்தியர்கள், பிரிட்டிஷார் ஆகிய அனைவருக்கும் முக்கியத்துவம் தந்தார். சாதாரணமாக ராணுவ வீரர்கள், காவல் துறையினர், கட்சிக்காரர்கள் ஆகியோர் மட்டும்தானே அணிவகுப்பில் பங்கேற்பார்கள்? இங்கோ, பிசினஸ்மேன்கள், தொழிற்சங்கத் தலைவர்கள் ஆகியோரும் பெருமையோடு நடந்துவந்தார்கள். இனம், மொழி, தொழில், முதலாளி- தொழிலாளி வர்க்க பேதங்கள் ஆகிய அனைத்தையும் தாண்டி, 'நான் சிங்கப்பூரியன்' என்னும் பெருமிதக் குரல் ஓங்காரமாக ஒலித்தது, உலகெங்கும் எதிரொலித்தது.

முதல் தேசிய தின விழாவுக்குப் பின், ராணுவத்திலும், காவல் துறையிலும் பணியாற்ற ஏராளமானோர் ஆர்வம் காட்டினார்கள். இதைப் பயன்படுத்தி, ராணுவ வீரர்கள் எண்ணிக்கையைப் பலமடங் காக்க கெங் ஸ்வீ திட்டமிட்டார். இதற்கு லீ சம்மதிக்கவில்லை. சிங்கப்பூரின் பாதுகாப்பு முக்கியம்தான். ஆனால், பெரிய முழுநேர ராணுவத்தைக் கட்டி மேய்க்கும் நிதிவசதி அரசிடம் இல்லை. நாட்டை ஓராயிரம் பிரச்னைகள் எதிர்நோக்கியிருக்கின்றன. அவற்றுக்குத் தீர்வுகாணப் பணம் தேவை.

லீ மாற்று வழி சொன்னார். பொதுமக்களுக்குக் கட்டாய ராணுவப் பயிற்சி தரவேண்டும். தேவை வரும்போது, இவர்கள் பாதுகாப்புக்குத் தோள் கொடுப்பார்கள். இது மட்டுமல்ல, ராணுவப் பயிற்சி நாட்டில் ஒழுங்கு, கட்டுப்பாடு, இன ஒற்றுமை, நாட்டுப்பற்று ஆகிய நல்ல குணங்களை வளர்க்கும். அதே சமயம், செலவும் குறையும்.

பெண்களையும் இதில் சேர்க்கவேண்டும் என்று லீ விரும்பினார். ஆனால், நடைமுறைச் சிரமங்களை கெங் ஸ்வீ விளக்கியவுடன், மனதை மாற்றிக்கொண்டார். பிப்ரவரி 1967. கட்டாய ராணுவச் சேவைச் சட்டம் அமலுக்கு வந்தது. இதன்படி, பதினெட்டிலிருந்து இருபத்தியொரு வயதுக்குட்பட்ட ஆரோக்கியமான அத்தனை இளைஞர்களும் இதில் சேரவேண்டும். யாருக்கும் விதிவிலக்குக் கிடையாது. இவர்கள் சிங்கப்பூர் ராணுவத்தின் (Singapore Armed Force - சுருக்கமாக SAF) அங்கமாகக் கருதப்படுவார்கள். ராணுவப் பயிற்சி முடித்ததும், அரசாங்க, தனியார் துறைகளில் வேலைக்கான உத்தரவாதம் உண்டு. திட்டத்துக்கு அமோக வரவேற்பு. உடனடியாக 9,000 பேர் சேர்ந்தார்கள். ஆமாம், லீ ஆசைப்பட்டதுபோல் மக்கள் மனநிலை மாறிவிட்டது.

பயிற்சி தொடங்கியது. லீ ஏராளமான பயிற்சி மையங்களுக்குப் போனார். ராணுவ சேவைக்கு முன்வந்ததற்காக அவர்கள் சேவைக்கு நாடு எத்தனை பெருமைப்படுகிறது என்று உத்வேகம் தந்தார். அமைச்சர்கள், நாடாளுமன்ற உறுப்பினர்கள், ராணுவ அதிகாரிகள், சமூகத் தலைவர்கள், பலதுறைப் பிரபலங்கள் ஆகியோரையும் லீ மையங்களுக்குச் சென்று பார்க்கச் சொன்னார். பயிற்சி பெற வந்தவர்களின் உற்சாகம் உச்சம் தொட்டது.

இதேநேரம், இஸ்ரேல் ராணுவ அதிகாரிகள் மும்முரமாக முழுநேரப் படையினரைத் தயார்ப்படுத்திக்கொண்டிருந்தார்கள். பீரங்கிகள், நவீன ஆயுதங்கள், கடும் பயிற்சிகள், தொழில்நுட்பம் நிறைந்த செய்தித் தொடர்புக் கருவிகள் எனச் சிங்கப்பூர் ராணுவமும், போலீஸும் மறுபிறவி எடுத்துக்கொண்டிருந்தன.

சொந்த ராணுவத்தை வளர்த்துக்கொண்டிருந்தபோதிலும், லீ பிரிட்டிஷ் படைகளின் முகாம் சிங்கப்பூரில் தொடர லீ அனுமதி கொடுத்திருந்தார். இதற்கு இரண்டு காரணங்கள் - சிங்கப்பூரை எதிரி நாடுகள் தாக்கினால், இந்தப் படைகள் துணைக்கு வரும். இதைவிட இன்னொரு முக்கிய காரணம் இருந்தது. அது, பொருளாதாரக் காரணம். முகாமின் தேவைகள், பராமரிப்பு ஆகியவற்றுக்காக இந்த முகாமில் 30,000 சிங்கப்பூரியர்கள் வேலை பார்த்தார்கள். இன்னும் 40,000 பேர் பலவித பொருட்களை உற்பத்தி செய்துகொடுத்துத் தங்கள் வாழ்வாதாரத்துக்குப் பிரிட்டிஷ் முகாமை நம்பியிருந்தார்கள். சிங்கப்பூர் உள் நாட்டு உற்பத்தியின் (Gross National Product) 20 சதவிகிதம் முகாம் உபயம். சிங்கப்பூரின் பொருளாதார வளர்ச்சிக்கு பிரிட்டிஷாரின் உதவி நிரந்தரமல்ல என்று லீ அறிவார். ஆனால், குறைந்த பட்சம் பத்து வருடங்களுக்கு முகாம்கள் நீடிக்கும் என்று கணக்குப் போட்டிருந்தார்.

லீ கணக்கில் விழுந்தது இடி. 1966-67களில் பிரிட்டனின் பொருளாதாரம் வீழ்ச்சிகண்டது. செலவுகளைக் குறைக்கும் நடவடிக்கைகள் தொடங்கின. 1971-க்குள், சிங்கப்பூர் முகாமை மூடப்போவதாக அறிவித்தது. லீ அதிர்ந்துபோனார். பிரிட்டிஷ் படைகள் வீட்டுப் போனால், அண்டைய நாடுகளிலும், உள்ளூர்த் தீவிரவாதிகளிடமும் திமிர் துளிர்விடும். நமக்குப் பாதுகாப்பாக இங்கிலாந்துப் படை இருக்கிறது என்னும் பொதுமக்கள் நம்பிக்கை சிதறும். பொருளாதாரப் பாதிப்பை அப்புறம் பார்த்துக்கொள்ளலாம். உடனேயே, உடனேயே, ராணுவத்தைச் சொந்தக் கால்களில் நிற்கச் செய்யவேண்டும்.

லீ இங்கிலாந்துக்குப் பறந்தார். பிரதமர் ஹரால்ட் வில்சன், பிற அமைச்சர்கள் ஆகியோரைச் சந்தித்தார். முகாமை மூடியே ஆகவேண்டிய அவர்கள் கட்டாயத்தை லீ புரிந்துகொண்டார். அந்தச் சிரம நிலையிலும், சிங்கப்பூரின் பொருளாதார வளர்ச்சிக்கு உதவ இங்கிலாந்து சம்மதித்தது. அவர்கள் செய்த மாபெரும் உதவி, 12 போர் விமானங்கள் சப்ளை செய்தார்கள். ஆறு விமானிகளுக்கு இங்கிலாந்தில் உயர்தரப் பயிற்சி தந்தார்கள். 1971. சிங்கப்பூரின் 16 போர்விமானங்கள் கொண்ட விமானப் படை தயார். இதே சமயம், இஸ்ரேல், நியூசிலாந்து நாடுகளின் உதவியுடன் கப்பல் படை ரெடி. அதிவேகக் கப்பல் ரோந்துப் படை, ஆயுதக் கப்பல் படை என இருமுனை வீரர்கள்.

காலாட்படையில் இஸ்ரேல் ராணுவ அதிகாரிகள் நம்பவே முடியாத முன்னேற்றங்களை நிகழ்த்திக்கொண்டிருந்தார்கள். கமாண்டோக்கள், தரைப்படையினர், ஆயுதப் படை என வகை வகையான வீரர்கள் அணி, ஒவ்வொரு படைப் பிரிவிலும், பீரங்கிகள், ஆயுதங்கள், தாங்கிய வாகனங்கள், பொறியியல் வல்லுநர்கள், மருத்துவர்கள், தனி மருத்துவ மனை என ஓராயிரம் வசதிகள், ராணுவப் பயிற்சி தருவதற்காகவே, இஸ்ரேலிய ஆலோசகர்கள் நிரந்தரப் பயிற்சி மையங்கள் தொடங்கினார்கள். இங்கே போர்முறைகள், யுத்த வியூகங்கள், ஆயுதப் பயன்படுத்துதல், வெடிகுண்டுகள் அகற்றுதல், தொழில் நுட்பம், ராணுவ அலுவலக நிர்வாகம் ஆகிய துறைகளில் கடும் பயிற்சிகள் தந்தார்கள். உலகத்தர வரிசையில் இடம் பெறும் வீரர்கள் தயார்.

பொதுமக்கள் படையிலும் கெங் ஸ்வீ பிரமாண்ட வளர்ச்சி காட்டினார். இரண்டே வருடங்களில், 1971-ல், 1,60,000 வீரர்கள் கொண்ட 17 தேசியச் சேவைப் படைப்பிரிவுகளும், 14,000 படைபலம் நிறைந்த 14 அவசரகாலப் படைப்பிரிவுகளும் சவால்களைச் சந்திக்கத் தயாராக.

1965-ல் சிங்கப்பூர் தனிநாடாக அவதரித்தபோது, மொத்த ராணுவம் 10,000 பேர். அதில் சிங்கப்பூரியர்கள் வெறும் முந்நூறே முந்நூறு பேர்.

நாடு முழுக்க ராணுவத்தின்மேல் வெறுப்பு. மூன்றே வருடங்களில் ராணுவத்தோடு பாசப் பிணைப்பு. ஒவ்வொரு சிங்கப்பூர் ஆண்மகனும் ராணுவ வீரர்.

Military Technology ஜெர்மன் நாட்டிலிருந்து வெளியாகும் ஆங்கில மாதப் பத்திரிகை உலக ராணுவ வீரர்களின் வழிகாட்டி, வேதம். 1990-ல் இந்தப் பத்திரிகையில் எழுதினார்கள், '1965-ல் சிங்கப்பூர் சுதந்திர நாடாக இயங்கத் தொடங்கியது. அப்போது, தங்களைப் பாதுகாத்துக் கொள்ளும் படைபலம் அவர்களிடம் கொஞ்சம்கூட இருக்கவில்லை. 1990-ல், சிங்கப்பூர் ராணுவம் நவீன ராணுவத தளவாடங்களில் தேர்ச்சி பெற்றவர்களாக, தங்கள் தேசத்தையும், சுதந்திரத்தையும் கட்டிக் காப்பவர்களாக, உலகமே மதிக்கும் வல்லுநர்களாக எழுச்சி பெற்று விட்டார்கள்.' மாபெரும் அங்கீகாரக் கிரீடம் இது.

லீ மகிழ்ச்சி கொண்டார். ஆனால், திருப்திப்படவில்லை. முன்னேற்ற முயற்சிகளை முழுவேகத்தில் முடுக்கிவிட்டுக்கொண்டேயிருந்தார். சில வருடங்களுக்கு ஒருமுறை, படையினர் ஆஸ்திரேலியா, புரூனே, தைவான், தாய்லாந்து போன்ற நாடுகளுக்கு அனுப்பப்பட்டனர், திறமைகள் பட்டை தீட்டப்பட்டனர்.

சிங்கப்பூர்க் குடிமக்கள் அனைவருக்கும் நாட்டின் பாதுகாப்பில் ஈடுபாட்டை ஏற்படுத்த, Total Defence என்னும் அமைப்புகள் தோற்று விக்கப்பட்டன. நிறுவன ஊழியர்கள், பிசினஸ்மேன்கள், பள்ளி ஆசிரியர்கள், சமுதாய முக்கியங்கள் ஆகியோருக்கு இந்த மையங்கள் பாதுகாப்புப் பயிற்சிகள் தருகிறார்கள். ராணுவ வளர்ச்சியும் அதில் பொதுமக்களைப் பங்குபெறச் செய்வதும், சிங்கப்பூரில் தொடர்கதை தான்.

நம்பவே முடியாததைச் சாதித்துவிட்டீர்களே லீ!

மூட்டை மூட்டையாக ஆந்திராவின் கார நெடி மிளகாய் வற்றலைக் கொண்டுவாருங்கள். அக்னிக்கு அர்ப்பணிப்போம். லீக்குத் திருஷ்டி சுற்றிப் போடுவோம். ராணுவம் முதல் சாதனை மட்டுமே. பட்டியல் நீ...ளப்போகிறது.

25

உலகத் தொழில் அனைத்தும் உவந்து செய்வோம்!

நாட்டின் ராணுவ வளர்ச்சிக்கு அடுத்தபடியாக, லீயின் பட்டியலில் இரண்டாம் இடம் பிடித்திருந்தது, பொருளாதார வளர்ச்சி.

சிங்கப்பூரில் வேலை இல்லாதவர்கள் 14 சதவிகிதம். அதாவது, வேலை தேடியவர்களில் ஏழில் ஒருவருக்கு வேலை கிடைக்காத நிலை. இவர்கள் விரக்தி கொண்டார்கள். கம்யூனிஸ்ட் கட்சி அங்கத்தினர்களானர்கள் அல்லது அனுதாபிகளானார்கள். 1971-ல் பிரிட்டிஷ் படைகள் முகாமைக் காலி செய்துவிட்டால், இன்னும் 70,000 பேர் வேலை இல்லாதோர் பட்டியலில் சேர்ந்துவிடுவார்கள். அதற்குள் எப்படியாவது வேலை வாய்ப்புகளை அதிகமாக்கவேண்டும். உள்ளூரில் இயற்கை வளங்கள் எதுவும் சுத்தமாகக் கிடையாது. கோடிக் கோடியாக முதலீடு போட்டுத் தொழிற்சாலை ஆரம்பிக்க வெளி நாட்டிலிருந்து முதலாளிகள் வராமலிருக்க இன்னொரு காரணமும் இருந்தது. அண்டைய மலேஷியாவும் இந்தோனேஷியாவும் சிங்கப்பூரை விழுங்கக் காத்துக்கொண்டிருக்கிறார்கள். அவர்கள் பகைமையை மீறி சிங்கப்பூர் தாக்குப்பிடிக்க முடியவே முடியாது என்று எல்லோருமே அஞ்சலி எழுதிவிட்டார்கள். அல்பாயுசு நாட்டில் முதலீடு செய்ய யார் முன்வருவார்கள்?

1966. சிங்கப்பூரின் முதல் ஆங்கிலப் புதுவருடம். தன் நாடு வல்லரசாக, நல்லரசாக எழும் ராஜபாட்டையின் புது ஆரம்பம் இது என்று லீ தெளிவாக, உறுதியாக இருந்தார். சிங்கப்பூர் மக்களிடம் பேசிய புதுவருட நல்வாழ்த்துச் சேதியில் சொன்னார், 'நாம் இரண்டு முக்கிய காரியங்களில் கவனத்தை ஒருமுகப்படுத்தவேண்டும். ஒன்று, நம்மோடு ஒத்துப்போகும் கருத்துகள் கொண்ட நாடுகளோடு நட்புறவைப் பலப்படுத்தவேண்டும். இவர்களோடு வணிகத்தை வளர்த்து, சிங்கப்பூரின் வேகமான பொருளாதார வளர்ச்சிக்கு வழி வகுக்கவேண்டும்.'

இதற்காக, முதல் ஆண்டிலேயே, வெளியுறவுத் துறை அமைச்சர் ராஜரத்னம் சென்ற நாடுகள் எவையெல்லாம் தெரியுமா? கம்போடியா, தாய்லாந்து, ஐக்கிய அரபுக் குடியரசு, இங்கிலாந்து, ஸ்வீடன், மற்றும் ஐந்து கிழக்கு ஐரோப்பிய நாடுகள். ரஷ்யா, பல்கேரியா, போலந்து, ஹங்கேரி, வட கொரியா ஆகிய நாடுகளோடு சிங்கப்பூர் வணிக ஒப்பந்தங்களில் கையெழுத்திட்டது. லீயும், ராஜரத்னமும், இந்தியா வந்தார்கள். பிரதமர் இந்திரா காந்தியைச் சந்தித்தார்கள்.

இதே சமயம், தொழில் வளர்ச்சிக்கு அயல்நாட்டினரை மட்டும் நம்பியிருக்க லீ தயாராக இல்லை. சிங்கப்பூரின் வசதிகளையும், திறமைகளையும் அடிப்படையாகக்கொண்டு என்னென்ன செய்யலாம் என்று ஆலோசித்துக்கொண்டேயிருந்தார்.

லீயின் நண்பர் ஒருவர், சுற்றுலாத் துறையில் நாடு நல்ல வருமானம் பார்க்கலாம் என்று சொன்னார். நல்ல யோசனை. குறைந்த முதலீட்டில் ஆரம்பிக்கலாம். ஹோட்டல்கள், உணவகங்கள், கடைகள் ஆகிய வற்றின் வியாபாரம் பெருகும். சுற்றுலா வழிகாட்டிகள், டிரைவர்கள், சமையல்காரர்கள், வேலைக்காரர்கள் ஆகிய பல நூறு பேருக்கு வேலை கிடைக்கும். எதைத் தின்றால் பித்தம் தெளியும் என்னும் நிலையில் இருந்த லீ அரசின் சிங்கப்பூர் சுற்றுலா முன்னேற்ற வாரியம் (Singapore Tourist Promotion Board) தொடங்கினார்.

ஷா பிரதர்ஸ் என்னும் நிறுவனம், சீனா, சிங்கப்பூரில் சினிமா தயாரிப்பில் முன்னோடிகள், பல நூறு வெற்றிப்படத் தயாரிப்பாளர்கள். இதன் பங்குதாரர்களில் ஒருவரான ருன்மே ஷா (Runme Shaw) வாரியத்தின் தலைவராக இருக்கச் சம்மதித்தார். மக்களின் ரசனைகள் தெரிந்தவர், திறமைசாலி, மிகச் சரியான தேர்வு.

சிங்கப்பூர்ச் சுற்றுலாவின் அடையாளச் சின்னமாக, சிங்கத்தின் தலையும் கடற்கன்னியின் உடலும் கொண்ட உருவத்தை ருன்மே ஷா அறிமுகம் செய்தார். இதற்கு மெர்லயன் (Merlion) என்று பெயர் வைத்தார். கடற்சிங்கம் என்று அர்த்தம் கொண்ட ஆங்கில வார்த்தை. மெர் என்றால் கடல்; லயன் என்றால் சிங்கம். சிங்கத் தலை, நாட்டின் முன்னாள் பெயரான 'சிங்கப்பூரா' என்பதைக் குறிப்பிடுகிறது: கடற்கன்னி, நாடு முதலில் மீனவக் குடியிருப்பதாக இருந்ததன் சங்கேதம்.

மெர்லயன் இன்றும் சிங்கப்பூர்ச் சுற்றுலாவின் அடையாளமாக மக்களை ஈர்த்து வருகிறது. சுற்றுலாத் தொழில், மந்திரத்தால் மாங்காய் விழவைக்கும் சமாச்சாரமல்ல, வருடம் வருடமாகக் கட்டிக் காத்தால் மட்டுமே வருமானம் தரும் தொழில். ஆகவே, சுற்றுலா முயற்சி

வெற்றி கண்டது. ஆனால், லீ எதிர்பார்த்த அளவுக்கு, வேகத்துக்கு, வேலை வாய்ப்புக்களை உருவாக்கவில்லை.

இந்தியப் பொருளாதார ஆலோசகர் ஒருவரை லீ அழைத்து வந்தார். மலேஷியாவோடு கை கோர்த்தாலொழிய சிங்கப்பூரில் தொழில் வளர்ச்சி வர வாய்ப்பே இல்லை என்று இவர் அறிவுரை சொன்னார். தன் நாட்டை அவமானப்படுத்திய மலேஷியா முன் கையேந்தி நிற்க லீ தயாராக இல்லை. சொந்தக் காலில் நின்று காட்டுகிறேன் என்று மனதுக்குள் சபதமிட்டார். தன் கனவோடு ஒத்துப்போன ஆல்ஃபிரட் வின்ஸெமியஸ் (Alfred Winsemius) என்னும் பொருளாதார மேதையை ஆலோசகராக நியமித்தார். இவர் ஹாலந்து நாட்டுக்காரர். ஐ.நா. சபையில் பணியாற்றியவர். உலகப் பொருளாதாரம்பற்றி ஆழமாக அறிந்தவர். பன்னாட்டுத் தொழிலதிபர்களோடு நெருக்கமான தொடர்பு கொண்டவர்.

வின்ஸெமியஸ் ஆலோசனைப்படி, லீ, 1961-ல், 10 கோடி சிங்கப்பூர் டாலர் முதலீட்டில் சிங்கப்பூர் பொருளாதார முன்னேற்ற வாரியம் (Singapore Economic Development Board) தொடங்கினார். தொழில் முனைவர்களை, குறிப்பாக அயல்நாட்டு முதலீட்டாளர்களை ஈர்க்கும் முயற்சி இது. அவர்களுக்குத் தேவையான நிதி உதவி, நிலம், மின்சாரம், தண்ணீர், மாசுக்கட்டுப்பாட்டுச் சான்றிதழ்கள் ஆகியவற்றை ஊரெல்லாம் ஓடவைக்காமல், ஒரே இடத்திலேயே அவர்களுக்குத் தருவது இந்த வாரியத்தின் குறிக்கோள்.

ஐ.நா சபையின் தொழில் வல்லுநர்கள் பலரை வின்ஸெமியஸ் அழைத்து வந்தார். அடுத்து வந்த பல திட்டங்களில் இவர்கள் பங்களிப்பு கணிசமானது. பெரும்பாலான பொருட்செலவில், ஏகப்பட்ட கட்டமைப்பு வசதிகளோடு ஏற்கெனவே, ஜப்பானியக் கம்பெனிகளுக்காக ஒரு தனித் தொழிற்பேட்டை இருந்தது. யாருமே வராமல், இந்தத் தொழிற்பேட்டை ஈ ஓட்டியது. இதன் கதவுகளை வின்ஸெமியஸ் எல்லா நாடுகளுக்கும் திறந்துவிட்டார்.

வின்ஸெமியஸ் தன் குறிக்கோளில் தெளிவாக இருந்தார். இந்தத் தொழிற்பேட்டையைப் பயன்படுத்தவேண்டும். குறைந்த முதலீட்டில் அதிகம் பேருக்கு வேலை தந்து, நாட்டின் வேலையில்லாத் திண்டாட்டத்துக்குத் தீர்வு காணவேண்டும். அதே சமயம், சிங்கப்பூரின் சுற்றுப்புறச் சூழலுக்கும் கேடு விளைவிக்கக்கூடாது. இத்தகைய தொழில்களைத் தேடினார். கப்பல் உடைத்தல் மற்றும் பழுதுபார்த்தல், கனிமத் தொழில், கெமிக்கல்கள், எலெக்ட்ரானிக்ஸ் கருவிகள் தயாரிப்பு ஆகியவற்றில் ஒருமுகம் காட்டினார்.

உள்ளூர் பிசினஸ்மேன்கள், அடுத்தவர் பொருட்களை வாங்கி விற்கும் வியாபாரம் மட்டுமே செய்யாமல், உற்பத்தித் தொழிற்சாலைகள் தொடங்குமாறு ஊக்குவிக்கப்பட்டார்கள். அப்போதுதானே அதிகம் பேருக்கு வேலை தரமுடியும் என்பது லீ கணக்கு. அழகு சாதனங்கள், தாவர எண்ணெய்கள், கொசுவர்த்திச் சுருள், பாச்சா உருண்டை ஆகியவை தயாரிக்கும் தொழிற்சாலைகள் (!!!!) வந்தன. ஹாங்காங், தைவான் ஆகிய அண்டை நாடுகளிருந்து பொம்மைகள், ஆயத்த ஆடைகள் தயாரிப்பாளர்கள் ஒருசிலரும் வந்தார்கள்.

இங்கிலாந்தும் சிங்கப்பூரின் வளர்ச்சிக்கு உதவியது. ராணுவ முகாமை மூடுவதால் சிங்கப்பூரின் பொருளாதாரம் கடுமையாகப் பாதிக்கப்படும் என்று உணர்ந்தது. நட்புரிமையில், நிதி உதவி தரப்போவதாகக் காற்றோடு காற்றாகப் பல செய்திகள். அடுத்தவர் கையை நம்பி நாடு வாழ்வதை லீ வெறுத்தார். தன் மக்களுக்கும் அண்டிவாழும் மனப்பாங்கு வராமல் தடுக்கவேண்டும். நிமிர்ந்த நன்னடையும், நேர்கொண்ட பார்வையுமாகக் கர்ஜித்தார், 'நமக்கு உதவுவது உலகத்தின் தலையெழுத்தல்ல. நாமும் அவர்களிடம் திருவோடு ஏந்திப் பிழைக்கமாட்டோம்.''

பிரிட்டிஷ் ராணுவ மையம் இருந்த இடம், துறைமுகத்தின் அருகே இருந்தது. தொழிற்சாலைகள் அமைக்க அருமையான இடம் - மூலப்பொருட்கள் இறக்குமதி, தயாரிப்புப் பொருட்கள் ஏற்றுமதி ஆகியவற்றுக்குச் செலவு கணிசமாகக் குறையும், அரசாங்கம் இந்த இடத்தைத் தொழிற்சாலைப் பகுதியாக அறிவித்தது. கூறுகள் போட்டுத் தனியார் தொழில் முனைவர்களுக்கு விற்பனை செய்தது. இதில் பலர் வெளிநாட்டவர். அந்நிய முதலீட்டை ஈர்க்கும் ஜன்னலாக, இந்த நிலங்கள் உதவின. முகாம் மூடியதால் வேலை இழந்த 30,000 தொழிலாளிகளுக்கு இந்தப் புதிய தொழிலகங்கள் பணி தந்தன.

சிங்கப்பூர் வரலாற்றில் இது சிக்கலான நேரம். நாட்டின் பலத்தையும் தன் தலைமையையும் லீ நிரூபித்தேயாகவேண்டிய நாட்கள். நாட்டைத் தலைமையேந்தி நடத்துபவருக்கு நாளின் 24 மணி காலம் போதாது. லீ யாருமே நினைத்துப்பார்க்க முடியாத காரியம் செய்தார். முதலமைச்சர் பதவியிலிருந்து ஒரு வருட விடுப்பு எடுத்தார். எதற்கு?

இந்தக் காலகட்டத்தில், உலகில் ஏராளமான தொழில்நுட்ப முன்னேற்றங்கள். இதனால், பொருளாதாரக் கொள்கைகளும், பிசினஸ் முறைகளும் அதிரடியாக மாறிக்கொண்டிருந்தன. இவற்றை முழுமை யாகப் புரிந்துகொண்டால்தான், சரியான அரசியல், நிர்வாக, பொருளாதார, தொழில் வளர்ச்சி முடிவுகளை எடுக்கமுடியும் என்பது அவர் எண்ணம். தன் பாட்டரிகளை ரீச்சார்ஜ் செய்துகொள்ள,

உலகத்தின் புகழ்பெற்ற ஹார்வர்ட் பல்கலைக் கழகத்திலிருந்த கென்னடி அரசு நிர்வாகக் கல்லூரியின் (Kennedy School of Government) ஒரு வருடப் படிப்பில் சேர்ந்தார்.

தான் நாட்டின் முதல்வர், 45 வயதானவர் என்பதை லீ மறந்தார். முழு நேரமும் அறிவுத்தேடல். முன்பு அவர் சிங்கப்பூரிலும், இங்கிலாந்திலும் படித்தது அவருடையவும், குடும்பத்துடையவும் வளர்ச்சிக்காக. இப்போது படிப்பது சிங்கப்பூருக்காக. பாடப் புத்தகங் களைக் கரைத்துக் குடித்தார். நூலகங்களில் புத்தக மலர்களைத் தேடித் தேடிக் கண்டுபிடித்து அறிவுத்தேன் பருகினார். ஹார்வர்ட் பிசினஸ் ஸ்கூல் பேராசிரியர்களை அடிக்கடி சந்தித்துப் பேசினார். சந்தேகங் களுக்கு விளக்கங்கள் கேட்டார். தன் சிந்தனைகளை அவர்களோடு மோதவிடும் விவாதங்கள் செய்தார்.

பிசினஸ் நுணுக்கங்கள் லீக்குத் தெளிவாயின. நிலையான, தொடர்ந்த வெற்றிகள் காணவேண்டுமானால், பலங்களை, பலவீனங்களை, தன்னை எதிர்நோக்கியிருக்கும் அபாயங்களை, வாய்ப்புகளைச் சரியாக எடைபோட்டு முடிவுகள் எடுக்கவேண்டும், வியூகங்கள் வகுக்க வேண்டும். இது தனி மனிதன், சமுதாயம், மாநிலம், நாடு ஆகிய அனைத்துக்கும் பொருந்தும் என்னும் கருத்து மனதில் ஆழமாகப் பதிந்தது.

ஹாங்காங்கில் ஏராளமான ஆயத்த ஆடைத் தயாரிப்பாளர்கள் இருந்தார்கள். இவர்கள் உலகத்துக்குப் பெருமளவில் ஏற்றுமதி செய்யும் ஆடைத் தொழிற்சாலைகள் நடத்தினார்கள். ஆயத்த ஆடைகள் தயாரிப்பில் உடல் உழைப்பு அதிகமாக இருந்தது. ஹாங்காங் தொழிலாளிகளின் சம்பளம் அமெரிக்கா, ஐரோப்பா ஆகிய நாடுகளோடு ஒப்பிடும்போது மிகக் குறைவு. இதை ஆயுதமாக்கி, மேலை நாடுகளின் ஆயத்த ஆடைகள் விற்பனையில் பெரும்பங்கை ஹாங்காங் பிடித்துவிட்டது. லீ மனதில் மின்னல் வெட்டியது, ‘சிங்கப்பூரிலும் தொழிலாளர் சம்பளம் மிகக் குறைவு. இந்த அடித்தளத்தில், ஆயத்த ஆடைகள் போன்ற தொழில்கள் தொடங்கலாம்.’

லீ, தான் அமெரிக்காவில் இருக்கும்போது முடிந்த அளவுக்கு பிசினஸ்மேன்களைச் சந்திக்க விரும்பினார். அமெரிக்கப் பன்னாட்டு கம்பெனிகளைச் சிங்கப்பூருக்கு வரவைத்தால் தன் பொருளாதாரப் பிரச்னைகளுக்குத் தீர்வு கிடைக்கும் என்று அவர் உள்மனம் சொன்னது. அந்த நாட்களில், வளரும் நாடுகள் இதற்கு எதிர்மறையான சித்தாந்தத்தைக் கடைப்பிடித்தார்கள். பன்னாட்டு நிறுவனங்களை நுழையவிட்டால், நாடு ஒட்டகம் புகுந்த கூடாரமாகிவிடும்,

வருபவர்கள் நாட்டின் மூலப்பொருட்களையும், ஏழைத் தொழிலாளிகள் உழைப்பையும் உறிஞ்சுவார்கள். தங்கள் லாபங்கள் குவிந்தபின், கறிவேப்பிலையாக உதறித் தள்ளிவிட்டு நடையைக் கட்டுவார்கள் என்பது அவர்கள் கருத்து, பயம்.

லீ வித்தியாசமாக நினைத்தார். பன்னாட்டுக் கம்பெனிகளுக்குக் குறைந்த உற்பத்திச் செலவு, அதனால் அதிக லாபம். வளரும் நாடுகளுக்கு நவீனத் தொழிற்சாலைகள், வேலை வாய்ப்புகள், நாட்டின் பொருளாதார முன்னேற்றம், மக்களின் உயரும் வாழ்க்கைத்தரம் என இரு தரப்பினருமே பங்காளிகளாகப் பலன் காணமுடியும் என்று சிந்தித்தார்.

லீ தொழில்வளர்ச்சி காணப் பயன்படுத்திய ஆயுதம் மார்க்கெட்டிங். பல அயல்நாட்டு பிசினஸ்மேன்கள் கூட்டங்களில் லீ பேசினார். தன் பூகோள அமைப்பால், முதலாளித்துவ ஆதரவுக் கொள்கைகளால், குறைவான தொழிலாளர் சம்பளத்தால், அவர்கள் உற்பத்திச் செலவைக் கணிசமாகக் குறைக்கமுடியும், உலகச் சந்தையில் தங்கள் பங்கை அதிகமாக்க முடியும் என்று புள்ளிவிவரங்கள் துணையோடு ஆணித்தரமாக வாதிட்டார்.

வின்ஸெமியஸ் அயல்நாட்டுப் பல்கலைக் கழகங்களில், குறிப்பாக அமெரிக்காவில் உயர்கல்வி கற்றுக்கொண்டிருந்த திறமைசாலி இளைஞர்களைத் தேடிக் கண்டுபிடித்தார். இவர்களைப் பொருளாதார முன்னேற்ற வாரிய அதிகாரிகளாக நியமித்தார். இவர்கள் லீ போட்ட புள்ளியைக் கோலமாக்கினார்கள். பொங்கும் உற்சாகத்தோடு பல நூறு பன்னாட்டு நிறுவன சி.இ.ஓக்களைச் சந்தித்தார்கள். தங்கள் நாட்டுக்கு வருமாறு அழைப்பு விடுத்தார்கள். பலருக்குச் சிங்கப்பூர் என்று ஒரு நாடு இருப்பதே தெரியவில்லை. இன்னும் பலருக்குப் பூகோள உருண்டையில் தேசத்தைக் காட்டவேண்டிய கட்டாயம். வந்து பார்க்க ஐந்து பேருடைய சம்மதத்தைப் பெற ஐம்பது பேரைச் சந்திக்க வேண்டியிருந்தது. ஆனால், தளராமல் தொடர்ந்தார்கள். தலைவர் காட்டிக்கொண்டிருந்த வழி, போட்டுக்கொண்டிருந்த பாதை!

வின்ஸெமியஸ் காட்டிய அக்கறையும், ஈடுபாடும் தனித்துவமானவை; ஆலோசகர் என்பதைத் தாண்டி, ஒரு மண்ணின் மைந்தர்போல், தன் வேலை ஏழு ஜென்மக் கடமைபோல் அர்ப்பணிப்புக் காட்டினார். அமெரிக்க, ஐரோப்பிய சி.இ.ஓக்களின் மனப்போக்கு அவருக்கு நன்றாகத் தெரியும். இதனால், அவர்கள் 'மொழி'யில் பேசினார். வின்ஸெமியஸ் பரிந்துரையால், ஏராளமான சி.இ.ஓக்கள் சிங்கப்பூரை எடை போடுவதற்காக வரத் தொடங்கினார்கள்.

அந்தக் காலகட்டத்தில், எல்லா வளரும் நாடுகளும், அன்னிய முதலீட்டை ஈர்க்கப் பல்வேறு முயற்சிகள் செய்து வந்தார்கள். தனித்துவம் காட்டினால் மட்டுமே, தான் ஜெயிக்கமுடியும் என்று லீ உணர்ந்தார். First impresson is the best impression என்று ஆங்கிலத்தில் வார்த்தைப் பிரயோகம் உண்டு. அதாவது, முதல் பார்வையிலேயே அசத்திவிடவேண்டும். லீ இதை முழுக்க முழுக்க நம்புபவர், கடைப்பிடிப்பவர். சிங்கப்பூருக்கு வரும் விருந்தாளிகளின் ஒவ்வொரு சின்ன அனுபவமும் சுகானுபவமாக இருக்கவேண்டும். இதனால், ஒவ்வொரு குட்டிக் குட்டி விஷயத்தையும் தன் அதிகாரிகளை நுணுக்கமாகத் திட்டமிடச் செய்தார்.

மனோதத்துவத்தில் கனவுக் காட்சி உருவகம் (Visual Imagery) என்கிற கொள்கை இருக்கிறது. இதன்படி, ஒரு செயலைச் செய்து முடிக்க வேண்டுமானால், அந்தச் செய்கையை, அதனால் கிடைக்கும் பலன்களை, மனதில் கற்பனைக் காட்சிகளாக ஓட்டவேண்டும். அப்போது, எடுத்த காரியத்தை முடிக்கும் உத்வேகம் பன்மடங்காகும். சாதனை வசப்படும். இப்படித்தான், லீ சிங்கப்பூரில் வெளிநாட்டுக் கம்பெனிகள் முதலீடு செய்வதைக் கனவுக்காட்சிகளாக ஓட்டிப் பார்த்திருக்கவேண்டும்.

அமெரிக்க ஏ.பி.சி கம்பெனியின் சி.இ.ஓ ராபர்ட் சிங்கப்பூர் விமான நிலையத்தில் வந்து இறங்குகிறார். அழகான, சுத்தமான விமான நிலையம். குடியேற்ற, கஸ்டம்ஸ் அதிகாரிகள் அவரை வி.ஐ.பியாக நடத்துகிறார்கள். மதிப்புத் தந்து பழகுகிறார்கள், சம்பிரதாயங்களை முறையாக, திறமையாக, வேகமாக முடிக்கிறார்கள்.

ராபர்ட் விமான நிலையத்தை விட்டு வெளியே வருகிறார். கோட்டு, சூட் என மேல்நாட்டுப் பாணி உடை அணிந்த பொருளாதார முன்னேற்ற வாரிய அதிகாரி அவரைக் கை குலுக்கி வரவேற்கிறார். அவர் தரும் உபசாரம், பழகும் குறை விருந்தாளி ராபர்ட் மனதைக் கவர்கிறது. அதே சமயம், பிற வளரும் நாட்டு அதிகாரிகளிடமிருந்து ஒரு முக்கிய வித்தியாசத்தைப் பார்க்கிறார். அந்த நாடுகளில் அதிகாரிகள் அவரைக் கடவுளின் தூதர்போல், காலில் விழாத குறையாக, அதீதப் பணிவுடன் நடத்துவார்கள். அதில் ஒரு போலித்தனம் இருக்கும், இங்கோ, மரியாதை தரும் அதே வேளையில், தன்மானமும், தன்னம்பிக்கையும் நிறைந்த பழகுதல். அவருக்கும், சிங்கப்பூர் அரசுக்குமிடையே வரப்போகும் உறவு, உதவி கொடுப்பவர்-வாங்குபவர் என்பதல்ல, சமமான கூட்டாளிகள் என்று அறிவிக்கிறது. ராபர்ட் விமான நிலையத்திலிருந்து வெளியே வருகிறார். கார் தயாராக நிற்கிறது. 'பளிச்' வெள்ளைச் சீருடையும், பாலிஷ் செய்த கறுப்பு ஷூவும் அணிந்த டிரைவர் கார்க் கதவைத் திறக்கிறார். மேடு

பள்ளங்களே இல்லாத ரோடு. கார் வழுக்கிக்கொண்டு சீரான வேகத்தில் பாய்கிறது. காரின் வேகம் வசதியாக, விருந்தாளிக்குப் பொருத்த மானதாக இருக்கிறதா என்று டிரைவர் விசாரிக்கிறார். ,

விமான நிலையத்திலிருந்து ஊருக்குள் வரும் ரோடுகள் உலகத்தரத்தில் இருக்கிறன. வழியெங்கும் கனகச்சிதமாக வெட்டிவிடப்பட்ட பூச்செடிகள், நிழல்தரும் மரங்கள். ஊருக்குள், மையமான ஒரு இடத்தில், 90 ஏக்கர்ப் புல்வெளி, அதன் அருகே பெரிய கால்ஃப் விளையாடும் இடம்.

சிங்கப்பூருக்குள் அடியெடுத்து வைக்கும்போதே, ராபர்ட் மனதில் ஓடும் எண்ணம்- மக்கள் எத்தனை திறமைசாலிகளாக, ஒழுங்கும், கட்டுப்பாடும் கொண்டவர்களாக இருந்தால் நாட்டை இத்தனை அழகாக, சீராக, கனகச்சிதமாக வைத்துக்கொள்ள முடியும்? 'நிச்சய மாகச் சிங்கப்பூர் தனித்துவமான நாடு, மலேஷியா, இந்தோனேஷியா ஆகியோரிடமிருந்து சிங்கப்பூர் வித்தியாசமான நாடு, பாலைவனச் சோலை, ஒளிர்கின்ற நம்பிக்கை நட்சத்திரம். இங்கே பிசினஸ் செய்வது லாபமாக மட்டுமல்ல, சுகானுபவமாகவும் இருக்கும்' என்னும் எண்ணம் அவரை அறியாமலே, அவர் மனதில் அழுத்தமாகப் பதிகிறது.

அடுத்த சில நாட்கள். பொருளாதார முன்னேற்ற வாரிய அதிகாரிகள் தொழிற்பேட்டைகளில் இருக்கும் கட்டமைப்பு வசதிகளைக் காட்டுகிறார்கள். ஒரு வளரும் நாட்டில், ஏழை நாட்டில் இத்தனை வசதிகளா, அரசு அதிகாரிகளிடம் இத்தனை தொழில் நேர்த்தியா? கிட்டத்தட்ட ராபர்ட் சிங்கப்பூரில் முதலீடு செய்ய முடிவெடுத்து விட்டார்.

நாளை அமெரிக்கா திரும்பவேண்டும். சக டைரக்டர்களிடம் பேசி இறுதி முடிவு எடுக்கவேண்டும். இப்போது வாரிய அதிகாரி வருகிறார், 'இன்று மாலை லீ அவர்களைச் சந்திக்க உங்களுக்கு நேரம் இருக்குமா?'

ராபர்ட்டுக்குத் தான் கேட்பதை நம்பவே முடியவில்லை. முதல்வரோடு சந்திப்பா? சந்திக்கிறார். கேட்டார் பிணிக்கும் தகையவாய்க் கேளாரும் வேட்பப் பேசும் வாக்கு சாதுரியம், மனதில் இருக்கும் அத்தனை சந்தேகங்களையும் தீர்த்துவைக்கும் கொள்கைத் தெளிவு, நேர்மையுடன் முதல்வர். ராபர்ட் விடை பெறுகிறார், 'போய் வருகிறேன்.' இவை சம்பிரதாய வார்த்தைகளல்ல, ஒருவித உறுதிமொழி. ராபர்ட் நிச்சயம் திரும்பி வருவார், முதலீடு செய்வார், தொழிற்சாலை தொடங்குவார், லாபம் பார்ப்பார்.

அக்டோபர் 1968-ல் இப்படித்தான் வந்தார்கள், அமெரிக்காவின் டெக்சாஸ் இன்ஸ்ட்ருமென்ட்ஸ் (Texas Instruments). கம்ப்யூட்டர்

சிப்கள் தயாரிக்கும் முன்னணி நிறுவனம். சிப்கள் தொழில்நுட்பத்தின் முன்னணித் தயாரிப்புப் பொருட்கள். சிங்கப்பூரில் அசெம்பிளித் தொழிற்சாலை அமைக்க முன்வந்தார்கள். பொருளாதார முன்னேற்ற வாரியம் எந்த நாட்டிலும், டெக்சாஸ் இன்ஸ்ட்ருமென்ட்ஸ் பார்த்தேயிராத வேகம் காட்டினார்கள். ஐம்பதே நாட்கள். உற்பத்தி ஆரம்பம்.

விரைவிலேயே, வந்தார்கள் அமெரிக்காவின் இன்னொரு முக்கிய சிப் தயாரிப்பாளர்கள், நேஷனல் செமி கண்டக்ட்டர்ஸ் (National Semiconductors). மூன்றாவதாக வந்தார்கள் அன்றைய நம்பர் 1 எலெக்ட்ரானிக்ஸ் கம்பெனி, ஹ்யூலெட் அன்ட் பக்கார்ட் (Hewlett - Packard). வளரும் நாடுகளின் அரசு எந்திர மெத்தனம், ஆமை வேக முடிவெடுத்தல் ஆகியவற்றுக்குப் பழகிப்போன இந்த நிறுவனங் களுக்கு ஆனந்த அதிர்ச்சி. தங்கள் தேவைகளைத் தெரிவிக்கும் முன்னாலேயே, அவற்றைப் புரிந்துகொண்டு, தீர்வுகள் தரும் மந்திரவாதிகளாக அதிகாரிகள் இருந்தார்கள்.

ஹ்யூலெட் அன்ட் பக்கார்ட் அதிகாரிகள் அடிக்கடி சொல்லும் ஒரு சுகானுபவம். அவர்கள் தொழிற்சாலை ஆறுமாடிக் கட்டடம். முதல் இரண்டு மாடிகளுக்கு லிஃப்ட் பயணிக்கும் அளவுக்கான மின்சாரம் சப்ளை செய்யும் டிரான்ஸ்ஃபார்மர்தான் இருந்தது. கம்பெனி முதலாளிகளில் ஒருவரான பக்கார்ட் புதிய தொழிற்சாலையைப் பார்வையிட வந்துகொண்டிருந்தார். 3, 4, 5, 6 மாடிகளுக்கு அவர் படிகள் ஏறித்தான் போகவேண்டும். விருந்தாளி சிரமப்படலாமா? மின்வாரியப் பொறியியல் வல்லுநர்கள் ஓடோடி வந்தார்கள். பிரம்மாண்ட எலெக்ட்ரிக் ஒயர்களோடு வாரிய ஊழியர்கள். பக்கார்ட் வரும்போது, லிஃப்ட் தயார். ஆறாம் மாடிக்குப் போனார். அவர் ஏறிவந்த பின்புலத்தை உதவியாளர்கள் சொன்னார்கள். அசந்தே போனார்.

அமெரிக்கா திரும்பிய பக்கார்ட் தன் அனுபவங்களைப் பல சி.இ.ஓக்களிடம் பகிர்ந்துகொண்டார். US News-World Report, Time போன்ற புகழ்பெற்ற ஊடகங்கள் சிங்கப்பூரில் தொழில் தொடங்கும் வசதிகள் பற்றிச் சிலாகித்து எழுதின.

விரைவில் வந்தார்கள், உலகின் மாபெரும் நிறுவனங்களில் ஒன்றான ஜெனரல் எலெக்ட்ரிக். ஆயிரத்துக்கும் அதிகமானவர்களுக்கு வேலை கொடுத்தார்கள். அமெரிக்க கம்பெனிகளின் வெற்றியால், அடுத்து வந்தார்கள் ஜப்பானிய நிறுவனங்கள். டெக்சாஸ் இன்ஸ்ட்ரு மென்ட்ஸ், நேஷனல் செமி கண்டக்ட்டர்ஸ், ஹ்யூலெட் அன்ட் பக்கார்ட், ஜெனரல் எலெக்ட்ரிக், ஜப்பானிய நிறுவனங்கள்

போன்றோரின் வருகையால், மலேஷியாவிலிருந்து பிரிந்துவந்த ஐந்தே ஆண்டுகளில், தொழில்நுட்பக் கருவிகள் தயாரிக்கும் முக்கிய நாடுகளில் ஒன்றாக, உலக அரங்கில் சிங்கப்பூர் தனித்துவ இடம் பிடித்துவிட்டது.

எலெக்ட்ரானிக் நிறுவனங்களுக்கு அடுத்தபடியாக, 1970- களில் பன்னாட்டுப் பெட்ரோலியம் நிறுவனங்களும், மருந்துக் கம்பெனிகளும் சிறகு விரித்தார்கள். 1973 முதல் 1979 வரையிலான நாட்களில், கார், தொலைத் தொடர்புக் கருவிகள் தயாரிப்பாளர்கள் சிங்கப்பூர் தேடி வந்தார்கள். அடுத்து வளர்ச்சி கண்ட துறை, கம்ப்யூட்டர் உதிரி பாகங்கள் தயாரிப்பு. கணினித் துறை உலகை இயக்கும் மாபெரும் சக்தியாகப்போகிறது என்று சிங்கப்பூர் துல்லியமாகக் கணித்தார்கள். 1981-ல், கல்வி அமைச்சகம் National Computer Board அமைத்தார்கள். இதன் மூன்று குறிக்கோள்கள்:

1. 2000- ஆம் ஆண்டுக்குள், அனைத்து சிங்கப்பூர் வீடுகளிலும், அரசு, தனியார் அலுவலகங்களிலும் கம்ப்யூட்டர் இருக்கவேண்டும்.
2. கம்யூட்டர் பயிற்சியைப் பரவலாக்கி, உலகத் தரமுள்ள கம்ப்யூட்டர் வல்லுநர்களை உருவாக்கவேண்டும்.
3. சிங்கப்பூரைக் கணினி சேவையின் உலக மையமாக்கவேண்டும்.

உலகின் முன்னணித் தொழில்நுட்ப நிறுவனங்கள் தங்கள் தயாரிப்புப் பணிகளை சிங்கப்பூருக்குத் திசை திருப்பினார்கள். சிங்கப்பூரில் உற்பத்தி செய்யப்படும் பொருட்களில் 40 சதவிகிதம் எலெக்ட்ரானிக்ஸ் சம்பந்தமான பொருட்கள் என்னும் பெருமைக்குரிய நிலை வந்தது. இந்த நிறுவனங்களின் அடிமனதில் ஒரு பயம் இழையோடுவதை லீ அறிந்தார். கம்ப்யூட்டர், தொழில்நுட்பப் பொருட்கள் ஆகியவை ஏராளமான பணம், திறமைசாலிகளின் மூளைபலம், உழைப்பு ஆகியவற்றின் கனிகள். சில நாடுகளில், இந்தப் பொருட்களின் தொழில்நுட்பத்தைத் திருடி, போலிப் பொருட்கள் தயாரிப்பார்கள். காப்புரிமை (Patent), அறிவுசார் தொழில்நுட்பக் காப்புரிமை (Intellectual Property Rights) ஆகிய உலகளாவிய சட்டங்களைச் சில நாடுகள் சீந்துவதேயில்லை. உள்ளூர்த் திருடர்களுக்குத் துணை போகிறார்கள். 'நாங்கள் வித்தியாசமானவர்கள், நேர்மையானவர்கள், அறிவுத் திருட்டை அனுமதிக்காதவர்கள், கடுமையாகத் தண்டிப்பவர்கள்' என்று லீ காட்டினார். 1986-ல், சிங்கப்பூர்க் காப்புரிமைச் சட்டம் கொண்டுவந்தார். இதன் பரிணாம வளர்ச்சியாக, 2001-ல், அறிவுசார் தொழில்நுட்ப உரிமைப் பாதுகாப்பு அலுவலகம் (Intellectual Propery Office of Singapore) உருவானது.

இவ்வாறு, கணினி போன்று புத்தம் புதுத் தொழில்நுட்பத் துறைகளில் பொருளாதார வளர்ச்சி வாரியம் கவனம் காட்டினாலும், பாரம்பரியத் தொழில்களையும் மறக்கவில்லை. அவற்றை எப்படி நவீனப் படுத்தலாம், பிற நாடுகளை எப்படி முந்தலாம் என்று வியூகம் வகுத்துக் கொண்டேயிருந்தது. அத்தகைய ஒரு தொழில், டெக்ஸ்டைல்ஸ், அதிலும் குறிப்பாக ஆயத்த ஆடைகள் தயாரிப்பு. பழையன கழிந்தன, புதியன புகுந்தன. அனைத்து நாடுகளுக்கும் சவால் விடும் போட்டித் திறமைகளோடு சிங்கப்பூர் ஜவுளித்துறை களத்தில்.

சிங்கப்பூரின் இன்னொரு முக்கிய தொழில் பெட்ரோலியம் சுத்திகரிப்பு. 1960- களின் இறுதியில், ஜூரோங் பகுதியில் தங்கள் சுத்திகரிப்புத் தொழிற்சாலைகளை நிறுவினார்கள். இன்று சுமார் 100 பன்னாட்டு நிறுவனங்கள் சிங்கப்பூரின் சுத்திகரிப்புத் தொழிலில் ஈடுபட்டுள்ளன. 'ஆசியாவின் பெட்ரோலிய மையம்' (Asia's Oil Hub) என்று வர்ணிக்கப்படும் அளவுக்குப் பெட்ரோலியச் சுத்திகரிப்பும் விற்பனையும் வளர்ந்துள்ளன. வெறும் கையால் முழம் போட முடியாது என்று சொல்லுவோம். எண்ணெய் வளமே இல்லாத சிங்கப்பூர் கச்சா எண்ணெய் இறக்குமதி செய்து, தன் திறமையையும் உழைப்பையும் சேர்த்துப் பார்க்கிறது, அள்ள அள்ளப் பணம்.

இத்தகைய பல்துறைப் பிரம்மாண்ட வளர்ச்சியால், திறமைசாலிகள் அனைவருக்கும் வேலை கிடைத்தது. ஆமாம், ஐந்தே ஆண்டுகளில், வேலையில்லாத் திண்டாட்டம் பழங்கனவானது, எல்லோருக்கும் வேலை தரவேண்டும் என்பது மட்டுமே லீ கனவு அல்ல. இந்தத் தீர்க்கதரிசி, இன்னொரு அவசரத் தேவையை அடையாளம் கண்டார்.

சிங்கப்பூரில் இருந்த பன்னாட்டு நிறுவனங்கள் தொழில்நுட்பக் கருவிகள் தயாரித்தார்கள். இந்தத் துறையில், இன்றைய தொழில் நுட்பம் நாளையே காலாவதியாகிவிடும், காணாமல் போய்விடும். அப்போது, இந்த நிறுவனங்கள் வேறு நாடுகளுக்குப் பறந்து விடுவார்கள். இதைத் தடுக்க ஒரே வழி, தொழிலாளிகள் தங்கள் அறிவை வளர்த்துக்கொண்டேயிருக்கவேண்டும், திறமையைப் பட்டை தீட்டிக்கொண்டேயிருக்கவேண்டும். இதற்கு லீ வழி வகுத்தார். பன்னாட்டு நிறுவனங்களை சிங்கப்பூரில் பயிற்சி மையங்கள் அமைக்குமாறு வற்புறுத்தினார். நான்கு மாதப் பயிற்சி. இந்த வகுப்புகள் எப்படி நடக்கின்றன என்று அரசு மேற்பார்வை செய்தது. விரைவில், உலகின் நம்பர் 1 தயாரிப்புப் பொருட்களுக்கு மட்டுமல்ல, நம்பர் 1 தொழிலாளிகளுக்கும் சிங்கப்பூர் தாயகமானது.

நாட்டு மக்கள் எல்லோருக்கும் பொருளாதார வளர்ச்சியின் பலன்கள் கிடைக்கவேண்டுமானால், பிரம்மாண்டத் தொழில்கள் மட்டுமே

வளர்ந்தால் போதாது. சிறு, நடுத்தரத் தொழில்களும் வேரூன்ற வேண்டும், தழைக்கவேண்டும் இந்த இலக்கோடு, *1986*-ல், அரசு சிறுதொழில் கழகம் (Small Enterprise Bureau) என்னும் அமைப்பை உருவாக்கியது. EDB- இன் நெருங்கிய ஒத்துழைப்புடன் இந்தக் கழகம் இயங்கியது. தொழிற்சாலைகளை நவீனப்படுத்துதல், புதிய தொழில்நுட்பங்கள் அறிமுகம், உற்பத்திப் பொருட்கள் வடிவமைப்பு, தர மேம்பாடு, நிர்வாக நுணுக்கங்கள், மார்கெட்டிங் ஆகியவற்றில் சிறு / நடுத்தரத் தொழில் அதிபர்களுக்கும், தொழிலாளர்களுக்கும் பயிற்சிகள் தந்து அவர்களைப் பட்டை தீட்டியது.

தொழில் வளர்ச்சிக்கும், வேலை வாய்ப்புகளைப் பெருக்கவும், அயல்நாட்டாரை மட்டுமே நம்பியிருக்க லீ விரும்பவில்லை. ஆகவே, அரசு, உருக்கு தயாரிப்பு, ஆயுதத் தளவாடங்கள் உற்பத்தி, கப்பல் கட்டுதல், விமானப் போக்குவரத்து* போன்ற பல்வேறு தொழில் முயற்சிகள் தொடங்கியது. *1974*-ல் இவை அத்தனையும், தெமாஸெக் ஹோல்டிங்க்ஸ் (Temasek Holdings) என்னும் முதலீட்டு நிறுவனத்தின் கீழ்க் கொண்டுவரப்பட்டன. தெமாஸெக், தற்போது, சிங்கப்பூர் அரசின் நிறுவனங்களில் மட்டுமல்லாது, ஆசியாவின் பெரும் நிறுவனங்களிலும், அரசுப் பணத்தை முதலீடு செய்துவருகிறார்கள்**. அரசு கம்பெனி என்றாலே, நஷ்ட கம்பெனி என்று எல்லோரும் முடிவு கட்டும் இந்த நாட்களில், தெமாஸெக், தன் முதலீடுகளில் தொடர்ந்து *16* சதவிகிதத்துக்கும் அதிகமான லாபம் ஈட்டி வருகிறது. சிங்கப்பூரில், சேமிப்புக் கணக்கிலும், வைப்பு நிதியிலும், வட்டி விகிதம் சுமார் ஒரே ஒரு சதவிகிதம்தான் என்று பார்க்கும்போது, இது எத்தனை பெரிய வருமானம்!

---

* *1966*-ல், மலேஷியா சிங்கப்பூர் ஏர்லைன்ஸ் என்று அழைக்கப்பட்டது. *1972*-ல், சிங்கப்பூர் ஏர்லைன்ஸ், மலேஷியன் ஏர்லைன் சிஸ்டம் என்னும் இரண்டு நிறுவனங்களாகப் பிரிந்தது.

** தெமாஸெக் முதலீடு செய்திருக்கும் நிறுவனங்களில், இந்தியாவின் பார்தி ஏர்டெல் ஒன்று.

26

போன்மகள் வந்தாள்!

லீயைப் போலவே, வின்ஸெமியஸும் சாதனைகளில் திருப்தி அடையாதவர். இன்னும், இன்னும் வேண்டும் என்று அடங்காப் பசி கொண்டவர். எலெட்ரானிக்ஸ், பெட்ரோலியம் என வகை வகையான உற்பத்தித் தொழிற்சாலைகள் வந்தன. வித்தியாசமாக வேறு என்ன செய்யலாம், பொருளாதார அடித்தளத்தை எப்படி விரிவுபடுத்தலாம் என்று வின்ஸெமியஸ் மனதில் எண்ண ஓட்டங்கள்.

வின்ஸெமியஸின் நண்பர் வான் ஓனென் (Von Oenen), Bank of America வின் சிங்கப்பூர்க் கிளையின் வைஸ் பிரசிடென்ட்டாகப் பணியாற்றினார். லண்டனுக்குப் பணி மாற்றம் பெற்றார். வின்ஸெமியஸ், நண்பரைத் தொடர்பு கொண்டார், 'இப்போது உலகப் பணப் பரிவர்த்தனை மையங்களாக, சுவிட்சர்லாந்தின் ஜூரிக், ஜெர்மனியின் ஃபிராங்க்ஃபர்ட், அமெரிக்க நியூயார்க், சான் பிரான்சிஸ்கோ, லண்டன் ஆகிய நகரங்கள் இருக்கின்றன. சிங்கப்பூரும் அடுத்த பத்து வருடங்களுக்குள் இந்த வரிசையில் இடம் பெற வேண்டும். இதற்கு நாங்கள் என்ன செய்யவேண்டும்?'

வந்தது ஓனென் பதில், 'அடுத்த ஃபிளைட்டில் ஏறி லண்டன் வாருங்கள்.' வின்ஸெமியஸ் கிளம்பினார். அப்போது அவரும் லீயும் கனவில்கூட நினைக்கவில்லை, எத்தகைய தங்கச் சுரங்கம் தங்களுக்காகத் தன் கதவுகளைத் திறக்கிறதென்று.

வான் ஓனென் சொன்னார், 'சிங்கப்பூரைப் பத்து வருடங்களில் உலகப் பணப் பரிவர்த்தனை மையமாக்க ஆசைப்படுகிறீர்கள். பத்து ஆண்டுகள் வேண்டாம். ஐந்தே வருடங்களில் இது சாத்தியம்.'

வின்ஸெமியஸுக்குத் தன்னையே நம்பமுடியவில்லை. ஓனென் தன் வங்கியில் இருந்த பிரம்மாண்டப் பூகோள உருண்டை அருகே அழைத்துக்கொண்டு போனார். விளக்கினார், 'இங்கே பாருங்கள்.

ஜூரிக் நகரில் காலை மணி ஒன்பது. வங்கிகள் திறக்கின்றன. உலக நிதி நடவடிக்கைகளின் ஆரம்பம். ஒரு மணி நேரத்தில், ஃபிராங்க்ஃபர்ட், லண்டன் வங்கிகளின் பணி தொடக்கம். ஃபிராங்க்ஃபர்ட், லண்டனில் வேலை நேரம் முடியும்போது, பரிவர்த்தனை மையம் நியூயார்க்குக்கு நகர்கிறது. அங்கிருந்து சான் பிரான்சிஸ்கோ. ஜூரிக் வங்கிகள் மறுநாள் காலை திறப்பதுவரை, உலகப் பணப் பரிவர்த்தனை ஒட்டுமொத்தமாக நின்றுபோகிறது. நேர வித்தியாசத்தால், சிங்கப்பூர் இந்த வெற்றிடத்தை வெற்றிகரமாக நிரப்பமுடியும். முதன் முதலாக, உலகப் பணப் பரிவர்த்தனை நிறுத்தப்படாமல், 24 மணி நேரம் தொடரும்.'

•

பூமி, சூரியன் ஆகியவற்றின் சுழற்சியால், நாட்டுக்கு நாடு, இரவு, பகல், கடிகாரம் காட்டும் நேரம் ஆகியவற்றில் வித்தியாசம் இருக்கிறது. உலகம் முழுக்க நேரம் குறித்த ஒத்திசைவும், சீர்மையும் ஏற்படுத்துவதற்காக, கிரீன்விச் இடைநிலை நேரம் (Greenwich Mean Time) என்னும் நியமம் (Standard) பயன்படுத்தப்படுகிறது. இதை, கிரீன்விச் தீர்க்கரேகை நேரம் (Greenwich Meridian Time) என்றும் சொல்வார்கள். இதன்படி, லண்டனில் உள்ள கிரீன்விச் ராயல் வானிலை ஆய்வுக்கூடத்தில் (Royal Meteorological Laboratory) கடிகாரம் காட்டும் நேரத்தின் அடிப்படையில், ஒவ்வொரு நாட்டின் மணிநேரமும் வரையறுக்கப்படுகிறது. உதாரணமாக, கிரீன்விச் ஆய்வுக்கூடக் கடிகாரம் இரவுமணி 12 காட்டும்போது, லண்டனில் அதே நேரம்: சான் பிரான்ஸிஸ்கோவில் முந்தைய நாள் மாலை 5 மணி: சுவிட்சர்லாந்தில் அதிகாலை மணி 1.00. சிங்கப்பூரில் காலை மணி 8. இந்தியாவில்? காலை மணி 5.30.

•

சிங்கப்பூரை நிதிமையமாக்கும் ஆலோசனையை லீ உடனேயே ஏற்றுக்கொண்டார். சிங்கப்பூர் நிதி ஆணையம் (Singapore Monetary Authority) என்னும் அமைப்பை உருவாக்கினார். அந்நியச் செலாவணி தொடர்பான விதிகளைத் தளத்தினார். வெளிநாட்டுப் பணம் நாட்டுக்குள் வருவதையும், அயல்நாடுகளுக்குப் போவதையும் எளிதாக்கும் சட்டங்கள் கொண்டுவந்தார். சிங்கப்பூருக்கு வரும் பன்னாட்டு நிதி நிறுவனங்களுக்கு வரிச் சலுகைகள் தந்தார். சீக்கிரமே, சிறுதுளி பெருவெள்ளமாகத் தொடங்கியது. இரண்டே வருடங்களில், ஆசியாவின் மிகப் பெரிய அந்நியச் செலாவணி மையம் சிங்கப்பூரானது.

இப்போது வந்தது ஒரு பெரிய பிரச்னை. ஜிம் ஸ்லேட்டர் (Jim Slater) இங்கிலாந்தின் மிகப் புகழ்பெற்ற நிதி ஆலோசகர். ஏன், இங்கிலாந்துப்

பிரதமரின் சொந்தச் சொத்துக்களை நிர்வகித்தவரே இவர்தான். ஸ்லேட்டர் சிங்கப்பூர் வந்தார், லீயைச் சந்தித்தார். தன் கம்பெனியின் அலுவலகம் திறந்தார். மும்முர பிசினஸ். மூன்றே வருடங்கள். வெடித்தது ஒரு அணுகுண்டு. கஸ்டமர்களை ஏமாற்றி, தனக்கும், சக இயக்குநர்களுக்கும் ஏராளமான பணத்தை ஸ்லேட்டர் சுருட்டி விட்டார். அரசின் ஆரம்ப விசாரணைகள் ஸ்லேட்டரின் தில்லாலங்கடி வேலைகளை நிரூபித்தன.

பிசினஸ் சமுதாயம் முழுக்கக் கேள்விகள்- பிரபலமான நிதி ஆலோசகர், இங்கிலாந்துப் பிரதமரின் நம்பிக்கை பெற்றவர் தவறுகளைக் கண்களை மூடிக்கொண்டு லீ விட்டுவிடுவாரா, அல்லது நெற்றிக் கண்ணைத் திறப்பினும் குற்றம் குற்றமே என்று சட்ட ரீதியாக நடவடிக்கை எடுப்பாரா?

எடுத்தார். இங்கிலாந்து அரசும், அதன் பிரதமரும் என்ன நினைப்பார்களோ, தனிப்பட்ட முறையில் தன்மீது கோபப்படுவார்களோ என்று நினைக்கவேண்டிய நேரமில்லை இது. சிங்கப்பூரின் நேர்மையை, நம்பகத்தன்மையை உலகுக்கு நிரூபிக்கவேண்டிய நேரம். ஸ்லேட்டர் மற்றும் சக குற்றவாளிகள் மேல் அரெஸ்ட் வாரன்ட் பறந்தது. ஆனால், அதற்குள் பட்சிகள் இங்கிலாந்து பறந்துவிட்டன. அத்தனை பேரையும் சிங்கப்பூருக்குத் திருப்பி அனுப்பி, சட்டத்தைச் சந்திக்குமாறு லீ லண்டன் நீதிமன்றத்தில் வழக்குத் தொடுத்தார். ஸ்லேட்டரை அனுப்ப இங்கிலாந்து மறுத்துவிட்டது, ரிச்சர்ட் டார்லிங் (Richard Tarling) என்பவரை மட்டும் அனுப்பினார்கள். அவர்மேல் 17 குற்றச்சாட்டுக்கள். 18 மாதங்கள் சிங்கப்பூர்ச் சிறையில் கம்பி எண்ணினார்.

சிங்கப்பூரின் நேர்மைக்கும் நீதி நிலைநாட்டலுக்கும் நற்சான்றிதழ்கள் மலையெனக் குவிந்தன. தங்கள் கிளைகள் திறக்க பல்வேறு நாட்களின் முன்னணி நிதி நிறுவனங்களுக்குள் போட்டா போட்டி. இப்போது இன்னும் கவனமாக இருக்கவேண்டும் என்று லீ உணர்ந்தார். சந்தேக நிழல் படிந்த நிறுவனங்கள், எந்த வல்லரசு நாடுகளைச் சேர்ந்தவர் களாக, எத்தனை பிரம்மாண்டப் பணபலம் கொண்டவர்களாக இருந்தாலும், நோ அட்மிஷன். உதாரணமாக, Bank of Credit and Commerce International என்னும் பாகிஸ்தானியரை உரிமையாளராகக் கொண்ட வங்கி சிங்கப்பூரில் கிளை தொடங்க அனுமதி கேட்டு விண்ணப்பித்தார்கள். லீ மறுத்துவிட்டார். இங்கிலாந்துப் பிரதமர் ஹரால்ட் வில்சன் (Harold Wilson) சிபாரிசுக் கடிதத்தோடு வந்தார்கள். தன் நேர்மைக் கொள்கையை வளைப்பவரல்ல லீ. மறுபடியும் அனுமதி மறுப்பு.

இதேபோல், சிங்கப்பூரைத் தாயகமாகக்கொண்ட சீன பிசினஸ்மேன் ஒருவரின் National Bank Brunei- க்கும், ப்ரூனே சுல்தானின் சகோதரர் சிபாரிசு செய்தபிறகும் லீ அனுமதி தரவில்லை. நாட்டை ஆள்பவர்களல்ல, ஆகாய மண்டலத்து ஆண்டவரே வந்தாலும், லீயின் சத்தியச் செங்கோல் வளையவில்லை. Bank of Credit and Commerce International, National Bank Brunei ஆகிய இரு வங்கிகளும் சில வருடங்களிலேயே திவாலாயின. வாடிக்கையாளர்களின் கோடிக் கணக்கான பணம் கோவிந்தா. லீயின் கணக்கும், முடிவும் எத்தனை சரியானவை, நேர்மையானவை என்பதற்குக் காலம் தந்த தீர்ப்பு.

சிங்கப்பூர் நிதி ஆணையம், வங்கிகளைத் தாண்டி, பங்குச் சந்தையிலும், நேர்மையை நிலைநாட்டியது. பல மலேஷிய இடைத் தரகர்கள் பங்குச் சந்தையைச் சூதாட்டக்களமாக்கிக் கொண்டிருந்தார்கள். பங்கு விலைகளை ஏற்றினார்கள், இறக்கினார்கள், சிறு அப்பாவி முதலீட்டாளர்களின் சேமிப்புப் பணத்தைச் சூறையாடினார்கள். ஆணையம் சட்டத்தில் கடுமையான ஷரத்துக்கள் கொண்டுவந்தது. ஏமாற்றுக்காரர்களின் லைசென்ஸ்களைப் பறித்தது. சிறையில் தள்ளியது. பலர் திருந்தினார்கள், சிலர் நாட்டை விட்டே ஓடிப் போனார்கள். மொத்தத்தில் சிங்கப்பூர்ப் பங்குச் சந்தை மொத்தமாகக் களை எடுக்கப்பட்டுவிட்டது.

1997 வரை, சிங்கப்பூரில் கிளைகள் திறக்கும் அந்நிய வங்கிகளின் எண்ணிக்கை கட்டுப்படுத்தப்பட்டது. பல பன்னாட்டு நிதி மேதைகள், வங்கித் துறை வல்லுநர்கள் ஆகியோரின் ஆலோசனைப்படி லீ நுழைவுக் கதவுகளை விரிவாகத் திறந்தார். நாட்டின் வளர்ச்சிக்கு இந்த வங்கிகள் இன்னும் ஆரோக்கிய நீரூற்றினார்கள். உலக நிதிமையமாகப் பல பரிமாணங்களில், சீரும் செழிப்புமாகச் சிங்கப்பூர் வளர்ந்து வருகிறது.

சிங்கப்பூரியர்கள் சேமிப்பில் அதிக ஈடுபாடு கொண்டவர்கள். நாட்டின் மொத்த உள்நாட்டு உற்பத்தியில் (Gross Domestic Product) 47 சதவிகிதம் சேமிக்கிறார்கள். அரசும் இதற்கு உந்துசக்தியாக இருக்கிறது. 1955 முதலே, தொழிலாளர்களுக்காக, வருங்கால வைப்புநிதித் திட்டம் (Central Provident Fund) தொடங்கினார்கள். அனைத்துக் குடிமக்கள் மட்டுமல்லாது, சிங்கப்பூரில் வேலை பார்க்கும் அனைவரும் இதன் அங்கத்தினர்கள். தொழிலாளி சாதாரணமாக, தன் ஊதியத்தில் 20 சதவிகிதத்தை இதன்மூலம் சேமிக்கிறார். நிறுவனங்கள் 17 சதவிகிதம் தருகிறார்கள். அதாவது, மொத்தம் 37 சதவிகிதம் சேமிப்பு. ஓய்வு ஊதியம், வீடு வாங்கக் கடன், மருத்துவச் செலவுக்குக் கடன் எனப் பல வகைகளில் இந்தச் சேமிப்பு உதவுகிறது.

அந்நியச் செலாவணியை நிர்வகிக்க, அரசு, 1981-ல், சிங்கப்பூர் அரசு முதலீட்டுக் கழகம் (Govt. of Singapore Investment Corporation) தொடங்கியது. இன்று ஜி.ஐ.சி. பிரைவேட் லிமிடெட் (G. I. C. Private Limited) என்று அழைக்கப்படுகிறது. அமெரிக்கா, பிரேசில், சீனா, இந்தியா (மும்பை), இங்கிலாந்து, ஜப்பான், கொரியா என ஏழு நாடுகளில் கிளைகள். உலகளவில் பங்குகள், நிதிச் சந்தைகள், நிலையான வருவாய் தரும் டெப்பாசிட்கள், ரியல் எஸ்டேட் போன்றவற்றில் முதலீடு செய்கிறது.

தொழில் முனைவர்களுக்கு நட்புக்கரம் நீட்டுவதில் எந்த நாடு சிறந்தது என்னும் அடிப்படையில், உலக வங்கி ஒவ்வொரு ஆண்டும், நாடுகளைப் பட்டியலிடுகிறது. இந்தப் பட்டியலின் பெயர் Ease of doing Business Indx. இதற்காகப் பத்து அம்சங்களைக் கணக்கிடு கிறார்கள். அவை:

1. தொழில் தொடங்குவதற்கான விதிமுறைகளின் எளிமை, ஆகும் காலம், செலவு, குறைந்தபட்ச முதலீடு.
2. அலுவலக / தொழிற்சாலைக் கட்டடம் கட்டுவதற்கான விதிமுறை களின் எளிமை, ஆகும் காலம், செலவு.
3. மின்சார சப்ளை- புதிய கட்டடத்துக்கு மின்சாரம் கிடைக்கத் தேவையான விதிமுறைகளின் எளிமை, ஆகும் காலம், செலவு.
4. தொழிற்சாலையைப் பதிவு செய்தல்- விதிமுறைகளின் எளிமை, ஆகும் காலம், செலவு.
5. பிசினஸ் கடன் வாங்குதல்- கடன் பெறும் உரிமைகள், வசதிகள், ஆகும் காலம்.
6. முதலீட்டாளர் பாதுகாப்பு
7. வரிமுறை, வரி விகிதம்.
8. ஏற்றுமதிச் சட்டங்கள்
9. கான்ட்ராக்ட்கள் போடுவதற்கான விதிகள், எடுக்கும் காலம், செலவு.
10. கம்பெனி திவாலானால், எதிர்கொள்ளவேண்டிய விதிமுறைகள்.

இந்தப் பட்டியலை உலக வங்கி 2006-ல் தொடங்கினார்கள். அன்று முதல் இன்றுவரை தவறாமல் முதல் இடம் பிடித்திருக்கும் நாடு சிங்கப்பூர்! இதை நிஜமாக்கியவர்கள் லீ, அவருடைய பொருளாதார ஆலோசகர் ஆல்ஃபிரட் வின்ஸெமியஸ்.

27

உழைக்கும் தோழர்கள் என் பக்கம்!

உற்பத்தித் தொழிற்சாலைகள், நிதி மையம் ஆகியவை காலூன்றும் போது, நாட்டில் தொழிலாளிகள் எண்ணிக்கை கணிசமாகப் பெருகும். தொடக்கத்தில், தொழிலாளிகள் வேலை கிடைத்ததே என்று சந்தோஷப்படுவார்கள். நாட்கள் ஓடும். வேலை நிரந்தரமாகும். நிறுவனங்களின் லாபம் அதிகரிக்கும், அப்போது, நம் உழைப்பால் தானே முதலாளிக்கு இவ்வளவு லாபம் வருகிறது என்று உழைப்பாளிகள் நினைக்கத் தொடங்குவார்கள். அதிகச் சம்பளம், போனஸ் கேட்பார்கள். முதலாளி- தொழிலாளி இருவர் தரப்பிலும் விட்டுக்கொடுக்கும் மனப்பான்மை இருந்தால், பேச்சு வார்த்தைகள் சுமுகமாக முடியும். இல்லையென்றால், தகராறுகள், வேலை நிறுத்தங்கள். அரசாங்கத்துக்கு இக்கட்டான நிலை. பாலுக்கும் காவல், பூனைக்கும் தோழன். இருவரில், எந்தத் தரப்புக்கு ஆதரவு தந்தாலும், அடுத்தவர் எகிறுவார்கள். இது எல்லா ஆட்சியாளர்களும் சந்திக்க வேண்டிய நிகழ்வு, தரவேண்டிய விலை.

1922-ல், சீனாவின் பின்னணி ஆதரவில், நான்யாங் கம்யூனிஸ்ட் கட்சி (Nanyang Communist Party) என்னும் பெயரில் கம்யூனிசம் சிங்கப்பூரில் நுழைந்தது. 1930-ல், மலேஷியன் கம்யூனிஸ்ட் கட்சி என்று பெயர் மாற்றிக்கொண்டது. தொழிற்சங்கங்களை ஊடுருவத் தொடங்கியது. அடுத்த பத்து வருடங்களில் பெரும்பாலான யூனியன்கள் கம்யூனிஸ்ட்கள் கட்டுப்பாட்டில் வந்துவிட்டன. இடதுசாரிகளின் முக்கிய ஆயுதம் வேலை நிறுத்தம். 1947-ல் இது உச்சம் தொட்டது. 300- க்கும் அதிகமான வேலை நிறுத்தங்கள் நடந்தன.

1951-ல், சிங்கப்பூர் டிரேட் யூனியன் காங்கிரஸ் (Singapore Trade Union Congress - STUC) என்னும் புதிய அமைப்பு உருவானது. முதலில் பிரிட்டிஷ் அரசாங்கத்தின் ஆதரவோடு நடந்த இந்தச் சங்கம், நான்கே ஆண்டுகளில் கம்யூனிஸ்ட்கள் வசம் வந்தது. நாட்டின் அதிகபட்சத்

தொழிலாளிகள் இதன் அங்கத்தினர்கள். தான் ஆட்சியைப் பிடிக்க வேண்டுமானால், தன் கனவுகளின்படி நாடு வளரவேண்டுமானால், STUC-ன் இரும்புப் பிடியைத் தளர்த்தவேண்டும். லீ எடுத்த வழி, STUC-க்குள் பிளவு ஏற்படுத்துவது. ஆளும் கட்சி நினைத்தால் முடியாத காரியமா?

தொடங்கினார் சதுரங்க ஆட்டம். ஆட்சிக்கு வந்த முதல் ஆண்டிலேயே, 1959-ல், தொழிற்சங்கச் சட்டங்களில் மாற்றம் கொண்டுவந்தார். இதன்படி, எந்த யூனியனின் பதிவுரிமையையும் பறிக்கும் திருத்தம் வந்தது. அரசுக்கு எதிர்ப்பான பல சங்கங்கள் முடக்கப்பட்டன. 1961-ல், கம்யூனிஸ்ட்கள் PAP கட்சியை விட்டு வெளியேற்றப்பட்டார்கள். இதைப் பயன்படுத்தி, STUC-ஐயும் லீ உடைத்தார். ஆளும் கட்சிக்கு ஆதரவான National Trade Union Congress (NTUC), Singapore Association of Trade Unions (SATU) என இரண்டு கோஷ்டிகள்.

இது லீ எடுத்துவைத்த முதல் அடிதான். 1963-ல் கொடுத்தார் மரண அடி. Operation Cold Store என்னும் நடவடிக்கை தொடங்கியது. நூற்றுக்கும் அதிகமான இடதுசாரித் தொழிற்சங்கத் தலைவர்கள் கைது செய்யப்பட்டார்கள். SATU தடை செய்யப்பட்டது. இப்போது, அத்தனை தொழிற்சங்கங்களும் லீ கையில்.

லீ முதலில் தன் அடிப்படைக் கொள்கையைத் தெளிவாக்கினார். தொழிலாளிகளின் ஊதியம் அவர்கள் வேலையில் செலவிடும் நேரத்தின் அடிப்படையில் இருந்தது. இந்த முறையை மாற்றினார். ஒவ்வொரு வரும் எத்தனை உற்பத்தி செய்கிறார்களோ, அந்த உற்பத்தித் திறன் அடிப்படையில் சம்பளம் நிர்ணயிக்கப்பட்டது. அன்று, சிங்கப்பூர் தனிநாடான ஆரம்ப நாட்கள். மலேஷியாவிலிருந்து பிரிவு, பிரிட்டிஷ் ராணுவ மைய வெளியேறல் ஆகிய காரணங்களால், வேலையில்லாத் திண்டாட்டம் தலை விரித்து ஆடியது. ஆகவே, லீயின் கருத்தை யூனியன்கள் ஏற்றுக்கொள்ளவேண்டிய கட்டாயம். ஏற்றார்கள். படிப்பை முடித்து ஒவ்வொரு வருடமும் 30,000 இளைஞர்கள் வேலை தேடி வருவதை லீ சுட்டிக் காட்டினார். தொழிலாளிகள் வெறுமனே கூலிக்கு மாரடித்தால், நிறுவனங்கள் அவர்கள் இடத்தில், புதிய தலைமுறையினரைப் பணியில் அமர்த்திவிடுவார்கள் என்னும் நிதர்சன நிஜத்தைச் சொன்னார்.

தான் வெறுமனே மிரட்டுபவரல்ல, சொன்னதைச் செய்பவர் என்று நிரூபித்தார். தடாலடி நடவடிக்கைகள் தொடங்கின. நாட்டின் வளர்ச்சிக்கு முக்கியமான தொழிலகங்களில் யூனியன் அமைப்பது தடை செய்யப்பட்டது. விடுமுறை நாட்களில் வேலை பார்த்தால், ஓவர்டைமாக, மூன்று மடங்கு சம்பளம் தரும் பழக்கம் இருந்தது. லீ

இதற்கு முற்றுப்புள்ளி வைத்தார். கட்சிப் பாகுபாடில்லாமல், அவருடைய சொந்தக் கட்சியான PAP கட்டுப்பாட்டில் இருந்த தொழிற்சங்கங்கள்கூட எதிர்க்குரல் எழுப்பினார்கள். லீ ஒவ்வொரு யூனியன் தலைவரையும் தனித்தனியாகச் சந்தித்தார். அவர்களின் மனங்களை மாற்ற முயற்சி செய்தார்.

ஆனால், 1967-ல், லீயின் சமரசப் பேச்சு எதற்கும் மசியாமல், போர்க்கொடி தூக்கியவர் சுப்பையா. பொதுத்துறை தினக்கூலித் தொழிலாளர் சங்கங்களின் கூட்டமைப்பின் (Public Daily Rated Employees' Unions Federation) தலைவர். இந்தக் கூட்டமைப்பின் அங்கத்தினர்கள் இந்தியர்கள், துப்புரவுத் தொழிலாளிகள். இவர்களின் தினக்கூலியை ஒரு டாலர் உயர்த்தவேண்டுமென்று கோரிக்கை வைத்தார். லீ, சுப்பையாவையும், அவர் சகாக்களையும் பேச்சு வார்த்தைக்கு அழைத்தார். வந்தார்கள். 40 நிமிடப் பேச்சுகள். கூலி உயர்வை உடனே தர நாட்டின் நிதிநிலைமை அனுமதிக்காது, 1968-ல் பரிசீலனை செய்யலாம் என்று லீ சொன்னார். சுப்பையாவும், தோழர்களும் சம்மதிக்கவில்லை. வேலை நிறுத்தம் செய்வதாகப் பயமுறுத்தினார். சலசலப்புக்கு அஞ்சாத நம் பனங்காட்டு நரியார் இப்போது தன் இன்னொரு முகத்தைக் காட்டினார். 'உங்கள் கூட்டமைப்பில் இருக்கும் மொத்த 15,000 தொழிலாளிகளில் 7,000 பேர் சிங்கப்பூரில் வேலை பார்க்கும் அரசு அனுமதி (Work Permit) இல்லாதவர்கள். ஸ்ட்ரைக் செய்தால், 7,000 பேரையும் இந்தியாவுக்குத் திருப்பி அனுப்புவோம்.'

சுப்பையாவும் தில்லான தலைவர். அவர் பதில், 'அரசு அனுமதி இல்லாமல் வேலை பார்ப்பவர்கள் எண்ணிக்கை அதிக பட்சம் 3,000 மட்டுமே இருக்கும். நீங்கள் செய்வதைச் செய்யுங்கள். வேலை நிறுத்தம் தொடங்கும். லீ அவர்களே, உங்கள் முதலமைச்சர் பதவி யூனியன் ஆதரவில்தான் இருக்கிறது என்பதை மறக்காதீர்கள்.''

டிசம்பர் 29, 1967. சுப்பையா வேலை நிறுத்தம் அறிவித்தார். துப்புரவுத் தொழிலாளிகள் வராவிட்டால் குப்பை கூளங்கள் மலையாய்க் குவிந்து நாடே நாறும் என்பது அவர் நினைப்பு. லீயும் சண்டையை விடுவதாக இல்லை. பிரச்னையைத் தொழிலாளர் நீதிமன்றத்துக்கு எடுத்துக் கொண்டு போனார். வேலை நிறுத்தம் சட்ட விரோதமானது என்று கோர்ட் சொன்னது. சுப்பையா பின்வாங்கினார். பதுங்கிய சுப்பையா இரண்டே மாதங்களில் பாய்ந்தார். அவர் தலைமையில் இயங்கிய பொதுத்துறை தினக்கூலித் துப்புரவுத் தொழிலாளர் சங்கத்தின் (Public Daily Rated Cleansing Workes' Union) 2,000 அங்கத்தினர்கள் முன் அறிவிப்பின்றி வேலை நிறுத்தம் தொடங்கினார்கள். தங்கள் ஊதியத்தை அதிகரிக்காவிட்டால், கூட்டமைப்பின் 15,000

தொழிலாளிகளும் அவர்களோடு களத்தில் குதிப்பார்கள் என்று எச்சரித்தார்கள்.

அரசாங்கம் வேலை நிறுத்தம் சட்ட விரோதமானது என்று அறிவித்தது. சுப்பையாவும், முக்கிய 14 யூனியன் தலைவர்களும் கைது செய்யப் பட்டார்கள். பொதுத்துறை தினக்கூலித் துப்புரவுத் தொழிலாளர் சங்கத்தின் உரிமம் பறிக்கப்பட்டது. அவர்கள் இனிமேல் இயங்க முடியாது. வேலை நிறுத்தத்தில் கலந்துகொண்ட அத்தனை பேரும் வேலையை இழந்துவிட்டதாகச் சுகாதார அமைச்சகம் அறிவித்தது. சுப்பையா ஸ்டிரைக்கைத் தொடர நினைத்தார். தொழிலாளிகளுக்கு வேலை போய்விடும் பயம். மன்னிப்புக் கேட்டார்கள். வேலைக்குத் திரும்பினார்கள்.

இந்த அனுபவம் பிற யூனியன்களிலும் கிலியை உண்டாக்கியது. வேலை நிறுத்தம் தொடங்கும் துணிச்சல் ஒரு யூனியன் தலைவருக்கும் வரவில்லை. அப்படி யாராவது பகற்கனவு கண்டாலும், அவர்களோடு சேர ஒரு தொழிலாளியும் தயாராக இல்லை. கடுமையான செயல் பாட்டால், லீ தொழிற்சங்கங்களின் முதுகெலும்பை முறித்துவிட்டார். லீ சொன்னார், சூ 'இந்த வேலை நிறுத்தம் சிங்கப்பூரின் வரலாற்றில் ஒரு திருப்புமுனை.' நூறு சதவிகித உண்மை!

இந்த வெற்றியால், லீ முழங்கினார், '(வேலை நிறுத்தம் செய்வது) மாபெரும் தேசத் துரோகம். அந்த யூனியன் தலைவர்கள் மீது உடனடி நடவடிக்கை எடுப்பேன். நீதிமன்றம் போவதெல்லாம் அதற்குப் பிறகுதான்.' சட்டத்திலும் இதற்கு ஏற்றபடி திருத்தங்கள் கொண்டு வந்தார். இவை நீதியை அவமதிக்கும் பிரதமரின் பேச்சும் செயலுமல்ல. சட்டத்தைவிட, நாட்டு மக்களின் பசியைத் தீர்க்கும் வெறி கொண்ட ஏழை பங்காளரின் நெஞ்சத் துடிப்புகள்.

லீயின் இந்த இரும்புக் கர நடவடிக்கைகளின் விளைவு என்ன தெரியுமா? ஜூலை 1961 முதல் செப்டம்பர் 1962 வரையிலான 15 மாதங் களில் நடந்த வேலை நிறுத்தங்கள் 153. 1969-ல் லீ சுதந்திர சிங்கப்பூரின் லகானைக் கைகளில் எடுத்த நான்காம் வருடம் நடந்த வேலை நிறுத்தங்கள் ஜீரோ. ஆமாம், ஒரு வேலை நிறுத்தம்கூட இல்லை.

தொழிலாளிகளுக்கு அன்று இருந்த பல உரிமைகளை லீ பறித்தது நிஜம். ஆனால், அவர் முதலாளித்துவத்தின் கைக்கூலியல்ல. நாட்டின் பொருளாதாரம் என்னும் வண்டி ஓட, முதலாளி, தொழிலாளி என்னும் இரண்டு சக்கரங்களும் தேவை. இந்த இரண்டில் ஒன்று சிறிய தென்றால், நாடு தடம் புரளும் என்பதை அறிவார். இரண்டு கைகள் நான்கானால்தான் இருவருக்குமே எதிர்காலம்.

லீ தொழில் அதிபர்களோடு தொடர்ந்து பேசினார். அவர் காட்டிய ஈடுபாட்டால், பங்கெடுப்பால், வேலை பார்க்கும் சூழ்நிலை, வசதிகள் ஆகியவை மேம்படுத்தப்பட்டன; ஜப்பானிய ஆலோசகர்கள் ஆலோசனை யோடு நவீனத் தரக்கட்டுப்பாட்டு முறைகள் அறிமுகமாயின. தொழிலாளிகளின் திறமைகளைத் தொடர்ந்து பட்டை தீட்டும் பயிற்சிப் பாசறைகள் நிறுவனங்களில் தொடங்கின. உற்பத்தித் திறன் அடிப்படையில், ஊதிய உயர்வுகளை நிர்ணயிக்கும் மேனேஜ்மென்ட் நெறிமுறைகள் நிறைவேறின.

தொழிலாளர் நலம் காக்க, 1972-ல், தேசிய ஊதியக் குழு (National Wage Council) அமைத்தார். இது, அரசாங்கம், முதலாளிகள், தொழிற் சங்கங்கள் கொண்ட முக்கோண கவுன்சில். உற்பத்தி செலவுகள், முதலீடு, லாபம், ஊதியங்கள் ஆகியவை பற்றிய புள்ளிவிவரங்களைச் சேகரித்து, முத்தரப்பினரும் தங்கள் கருத்துகளை விவாதித்து, இந்தக் கவுன்சில் முடிவெடுக்கும். இந்த முடிவை அனைத்துத் தரப்பினரும் ஏற்கவேண்டும்.

நிர்வாகம்- தொழிலாளிகள் நடுவே வரும் கருத்து வேறுபாடுகளுக்குத் தீர்வு காண, 1960-ல், அரசாங்கம் தொழில் நடுவர் நீதிமன்றம் தொடங்கியது. பேச்சு வார்த்தைகளால் தீர்வு கண்டு, வேலை நிறுத்தங்களைத் தவிர்ப்பது இந்த மன்றத்தின் பணி. இதேபோல், பிற நாட்டு நிறுவனங்களோடு வரும் பிரச்னைகளுக்குச் சுமுக முடிவு காண, பன்னாட்டு நடுவர் மையம் (International Arbitration Cntre) 1991-ல் அமைக்கப்பட்டது. சிங்கப்பூரின் தொழிற்சூழல் அமைதிப்பூங்காவாக இருப்பதற்கு இத்தகைய் வருமுன் காக்கும் முயற்சிகள்தாம் காரணம்.

தங்கள் வளர்ச்சிக்கு முதலாளிகளையும், அரசாங்கத்தையும் நம்பியிருக் காமல், சொந்தக் கால்களில் நிற்கும் தன்னம்பிக்கையைத் தொழிலாளிகள் மனங்களில் உருவாக்குவதில் லீ உறுதியாக இருந்தார். இந்தப் பணியைச் செம்மையாகச் செய்துமுடிக்க, பிசினஸ் பற்றிய ஆழ்ந்த அறிவு, பழுத்த அனுபவம் கொண்ட ஒரு தலைவர் வேண்டும். அவர் தொழிலாளிகளின் அசைக்கமுடியாத நம்பிக்கையைப் பெற்றவராக இருக்கவேண்டும்.

லீ மனதில் வந்த ஒரே மனிதர், நண்பர் தேவன் நாயர். ஒரே ஒரு பிரச்னை, அவர் அப்போது மலேஷியக் குடிமகன். அங்கே நாடாளுமன்ற உறுப்பினராக இருந்தார். லீ அழைத்தவுடன், ஒரு விநாடியும் தயங்காமல், தன் மலேஷியக் குடியுரிமையையும், நாடாளுமன்றப் பதவியையும் துறந்தார். சிங்கப்பூர் வந்தார். தேசிய டிரேட் யூனியன் காங்கிரஸ் (Naional Trade Union Congress - சுருக்கமாக NTUC) என்னும் தொழிற்சங்கங்களின் கூட்டமைப்பின் தலைவரானார்.

இந்த அமைப்பில், கம்யூனிஸ்ட்கள் கட்டுப்பாட்டில் இருந்த சில யூனியன்கள் தவிர, மற்ற அத்தனை தொழிற்சங்கங்களும் சேர்ந்தார்கள். சிங்கப்பூரின் சுமார் 90 சதவிகிதத் தொழிலாளர்களுக்கு தேவன் நாயர் தலைவர், லீ வழிகாட்டி.

இந்த மாபெரும் சக்தி இதுவரை, நிறுவனங்களோடு சச்சரவுகள், வேலை நிறுத்தங்கள் என்று விழலுக்கு இறைத்த நீராகிக் கொண்டிருந்தது. இதைத் தேவன் நாயர் ஆக்க சக்தியாக்கினார். அப்போது டாக்சி சர்வீஸ் ஊழல் சாம்ராஜ்ஜியமாக, தாதாக்கள் உலகமாக இருந்தது. சூடுபோட்ட மீட்டர்கள், இஷ்டத்துக்குக் கேட்கும் கட்டணம், சாமானியர்கள் டாக்சிகளில் பயணிக்கவே பயந்தார்கள். இந்த அராஜகத்துக்குத் தீர்வுகட்ட முடிவெடுத்தார் தேவன் நாயர் மக்கள் மனங்களில் தொழிலாளிகள் பற்றிய நல்ல அபிப்பிராயம் ஏற்படுத்த அற்புத வாய்ப்பு.

தேவன் நாயர் NTUC பதாகையில் ஓட்டுநர்கள் கூட்டுறவுச் சங்கம் அமைத்தார். வாடிக்கையாளர்கள் எப்போது கூப்பிட்டாலும் மறுக்காமல் சவாரிக்குப் போதல், நிர்ணயித்த கட்டணம் வசூலித்தல், பணிவான பழகுமுறை ஆகிய அடிப்படைக் கொள்கைகளில் அவர்களுக்குத் தேர்ச்சி கொடுத்தார். மக்கள் அமோக ஆதரவு தந்தார்கள். 25 வருடங்கள் ஓடின. 10,000 டாக்சிகள், 200 ஸ்கூல் பஸ்கள் இந்தக் கூட்டுறவுச் சங்கத்திடம்.

டாக்சி சர்வீஸ் வெற்றி, யூனியன்களைப் புதிய பாதைகளில் பயணிக்க வைத்தது. பலசரக்குக் கடைகள், சூப்பர் மார்க்கெட்கள், ஹோட்டல்கள், சொகுசு விடுதிகள், இன்ஷூரன்ஸ் கம்பெனி ஆகிய பல்துறை முயற்சிகள். அத்தனையும் வெற்றி கண்டன. இந்த வெற்றிகளின் அங்கீகாரக் கிரீடமாக, நாடு 1981-ல் தேவன் நாயரை ஜனாதிபதியாக்கிப் பெருமைப்பட்டது.

நான்கே வருடங்களில், நாட்டின் தலைமகன் அவமானச் சின்னமானார். நாடாளுமன்றத்தில், லீ, தேவன் நாயர்மீது குற்றச்சாட்டுக்களை அடுக்கினார், 'தேவன் நாயர் கடந்த ஒரு வருடமாக மதுவுக்கு அடிமையாகிவிட்டார். ஒரு வருடமாக இதை என்னிடமிருந்து மறைத்துவிட்டார். ஐந்து மருத்துவ நிபுணர்கள் நாயரைப் பரிசோதனை செய்தார்கள். அவர்கள் ஆய்வுகளின்படி, பல ஆண்டுகளாகத் தொடரும் மதுப்பழக்கத்தால், நாயர் தன் நுண்ணறிவையும், நிகழ்வுகளைச் சீர்தூக்கிப் பார்க்கும் திறனையும் இழந்துவிட்டார். சுய கட்டுப்பாடும், பொறுப்புணர்ச்சியும் அவரிடம் இல்லவே இல்லை. இவற்றை நேற்று இரவு என்னிடம் ஒத்துக்கொண்டுவிட்டார். தன் ஜனாதிபதி பதவியை ராஜினாமா செய்துவிட்டார்' என்று அறிவித்தார்.

இதற்கு முன்னால் நடந்த சில நிகழ்ச்சிகள் மர்மம், மர்மம்... அரசு தந்த அறிக்கையின் சுருக்கப்படி:

1985, மார்ச் 9 முதல் 18வரை தேவன் நாயர் சாராவாக் பகுதிக்குத் தனிப்பட்ட முறையில் பயணம் மேற்கொண்டார். அளவுக்கு அதிகமாகக் குடித்துவிட்டு, பெண்களிடம் ஆபாசமாகப் பேசுவது, அவர்கள் உடலைத் தடவுவது போன்ற கீழ்த்தரமான செய்கைகளில் ஈடுபட்டார். சாராவாக் பகுதியின் அரசு மருத்துவர், தேவன் நாயரின் தனி மருத்துவர் டாக்டர் ஜான் தம்பையாவைத் தொடர்புகொண்டு விவரங்கள் சொன்னார். இதன்படி, நாயர் சிங்கப்பூருக்குக் கொண்டு வரப்பட்டார். அரசின் பொது மருத்துவமனையில் சேர்க்கப்பட்டார். அவரைப் பரிசோதித்த மருத்துவ நிபுணர்கள், நாயர் கொடிய மதுப்பழக்கத்துக்கு அடிமையாகிவிட்டதாகத் தீர்ப்புச் சொன்னார்கள்.

தேவன் நாயர் விசாரிக்கப்பட்டார். அப்போது வெளியான உண்மைகள்-தன்னை யாரும் அடையாளம் கண்டுபிடிக்காமலிருப்பதற்காக அடிக்கடி விக் அணிந்து, டிரைவர் இல்லாமல் தானே காரை ஓட்டிக் கொண்டுபோவார், ஒரு ஜெர்மானியப் பெண்ணை அடிக்கடி சந்திப்பார், அவர்களுக்குள் தகாத உறவுகள் இருந்தன என்னும் விஷயங்கள். நாயரின் மனைவி தனலட்சுமியும் இவை உண்மைகள் தாம் என்று கவலையில் இருக்கிறார். இந்தக் காரணங்களால், நாயர் தன் ஜனாதிபதி பதவியை ராஜிநாமா செய்யவேண்டுமென்று முதலமைச்சர் லீ அவருக்கு ஆலோசனை சொன்னார். நாயர் முதலில் மறுத்தார். ஆனால், ராஜிநாமா செய்யாவிட்டால், பதவி நீக்கம் செய்யப்படும் அவமானத்தைச் சந்திக்கவேண்டும் என்று லீ விளக்கியபின், பதவி விலகச் சம்மதித்தார்.

நாயர் இதை மறுத்தார். அத்தனையும் லீயின் சதி என்று மாற்றுக்கணை வீசினார். அவருடைய மகன்கள் அப்பா மனநிலை பிறழ்ந்துவிட்டார் என்று லீ சார்பாகச் சாட்சி சொன்னார்கள். ஆனால் நாயரின் மனைவி தனலட்சுமி கணவருக்குத் துணை நின்றார். இருவரும், 1988-ல் அமெரிக்காவுக்குப் புலம் பெயர்ந்தார்கள். பின், அங்கிருந்து கனடா போனார்கள். நாயருக்கு மறதி நோய் (Dementia) வந்தது. ஏப்ரல் 2005-ல் தனலட்சுமி மறைந்தார். டிசம்பரில் நாயர் மரணம் தொடர்ந்தது.

சிங்கப்பூரின் வரலாற்றில், தேவன் நாயர் மேல் கறை படிந்திருக்கலாம், ஆனால், சிங்கப்பூரின் தொழிற்சங்கச் சரித்திரத்தில் அவர் காலடித் தடங்கள் மறக்க முடியாதவை, அழிக்க முடியாதவை.

28

ஆளுக்கொரு வீடு கட்டுவோம்!

எல்லாச் சிங்கப்பூரியர்களும் தங்களுக்குச் சொந்தமான அழகான, வசதியான வீடுகளில், சுகாதாரச் சூழலில் வாழவேண்டும் என்பது லீயின் கனவுகளில் ஒன்று. இது கனவு மட்டுமல்ல, வருங்காலச் சமுதாயத்துக்குத் தன் கடமை என்று லீ நினைத்தார். இதற்கு ஒரு முக்கிய காரணம் இருந்தது. லீயைப் பொறுத்தவரை, வீடு என்பது, செங்கல், சிமெண்ட், மரம், கண்ணாடி ஆகியவற்றால் எழுப்பப்பட்ட வெறும் கட்டடமல்ல. வீட்டின் ஒவ்வொரு செங்கலிலும், உரிமையாளர்களின் உழைப்பு இருக்கும், வியர்வை இருக்கும், கணக்கில்லாத் தியாகங்கள் இருக்கும். அவர்கள் வாழ்வின் ஜனனங்கள், மரணங்கள், சிரிப்புகள், அழுகைகள், உறவுகள், பிரிவுகள் என எல்லாமே நடப்பது நான்கு சுவர்களுக்குள்தான். ஆகவே, ஒவ்வொரு மனிதனும் தன் வீட்டைக் காதலிக்கிறான். சொந்த வீடு வாங்க ஆசைப்படுகிறான்.

1959 காலகட்டத்தில், சிங்கப்பூர் ஒரு ஏழை நாடு. பாலைவனச் சோலையாக இருந்த ஒரு சில பணக்காரப் பகுதிகள் தவிர, ஏராளமான குடும்பங்கள் சுகாதாரமற்ற குடிசைகள் நிறைந்த சேரிப்பகுதிகளில் வசித்தார்கள். நாய்களும் பன்றிகளும் வீட்டைச் சுற்றி ஓடும். சில சமயங்களில் வீட்டுக்குள்ளும். 1819 முதல் ஆட்சியில் இருந்த பிரிட்டிஷ் அரசு வீட்டு வசதிகள் தருவதற்காக முதல் முயற்சி எடுத்ததே 108 நீண்ட ஆண்டுகளுக்குப் பிறகுதான். அதுவும், வெறும் பெயரளவுக்குத்தான். 1927-ல், சிங்கப்பூர் முன்னேற்ற வாரியம் (Singapore Improvement Trust -SIT) என்னும் அமைப்பை ஏற்படுத்தினார்கள். 1927 முதல் 1959 வரை SIT கட்டிய குடியிருப்புகள் 23,000 மட்டுமே. இவையும் தரமானதாக இல்லை. இங்கே வசித்தவர்களிடம், பழக்க தோஷத்தால், அடிப்படைச் சுகாதார உணர்வுகளே இருக்கவில்லை. புது வீடுகளில் ஆடுகள், பன்றிகள் வளர்த்தார்கள். குடியிருப்புகளைச் சேரிகளாக்கி விட்டார்கள்.

எல்லாச் சிங்கப்பூரியர்களுக்கும், சொந்த வீடு தரவேண்டும் என்று லீ ஆசைப்பட்டதற்கு ஒரு காரணம் இருந்தது. அவர் சொன்னார், 'சொந்த வீடு வைத்திருப்பவனின் கால்கள் அவன் வாழும் மண்ணில் ஆழமாக ஊன்றும் வேர்களாகின்றன. தன் வீட்டைக் காதலிப்பவன், அனிச்சைச் செயலாக நாட்டை நேசிக்கிறான்.'

இதனால், தன் கட்சி போட்டியிட்ட முதல் பொதுத்தேர்தலிலேயே, 1959-லேயே, ஏழைகளுக்கு மலிவு விலை வீடுகள் கட்டித் தருவதாகத் தேர்தல் வாக்குறுதி தந்திருந்தார். லீ சொன்னார், 'உலகின் பல பாகங்களில், ஏராளமான மக்கள் நடைபாதைகளில் பிறக்கிறார்கள், நடைபாதைகளில் வளர்கிறார்கள், நடைபாதைகளில் வாழ்கிறார்கள். இது சிங்கப்பூரில் நடக்க அனுமதிக்கமாட்டேன்.'

லீ சொன்னதைச் செய்பவர். பதவிக்கு வந்தவுடனேயே, 1960-ல் SIT-ஐக் கலைத்தார். சிங்கப்பூர் வீட்டு வசதி முன்னேற்ற வாரியம் (Singapore Housing Development Board) தொடங்கினார். இந்த வாரியம் ஆரம்ப நாட்களில் குடியிருப்புகளைக் கட்டி, குறைந்த வருமானம் கொண்ட மக்களுக்காகக் கம்மி வாடகையில் தந்தது. இவர்களுள் பலர் வீடுகளைச் சொந்தமாக வாங்க விரும்பினார்கள். இதற்காக, வாரியம், 1964-ல், Home Ownership Scheme என்னும் திட்டம் அறிமுகம் செய்தது. வீட்டின் மதிப்பில் 20 சதவிகிதம் முன்பணம் தரவேண்டும். மீதியைக் குறைந்த வட்டியில், 15 வருடத்தில் திருப்பித்தரும் கடனாக அரசாங்கம் தரும்.

நல்ல திட்டம், ஏராளமான அடிமட்ட மக்களை ஈர்க்கும் திட்டம், அவர்கள் கனவுகளை நிறைவேற்றும் திட்டம் என்று லீ நினைத்தார். அவர் கடை விரித்தும் கொள்வாரில்லை. வெகு சிலரே புது வீடு வாங்கினார்கள். மற்றவர்கள் குடிசைகளிலேயே தொடர்ந்தார்கள். ஏன் என்று லீ விசாரித்தார், ஆராய்ந்தார். ஒரே ஒரு காரணம்தான். 20 சதவிகித முன்பணம் அவர்களிடம் இல்லை. அதிகக் கடன் தரவும் அரசிடம் கையிருப்பு இல்லை. என்ன செய்யலாம்? மனமிருந்தால், மார்க்கம் உண்டு. லீ மார்க்கம் கண்டார். தொழிலாளர்கள் தங்கள் சேமநல நிதி (Provident Fund) யிலிருந்து இந்த 20 சதவிகித மொத்த முன்பணத்தையும் செலுத்தலாம் என்று அரசின் அனுமதி தந்தார்.

லீ கண்ட இன்னொரு பிரச்னை, வீடுகள் விலை வருடா வருடம் அதிகமாகிக் கொண்டிருந்தது. காரணம், நில விலை உயர்வு. நில உரிமையாளர்களும், இடைத் தரகர்களும், அடிக்கடி விலையை உயர்த்திக் கொள்ளை லாபம் பார்த்தார்கள். இந்தச் சுமை வீடு வாங்கும் சாமானியன் தலையில் விழுந்தது. பெரும்பாலும், அவன் பட்ஜெட்டைத் தாண்டி எகிறியது. லீ தனிவழி கண்டார். எல்லா

நிலங்களுக்கும், நவம்பர் 3, 1973 விலைதான் தொடர்ந்து நீடிக்கும், எந்தப் பொதுநிலத்தையும் இந்த விலைக்கு வாங்கும் உரிமை அரசாங்கத்துக்கு உண்டு என்று அறிவித்தார். நில வாங்குதல், விற்பதில் கறுப்புச் சந்தை ஒழிந்தது.

1960 முதல் 1965 வரை, வீட்டு வசதி வாரியம், ஒருவகைக் குடிசை மாற்று வாரியமாகத்தான் செயல்பட்டது. குடிசைவாழ் ஏழை மக்களுக்கு அடுக்குக் குடியிருப்புகள் கட்டித் தந்தார்கள். இந்த ஐந்து வருடங்களில் வீட்டு வசதி வாரியம் கட்டிய குடியிருப்புகள் 54,430. சிங்கப்பூர் வரலாற்றில், இத்தகைய வீட்டுக் கட்டுமானம் எப்போதும் நடந்ததே கிடையாது.

இப்படி லீ குடிசைகளை நீக்கிக் குடியிருப்புகள் எழுப்ப வெறித்தனமாக உழைத்துக்கொண்டிருந்தபோது, சிலர் குடியிருப்புக்களைக் குடிசைகளாக்கிக் கொண்டிருந்தார்கள். சில சாம்பிள்கள்...

பலர் பன்றி வளர்த்தார்கள். தங்களோடு இந்தப் பன்றிகளையும் அடுக்கு மாடிக் கட்டடங்களில் தங்கவைத்தார்கள். இன்னொரு குடும்பத்தில் 12 குழந்தைகள், 12 கோழிகள். இவையும் குடும்பத்தோடு குடியேறின. குடியிருப்புகளில் மாடியேற லிஃப்ட்கள் இருந்தன. ஆனால், யாரும் இவற்றைப் பயன்படுத்தவேயில்லை. இவற்றில் பயணிக்க பயம். இதேபோல் வீடுகளில் இருந்த மின்சார விளக்குகளை ஒரு சில குடும்பங்களே உபயோகித்தார்கள். குடிசைகளின் அரிக்கேன் விளக்குகளே தொடர்ந்து குடியிருப்புகளில் வெளிச்சம் போட்டன. வீடுகளிலும், அண்டைய இடங்களிலும், பொட்டிக் கடைகள் திறந்தார்கள். சிகரெட், மிட்டாய், பிஸ்கெட் வியாபாரம் அமோகமாக நடந்தது.

குடிசைவாழ் மக்களின் வாழ்க்கைத் தரத்தை உயர்த்த, அவர்களை லீ அடுக்குக் குடியிருப்புகளுக்கு அழைத்து வந்தார். அவர்களோ, குடிசைகளைக் குடியிருப்புகளுக்குக் கொண்டுவந்துவிட்டார்கள். இன்னும் ஒரு பிரச்னை. பெரும்பாலான குடிசைவாசிகள் தங்கள் பகுதிகளிலிருந்து வீடு மாறி வரவே தயாராக இல்லை. சிலரை அழைத்துவர வேண்டியிருந்தது: பலரை இழுத்துவரவேண்டிய கட்டாயம்.

குடிசைகளில், குப்பை, கூளங்கள், பன்றிகள், கோழிகள் நடுவே வாழ்ந்து பழகியவர்கள் மனங்களில், சுத்தம், சுகாதாரம் என்றால் என்னவென்றே புரியவைப்பது சிரமமாக இருந்தது. ஆனால், காலப்போக்கில், வாழ்க்கைத் தரம் உயரும்போது இந்த மனமாற்றம் வந்துவிடும் என்று லீ நம்பினார். இந்த நம்பிக்கை பலித்தது. குறிப்பாக

இளைய தலைமுறையினர் மத்தியில் சுத்தம், சுகாதாரம் பற்றிய விழிப்புணர்வு தோன்றிவிட்டது.

லீ இதைப் பயன்படுத்திக்கொண்டார். பழைய வீடுகளைப் புதுப்பிக்கும் கடமையை வாரியம் ஏற்றுக்கொண்டது. சிங்கப்பூருக்கு இதில் முன் அனுபவம் கிடையாது. செய்யும் வேலை உலகத்தரத்தில் இருக்க வேண்டும் என்பதில் லீ உறுதியாக இருந்தார். வாரியத்தின் பொறியியல் வல்லுநர்கள், வீட்டுப் புனரமைப்புத் தொழில் நுட்பத்தில் முன்னோடிகளாக இருக்கும் பிரான்ஸ், ஜெர்மனி, ஜப்பான் ஆகிய நாடுகளுக்குப் போனார்கள். அந்த அறிவின் அடிப்படையில், கன கச்சிதமாகக் குடியிருப்புகளை மாற்றியமைத்தார்கள்.

சிங்கப்பூரின் பொருளாதாரம் முன்னேறத் தொடங்கியது. தொழில் வளர்ச்சியால், வேலை வாய்ப்புகள் அதிகமாயின. தொழிலாளிகளின் ஊதியமும் பெருகியது. இதனால், வந்தது ஒரு சிக்கல். எல்லோரும் சொந்த வீடுகளுக்கு ஆசைப்பட்டார்கள். அத்தனை வீடுகள் இல்லை. இதனால், வீட்டு விலை எகிறத் தொடங்கியது

சிங்கப்பூர் சின்ன நாடு. அதிலும், பெரும்பகுதி சதுப்பு நிலங்கள். வீடுகளின் தேவையைப் பூர்த்தி செய்யுமளவுக்குக் குடியிருப்புகள் கட்டத் தேவையான காலி நிலம் தட்டுப்பாடு. ஆகவே, வாரியம் வீணாய்க் கிடந்த சதுப்பு நிலங்களைச் சீரமைத்துப் புதிய டவுன்ஷிப்களை உருவாக்கினார்கள். இவை அவசரத்தில் அள்ளித் தெளித்த கோலங்களாக வரவில்லை. வாரியம், எல்லா டவுன்ஷிப்களும் கடைப்பிடிக்கவேண்டிய நகரத் திட்டம் (Town Planning) தீட்டினார்கள். எல்லா டவுன்ஷிப்களிலும், கல்வி நிலையங்கள், ஷாப்பிங் சென்டர், சூப்பர் மார்க்கெட்கள், மருத்துவமனைகள், விளையாட்டு மைதானங்கள், பொழுதுபோக்கு மையங்கள், நூலகங்கள், உணவகங்கள், காவல், தீயணைப்பு நிலையங்கள், அஞ்சல் அலுவலகங்கள், போக்குவரத்து வசதிகள் என மக்களின் அத்தனை தேவைகளையும் பூர்த்தி செய்யும் முழு வசதிகளும் இருக்க வேண்டும். இந்தத் திட்டத்தில் சின்ன மாற்றம்கூடச் செய்யும் அதிகாரம் யாருக்கும் கிடையாது.

1961-ல் முதலில் வந்தது குவீன்ஸ்டவுன் (Queens town) டவுன்ஷிப். சதுப்பு நிலமாக, மக்கள் நடமாட முடியாத இருந்த இந்த நிலத்தைப் பொறியியல் வல்லுநர்கள் சொகுசுக் குடியிருப்புகளாக மறுபிறவி எடுக்கவைத்தார்கள். இவை, ஒன்று, இரண்டு, மூன்று அறைகள் கொண்டவை என மூன்று வகை அடுக்குக் குடியிருப்புகள். 1952 முதல் 1968 வரையிலான காலகட்டத்தில் இங்கே கட்டப்பட்ட குடியிருப்புகள் 19,372. இவற்றுள் பெரும்பாலானவை வந்தது 1962- க்குப் பிறகுதான்!

1965-ல், தோ பாயோ (Toa Payoh)- வில் இரண்டாம் டவுன்ஷிப் வந்தது. 1975வரை இந்த டவுன்ஷிப்கள் நகரத்திலும், புறநகர்ப் பகுதிகளிலும் மட்டுமே வந்தன. நிலத் தட்டுப்பாட்டால், புதிய டவுன்ஷிப்களை நகரத்தின் மையப்பகுதியிலிருந்து தூரத்தில் கட்டவேண்டிய கட்டாயம். நகருக்கு வெளியேயும், கிராமப்புறங்களிலும் வரத் தொடங்கின. எத்தனைதான் போக்குவரத்து வசதிகள் கொடுத்தாலும், பயண நேரம் அதிகமாவதைத் தடுக்கமுடியாது. இந்தப் பயண நேரம், தொழிலாளிகள் தங்கள் குடும்பத்தோடு செலவிடுவதைத் தடுக்கும் விரய நேரம்.

லீ இதற்கும் தீர்வு வைத்திருந்தார். சுற்றுப்புறச் சூழலை எந்த விதத்திலும் பாதிக்காத தொழிற்சாலைகள் இந்தக் குடியிருப்புகளின் அருகே வர முயற்சிகள் செய்தார். பிலிப்ஸ், அய்வா ஸீமென்ஸ், ஆப்பிள், காம்பாக், ஹெச்.பி, மோட்டரோலா, டெக்ஸாஸ் இன்ஸ்ட்ரு மென்ட்ஸ், ஹிட்டாச்சி, மிட்சுபிட்சி போன்றோர் நகருக்கு வெளியே தொழிற்சாலைகள் அமைத்தார்கள். ஆண்கள் மட்டுமல்லாது, சுமார் ஒன்றரை லட்சம் கிராமப் பெண்கள் வேலை பெற இந்தத் தொழிலகங்கள் வாய்ப்புக் கதவுகள் திறந்தன.

குடிசைவாசிகளான சமுதாய அடிமட்டத்தினரின் வீட்டுப் பிரச்னைக்கு லீ வழி கண்டுவிட்டார். அடுத்து அவர் பார்வை, நடுத்தர வர்க்கத்தினர் பக்கம் திரும்பியது. 1974 முதல் 1982வரை இவர்களுக்காகப் பல்லாயிரம் குடியிருப்புகள் எழுந்தன. அடுத்து, மேட்டுக்குடி மக்கள். வருமானத்தில் உயர் மட்டத்தில் இருப்பவர்களும் சிங்கப்பூரியர்கள் தாமே? அவர்கள் தங்கள் அறிவாலும், உழைப்பாலும் அதிகப் பணம் சம்பாதிப்பதையும், அதிக வருமான வரி கட்டுவதையும் தவிர வேறு என்ன பாவம் செய்தார்கள்? ஆகவே, 1999 முதல் உயர் மட்டத்தினர் தேவையைப் பூர்த்தி செய்யும் வகையில் எக்ஸிக்யூட்டிவ் தரப்பு வீடுகளை அரசாங்கம் கட்டியது. இவை கார் பார்க்கிங் வசதிகள் கொண்டவை. முத்தரப்பினருக்கும், வீடுகளை வாரியம் 99 வருடக் குத்தகை அடிப்படையில் வழங்குகிறது.

ஐ.நா. சபையின் அங்கமான Building and Social Housing Foundation, உலகின் அனைத்து நாடுகளிலும் அரசாங்கம் வழங்கும் கட்ட வசதிகளைச் சீர்தூக்கிப் பார்த்து, அவற்றுள் முன்னோடியாக இருக்கும் நாட்டுக்கு World Habitat Award என்னும் கௌரவம் வழங்குகிறது. 1992-ல் இந்தக் கிரீடம், சிங்கப்பூரின் தெம்பினிஸ் (Tampines) டவுன்ஷிப்புக்குக் கிடைத்தது. 20.61 சதுரக் கிலோமீட்டர்கள் பரப்பளவு கொண்ட தெம்பினிஸில், 1,52,000 குடியிருப்புகள் இருக்கின்றன. 2,37,800 பேருக்கு வசதியான வாழ்விடம் தருகின்றன.

தெம்பினிஸில் இருக்கும் சில முக்கிய வசதிகள்:

- 12 ஆரம்பப் பள்ளிகள்
- 9 நடுநிலைப் பள்ளிகள்
- ஒரு ஜூனியர் கல்லூரி
- ஒரு பாலிடெக்னிக் கல்லூரி
- ஒரு இன்டர்நேஷனல் பள்ளி
- ஒரு விளையாட்டு ஸ்டேடியம்
- 6 மால்கள் (Malls). இவற்றில் பல நூறு கடைகள்
- சர்ச்
- ம்யூசியம்
- சாங்கி பீச்
- ஏராளமான பூங்காக்கள், 5 4, 3 நட்சத்திர ஹோட்டல்கள், உணவகங்கள், தியேட்டர்கள்...

இன்று, 22 டவுன்ஷிப்கள். இவற்றில் 11,000 அடுக்குமாடிக் கட்டடங்கள் உள்ளன. இவை அத்தனையுமே, தெம்பினிஸுக்குச் சோடை போகிறவையல்ல.

சொந்த வீடு வாங்குவதால் நாட்டுப்பற்றை வளர்க்கலாம் என்று நம்பிய, நிரூபித்த லீ, சிங்கப்பூரிலிருந்த மூன்று முக்கிய இனத்தவர்களான சீனர்கள், மலாய்கள், இந்தியர்கள் மத்தியில் இன ஒற்றுமையை வளர்க்கவும், வீட்டு வசதிகளைக் கருவியாகப் பயன்படுத்திக்கொண்டார்.

லீயின் யுக்தி இதுதான்- சிங்கப்பூர் மக்கள் தொகையில் சீனர்கள் 74.2 சதவிகிதம்: மலாய்கள் 13.3 சதவிகிதம்: இந்தியர்கள் 9.2 சதவிகிதம்: பிறர் 3.3 சதவிகிதம். ஒவ்வொரு கட்டடத்திலும், மக்கள்தொகை சதவிகிதப்படி ஒவ்வொரு இனத்தவருக்கும் குடியிருப்புகள் ஒதுக்கீடு செய்யப்படுகின்றன. இதனால், எந்த இனமுமே தீவாக வாழமுடியாது. எல்லோரும் சிங்கப்பூரியர் என்னும் உணர்வோடு சேர்ந்து வாழ்கிறார்கள்.

சிங்கப்பூரின் வீட்டு வசதி வளர்ச்சியில், இன்னொரு முக்கிய அம்சம், அப்பட்டமான நேர்மை. ஒதுக்கீடு செய்வதில் எந்தவித அரசியல் வாதிகள், அதிகாரிகள் குறுக்கீடோ, சிபாரிசோ, பாரபட்சமோ கிடையவே கிடையாது. தேவைகள், தகுதிகள் அடிப்படையில் மட்டுமே குடியிருப்புகள் வழங்கப்படுகின்றன. பல லட்சம் ஒதுக்கீடுகள் இதுவரை நடந்திருக்கின்றன. ஒரு முணுமுணுப்போ, குறையோ, குற்றச்சாட்டோ இதுவரை இல்லை.

இன்று சிங்கப்பூரின் 80 சதவிகித மக்கள் அரசாங்க வீடுகளில்தான் வசிக்கிறார்கள். இது சிங்கப்பூர் வீட்டு வசதி வாரியத்தின் மாபெரும் சாதனை.

ஒவ்வொரு குடும்பத்துக்கும் குடியிருப்புத் தரும் லீயின் ஆசைக் கனவின் உச்ச கட்டம், தஞ்சோங் பகார் (Tanjong Pagar) என்னும் இடத்தில், டக்ஸ்டன் (Duxton) பகுதியில் தலை நிமிர்ந்து நிற்கும் பினாக்கிள் (Pinnacle) என்னும் குடியிருப்பு. 50 மாடிகள், வானுயர்ந்த 536 அடியில் ஏழு கோபுரங்கள், 1848 குடியிருப்புகள். 26- வது மாடியிலும், 50- வது மாடியிலும், கட்டடங்களை இணைக்கும் விண்பாலங்கள். 26 ஆம் மாடிப்பாலம், பினாக்கிளில் வசிப்பவர்களுக்கு மட்டுமே. 50 மாடிப் பாலத்துக்குப் பொதுமக்களும் வரலாம். இரு பாலங்களிலும், ஓடுதளங்கள், பூங்காக்கள் இருக்கின்றன. 50 மாடியிலிருந்து ஒட்டுமொத்தச் சிங்கப்பூரையும் கண்டு களிக்கலாம்.

குறைந்த அளவு நிலப்பரப்பில், எத்தனை அதிகம் வசதியான குடியிருப்புகள் கட்ட முடியும் என்னும் எண்ணம் லீ மனதில் மின்னல் வெட்டியது. அதன் பலன்தான், பினாக்கிள். டக்ஸ்டன் பகுதியை அவர்தான் தேர்வு செய்தார். அழகு, வசதி, பிரமிக்க வைக்கும் பிரம்மாண்டம் ஆகிய என அத்தனை அம்சங்களிலும், உலகின் அத்தனை வானளாவும் கட்டடங்களுக்கும் சவால் விடவேண்டும், முன்னோடியாக இருக்கவேண்டும் என்பதில் தெளிவாக, உறுதியாக இருந்தார்.

உலகின் தலை சிறந்த கட்டடக் கலைஞர்களின் அற்புதப் படைப்பாக, காலமெல்லாம் அவர்கள் கற்பனை வளத்தின், கலை நயத்தின் புகழ் பாடும் படைப்பாக இருக்கவேண்டும். இந்தத் திறமையைச் சலித்தெடுக்க, வீட்டுவசதி வாரியம், 2001-ல், உலகளாவிய வடிவமைப்புப் போட்டி நடத்தியது. 202 கட்டடக் கலைஞர்கள் ஆர்வத்தோடு கலந்துகொண்டார்கள். ஒன்றை ஒன்று மிஞ்சும் கற்பனைகள். ARC Studio Architecture + Urbanism, RSP Architects Planners& Engineers (Pte) Ltd ஆகிய இரு சிங்கப்பூர் வடிவமைப்பு நிறுவனங்களின் கூட்டணி முதல் பரிசை வென்றது. வெறும் ஆறே ஏக்கர்களில் 1,848 குடியிருப்புகள்! 2005-ல் தொடங்கி, ஐந்தே வருடங்களில் கட்டி முடிக்கப்பட்டது. வேகத்தில் மட்டுமல்ல, தரம், வடிவமைப்பு, அழகு, வசதிகள் என அனைத்து அம்சங்களிலும் உலக நம்பர் 1. இந்த முதன்மையை அங்கீகரித்தார்கள், அமெரிக்காவின் Council on Tall Buildings and Urban Habitat அமைப்பு, 2010-ல் ஆசியாவிலும், ஆஸ்திரேலியாவிலும் மிகச் சிறந்த உயர்ந்த கட்டடம் (Best Tall Building Asia and Australasia Award) என்னும் பரிசைத் தந்து கௌரவித்தார்கள்.

லீக்கு அளவிடமுடியாத சந்தோஷம். பினாக்கிள் புதிய உடைமை யாளர்களுக்குச் சாவிகள் வழங்கும் விழா. லீ பேசினார், ‘வீட்டு வசதி வழங்குவதில், இன்றைய நாள் ஒரு முக்கிய மைல்கல். இதே இடத்தில்தான், 47 ஆண்டுகளுக்கு முன்பு, வீட்டு வசதி வாரியம், முதல்

வாடகைக் குடியிருப்புகள் கட்டியது. இன்று, இங்கே வானளவும் பினாக்கிள். வடிவமைப்பிலும், கட்டடங்களின் தரத்திலும் எத்தனை தூரம் முன்னேறி வந்திருக்கிறோம் என்பதற்கு இந்தப் பினாக்கிள் உதாரணம். சிங்கப்பூரின் உருமாற்றம் பிரமிக்க வைக்கும் மாற்றம். 1960-களில், நெரிசலான இடங்களிலும், குடிசைகளிலும் நாம் வசித்தோம். மக்கள் ஏழ்மையில் வாடினார்கள். கடினமான வாழ்க்கை. வசிக்கும் இடங்களில் குடிநீர் கிடையாது, நல்ல கழிப்பறைகள் கிடையாது. இருப்பவர்களுக்கே வீடுகள் இல்லாதபோது, மக்கள் தொகை ஆண்டுக்கு நான்கரை சதவிகிதத்தில் பெருகிக் கொண்டிருந்தது. அப்போது, ஒன்று அல்லது இரண்டு அறைகள் கொண்ட குடியிருப்புகள் கட்டி வாடகைக்குத் தருவதைத் தவிர, பிரச்னையைத் தீர்க்கும் வேறு வழி எங்களுக்குத் தெரியவில்லை. ஆனால், ஒவ்வொரு சிங்கப்பூரியனுக்கும் சொந்த வீடு இருந்தால்தான், அவர்களுக்கு நாட்டின்மேல் இறுக்கமான பந்தப் பிணைப்பு ஏற்படும் என்று நான் நினைத்தேன். 1964-ல், Home Ownership Scheme தொடங்கியபோது, அது வெற்றி காணும் என்று நம்பியவர்கள் ஒரு சிலரே... இன்று பெரும்பாலான சிங்கப்பூரியர்கள் வசிப்பது வாடகை வீடுகளில் அல்ல, தங்கள் சொந்த இல்லங்களில்! இந்தச் சொந்தம் அவர்கள் வேர்களை ஆழமாக ஊன்றச் செய்தது. தேசிய உணர்வை உருவாக்கும் அஸ்திவாரம் இதுதான்.

இது என் வீடு என்னும் பெருமித உணர்வு, தங்கள் வீடுகளைச் சுத்தமாக வைத்திருக்க உதவுகிறது, குடியிருப்புகள் சேரிகளாகாமல் தடுக்கிறது. ஒவ்வொரு சிங்கப்பூரியனையும், தன் வாழ்க்கைத்தரத்தை உயர்த்திக் கொள்ளும் உந்துதல் சக்தியாகி, கடுமையாக உழைக்க வைக்கிறது.

1960-களில், நம் மக்கள் தொகையில் 35 சதவிகிதம் பேர் வீட்டு வசதி வாரியக் குடியிருப்புகளில் வசித்தார்கள். 1980-களில் இது 80 சதவிகிதமாக உயர்ந்தது. வெகுசில நாடுகளே எட்டிய சாதனை இது.

இந்தப் பினாக்கிள் குடியிருப்பு நம் விடாமுயற்சியையும், திறமை களையும் நிரூபிக்கும் சின்னம், சிங்கப்பூரின் வளர்ச்சியில் நாம் இன்னும் பினாக்கிளை எட்டவில்லை (Pinnacle என்னும் ஆங்கில வார்த்தைக்கு, 'சிகரம்' என்று அர்த்தம்). நாம் ஒற்றுமையாக இருந்து, புத்திசாலித்தனமாகவும், கடுமையாகவும் உழைத்தால், அந்தச் சிகரம் நம் வசப்படும்.'

1960-ல் பிறந்த சிங்கப்பூர் வீட்டு வசதி வாரியத்தின் 50 வருட சாதனைச் சரித்திரத்தை, இத்தனை உணர்ச்சிபூர்வமாக, நெஞ்சில் ஆழமாகப் பதியவைக்க லீ ஒருவரால் மட்டுமே முடியும். ஏனென்றால், இந்தச் சாதனையின் சிருஷ்டிகர்த்தாவே அவர்தானே!

29

சொர்க்கம் என்பது நமக்கு, சுத்தம் உள்ள நாடுதான்!

லீ ஆட்சிக்கு வந்தபோது, நாடு முழுக்க ஏராளம் குடிசைப் பகுதிகள். பார்க்கும் இடமெல்லாம் குப்பை, கூளங்கள், பொது இடங்களில் காலைக் கடன்களை முடிக்கும் ஆண்கள், பெண்கள், குழந்தைகள், வீடுகளுக்கு உள்ளே குழந்தைகளோடு சரிசமமாய் உலாவரும் பன்றிகள். சில சமயங்களில் சிங்கப்பூரை நினைக்கும்போது, லீ மனதுக்குள் வெட்கத்தால் தலை குனிவார். கிட்டத்தட்ட ஆடு, மாடுகள், பன்றிகள் போல் என் சகோதர சகோதரிகள் வாழ்கிறார்களே என்று ரத்தக் கண்ணீர் விடுவார். குடிசையிலிருந்து அவர்களைக் குடியிருப்புகளுக்கு மாற்றினால், இந்த அவலத்தை மாற்றிவிடலாம் என்று ஆசைக் கனவுகள் கண்டார். ஆனால், இந்த ஆசைகள் கானல் நீராயின. சேரிகளிலிருந்து புலம் பெயர்ந்தவர்கள், பன்றிகளை, ஆடுகளைத் தங்களோடு குடியிருப்புகளுக்குக் கொண்டுவந்தார்கள். குடியிருப்புகளைச் சேரிகளாக்கிவிட்டார்கள். லீக்குப் புரிந்தது, சிங்கப்பூர் மக்கள் சுகாதாரமாக வாழத் தேவை, இடமாற்றமல்ல, மன மாற்றம். இதற்கு லீ கைகளில் எடுத்த ஆயுதம் பிரசாரம். 'இயக்கங்கள்' என்ற பெயரில் இவற்றை நடத்தினார்.

1959-ல், பதவியேற்ற சில மாதங்களிலேயே, லீ, 'சிங்கப்பூரைச் சுத்தப்படுத்தும் இயக்கம்' தொடங்கினார். அப்போது அவர் சொன்ன வார்த்தைகள், 'ஆசியாவிலேயே சுத்தத்திலும், ஆரோக்கியத்திலும் முதன்மை பெற்ற நாடாகச் சிங்கப்பூரை மாற்றும் முயற்சியின் தொடக்கம் இது'. பலன்கள் ஆச்சரியம் தந்தன.

இந்த ஆரம்ப வெற்றிகள் லீக்கும் அரசுக்கும் அளவில்லாத உற்சாகம் தந்தன. இன்னும் பெரிய அளவுக்குச் சுத்த முயற்சிகளை எடுத்துச் செல்ல அரசு முடிவு கட்டியது. 1968-ல், அரசு தேசியச் சுத்தத் திட்டம் தீட்டியது. சுகாதார அமைச்சர் தலைமையில் அமைக்கப்பட்ட குழுவில், கல்வி அமைச்சகம், கலாச்சார அமைச்சகம்,

பொதுப்பணித்துறை, நிறுவன, தொழிற்சங்கப் பிரதிநிதிகள், சமூக ஆர்வலர்கள் எனச் சமுதாயத்தின் பல்வேறு வகையினரும் இடம் பெற்றிருந்தார்கள்.

எடுத்துக்கொள்ளும் எதையும் மேலெழுந்தவாரியாக லீ செய்ய மாட்டார். முழு கவனம், முழு அக்கறை. இந்த இயக்கங்களிலும் இப்படித்தான். மிகக் கவனத்தோடு, நுணுக்கத்தோடு வழிமுறைகள் வகுக்கப்பட்டன. ஒவ்வொரு இயக்கத்திலும் மூன்று படிநிலைகள். லீயும், அவர் சக அமைச்சர்களும், நாட்டைப் பாதிக்கும் ஒரு விஷயத்தைத் தேர்ந்தெடுப்பார்கள். அடுத்து, விளம்பர நிறுவனங்கள் துணையோடு போஸ்டர்கள், நோட்டிஸ்கள், பாடல்கள், கலை நிகழ்ச்சிகள் தயார் செய்வார்கள். மூன்றாம் அம்சமாக, நேரடித் தொடர்புகள், ஊடகங்கள் மூலமாக இந்தச் சேதியைப் பொது மக்களிடம் கொண்டு சேர்ப்பார்கள். இவை அத்தனையிலும் லீ ஆர்வத்துடன் பங்கேற்றார். பெரும்பாலான இயக்கங்களைத் தொடங்கி வைத்தவர் அவர்தான். லீயே இத்தனை ஈடுபாடு காட்டுகிறாரே, ஆகவே இது மிக முக்கியமான சமாசாரம் என்று சாமானியனும் நினைத்தான். இயக்கத்தின் செய்தி பொதுமக்கள் மனங்களில் ஆழமாகப் பதிய, லீயின் பங்கேற்பு முக்கிய காரணம்.

அக்டோபர் 1. இயக்கத்தின் தொடக்க விழா. 1500 வி.ஐ.பிகள் பங்கேற்றார்கள். லீ, சுத்தம் குறித்த தன் சித்தாந்தத்தை விளக்கினார், 'சிங்கப்பூரை நாம் சுத்தமாக்கினால், நோய்கள் குறையும், ஆரோக்கியம் பெருகும், மக்கள் வாழ்க்கை இனிமையானதாகும், தொழில், சுற்றுலாத் துறைகள் வளரும், நம் நாடு பொருளாதார உயர்ச்சி காணும், நம் சமூகம் சுத்தமாக இருக்கவேண்டுமென்றால், ஒவ்வொரு தனி சிங்கப்பூரியனும் சுத்தமாக, சுகாதாரமாக வாழவேண்டும். இதைச் சுமுகமாகச் செய்து முடிக்க நாங்கள் விரும்புகிறோம். ஆனால், தேவைப்பட்டால், கடும் நடவடிக்கைகள் மூலமாக இதைச் சாதிக்கவும் தயங்கமாட்டோம்.'

ஒரு வாரத்துக்குச் சிங்கப்பூர் முழுக்கப் பிரசாரப் புயல் அடித்தது. சுத்தம், சுகாதாரம் ஆகியவற்றின் அவசியத்தை விளக்கும் போஸ்டர்கள், நோட்டீஸ்கள், பதாகைகள், குட்டிப் புத்தகங்கள், ஸ்டிக்கர்கள் பல்லாயிரக்கணக்கில் ஆங்கிலம், மான்டரின், மலாய், தமிழ் என மக்களின் நான்கு மொழிகளிலும் தயாராயின. கடைகள், தொழிற் சாலைகள், அரசு அலுவலகங்கள், உணவகங்கள், பள்ளிகள், கல்லூரிகள், பேருந்து நிறுத்தங்கள், திரை அரங்கங்கள், சமூகக் கூடங்கள் ஆகிய எல்லா இடங்களிலும் காட்சிப்படுத்தப்பட்டன. போஸ்டல் கவர்கள், சினிமா டிக்கெட்கள் ஆகியவற்றில், இயக்கத்தின் கோஷம் அச்சிடப்பட்டு விநியோகிக்கப்பட்டது.

சுகாதாரத் துறை அதிகாரிகளும், நிபுணர்களும் நாட்டின் பல பகுதிகளில் பொதுமக்களுக்காக விழிப்புணர்வுக் கூட்டங்கள் நடத்தினார்கள். இளைய தலைமுறையினர் மனதை மாற்றுவது வருங்கால முதலீடு. ஆகவே, லீ, மாணவர்கள் மேல் தனிக் கவனம் காட்டினார். பொது இடங்களில் குப்பை போடக்கூடாது, அவற்றைச் சுத்தமாக வைத்திருக்கவேண்டும் என்பதை அரசு அதிகாரிகள் மாணவர்கள் மனங்களில் ஆழமாகப் பதியவைத்தார்கள். பேச்சுப் போட்டிகள், கட்டுரைப் போட்டிகள் நடத்திப் பரிசுகள் வழங்கி, இளம் நெஞ்சங்களில் ஈடுபாடு ஏற்படுத்தினார்கள்.

அரசு அதிகாரிகள் வீடுகள், தொழிற்சாலைகள், வீடுகள், உணவகங்கள், கல்வி நிலையங்கள், பேருந்துகள், பொது இடங்களில் திடீர் கண்காணிப்புச் செய்தார்கள். ஒவ்வொரு வகை இடத்திலும், சுத்தமாக வைத்திருந்தவர்களுக்குப் பரிசுகள் தந்தார்கள். அதே சமயம், பொது இடங்களை அசுத்தப்படுத்தியவர்கள், குப்பைகள் போட்டவர்கள் ஆகியோர் 'குற்றம்' செய்யும்போது அரசு அதிகாரிகள் கையும் களவுமாக போட்டோ எடுத்தார்கள். இவற்றை நாளிதழ்களிலும், தொலைக்காட்சியிலும் அடிக்கடி காட்டி 'அவமானம்' செய்தார்கள்.

ஏராளமானோர் மனம் மாறியது. ஆனால், சில விடாக் கொண்டர்கள் மாறவில்லை. இவர்கள் மேல் பாய்ந்தன தண்டனைகள். சுகாதாரத் துறை ஊழியர்கள், போலீஸ் தனிப்படையினர் ஆகியோர் பொது இடங்களைக் கண்காணித்தார்கள். அசுத்தம் செய்தவர்கள், குப்பை கொட்டியவர்களுக்கு 500 சிங்கப்பூர் வெள்ளிகள் அபராதம் விதித்தார்கள், (இது பெரிய தொகை.) ஒரு அரங்கத்தில் க்யூவில் நின்று இந்தத் தொகையைக் கட்டவேண்டும். இந்த வசூலிப்பு அதிக நேரம் நீடிக்குமாறு மந்த கதியில் நடந்தது. குற்றமுள்ள நெஞ்சங்களின் குறுகுறுப்பு அதிகமாகவேண்டும் என்பதற்காகத் திட்டமிட்டுச் செய்த தாமதம் இது.

1968- இன் இந்த முதல் சுத்த இயக்கம் மாபெரும் வெற்றி கண்டது. மாயாஜாலம் செய்ததுபோல், தெருக்கள் சுத்தமாயின. இதனால், இந்த இயக்கத்தை, ஒவ்வொரு வருடமும் தொடரும் விழாவாக அரசாங்கம் அறிவித்தது. இதே பாணியில் தொடர்ந்தன பல நாடு தழுவிய சுத்த இயக்கங்கள்:

1969   சிங்கப்பூரைச் சுத்தமாக, கொசுக்கள் இல்லாததாக மாற்றும் இயக்கம்

1970   சிங்கப்பூரைச் சுத்தமாக, தூய்மைக்கேடு (Pollution) இல்லாததாக மாற்றும் இயக்கம்

1971	மரம் நடும் இயக்கம்
1973	நம் தண்ணீரைச் சுத்தமாக வைத்திருப்போம் இயக்கம்
1978	கைகளைக் கழுவுங்கள் இயக்கம்
1979	தொழிற்சாலைகளைச் சுத்தமாக வைத்திருப்போம் இயக்கம்
1983	நம் கழிவிடங்களைச் சுத்தமாக வைத்திருப்போம் இயக்கம்
1984	என் பூங்காவைச் சுத்தமாக வைத்திருப்போம் இயக்கம்
1987	சிங்கப்பூர் நதிகளைச் சுத்தமாக வைத்திருப்போம் இயக்கம்
	இதே வருடம்- பேருந்துகளையும், பேருந்து நிறுத்தங்களையும் சுத்தமாக வைத்திருப்போம் இயக்கம்
1990	முதல் ஒவ்வொரு வருடமும்- சுத்தம், பசுமை வாரம்.

சுகாதார உணர்வை ஊக்குவிக்க, உந்துதல் சக்தி தர, அரசாங்கம் பல போட்டிகள் நடத்துகிறது. சுகாதாரமான குடியிருப்புகள், டவுன்ஷிப்கள், கழிப்பிடங்கள் ஆகியவை தேர்ந்தெடுக்கப்பட்டு, இவற்றுக்குப் பொறுப்பானவர்கள் கௌரவிக்கப்படுகிறார்கள். இதே சமயம், கட்டுப்பாடுகளை மீறுபவர்களுக்குக் கடுமையான தண்டனை காத்திருக்கிறது.

இவற்றுள் சில இயக்கங்களைச் சிங்கப்பூர் தொடங்கியபோது. 'எச்சில் துப்பாதே', 'கை கழுவு' என்றெல்லாம் சொல்ல இயக்கமா, நாட்டின் முதலமைச்சர் இந்தச் சில்லறை வேலைகளிலெல்லாம் நேரத்தை வீணாக்கலாமா என்றெல்லாம் பலர் கேலி செய்தார்கள். லீ இவற்றைக் கண்டுகொள்ளவில்லை. தன் நாட்டின் குறைகள் என்ன, தன் மக்களுக்கு என்னென்ன தேவை என்று அவருக்குச் சந்தேகமே யில்லாமல் தெரியும்.

உதாரணமாக, 'எச்சில் துப்புவதற்கு எதிரான இயக்கம்.' அன்று கார் ஓட்டிக்கொண்டே டிரைவர்கள், ஜன்னல் வழியாகப் பஸ் பயணிகள், ஷாப்பிங் போவோர், சாலைகளில் நடப்போர் என எல்லோரும் பொது இடங்களில் எச்சில் துப்புவது பாரம்பரியப் பழக்கமாகியிருந்தது. இதனால், வியாதிகள் பரவும், பொதுநலம் பாதிக்கப்படும், தாங்கள் செய்வது நாகரிகமற்ற, அருவருப்பான செயல் என்கிற உணர்வு, அறிவு ஒருவருக்குமே இருக்கவில்லை. இந்தத் தேசிய நோயிலிருந்து நாட்டை விடுவிப்பதுதான் லீயின் குறிக்கோள்.

பள்ளி மாணவர்கள், பொதுமக்கள் மத்தியில், எச்சில் துப்புவதால் பரவும் நோய்கள்பற்றி விழிப்புணர்வு உருவாக்கப்பட்டது. லீக்கு

இரண்டு அணுகுமுறைகள் உண்டு. நயமான பேச்சால், இனிமையான அணுகுமுறையால் மக்கள் மனங்களை மாற்ற முயற்சி செய்வார். இதற்கு இணங்காதவர்கள் மேல் சட்டம் பாயும், அபராதங்கள் விழும். எச்சில் துப்பும் பழக்கம் சிங்கப்பூரிலிருந்து காணாமல் போனது இப்படித்தான்.

இதேபோல் சூயிங் கம் சாப்பிடுவது நாடளாவிய (கெட்ட) பழக்கமாக இருந்தது. சிறியவர்களிலிருந்து பெரியவர்கள் வரை, மென்று முடித்த சூயிங் கம்மை, வீடுகளின் சுவர்கள், கதவுகள், லிஃப்ட்கள், சாவித் துவாரங்கள், தபால் பெட்டிகள், பேருந்துகள், ரயில்கள், பொதுக் கழிப்பறைகள் எனச் சகல இடங்களிலும் ஒட்டிவைப்பார்கள், அல்லது துப்பிவிட்டுப் போவார்கள். கண்றாவிக் காட்சி. அரசின் தடுப்பு முயற்சிகள் எதுவும் அதிகப் பலன் தரவில்லை.

1987-ல் இதில் அதிரடி மாற்றம் கொண்டுவரவேண்டிய அவசியம் வந்தது. பெரும்பான்மை மக்களுக்கான துரிதப் போக்குவரத்து (Mass Rapid Transit System) என்னும் துரித ரயில் முறை தொடங்கியது. இந்த ரயில்களில் சென்சார்கள் இருந்தன. சில விஷமிகள், நுண் உணர்வு கொண்ட இந்த சென்சார்கள் மேல் சூயிங் கம் ஒட்டினார்கள். போக்குவரத்து பாதிக்கப்பட்டது. இவர்களை அரசாங்கம் கைது செய்தது. அபராதம் விதித்தது. ஆனால், குற்றவாளிகளை அடையாளம் கண்டுகொள்வது சுலபமாக இல்லை. ஆகவே, 1993-ல் அரசாங்கம் சூயிங் கம்மைத் தடை செய்தது*. சூயிங் கம் வைத்திருந்தாலோ சாப்பிட்டாலோ, அபராதமும் தண்டனையும் உண்டு. இது குடிமக்களுக்கு மட்டுமல்ல, சுற்றுலாப் பயணிகளுக்கும்தான்.

சூயிங் கம் தடைக்குப் பல தரப்புகளிலிருந்து எதிர்ப்புகள். வெளிநாட்டு சூயிங் கம் கம்பெனிகள் கடுமையாக எதிர்த்தன. ஊடகங்கள் எதேச்சாதிகாரச் செயலாக வர்ணித்தன. இங்கிலாந்தின் பிரபல ஊடகக் குழுமமான பி.பி.சி. நிருபர், சூயிங் கம் மெல்வது கற்பனை வளத்தைப் பெருக்குகிறது. லீயின் முரட்டுத்தனமான சட்டம் இதைப் பாதிக்கும் என்று குறை சொன்னார். இதற்கு லீயின் பதில், 'ஏதாவது மென்றால்தான் கற்பனை வளருமென்றால் வாழைப்பழத்தை மெல்லுங்கள். உங்கள் ஆரோக்கியத்துக்கும் அது நல்லது.'

சூயிங் கம் மெல்வது, சாக்லெட் உறை போன்ற குப்பைகள் போடுவது, புகை பிடிப்பது, பொது இடங்களில் சிறுநீர் கழிப்பது, பொதுக்

---

* இப்போது, மென்று தின்னும் சூயிங் கம்களுக்கு மட்டும் அனுமதி உண்டு. மென்று துப்பும் சூயிங் கம்களுக்குத் தடை தொடர்கிறது.

கழிப்பிடங்களைப் பயன்படுத்தியபின் ஃப்ளஷ் செய்யாமல் போவது போன்ற பொது இடங்களை அசுத்தம் செய்யும், அசிங்கப்படுத்தும் எல்லாச் செயல்களுக்கும் கடுமையான தண்டனைகள் தொடங்கின.* முதல் முறை குற்றம் செய்தால் 2000 வெள்ளி அபராதம்: இரண்டாம் முறை அதே தவறைச் செய்தால், 4000 வெள்ளி அபராதம்: அப்படியும் திருந்தாவிட்டால், மூன்றாம் முறை 10,000 வெள்ளி அபராதம். இவற்றோடு, 12 மணி நேரங்கள் பொது இடங்களைச் சுத்தம் செய்யும் தண்டனையும் கிடைக்க வாய்ப்பு உண்டு.

சமூகநல விரோதிகள் சமுதாய அமைதியைக் கெடுக்கும் செயல்களிலும், பொதுச் சொத்துக்களுக்குச் சேதம் விளைவித்தாலும், அபராதம், சிறைத் தண்டனை ஆகியவற்றோடு இன்னொரு தண்டனையும் உண்டு- பிரம்படி. பொது இடங்கள், தனியார் குடியிருப்புகள், வீடுகள் ஆகிய இடங்களில் கிறுக்குதல், கோஷங்கள் எழுதுதல், போஸ்டர்கள் ஒட்டுதல், கொடியேற்றுதல், பதாகைகள் கட்டுதல் ஆகியவையும் சமூகவிரோதச் செயல்களாகக் கருதப் படுகின்றன. இவற்றுக்கும், திருட்டு, விபச்சாரம் கற்பழிப்பு போன்ற 30 வகை குற்றங்களுக்கும், பிரம்படித் தண்டனை உண்டு. விளாசி, உடலை ரத்தக் களறியாக்கிவிடுவார்கள்.

சிங்கப்பூரின் சுகாதாரத்தைப் பாதித்துக் கொண்டிருந்த இன்னொரு அம்சம், கையேந்தி பவன்கள். மலிவான விலையில் சுவையான உணவு வழங்கியதால், இங்கே மக்கள், குறிப்பாக ஏழை மக்கள் மொய்த்தார்கள். இவர்கள் மட்டுமா, ஈக்களும் மொய்த்தன. எங்கும் எலிகள் நர்த்தனம். உணவுகளும் சுத்தமான முறையில் தயாரிக்கப்பட வில்லை. இந்த விடுதிகளைச் சோதனை செய்து லைசென்ஸ் வழங்கினால், பிரச்னைக்குத் தீர்வு காணலாம் என்று அரசாங்கம் நினைத்தது. முயற்சி செய்தார்கள். தீர்வு கிடைக்கவில்லை. கையேந்தி பவன்களை அகற்ற முடிவெடுத்தார்கள். மனிதநேயம் குறுக்கே வந்தது. இந்தக் கடைகள், பல நூறு மக்களின் வாழ்வாதாரம். கடைகளை மூடினால், ஏழைகளுக்குச் சகாய விலை உணவு கிடைப்பதும் பாதிக்கப்படும்.

ஆகவே, அரசாங்கம் 1985-ல், Picnic Food Court என்னும் உணவுமையம் தொடங்கியது. ஏர்கண்டிஷன் செய்யப்பட்ட அரங்கில் ஸ்டால்கள்.

---

* இவை மட்டுமல்ல, போக்குவரத்து விதிகளை மீறுதல், போதை மருந்துகள் வைத்திருத்தல், சாப்பிடுதல், ஓரினச் சேர்க்கை. ஆகியவையும் தண்டிக்கப்படும் குற்றங்கள்.

குடிக்கவும், சமையலுக்கும் சுத்தமான தண்ணீர், கழிவுநீர் வெளியேற்ற வசதி. இந்த ஸ்டால்களை அரசாங்கம் குறைந்த வாடகையில் வழங்கியது. சுகாதார முறையில் தயாரிக்கப்பட்ட பலவகை உணவுகளின் விற்பனை விலையை அரசு நிர்ணயித்தது. இந்த மையங்கள் பிரபலமாயின. இதனால், 1994 முதல் 1997 வரையிலான கால கட்டத்தில் அரசாங்கம், இத்தகைய 15 சென்டர்கள் தொடங்கியது. சுமார் 2000 உணவுவிடுதிகள் இவற்றில் இருக்கின்றன. ரோட்டோரக் கையேந்தி பவன்கள் கிடையாது. இதேபோல், தெரு வியாபாரிகளும் அகற்றப்பட்டுவிட்டார்கள்.

ஒரு நாள். லீ தன் அலுவலக ஜன்னல் வழியாகப் பார்த்துக் கொண்டிருந்தார். சாலையில் கூட்டம் கூட்டமாக மாடுகள் போய்க் கொண்டிருந்தன. வேகமாக வந்த ஒரு கார் மோதியதில், பசு ஒன்று அடிபட்டு இறந்தது. மாடுகள் வளர்த்தவர்களில் பெரும்பாலானோர் தமிழர்கள். மேய்ச்சலுக்காக மாடுகளைத் தெருக்களில் அலைய விட்டுக்கொண்டிருந்தார்கள்.

சுகாதாரத்துக்கும், போக்குவரத்துக்கும் ரோட்டுக் கால்நடைகள் பிரச்னையாவதை லீ உணர்ந்தார். ஜனவரி 31, 1965- க்குப் பிறகு சாலைகளில் திரியும் கால்நடைகள் அத்தனையும் இறைச்சிக் கூடத்துக்குப் போகும் என்று எச்சரித்தார். இந்தக் கெடுவை மீறிய மாடுகள் இறைச்சிக்கூடத்தில் இறுதி மூச்சு விட்டன. 1965 டிசம்பரில், சிங்கப்பூர்ச் சாலைகளில் ஒரு ஆடு, மாடுகூட இல்லை!

இன்னொரு பிரச்னை பன்றிகள். சீனர்கள் பன்றிக்கறிப் பிரியர்கள். எல்லா வீடுகளிலும் பன்றிகள் கட்டாயம் இருக்கும். பலர் பன்றிப் பண்ணைகளை பிசினஸாக நடத்தினார்கள். 1974-ல், நாடு முழுக்க 9,000 பன்றிப் பண்ணைகள். இவற்றில், ஏழரை லட்சம் பன்றிகள். சுகாதாரம் மருந்துக்குக்கூடக் கிடையாது. கழிவுகள் பொதுச் சாக்கடைகளில் கலந்தன. லீ, ஐ.நா. சபையின் உதவியை நாடினார். பொங்கோல் (Punggol) என்னும் இடத்தில், நவீனமான சுகாதார வசதிகளுடன் அரசாங்கம் பன்றிப் பண்ணை நிறுவியது. தனியார்கள் இங்கே வந்தாக வேண்டும் என்று அரசாங்கம் நிர்ப்பந்தம் செய்தது. இரண்டே வருடங்களில், ஆறாயிரத்துக்கும் அதிகமான பண்ணைக்காரர்கள் பொங்கோலில். விரைவில், இங்குள்ள வசதிகளைப் பார்த்து மற்றவர்களும் வந்தார்கள். பன்றிகள் பிரச்னை போயே போச்.

சமூக நல விரோதிகளைத் தண்டிக்க மட்டுமல்லாமல், ராணுவத்திலும், ஏன் வீடுகளிலும், கட்டுப்பாட்டை வளர்க்கப் பிரம்பு பயன்படுகிறது. பிளாஸ்டிக் கைப்பிடிவைத்த பிரம்புகளைப் பல சிங்கப்பூர்க் கடைகளில் பார்க்கலாம்.

1980- 1988 காலகட்டத்தில், சிங்கப்பூரின் கலாச்சாரம், வெளியுறவு ஆகிய துறைகளின் அமைச்சராக இருந்த தனபாலன் சொன்னார், 'சுத்தமான சிங்கப்பூர் என்பது தானாகவே நிகழ்ந்ததல்ல. கடும் உழைப்பால் நடந்தது. திட்டமிட்ட இயக்கமும் பிரசாரமும் இந்த முயற்சியின் முக்கிய அம்சங்கள்.'

நாட்டைச் சுகாதாரமானதாக்கியவுடன், லீ அடுத்த படிநிலைக்குப் போனார். சிங்கப்பூரில் பார்க்கும் இடமெல்லாம் புல்வெளிகள், பூங்காக்கள், நிழல் தரும் மரங்கள், சிரிக்கும் பூக்கள் என்று அழகு கொஞ்சவேண்டும். இதற்காக, 1971, நவம்பர் மாதம், மரம் நடும் இயக்கம் தொடங்கினார். இந்தப் பாரம்பரியம் ஒவ்வொரு வருடமும் நவம்பர் மாதம் தொடர்கிறது. பல லட்சம் மரங்கள் இதுவரை நடப்பட்டு, வேரூன்றி, கிளைகள் பரப்பி, விழுதுகள் விட்டுவிட்டன. இதைவிட முக்கியமாக, இளைய தலைமுறையினர் மனங்களில் மரங்கள், பசுமை ஆகியவை பற்றிய சிந்தனை விதைக்கப்பட்டு விட்டது.

சுத்தம், சுகாதாரம், பசுமைச் சூழல். அற்புதக் கனவுகள். வீடுகளையும் பொது இடங்களையும் சுத்தமாக, பசுமையாக வைத்துக்கொள்வதில் மக்கள் பெருமைப்பட்டார்கள். இதில் ஒரு நடைமுறைப் பிரச்னை வந்தது. தண்ணீர்த் தட்டுப்பாடு. சிங்கப்பூரில் கிடைத்த தண்ணீர் நாட்டின் தாகத்தில் பாதியை மட்டுமே தணித்தது. ஆனால், நிதர்சன நிஜங்கள் கனவுகளைக் கலைக்க லீ அனுமதிக்கமாட்டார். தடைகளா? தாண்டுவோம்.

சிங்கப்பூர் நான்குமுனைத் திட்டம் தீட்டினார்கள்:

1. இறக்குமதி- மலேஷியாவிலிருந்து குடிநீர் விலைக்கு வாங்கு வதற்கான இரண்டு ஒப்பந்தங்கள் கையெழுத்தாயின. 1961 ஒப்பந்தம், 50 வருடத் தண்ணீர் சப்ளைக்கு. 1962 ஒப்பந்தம், 2061 வரையிலான 99 வருடங்களுக்கு. நாட்டின் சுமார் 40 சதவிகிதத் தேவையை இந்த இரு ஒப்பந்தங்களும் பூர்த்தி செய்யும்.

2. மழைநீர் சேமிப்பு- கால்வாய்கள், அணைகள், நீர்த்தேக்கங்கள் மூலமாக, மழைநீர் வீணாவது தடுக்கப்படுகிறது. 20 சதவிகிதத் தேவையைப் பூர்த்தி செய்கிறது.

3. கழிவுநீர்ச் சுத்திகரிப்பு- இவை, கழிவுநீரைக் குடிநீராக மாற்றும் மையங்கள். 2002-ல், முதல் சுத்திகரிப்பு ஆலை வந்தது. இன்று, நான்கு ஆலைகள் இருக்கின்றன. சிங்கப்பூரின் தேவையில் 30 சதவிகிதம் தீர்க்கின்றன.

4. கடல்நீரைக் குடிநீராக்கும் திட்டம் - 2005-ல், இந்தச் சுத்திகரிப்பு ஆலை திறந்தது. இந்த முறையில், தண்ணீர்த் தயாரிப்புச் செலவு மிக அதிகம். 10 சதவிகிதத் தேவைக்கு இந்த முறை உதவுகிறது.

Stockholm International Water Institute என்னும் ஸ்வீடன் நாட்டு அமைப்பு, வித்தியாசச் சிந்தனையில் தண்ணீர்ப் பிரச்னைக்குத் தீர்வு காணும் நாட்டுக்கு ஒவ்வொரு வருடமும் பரிசு தருகிறது. 2007-ல் இப்படி கௌரவிக்கப்பட்ட நாடு சிங்கப்பூர்.

2060-ல், தண்ணீர்த் தேவையில் தன்னிறைவை எட்டுவது சிங்கப்பூரின் இலக்கு. நிச்சயம் சாதித்துவிடுவார்கள். 'முடியாது' என்னும் வார்த்தை சிங்கப்பூர் அகராதியில் கிடையாதே?

30

எல்லோரும் நலம் வாழ...

பொது இடங்களில் எச்சில் துப்புவதை நிறுத்துதல், கை கழுவுதல், பொதுக் கழிப்பிடங்களைச் சுத்தமாக வைத்திருக்கும் இயக்கம் (Let's keep public toilets clean campaign), சிங்கப்பூரைச் சுத்தமாக வைத்திருப்போம் இயக்கம் (Keep Singapore Clean Campaign) என்று தொடங்கிய பிரசார இயக்கங்கள், அடுத்த கட்டமாக, பற்களின் ஆரோக்கியம் இயக்கம் (Dental Health Campaign) தேசிய இதய வாரம் (National Heart Week) எனச் சுத்தத்திலிருந்து உடல் ஆரோக்கியத்துக்கு முன்னேறின. புகைத் தடை, ஆரோக்கிய உணவுகள் என வரிசையாகத் திட்டமிட்டுத் தீட்டப்பட்ட இயக்கங்கள், மக்கள் உணராமலே, அவர்களை ஆரோக்கியத்தின் ஒவ்வொரு படியாக மேலே அழைத்துச் சென்றன.

இவை வரும் முன் தடுக்கும் முயற்சிகள். எத்தனைதான் சுத்தமும் சுகாதாரமுமாக இருந்தாலும், நோய்கள் வருவதைத் தடுக்கமுடியாது. அப்போது மருத்துவ வசதிகள் வேண்டும். 1960- களில், சிங்கப்பூரில் எதுவுமே இல்லை- தேவையான மருத்துவர்கள் இல்லை, இருந்தவர்களிடம் திறமை இல்லை, நவீன மருத்துவக் கருவிகள் இல்லை, மருந்துகள் இல்லை.

அரசு மருத்துவமனை நகரத்தில் மட்டுமே இருந்தது, இங்கே மருத்துவ வசதிகள் இலவசம். வசதி கொண்டவர்கள் தனியார் மருத்துவ மனைகளுக்குப் போனார்கள். அரசு மருத்துவ மனைகளில் கூட்டம் அலை மோதியது. சிரமம் காரணமாக, புறநகர்ப் பகுதிகளிலும், கிராமங்களிலும் இருந்த மக்கள் மருத்துவ மனைகளுக்குப் போவதையே தவிர்த்தார்கள். குழந்தைகளுக்குத் தடுப்பூசிகள் போடும் பழக்கம் வசதிகள் கொண்ட ஒரு சிலரிடமே இருந்தது. அரசு மருத்துவ மனைக்குப் பயணித்து அங்கு நீள க்யூவில் நிற்கும் சிரமம் முக்கிய காரணம்.

மக்களின் தேவைகளை, சிரமங்களைப் புரிந்துகொள்வதில். தீர்வு காண்பதில், லீ தனித்திறமை கொண்டவர். 1965-ல், அரசாங்கம் பொது மருத்துவமனையின் கிளைகளைப் பல புறநகர்ப் பகுதிகளிலும், கிராமங்களிலும் திறந்தார். இங்கே, தடுப்பூசிகள் போடுதல், எக்ஸ்ரே, ரத்தப் பரிசோதனை, கர்ப்பிணிப் பெண்களுக்கான பரிசோதனைகள், உணவு அறிவுரைகள், பல் மருத்துவம், முதலுதவி, சிறு நோய்களுக்குச் சிகிச்சை, காயங்களுக்குக் கட்டுப்போடுதல் போன்ற வசதிகள் தந்தார்கள். ஏராளமான அக்கம் பக்க மக்கள் வந்தார்கள். தொத்து நோய்கள் வராமல் தடுக்கப்பட்டன; வந்தால், பரவாமல் நிறுத்தப் பட்டன. மக்களின் உடல்நலம் கணிசமாக முன்னேறியது. பெரிய உபாதைகளுக்கு மட்டுமே நகரத்தின் பொது மருத்துவமனைக்குப் போனார்கள். அங்கு, கூட்டம் குறைந்தது. மருத்துவர்கள் ஒவ்வொரு நோயாளியோடும் அதிக நேரம் செலவிட முடிந்தது, அதிகக் கவனத்தோடு சிகிச்சை தர முடிந்தது. நாடு முழுக்க மருத்துவச் சேவையின் தரம் உயர்ந்தது. ஒரே கல்லில் இரண்டு மாங்காய்!

அரசு மருத்துவமனைகள் தங்கள் சேவைகளையும் மருந்துகளையும் மக்களுக்கு இலவசமாக வழங்கிக்கொண்டிருந்தார்கள். மருத்துவச் செலவுகள் அரசாங்கத்தின் பொறுப்பு என்னும் இங்கிலாந்து நாட்டின் கொள்கையைப் பின்பற்றிக் கொண்டிருந்தது. இந்தக் கொள்கை ஏழைகளுக்கு மாபெரும் உதவிக்கரம் என்று சிங்கப்பூருக்குத் திரும்பிய போது லீயும் நினைத்திருந்தார். ஆனால், அனுபவம் அவர் மனதை மாற்றியது. அரசு மருத்துவமனைகள் இயங்கும் விதத்தை லீ நேரடியாகக் கவனித்தார். நோயாளிகள் இங்கே வருவார்கள். இலவச மருந்துகளை வாங்கிக்கொள்வார்கள். இரண்டு நாட்கள் எடுத்துக் கொள்வார்கள். பிறகு மருந்தைக் குப்பைத்தொட்டியில் போடுவார்கள். தனியார் மருத்துவ மனைக்குப் போவார்கள். அரசுக்கு நஷ்டம். மக்களுக்கும் பலன் இல்லை.

லீ இலவசங்களை வெறுப்பவர். மக்கள் அரசிடம் கையேந்தி நிற்பது அவரைப் பொறுத்தவரை, ஒருவிதப் பிச்சைக்காரத்தனம். இலவசங ்களை லீ வெறுத்ததற்கு இன்னும் ஒரு காரணம் உண்டு- இலவசமாக நவரத்தினங்களையே தந்தாலும், மக்கள் மதிக்கமாட்டார்கள். ஓசிக்கு வாங்கிப் பழகுபவர்கள், தேசத்தை உறிஞ்சி வாழும் அட்டைகள், தன்னம்பிக்கை இல்லாத நடைப்பிணங்கள்.

ஆகவே, லீ எடுத்த முடிவு, அரசு மருத்துவமனைகளில் இனிமேல் இலவசச் சிகிச்சை கிடையாது. எத்தனை தரித்திர நாராயணனாக இருந்தாலும், 50 சென்ட் பணம் தரவேண்டும். ஏழை மக்கள் குமுறி எழுவார்கள் என்று எல்லோரும் எச்சரித்தார்கள். 50 சென்ட் மிகச் சிறிய

தொகை, அனைவரும் ஏற்றுக்கொள்வார்கள் என்று லீ நம்பினார். அவர் கணிப்பு மிகச் சரியாக இருந்தது. சில நாட்கள் முணுமுணுத்த பிறகு, இது வெறும் அடையாளக் கட்டணம்தான் என்று புரிந்து கொண்டார்கள், ஏற்றுக்கொண்டார்கள்.

தன்னுடையவும் தன் குடும்பத்துடையவும் மருத்துவச் செலவுகளுக்குக் குடிமக்கள்தாம் பணம் தரவேண்டும் என்பதில் லீ தெளிவாக இருந்தார். அதே சமயம், வசதி இல்லை என்னும் காரணத்துக்காக ஒரு சிங்கப்பூரியன்கூடத் தேவையான மருத்துவ வசதி பெற முடியாத நிலையில் இருக்கக்கூடாது. என்ன செய்யலாம்? ஒரு குடிமகன் தனக்கும், தன் குடும்பத்துக்கும் சராசரியாக ஆண்டுக்கு எத்தனை மருத்துவச் செலவு செய்கிறான் என்று லீ அதிகாரிகளிடம் கணக்குப் போடச் சொன்னார். சராசரி மருத்துவச் செலவு, வருமானத்தின் ஆறு சதவிகிதமாக இருந்தது.

1983-ல், அரசாங்கம் தேசிய ஆரோக்கியத் திட்டத்தைப் (National Health Plan) பக்காவாக வடிவமைத்து வெளியிட்டது. மருத்துவச் செலவுக்காக, அனைவரும், தங்கள் சேமநல நிதிக்கு ஒரு சதவிகித வருமானம் தரவேண்டும் என்னும் சட்டம் அடுத்த வருடம் வந்தது. மெடிஸேவ் (Medisave) என்னும் இந்த முறையினால், தங்கள் மருத்துவச் செலவுக்கு ஒவ்வொருவரும் பணம் சேமித்தார்கள். இதையும் தாண்டிச் செலவுகள் அதிகமானால், அந்த அதிகபட்சச் செலவை அரசாங்கம் ஏற்றது. தங்கள் ஆரோக்கியம் அரசின் முழு உபயமல்ல, தங்களுடையவும் பொறுப்பு என்பதை இந்த ஒரு சதவிகிதம் மக்கள் மனங்களில் பதியவைத்தது. இன்றைய விதிகளின்படி, வருமானத்தில் 8 முதல் 10.50 சதவிகிதம்வரை தரலாம்.

பல நாடுகளில், மூத்த குடிமக்களைப் பராமரிக்கும் பொறுப்பை அரசாங்கம் ஏற்றிருந்தது. அவர்களுக்கு ஓய்வூதியத் தொகை வழங்கும். அல்லது அவர்களுடைய உணவு, உடை, உறைவிடம் ஆகிய வசதிகளைத் தரும். இந்தச் சுமையைச் சிங்கப்பூர் அரசு ஏற்கக்கூடாது, தாங்காது என்பது லீ முடிவு. சேமநல நிதியின் ஒரு பகுதியை, அரசு நிறுவனங்கள், பங்குச் சந்தை ஆகியவற்றில் முதலீடு செய்யவைத்தார். இந்த வருமானம் ஓய்வூதியம் கிடைக்க உதவியது. இவை அத்தனையுமே, இலவசங்களல்ல, யூனியன்கள் சேமநல நிதி மூலமாகத் தங்கள் கைகளே தங்களுக்குச் செய்துகொண்ட உதவி.

Medisave திட்டம் கவராத சில செலவினங்களுக்கு உதவ, 1990-ல் Medishield வந்தது. நோயாளிகளின் வருமானத்துக்கு ஏற்ப, மருத்துவச் செலவுகளில் 80 சதவிகிதம்வரை அரசாங்கம் தருகிறது. இந்த 20 சதவிகிதம்கூடத் தர இயலாத ஏழைகளுக்காக, 1993-ல் அரசு. Medifund

என்னும் திட்டம் கொண்டுவந்தார்கள். அரசோடு, தனியாரும் பல மருத்துவ இன்ஷூரன்ஸ் திட்டங்கள் அளிக்கிறார்கள்.

மருத்துவ வசதிகளைப் பெருக்க, தனியாரும் மருத்துவமனைகள் தொடங்க அரசு உத்வேகம் தந்தது. அரசுக்கும் தனியாருக்குமிடையே போட்டி. இரு தரப்பாரும் சிகிச்சைத் தரத்தை உயர்த்தினார்கள், கட்டணங்களைக் குறைத்தார்கள். மருத்துவமனைகளுக்குப் போனால், எத்தனை பணம் செலவாகும் என்பது புரியாத புதிராக இருந்த நிலை மாறியது. ஒவ்வொரு வித அறுவைச் சிகிச்சைக்கும் எவ்வளவு செலவு என்று மருத்துவமனைகள் தங்கள் இணையதளங்களில் அறிவிக்கும் முறை தொடங்கியது, தொடர்கிறது.

இத்தகைய புதுமையான அணுகுமுறைகளால், மக்கள் உடல்நலம் காப்பதில், சிங்கப்பூர் எத்தகைய சிகரங்கள் தொட்டிருக்கிறார்கள் தெரியுமா? நாட்டின் உடல்நலக் குறியீடுகளாக, உலகச் சுகாதார நிறுவனம் பயன்படுத்தும் சில அளவுகோல்களின்படி விவரங்கள் இதோ:

- ஆயுள் எதிர்பார்ப்பு

  ஆண்கள்- 81 வருடங்கள் (1990- 73 வருடங்களாக இருந்தது.)
  பெண்கள்- 85 வருடங்கள் (1990- 78 வருடங்களாக இருந்தது.)

- பிரசவத்தின்போது குழந்தைகள் மரணம்

  ஆயிரத்தில் 1.1 குழந்தை. (1990-ல், ஆயிரத்தில் 4 குழந்தைகளாக இருந்தது.)

- ஒன்றிலிருந்து ஐந்து வயதுவரை குழந்தைகள் மரணம்

  ஆயிரத்தில் 2.2 குழந்தைகள். (1990-ல், ஆயிரத்தில் 6.2 குழந்தைகளாக இருந்தது.)

- ஐந்து வயதில் குழந்தைகள் மரணம்

  ஆயிரத்தில் 2.8 குழந்தைகள். (1990-ல், ஆயிரத்தில் 7.7 குழந்தைகளாக இருந்தது.)

- பிரசவத்தில் தாய்மார்கள் மரணம்

  லட்சத்துக்கு 6 பேர். (1990-ல், லட்சத்துக்கு 8 பேர்.)

- தொற்று நோய்களால் மரணம்

  2000ஆம் ஆண்டிலிருந்து இன்றுவரை. ஹெச்.ஐ.வி, மலேரியா, தட்டம்மை ஆகிய நோய்களால் ஒரு இழப்புகூட இல்லை. தட்டம்மை,

போலியோ, பொன்னுக்கு வீங்கி, மூளைக் காய்ச்சல் ஆகிய நோய்கள் முழுவதுமாக நீக்கப்பட்டுவிட்டன. காசநோய். தொழுநோய் கட்டுப்பாட்டில் இருக்கின்றன.

- மருத்துவர்கள் எண்ணிக்கை

  500 பேருக்கு ஒருவர்.

  செவிலியர்கள் எண்ணிக்கை

  174 பேருக்கு ஒருவர்

- சுத்தமான குடிநீர், சுகாதார வசதிகள்

  குடிமக்கள் அத்தனை பேருக்கும் சுத்தமான குடிநீர் வசதி இருக்கிறது. சுகாதார வசதிகள் 99 சதவிகிதத்தினருக்கு இருக்கிறது, மிச்சம் ஒரு சதவிகிதத்தினரைப் போய்ச் சேரவேண்டும்.

Bloomberg என்னும் பிரபல ஊடக நிறுவனம் 2014-ல், சிங்கப்பூரின் உடல்நலத் திட்டங்களுக்கு உலகின் முதல் இடம் தந்திருக்கிறது. சுமார் 50 வருடங்களுக்கு முன்னால், அடிமட்டத்திலிருந்த மருத்துவ வசதிகளை இத்தனை தூரம் உயர்த்தியிருப்பது ஒருவித சாதனை என்றால், குறைந்த செலவில் இதைச் செய்து முடித்திருப்பது அதைவிடப் பெரிய சாதனை. அமெரிக்காவோடு ஒப்பிட்டால், கால்பங்கு செலவு: ஐரோப்பிய நாடுகளின் செலவில் அரைப் பங்கு.

31

ஊழலே, போ, போ, போ...

1951. சிங்கப்பூர் பிரிட்டிஷ் காலனியாக இருந்த நாட்கள். இந்தியாவிலிருந்து ஏராளமான அபின் சீனாவுக்கு ஏற்றுமதியாகிக்கொண்டிருந்தது. சில சீனர்கள் நோய்களுக்கான மருந்தாகப் பயன்படுத்தினார்கள்; பலர் போதைப் பொருளாக. இதனால், கள்ளச் சந்தையில் அபினுக்கு எக்கச்சக்க விலை. சமூக விரோதிகள் கொள்ளை லாபம் பார்த்தார்கள்.

சீனாவுக்குப் போய்க்கொண்டிருந்த ஒரு சரக்குக் கப்பல் சிங்கப்பூரின் பொங்கோல் துறைமுகத்தில் நங்கூரம் பாய்ச்சியது. கப்பலில் இருந்த அபினை யாரோ திருடிவிட்டார்கள். பிரிட்டிஷ் அரசு விசாரித்தது. சிங்கப்பூரின் உயர் போலீஸ் அதிகாரிகள் லஞ்சம் வாங்கிக்கொண்டு, திருட்டு நடக்க உதவியதோடு, திருடர்களையும் தப்பிக்கவைத்த உண்மை தெரிந்தது. போலீஸையும்விட அதிக அதிகாரம் கொண்ட ஒரு அமைப்பு இருந்தால் மட்டுமே, இத்தகைய குற்றங்களைத் தவிர்க்க முடியும் என்று உணர்ந்தார்கள். ஊழல் ஒழிப்புப் புலனாய்வுத் துறை (Corrupt Practices Investigation Bureau - CPIB) என்னும் அமைப்பு தொடங்கினார்கள். நோக்கம் நல்லதுதான். ஆனால், நிறைவேற வில்லை. பிரிட்டிஷ் அரசின் பல்வேறு அதிகாரிகளுக்குள் இருந்த உள்குத்துக்கள் காரணமாக, CPIB-இன் அதிகாரங்கள் மிகக் குறைவாக இருந்தன. பல்லைப் பிடுங்கிய புலிதான். சில்லறை லஞ்சம் வாங்கியவர்களைத் தண்டித்தது; அரசு கஜானாவைக் காலி செய்து, தங்கள் வங்கிக் கணக்குகளை நிரப்பிய பெருச்சாளிகளைத் தொடர்ந்து கொள்ளையடிக்கவிட்டது.

தொடர்ந்த வருடங்கள், சிங்கப்பூரில் நிலையில்லாத ஆட்சி நிலவிய நாட்கள். இங்கிலாந்து போனது, மலேஷியா வந்தது, போனது. தலைமை தள்ளாடினால், ஊழல் பெருச்சாளிகளுக்குக் கொண்டாட்டம். அரசு அலுவலகங்கள், தனியார் வணிகத் தலங்கள், மருத்துவ மனைகள், காவல் நிலையங்கள் என எங்கும் வெள்ளியைத் தள்ளினால் மட்டுமே வேலைகள் நகரும் நிஜம். நாட்டின் ஒவ்வொரு அணுவிலும் ஊழல்

கான்சர் ஊடுருவிவிட்டது. லஞ்சம் என்பது தடுக்கமுடியாத சமாசாரம் என்று மக்கள் நினைக்கத் தொடங்கிவிட்டார்கள். லீயைப் பொறுத்த வரை, இது அழிவுப்பாதையின் ஆரம்பம்.

லீ, சிங்கப்பூரின் அண்டைய நாடுகளைப் பார்த்தார். பிரிட்டிஷ் அதிகாரத்திலிருந்து விடுபட்டிருந்த இந்த நாடுகளில் பல 'சுதந்திரப் போராட்ட வீரர்கள்' ஆட்சிக்கு வந்திருந்தார்கள். நாற்காலியில் அமர்ந்தவுடன், இவர்கள் நாட்டுப்பற்று காற்றோடு காற்றாகப் பறந்து விட்டது. தியாக உணர்வை மறந்தார்கள். பதவியில் குளிர் காய்ந்தார்கள். தங்களைச் சுற்றி ஜால்ராக் கூட்டம் சேர்த்தார்கள். பணம் இருக்கும் இடங் களிலெல்லாம் சுரண்டினார்கள். பொதுப்பணத்தைச் சூறையாடினார்கள்.

ஊழல் செய்வது சொந்த ரத்தத்தையே பெண்டாளும் ஈனத்தனம் என்று லீ கருதினார். 'இந்த அவமானம் என் பிறந்த பொன்னாட்டுக்கு வர அனுமதிக்கமாட்டேன்.' தேர்தல் பிரசாரத்தின்போதே சொன்னார், 'எங்கள் கட்சி ஆட்சிக்கு வந்தால் ஊழலை ஒழித்துக் கட்டுவோம்.' இது வெற்றுத் தேர்தல் கோஷமல்ல, முடித்துக் காட்டப்போகும் கடமை என்று அறிவிப்பதுபோல், பதவியேற்பு நிகழ்ச்சிக்கு, லீயும் அவர் சக அமைச்சர்களும், தூய வெள்ளை பாண்ட், வெள்ளைச் சட்டை அணிந்து வந்தார்கள். முழங்கியது அவர்கள் உடை, 'நாங்கள் தூய்மையானவர்கள்.'

ஊழலை வேரோடு ஒழிக்கவேண்டுமானால், சட்டங்கள் இயற்றினால் மட்டும் போதாது, அது வருவதற்கான அடிப்படைக் காரணங்களை அகற்றவேண்டும் என்பது லீயின் அணுகுமுறை. அரசு அதிகாரிகளும் ஊழியர்களும், லஞ்சம் வாங்க ஒரு முக்கிய காரணம், அவர்கள் சம்பளம், தனியார் துறையினரைவிடக் கம்மியாக இருந்தது. இதற்கு உடனேயே தீர்வு கண்டார். அரசினரின் ஊதியங்களைத் தனியார் துறையினர் அளவுக்கு உயர்த்தினார்.

அடுத்த நடவடிக்க, CPIB சர்வபலமுள்ள அமைப்பாகவேண்டும். அவர்களை மிரட்டும் அதிகாரம் யாருக்கும் இருக்கக்கூடாது. CPIB-இன் அதிகாரங்களை அதிகமாக்கும் சட்டத் திருத்தங்கள் கொண்டுவந்தார். குற்றம் சாட்டப்பட்டவர்கள் அல்லது ஊழலில் சந்தேகத்துக்கு உள்ளானவர்கள் வருமானத்தை மீறிய சொத்து வைத்திருந்தாலும், சரியான கணக்குத் தராவிட்டாலும், அவர்கள் லஞ்சம் வாங்கியவர்கள் என்று வேறு எந்த விசாரணையும் இல்லாமல் முடிவு கட்டும் உரிமையை நீதிமன்றத்துக்கு வழங்கினார். லஞ்சம் கொடுப்பதும் வாங்குவதும் குற்றம் என்று எல்லா அலுவலகங்களிலும் பொது இடங்களிலும் அறிவிப்புகள் வைக்கச் செய்தார்.

1963-ல், லீ CPIB துறையைத் தன் நேரடிப் பார்வையின் கீழ்க் கொண்டுவந்தார். தவறு செய்பவர்கள் மேல் சவுக்கு சுழன்றது. அரசுத்

துறை மட்டுமல்லாமல், தனியார் நிறுவன ஊழல்கள் பற்றியும் புகார் செய்யலாம், நீங்கள் ஊழலால் பாதிக்கப்பட்டிருக்கவேண்டும் என்னும் தேவையே இல்லை. யாரும் CPIB - இடம் புகார் செய்யலாம். CPIB ஊழியர்களுக்கு என்ன விதிகள் தெரியுமா? ஒருவர் நேரடியாகப் புகார் தர வந்தால், ஐந்தே நிமிடங்களுக்குள் அவரிடமிருந்து புகாரைப் பெற்றுக்கொள்ளவேண்டும். பத்து நிமிடங்களுக்கு மேல் யாரையும் காத்திருக்க வைக்கக்கூடாது. தொலைபேசி அழைப்பு வந்தால், மூன்றாவது மணி அடிக்கும் முன் டெலிபோனை எடுத்துப் பேசவேண்டும்.

நடவடிக்கைகள் / விசாரணைகள் உடனேயே தொடங்கும், எந்தப் புகாரையும் விசாரித்து முடிக்க இரண்டு மாதங்களுக்கு மேல் எடுத்துக் கொள்ளக்கூடாது. குற்றம் நிரூபிக்கப்பட்டால், கடும் தண்டனை. குற்றம் சாட்டப்பட்டவர்களின் சொத்துக்கள் முடக்கப்படும். லஞ்சம் வாங்கினாலும் கொடுத்தாலும், ஒரு லட்சம் டாலர்கள் அபராதமோ, 5 ஆண்டுகள் சிறைத் தண்டனையோ அல்லது இரண்டுமோ உண்டு. இத்தோடு, லஞ்சம் வாங்கிய பணத்தின் இரு மடங்கை அபராதமாகக் கட்டவேண்டும்.

யார் மேல் வேண்டுமானாலும், பொய்க் குற்றம் சாட்டி அவர்கள் மேல் சேற்றை வாரி இறைக்கலாமா? இல்லை. பொய்த் தகவல் தருபவர்கள் 10,000 டாலர் அபராதம் கட்டவேண்டும், கம்பியும் எண்ணவேண்டும்.

ஆரம்பத்தில், மக்கள் புகார் கொடுக்க பயந்தார்கள். குற்றம் சுமத்தப் படுபவர்கள் தங்களைப் பழிக்குப் பழி வாங்கிவிடுவார்களோ என்னும் பயம். ஆகவே, சில்லறைப் புகார்களே வந்தன. குறிப்பாகப் போக்கு வரத்துப் போலீசார் பற்றி. சரியான ஆவணங்கள் இல்லாமல் பல வாகனங்கள் ஓடிக்கொண்டிருந்தன. இதற்கு சம்மன்ஸ் அனுப்பி, அவர்களைக் கூண்டில் ஏற்றுவது போலீசார் கடமை. அவர்கள் இதைச் செய்யவில்லை. ஐந்தோ, பத்தோ வாங்கி பாக்கெட்டில் போட்டுக்கொண்டு, கண்களை மூடிக்கொண்டார்கள், இந்த வாகனங் களைத் தொடர்ந்து வீதிகளில் ஓடவிட்டார்கள். விபத்துக்கள் நடந்தால், போலீஸ் குற்றவாளிகளைத் தண்டிக்க முடியவில்லை. லீ இந்தப் போலீஸாரைத் தற்காலிகப் பதவி நீக்கம் செய்தார். போக்குவரத்துப் போலீஸாரின் லஞ்சம் நின்றது. பொதுமக்களுக்கும், ஊழலை ஒழிப்பதில் அரசாங்கம் அக்கறை காட்டுகிறது என்னும் நம்பிக்கை வந்தது. அதிகாரிகள் பற்றிய புகார்கள் வரத் தொடங்கின. இவற்றிலும் அரசு விசாரித்தது, தவறு செய்தவர்களுக்குத் தண்டனை தந்தது.

இதனால், அமைச்சர்களையும் அசைக்கும் தைரியம் மக்களுக்கு வந்தது. 1975-ல், வீ தூன் பூன் (Wee Toon Boon) கலாசார அமைச்சராக இருந்தார். கட்டடத் தொழிலில் ஈடுபட்டிருந்த தன் நண்பருக்கு அதிகார பலத்தைப் பயன்படுத்தி, சிபாரிசுகள் செய்தார், பிரதிபலனாக

| 245 |

ஒரு பங்களா, தனக்கும் குடும்பத்துக்கும் சுற்றுலாப் பயண விமான டிக்கெட்கள், வங்கிச் சலுகைகள் வாங்கிக்கொண்டதாகக் குற்றச்சாட்டு. வீ, லீயின் நெருங்கிய நண்பர், தீவிர ஆதரவாளர், தொழிற்சங்கத் தலைவர், கட்சியில் தொண்டர் படை கொண்டவர். ஆகவே, லீ நடவடிக்கை எடுக்கமாட்டார் என்று எல்லோரும் நினைத்தார்கள். தனக்கு நட்பைவிட ஆதரவைவிட ஊழல் ஒழிப்புத் தான் முக்கியம் என்று நிரூபித்தார். விசாரணைக்குப் பச்சைக் கொடி காட்டினார். குற்றங்கள் நீதிமன்றத்தில் நிரூபணமாயின. வீ நான்கரை ஆண்டுகள் கம்பி எண்ணினார், களி சாப்பிட்டார். அரசின் ஊழல் ஒழிப்பு நடவடிக்கையில் மக்கள் நம்பிக்கை மிக மிக உயர்ந்தது.

ஊழலுக்கான இன்னொரு அடிப்படைக் காரணத்தை லீ கண்டுபிடித்தார். ஒரே நபர் ஒன்றுக்கு மேற்பட்ட பதவிகளில் இருந்தால் ஊழல் செய்ய வாய்ப்பு அதிகமாக இருந்தது. இதைச் செயலாக்கும் வேலையைத் தன் அமைச்சரவையிலேயே தொடங்கினார்.

ஆங் டெங் சியங் (Ong Teng Cheang)* கட்டுமானத் தொழில் நடத்தி வந்தார். 1975-ல் லீ அவரைத் தன் தொலை தொடர்பு அமைச்சராக நியமித்தார். தன் தொழிலை விட்டபிறகே, அமைச்சராக்கினார். இதேபோல், 1978-ல், டாக்டர் டோனி டான் (Dr. Tony Tan) Overseas Chinese Banking Corporation என்னும் வங்கியின் பொது மேலாளராக இருந்தார். வருட வருமானம் ஒன்பதரை லட்சம் சிங்கப்பூர் டாலர்கள். மிகப் பெரிய சம்பளம், லீ டானை அமைச்சராக்க விரும்பினார். மூன்றில் ஒரு பங்குதான் சம்பளம், லீ போட்ட நிபந்தனை, 'வேலையை விட்டுவிட்டு வாருங்கள்,' டான் வந்தார்.

நாட்டின் ஊழல் பிரச்னை மெள்ள மெள்ள மறைந்துகொண்டிருந்தது. ஆனால், இந்த பூதம் உச்ச மட்டங்களில் தலை தூக்கத் தொடங்கியது. இந்த ஆசாமிகளை லீ 'தனி'யாகக் கவனித்தார். அதிகாரிகள் செய்யும் ஊழல்களைத் தண்டிக்க நீதிபதிகள், பிரதமர் இருந்தார்கள். வேலியே பயிரை மேய்ந்தால்... இவர்களே ஊழல் செய்தால்... 1984-ல் இந்த அதிகாரம் நாட்டுத் தலைவருக்கு வழங்கப்பட்டது. சீக்கிரமே, இந்த அதிகார வலையில் சிக்கியது ஒரு முதலை.

CPIB உயர் அதிகாரிகள் லீயைச் சந்தித்தார்கள். தேசிய வளர்ச்சித்துறை அமைச்சர் தே சியங் வான் (Teh Cheang Wan) மீது ஊழல் புகார் வந்திருந்தது. வீட்டு வசதி வாரியத்தின் தலைவரும் வான் தான்.

---

* 1985 முதல் 1993 வரை காபினெட் அமைச்சர். 1993-ல் துணைப் பிரதமரானார். பதவியை ராஜிநாமா செய்து ஜனாதிபதி தேர்தலில் நின்றார், ஜெயித்தார். 1999 வரை ஜனாதிபதியாகப் பணியாற்றினார்.

இரண்டு கட்டுமான கம்பெனிகளிடம் தலா 50,000 டாலர்கள் கையூட்டு வாங்கிக்கொண்டு, வாரியம் வீடுகட்டத் திட்டமிட்டிருந்த நிலங்களை அவர்களுக்குத் தர முடிவு செய்திருந்தார். விசாரிக்க அனுமதி கேட்டார்கள். லீயைப் பொறுத்தவரை, நெற்றிக்கண்ணைத் திறப்பினும், குற்றம் குற்றமே, யாருமே சட்டத்தைவிடப் பெரியவர் களல்ல. விசாரணையின்போது வான் குற்றங்களை மறுத்தார். லீயைச் சந்தித்து, தன் தரப்பு நியாயங்களை விளக்க விரும்பினார். ஆனால், விசாரணை முடியும்வரை அவரைச் சந்திக்க லீ மறுத்துவிட்டார்.

டிசம்பர் 15, 1986 காலை. லீ கையில் கிடைத்தது ஒரு கடிதம்:

முதலமைச்சருக்கு,

கடந்த இரண்டு வாரங்களாக, நான் சோகமாகவும், மனச் சோர்வுடனும் இருக்கிறேன். இந்தத் துரதிர்ஷ்டமான சம்பவத்துக்கு நான்தான் முழுப்பொறுப்பையும் ஏற்றுக்கொள்ளவேண்டும். கௌரவமான ஆசிய ஜென்டில்மேனாக, என் தவறுக்கு அதிகபட்சத் தண்டனையை எனக்கு நானே அளித்துக்கொள்கிறேன்.

உங்கள் உண்மையுள்ள,
தே சியாங் வான்

வான் தனக்குக் கொடுத்துக்கொண்ட தண்டனை – தற்கொலை.

வான் மரணம் சிங்கப்பூர் முழுக்க அதிர்ச்சி அலைகளை ஏற்படுத்தியது. ஊழல் செய்பவர் யாராக இருந்தாலும், தண்டனை நிச்சயம் என்னும் பயம் வந்தது. ஊழல் கணிசமாகக் குறையத் தொடங்கியது.

இப்போது சில திருப்பங்கள். லீயின் நெருங்கிய குடும்பத்தார் மீதே ஊழல் புகார்கள் வந்தன. இவர் என்ன செய்வார்? தன் அதிகார பலத்தால் அவற்றைக் குழி தோண்டிப் புதைத்துவிடுவாரா அல்லது தைரியமாகத் தீக்குளிப்பாரா? பல கேள்விகள்.

லீ, அவர் மனைவி சூ, மகன் ஸியென் லூங், மகள் வே லிங், இன்னும் பல நெருங்கிய உறவினர்கள் ஹோட்டல் பிராப்பர்ட்டீஸ் லிமிட்டெட் (HPL) என்னும் நிறுவனத்திடம் வீடு வாங்கினார்கள். இந்தக் கம்பெனியில் லீயின் தம்பி ஒரு இயக்குநர். லீக்கும், அவர் குடும்பத்தாருக்கும் விலையில் தள்ளுபடி செய்து கொடுத்தார்கள். வேறு யாருக்கும் இந்தத் தள்ளுபடி தரவில்லை. HPL ஒரு பொது நிறுவனம். ஆகவே, பங்குச் சந்தை அதிகாரிகள், HPL- இடம் விளக்கம் கேட்டார்கள். அவர்கள் பதிலே தரவில்லை. பங்குச் சந்தை அதிகாரிகள் பிரச்னையை நிதி அமைச்சருக்கு எடுத்துச் சென்றார்கள். சாதாரணமாக, அவர் இந்தப் பிரச்னையை CPIB விசாரணைக்குத் தரவேண்டும். அவர் செய்யவில்லை. Monetary Authority of Singapore என்னும் அரசாங்க

அமைப்பிடம் விசாரிக்கச் சொன்னார். எந்தத் தவறும் நடக்கவில்லை என்று அவர்கள் அறிக்கை சமர்ப்பித்தார்கள்.

இப்போது, லீ, தானாகவே விளக்கம் தந்தார். தள்ளுபடியாகக் கிடைத்த சுமார் ஒரு லட்சம் டாலரை அரசுக்குத் தந்தார். ஆனால், பிரதமர் கோ சாக் தாங் (Goh Chok Tong) மறுத்துவிட்டார். இந்தப் பிரச்னையை நாடாளுமன்றத்தில் விவாதிக்குமாறு லீ கேட்டுக்கொண்டார். அவர் கட்சியினர் மட்டுமல்ல, எதிர்க் கட்சியினரும், 'நீங்கள் குற்றம் செய்யவில்லை கொற்றவரே' என்று நற்சாட்சிப் பத்திரம் தந்தார்கள். பிரச்னை முடிந்தது.

ஊழல் தடுப்புக்கு சிங்கப்பூர் எடுத்த முயற்சிகளின் வெற்றிக்கு உலகம் பூங்கொத்துகள் தந்தது. Transparency International என்பது ஜெர்மனியில் இருக்கும் ஊழலுக்கு எதிரான அமைப்பு. ஒவ்வொரு வருடமும், ஊழல் ஒழிப்பின் அடிப்படையில் உலக நாடுகளை வரிசைப்படுத்துகிறார்கள். இந்தப் பட்டியலில், கடந்த சில வருடங்களில் சிங்கப்பூரின் இடங்கள் இதோ:

வருடம்	பிடித்த இடம்
1995	3
1996	7
1997	9
1998	7
1999	7
2000	6
2001	4
2002	5
2003	5
2004	5
2005	5
2006	5
2007	4
2008	4
2009	3
2010	1
2011	5
2012	5
2013	5
2014	7

முதல் 10 இடங்களைப் பிடிப்பது மகத்தான சாதனை. கடந்த 20 ஆண்டுகளாக இதைத் தொடர்ந்து செய்வது மகா ஆச்சரியம். வளரும் நாடுகளில் இதை நடத்திக் காட்டியிருப்பது சிங்கப்பூர் மட்டும்தான். எப்படியாவது விரைவில் முதலிடம் பிடிப்பார்கள் என்பது பலர் நம்பிக்கை. பதவி, அதிகாரம், பணம் என எந்தப் பலம் கொண்டவர்களாக இருந்தாலும், தவறு செய்தால் தண்டிக்கப்படுவார்கள் என்னும் பாரம்பரியத்தைச் சிங்கப்பூர் தொடர்ந்து வருகிறது. உதாரணமாக 2014-ல், மாட்டிக்கொண்ட சில பிரபலக் கறுப்பாடுகளும், வழக்குகளும்.

1. எட்வின் இயோ (Edwin Yeo) - போலீஸே திருடனான கதை இது.

   ஊழலை ஒழிக்கும் CPIB-இன் ஆராய்ச்சித் துறைத் தலைவர். 18 லட்சம் டாலர்கள் அரசுப் பணத்தைக் கையாடிவிட்டார். 10 வருடச் சிறைத் தண்டனை அனுபவிக்கிறார்.

2. லிம் செங் ஹோ (Lim Cheng Hoe) - வெளியுறவு அமைச்சக அதிகாரி.

   பொய்க் கணக்கு எழுதி, அரசின் 89,000 டாலர்கள் திருடினார். 15 மாதங்கள் சிறைத் தண்டனை.

3. 2012 பீட்டர் லிம் (Peter Lim) - உள்நாட்டுப் பாதுகாப்புப் படைத் தலைவர் (Chief of the Singapore Civil Defence).

   அரசாங்க ஆர்டர்கள் தருவதற்காக, சப்ளையர் கம்பெனியின் பெண் அதிகாரிகளிடம் உடலுறவு கொண்டவர். 6 மாதச் சிறைத் தண்டனை.

4. பெர்னார்ட் லிங் யாங் ஸூன் (Bernard Ling Yong Soon) - உதவி இயக்குநர், தேசியப் பூங்காக்கள் போர்டு (National Parks Board).

   சைக்கிள்கள் வாங்கியதில் 5,200 டாலர்கள் மோசடி. 5000 டாலர்கள் அபராதம், ஒரு வருடம் சிறை.

1988-ல் லீ சொன்னார், 'நான் நோய்ப்படுக்கையில் இருந்தாலும், ஏன், நீங்கள் என்னைக் கல்லறைக்குள் இறக்கியிருந்தாலும், இந்த நாட்டுக்கு ஏதாவது கேடு வருகிறதென்றால், நான் எழுந்து வருவேன்.'

தான் வாழ்நாள் முழுக்க எதிர்த்துப் போராடிய ஊழல் என்றாவது தலை தூக்கினால், அந்த தேவதூதன் நிச்சயம் விண்ணுலகிலிருந்து இறங்கி வருவார்!

32

திறமைசாலிகள் தேசம்

'இயற்கை வளங்கள் இல்லாத சிறிய நாடான சிங்கப்பூரின் வெற்றியைத் தீர்மானிக்கப்போவது மக்களின் திறமைதான்' என்று லீ சொன்னார்.

நாட்டின் திறமைச் செல்வத்தை லீ எடைபோட்டார். நாட்டில் சீனர்கள், இந்தியர்கள், மலாய்கள் என்னும் மூன்று இனத்தவர்கள். பெரும் பாலான சீனர்கள் படிப்பறிவே இல்லாதவர்களாகத் தங்கள் நாட்டிலிருந்து வந்தவர்கள். விவசாயத் தொழிலாளிகளாக, சுமட்டுக் கூலிகளாக, ரிக்ஷா இழுப்பவர்களாக, உடல் உழைப்பாளிகளாக வாழ்க்கையைத் தொடங்கியவர்கள். இந்தியர்கள் ஆறு வகை- ரப்பர் எஸ்டேட் உழைப்பாளிகளாக, ரோடு போடுபவர்களாக, சாக்கடைகள் பராமரிப்பவர்களாக வந்தவர்கள், வியாபாரிகள், கணக்கர்கள், பூஜாரிகள். இரண்டாம் தரப்பினர் மட்டுமே படிப்பறிவு கொண்ட வர்கள். சீனர்களையும் இந்தியர்களையும்விடப் பெரும்பாலான மலாய்கள் அதிகக் கல்வியறிவு கொண்டவர்கள். இவர்களும், அறிவியல் படிப்பில் நாட்டம் இல்லாதவர்களாக இருந்தார்கள். ஆனால், மூன்று இனத்தவரும், தங்கள் வாரிசுகள் வசதியான வாழ்க்கை நடத்தவேண்டுமானால், கல்வியில் முத்திரை பதிக்கவேண்டும் என்பதில் தெளிவாக இருந்தார்கள்.

இதற்கு உதவியது பிரிட்டிஷார் ஆட்சி. நாட்டை அடிமைப் படுத்தியிருந்தது உண்மைதான். ஆனால், அறிவு வளர்ச்சிக்குப் பலமான அடித்தளம் அமைத்தார்கள். நல்ல பள்ளிகள், இங்கிலாந்து பாணியில் சிறந்த கல்வித் திட்டங்கள், அருமையான பயிற்சி பெற்ற ஆசிரியர்கள், ராஃபிள்ஸ் கல்லூரி, ஏழாம் எட்வர்டு அரசர் மருத்துவக் கல்லூரி (King Edward VII Medical College) ஆகிய தலை சிறந்த உயர்கல்வி நிறுவனங்கள். கிறிஸ்தவப் பாதிரியார்கள் மிகுந்த அர்ப்பணிப்போடு இவற்றை நடத்தினார்கள். அதே சமயம், சீனர்கள் நடத்திய கல்விச்

சாலைகளும் சோடை போகவில்லை. இந்த மாணவர்களின் ஆங்கிலப் புலமை தரமாக இல்லை என்பதுதான் ஒரே குறை. பணம் படைத்தவர்கள் மேல் படிப்புக்கு இங்கிலாந்து போனார்கள்.

1959-ல் லீயின் PAP கட்சி பதவிக்கு வந்தபோது, ஆட்சிமொழிகள் எவை என்னும் முடிவு எடுக்கவேண்டும். நாட்டில் இருந்த இனங்களான சீனர்கள், மலாய்கள், தமிழர்கள் ஆகிய மூவரின் மொழிகளையும் அரசுக் கட்டிலேற்ற லீ முடிவு செய்தார். இவர்களுக்கு இணைப்புப் பாலமாக உதவ, சிங்கப்பூர் உலகநாடுகளோடு உறவுகள் வளர்க்க, பொருளாதார வளர்ச்சி காண, ஆங்கிலம் அவசியத்தேவை. ஆகவே, ஆங்கிலம், மான்டரின் சீனம், மலாய், தமிழ் ஆகிய நான்கு மொழிகளையும் தேசிய மொழிகளாக அறிவித்தார்.

அன்று இரண்டுவகைப் பள்ளிகள் இருந்தன- ஆங்கிலப் போதனா மொழிப் பள்ளிகள். மலாய், தமிழ், சீனப் பள்ளிகள். ஆங்கிலப் பள்ளிகளில் தாய்மொழியும், பிற மொழிப் பள்ளிகளில் ஆங்கிலமும் கட்டாயமாக்கப்பட்டன. சீனர்கள் தங்கள் மொழிப்பள்ளிகளையும், பிறர் ஆங்கிலப் பள்ளிகளையும் விரும்பினார்கள். ஆனால், ஏராளமான மலாய்களுக்கும், தமிழர்களுக்கும் ஆங்கிலப் பள்ளி அட்மிஷனும், படிப்புச் செலவும் சிரமமாக இருந்தன. சீனர்கள் இன்னும் ஒருபடி மேலே போனார்கள். 1956-ல் நான்யாங் பல்கலைக் கழகம் தொடங்கி யிருந்தார்கள். இங்கு போதனாமொழி சீனம்.

வேலை வாய்ப்புகள் ஆங்கிலத்தில் படித்தவர்களுக்கே கிடைத்தன, இதற்குத் தீர்வுகாண, அரசு 1980-ல், நான்யாங் பல்கலைக் கழகத்தை அரசுப் பல்கலைக்கழகத்தின் அங்கமாக்கியது. ஆங்கிலத்தை மட்டுமே கல்வி மொழியாக்கியது. ஏராளமான எதிர்ப்புகள், குறிப்பாகச் சீனர்களிடமிருந்து. லீ தன் நிலையில் உறுதியாக நின்றார். ஆங்கிலக் கல்விமுறை நிலைத்தது. இந்தத் துணிச்சலால், லீ சீனப் பள்ளிகளிலும் ஆங்கிலத்தைப் போதனாமொழியாக்கினார். மான்டரின் இரண்டாம் மொழி.

அறிவு, உலகத்தரத் திறமை, கற்பனாசக்தி, ஒழுக்கம், தன்னம்பிக்கை, கட்டுப்பாடு கொண்ட இளையதலைமுறையை உருவாக்குவது சிங்கப்பூர்க் கல்வித் திட்டத்தின் குறிக்கோள். இதன்படி, வகுக்கப் பட்டுள்ள கல்விமுறை இதுதான்:

பாலர் பள்ளி (Kindergarten) - இரண்டு வருடங்கள். சேரும் வயது 5 அல்லது 6. படிப்பறிவு, எழுத்தறிவு, எண்ணறிவு ஆகியவற்றுக்கு அடித்தளம் இடப்படுகிறது. தன்னம்பிக்கை, பழகும் திறமை ஆகியவற்றின் பயிற்சி ஆரம்பம்.

ஆரம்பப் பள்ளி- வகுப்புகள் 1 முதல் 6. ஆறு வருடப் படிப்பு. ஆங்கிலம், தாய்மொழி, கணிதம், அறிவியல். சமூகவியல், இசை, பிற நுண்கலைகள், உடற்பயிற்சி, விளையாட்டுகள், நன்னடத்தை (Moral Education), சிங்கப்பூர் பற்றிய பாடங்கள், பிறரிடம் பழகுதல், முடிவெடுத்தல் ஆகிய திறமைகளை வளர்த்தல் ஆகியவற்றோடு வகுப்பில் கற்ற அறிவைப் பயன்படுத்தும் ஒரு ப்ராஜெக்ட்.

நடுநிலைப் பள்ளி- தேர்ந்தெடுக்கும் சப்ஜெக்டுகளுக்கு ஏற்ப, 4 அல்லது 5 வருடங்கள். ஆங்கிலம், தாய்மொழி, விரும்பினால், பிரெஞ்சு, ஜெர்மன், ஜப்பனீஸ், சீனம்/மலாய்/தமிழ், உடற்பயிற்சி, விளையாட்டுக்கள், நன்னடத்தை (Moral Education), சிங்கப்பூர் பற்றிய பாடங்கள், பிறரிடம் பழகுதல், முடிவெடுத்தல் ஆகிய திறமைகளை வளர்த்தல்.

வருங்காலத்தில் எத்தகைய துறைகளை வாழ்க்கைப் பாதையாய் அமைத்துக்கொள்ள விரும்புகிறார்கள் என்பதற்கு ஏற்ப பல பாடங்கள். அறிவியல் தொடர்பான ஈடுபாடு கொண்டவர்களுக்குக் கணிதம், பூகோளம், உயிரியல், வேதியல், இயற்பியல்; பொறியியல் நாட்டம் உடையவர்களுக்குக் கணிதம், வேதியியல், இயற்பியல், வடிவமைப்பு, தொழில் நுட்பம்; இலக்கிய, கலை விருப்பக் காரர்களுக்கு வரலாறு, ஆங்கிலம், சீனம், மலாய், தமிழ் ஆகியவற்றில் ஏதாவது ஒரு மொழி இலக்கியம், கலைகள், இசை; நிதித்துறை, நிர்வாகம் ஆகிய துறைகளில் நுழைய விரும்புவோருக்கு அக்கவுண்ட்டிங்; உடல்நலத் துறையில் வாழ்வை அமைத்துக்கொள்வோருக்கு ஊட்ட உணவுகள் (Nutrition) தொடர்பான பாடங்கள்.

புகுமுகு வகுப்பு- தேர்ந்தெடுக்கும் சப்ஜெக்டுகளுக்கு ஏற்ப, 1 அல்லது 2 வருடங்கள். மொழிகள், கணிதம், அறிவியல், வாழ்வியல் (Humanities), கலைகள் ஆகியவற்றில் ஏதாவது ஒன்றைத் தேர்ந் தெடுக்கவேண்டும். அதற்கேற்ப பாடங்கள் அமையும், தாய்மொழி. கட்டாயப் பாடமாய், தாய்மொழியும், ஆங்கிலமும் தவிர்த்த மூன்றாம் மொழி.

புகுமுக வகுப்புப் படிப்பை முடிக்கும்போது சாதாரணமாகப் பதினேழு வயதாகும், அடுத்து, பல்கலைக் கழகத்திலோ, பாலிடெக்னிக்களிலோ சேரலாம்.

இந்தக் கல்வித்திட்டத்தில் பயின்றுவரும் மாணவர்களின் தரம் எப்படி இருக்கிறது? பாரிஸைத் தலைமையமாகக் கொண்டு இயங்கும், Organization for Economic Co&operation and Development (OECD) என்னும் அமைப்பில் 76 நாடுகள் அங்கத்தினர்களாக இருக்கிறார்கள்.

இந்த நாடுகளில் இருக்கும் 15 வயது மாணவர்களின் கணித, அறிவியல் அறிவை எடைபோட, ஒவ்வொரு வருடமும் தேர்வுகள் நடத்துகிறது. இதன்படி, நம்பர் 1- சிங்கப்பூர்! வேறு என்ன அங்கீகார முத்திரை வேண்டும்?

ஆசியாவின் அறிவுக் கேந்திரமாகச் சிங்கப்பூர் வளர்ந்திருக்கிறது. தேசியப் பல்கலைக் கழகம், நான்யாங் பல்கலைக் கழகம், சிங்கப்பூர் நிர்வாகப் பல்கலைக் கழகம், சிங்கப்பூர் தொழில்நுட்பக் கல்வி நிறுவனம், சிம் பல்கலைக் கழகம், யேல் சிங்கப்பூர் தேசியப் பல்கலைக் கழகம் எனப் பல்வேறு பல்கலைக் கழகங்கள் இருக்கின்றன. பல பிரபல அமெரிக்க, இங்கிலாந்து, பிரெஞ்சுப் பல்கலைக் கழகங்களும், கல்லூரிகளும் தங்கள் கிளைகளைச் சிங்கப்பூரில் பரப்பியிருக்கிறார்கள். கலைகள், வாழ்வியல், பொறியியல், சட்டம், மருத்துவம், மேனேஜ்மென்ட் என எல்லாப் படிப்புக்கும் தரத்தில், உலகப் பெரும் கல்வி நிலையங்களுக்கு சிங்கப்பூர் சவால் விடுகிறது.

•

மக்கள் அறிவை வளர்ப்பதில் இன்னொரு சவாலை லீ அடையாளம் கண்டார். 1980 மக்கள் தொகை அறிக்கையைப் படித்துக் கொண்டிருந்தார். ஆண்களோடு பெண்களும் படிப்பில் போட்டி போட்டார்கள். வேலைகளுக்குப் போனார்கள். பட்டங்கள் ஆள்வதும், சட்டங்கள் செய்வதும் பெண்கள் நடத்த வந்தார்கள். எட்டும் அறிவினில் ஆணுக்கிங்கே பெண் இளைப்பில்லை என்று பெருமித முழக்கம் செய்தார்கள். மருத்துவர்களாக, பேராசிரியர்களாக, வழக்கறிஞர்களாக, நிர்வாகிகளாக ஜொலித்தார்கள்.

தன் நாட்டுப் பெண்களின் முன்னேற்றத்தைப் பார்த்து லீ பெருமைப் பட்டார். அதே சமயம், படித்த பெண்களின் மனப்போக்கில், வாழ்க்கை முறையில் ஒரு விசித்திரத்தைப் பார்த்தார். பட்டதாரிப் பெண்களில் மூன்றில் இரண்டு பேர் திருமணம் செய்துகொள்ளாமல் கன்னிகளாக வாழ்ந்தார்கள். காரணம் என்னவென்று ஆராய்ந்தார். பட்டதாரி ஆண்களில், 38 சதவிகிதம் பேர் மட்டுமே, பட்டதாரிப் பெண்களைத் திருமணம் செய்துகொண்டிருந்தார்கள். ஏனோ, தங்களுக்குச் சமமாகப் படித்தவர்களை மனைவிகளாக ஏற்கத் தயங்கினார்கள்.

குழந்தைகளின் அறிவும், குணங்களும் 80 சதவிகிதம் பெற்றோரின் மரபணுக்களாலும், மீதி 20 சதவிகிதம் வளர்ப்பினாலும் அமைகிறது என்னும் ஒரு அமெரிக்க நாட்டு ஆராய்ச்சிபற்றி லீ படித்திருந்தார். இதை அவர் முழுக்க முழுக்க நம்பினார். 1983 ஆகஸ்ட் 14 இரவு. சிங்கப்பூரின் தேசிய தினம். லீ பேசினார். அத்தனை ஊடகங்கள் வழியாகவும் மக்களைச் சென்றடைந்த செய்தி. 'தங்கள் குழந்தைகள் புத்திசாலிகளாகப் பிறக்கவேண்டும் என்று ஆசைப்படும் எந்தப்

பட்டதாரி ஆண்மகனும், தன்னைவிடக் குறைவாகப் படித்த, புத்திசாலித்தனம் குறைவான பெண்களைத் திருமணம் செய்து கொள்வது முட்டாள்தனம்.'

உலகம் முழுக்க எதிர்ப்புக் குரல்கள் எழுந்தன. மாபெரும் திருமண விவாதம் (The Great Marriage Debate) என்று ஊடகங்கள் பெயர் சூட்டினார்கள். இரு தரப்பிலும், புள்ளிவிவரங்கள், அனுபவ அறிவுகள், ஆராய்ச்சி முடிவுகள், அனல் பறக்கும் வாதங்கள், இருவருமே, தாங்கள் பிடித்த முயலுக்கு மூன்றுகால் என்று தங்கள் கருத்தை மாற்றிக்கொள்ளவில்லை.

லீ வழி தனி வழி. தொடர்ந்தார். 1984-ல் Social Development Unit என்னும் அமைப்பை அரசாங்கம் தொடங்கியது. திருமணமாகாத பட்டதாரி ஆண்களும், பெண்களும் சந்திக்க, பழக, சேர்ந்து நேரம் செலவிட, நடனமாட, டேட்டிங் செய்ய வசதிகள் செய்து தருவது இவர்கள் பணி. ஏராளமானோர் அங்கத்தினராயினர். லீயின் குறிக்கோள் நிறைவேறியது. 1980-களில், 38 சதவிகிதம் ஆண் பட்டதாரிகள் மட்டுமே பெண் பட்டதாரிகளைத் திருமணம் செய்துகொண்டிருந் தார்கள். இந்தச் சதவிகிதம் 2002-ல் 60-ஐத் தாண்டியது. இவர்களின் வாரிசுகள் அதிபுத்திசாலிகளாக இருப்பார்கள் என்னும் லீயின் சித்தாந்தம் சரியா, தப்பா? காலம் சொல்லும் பதிலை.

மக்கள் தொகை அறிக்கை இன்னொரு உண்மையையும் லீக்குக் காட்டியது. அதிகம் படித்த பெண்கள் குறைந்த அளவு குழந்தைகளே பெற்றுக்கொண்டார்கள்.

> பள்ளிக்கூடங்களில் மழைக்கே ஒதுங்காத பெண்கள்- சராசரி 4.4 குழந்தைகள்.
>
> ஆரம்பப் பள்ளிக் கல்வி மட்டுமே பெற்ற பெண்கள்- சராசரி 2.3 குழந்தைகள்.
>
> நடுநிலைப் பள்ளிக் கல்வியும், அதற்கு மேலும் படித்த பெண்கள்- சராசரி 1.6 குழந்தைகள்.

படிப்பறிவே இல்லாத பெண்கள் 4 குழந்தைகள் பெற்றுக்கொண்ட போது, ஓரளவேனும் படித்தவர்கள் இரண்டுக்கு மேல் வேண்டாம் என்றது ஏன்? வருமானத் தட்டுப்பாடல்ல. இவர்கள் தங்கள் வாரிசுகள் நன்றாகப் படிக்கவேண்டுமென்று விரும்பினார்கள். மூன்றாம் குழந்தை வந்தால், அதற்கு நல்ல பள்ளியில் அட்மிஷன் கிடைக்குமா என்னும் பயம். காரணம் தெரிந்தவுடன், லீ உடனடித் தீர்வு கண்டார். பெண் பட்டதாரிகளின் மூன்றாவது குழந்தைக்குச் சிறந்த பள்ளிகளின் அட்மிஷனில் முன்னுரிமை என்று அறிவித்தார். இந்த ஊக்குவிப்பு பலன் தந்தது.

சிங்கப்பூரின் திறமையை வளர்க்க இப்படிப் பலவகை முயற்சிகள் எடுத்துக்கொண்டிருந்தபோது. வந்தது ஒரு அதிர்ச்சி. 1965 வரை ஆசிய நாடுகளிருந்து புலம் பெயர்ந்து வந்து அமெரிக்காவில் குடிபுக வருபவர்களின் எண்ணிக்கையை அமெரிக்கா கட்டுப்படுத்தியிருந்தது. 1965-ல், Immigration and Nationality Act of 1965 என்னும் சட்டம் கொண்டுவந்து, இதைத் தளர்த்தினார்கள். அமெரிக்காவைத் தொடர்ந்து, கனடா, ஆஸ்திரேலியா, நியூசிலாந்து ஆகிய நாடுகளும் அந்நியரை அதிக அளவில் அனுமதிக்கத் தொடங்கினார்கள்.

ஏராளமான சீனர்களும், இந்தியர்களும் வாழ்க்கையில் முன்னேறத் துடிப்பவர்கள். வாய்ப்புக் கதவுகள் திறந்தவுடன், பிறந்த நாட்டைத் துறந்தார்கள். அமெரிக்கா, கனடா, ஆஸ்திரேலியா, நியூசிலாந்துக் குடிமக்களானார்கள். பெரும்பாலானோர் அமெரிக்காவில். 1970- களின் பிற்பகுதியில், சிங்கப்பூரிலிருந்து போவோர் எண்ணிக்கை பல நூறாகத் தொடங்கியது. இவர்கள் அனைவரும் மெத்தப் படித்தவர்கள், மகா திறமைசாலிகள். சிங்கப்பூரின் ஒரே சொத்தே திறமைசாலிகள்தானே? இவர்கள் போவது சிங்கப்பூரின் வளர்ச்சியைப் பெரிதும் பாதிக்கும் என்று லீ உணர்ந்தார். போர்க்கால நடவடிக்கைகள் தொடங்கினார்.

அமெரிக்கா, கனடா, ஆஸ்திரேலியா, நியூசிலாந்து, கனடா, இங்கிலாந்து ஆகிய நாடுகளிலிருந்த சிங்கப்பூர்த் தூதரக அதிகாரிகள் அந்த நாடுகளின் பிரபல பல்கலைக் கழகங்களில் படித்துக் கொண்டிருந்த புத்திசாலி ஆசிய மாணவர்களைச் சந்தித்தார்கள். படிப்புக்கான உதவித்தொகை அளித்தார்கள். சிங்கப்பூரில் இருக்கும் வேலை வாய்ப்புகள்பற்றி விளக்கினார்கள். பலருக்கு அப்பாயின்ட்மென்ட் ஆர்டர்களே தந்தார்கள். அரசு அதிகாரிகளும் நிறுவனங்களும் இந்தியாவுக்கும், மலேஷியாவுக்கும் விசிட் அடித்தார்கள். திறமைசாலிகளை வரவேற்றார்கள்.

சிங்கப்பூர்க் குடியுரிமையில் ஒரு சிக்கல் இருந்தது. குடிமக்களில் ஆண்கள் அயல்நாட்டுப் பெண்களைத் திருமணம் செய்துகொண்டு பிறந்த நாடு திரும்பினால், கணவன், மனைவி, அவர்களின் குழந்தைகள் ஆகிய அனைவரும் குடியுரிமை பெறுவார்கள். சிங்கப்பூர்ப் பெண்கள் அயல்நாட்டவரைத் திருமணம் செய்தால், குடியுரிமை கிடையாது. ஆகவே, இந்தப் பெண்கள் சிங்கப்பூர் திரும்பவில்லை. 1990-ல், லீ குடியுரிமைச் சட்டத்தில் மாற்றம் கொண்டுவந்தார். பெண்களுக்கும் சம உரிமை தந்தார்.

அயல்நாட்டு த் திறமைசாலிகள் சிங்கப்பூரில் பணியாற்ற வருவதற்கான வழிமுறைகளையும் லீ எளிதாக்கினார். லீயின் முயற்சிகள் பலன் தந்தன. 1990- களில், அயல்நாடு போகும் சிங்கப்பூரியர்களைவிட, வெளிநாடுகளிலிருந்து சிங்கப்பூர் குடிமக்களாவோர் எண்ணிக்கை

மூன்று மடங்கானது. இப்போது, சுமார் 14 லட்சம் வெளிநாட்டவர் பணி புரிகிறார்கள். லீ சொன்னார், 'அயல்நாடுகளிலிருந்து வந்த ஆயிரக் கணக்கான எஞ்சினியர்கள், மேனேஜர்கள், தொழில் வல்லுநர்கள் நாங்கள் வளர உதவியிருக்கிறார்கள்... அவர்கள் உதவியில்லாமல், இந்த அளவு வளர்ந்திருக்கமாட்டோம்.'

•

மக்களின் திறமையை வளர்க்க, அறிவுத்தேடலைத் தூண்ட, அரசு எடுத்த இன்னொரு வித்தியாச முயற்சி, வாசிப்பு இயக்கம். 2003-ல், தேசிய நூலக போர்டு (National Library Board) ஒரு கணிப்பு நடத்தியது. இதன்படி, கல்வி, வேலை தொடர்பான புத்தகங்களைத் தவிர்த்து, பொதுவான புத்தகங்கள் படிப்பவர்கள் 52 சதவிகிதமே. திறனாளர்களை வளர்க்கும் நாட்டுக்கு இது போதவே போதாதே?

ஆங்கிலம், சீனம், மலாய், தமிழ் என்னும் நான்கு தேசிய மொழிகளி லிருந்தும், 12 புத்தகங்கள் தேர்ந்தெடுத்தார்கள். (இந்தப் பெருமைக் குரிய வரிசையில் இடம் பிடித்த ஒரு புத்தகம், ஜெயகாந்தனின், சில நேரங்களில் சில மனிதர்கள்.) அடுத்த 10 வாரங்களில், இவற்றில் பிடித்ததைப் படித்துத் தங்கள் கருத்துகளைப் பகிர்ந்துகொள்ள அரசு பல விவாத மேடைகளை அமைத்தது. 190 நிகழ்ச்சிகள் நடந்தன. மாணவர்கள், ஆசிரியர்கள், அதிகாரிகள், தொழிலாளிகள், டாக்சி ஓட்டுநர்கள், இல்லத்தரசிகள், நாடாளுமன்ற உறுப்பினர்கள் எனச் சமூகத்தின் பல்வேறு தரத்தினரான 13,000 பேர் பங்கேற்றார்கள். தொடர்ந்து வருடா வருடம் வெற்றிகரமாக இந்த இயக்கம் தொடர்கிறது. இதன் ஒரு அம்சமாக, ஒரு மாதம் முழுக்க, வாசிப்புத் திருவிழா (Reading Festival) நடக்கிறது. எழுத்தாளர்கள் மேல் வெளிச்சம் போட்டு, அவர்களும், வாசகர்களும் நேரடியாகச் சந்திக்க வாசிப்பு இயக்கமும், திருவிழாவும் பெருமளவில் உதவுகின்றன.

Business Investment Risk Intelligence என்னும் அமெரிக்க ஆலோசனை நிறுவனம், Business& Working Conditions Report என்னும் வருடாந்தர ஆராய்ச்சி அறிக்கை வெளியிடுகிறது. இதன்படி, திறமை, உற்பத்தித் திறன், அர்ப்பணிப்பு, நிர்வாகத்தோடு சுமுக உறவு ஆகிய அம்சங்களின் அடிப்படையில், உலகில் நம்பர் 1 சிங்கப்பூர்தான், இந்த கௌரவம் இன்று நேற்றல்ல, கடந்த 30 ஆண்டுகளாக, முதல் இடம் சிங்கப்பூருக்குத்தான். ஆமாம், திறமையை வளர்ப்பதில், லீயின் தேசத்தை மிஞ்ச யாருமேயில்லை.

33

பாசத்தோடு ஒரு கடிதம்

அன்புள்ள அப்பா,

என்னைப்பற்றி ஒரு சிறு அறிமுகம். என் பெயர் சொரிமுத்து. தமிழகத்தின் தென்கோடிக் குக்கிராமத்தில் பிறந்தவன். என் அப்பா நரகல் அள்ளும் தோட்டி. சேரிப் பகுதியில் பிறந்தேன், வளர்ந்தேன். பன்றிகளும், சொறிநாய்களும்தான் எனக்கும், என் தோழர்களுக்கும் விளையாட்டுப் பொம்மைகள். அப்பா என்னைப் பள்ளிக்கூடம் அனுப்பினார். எனக்குப் படிப்பு ஏறவில்லை. எட்டாவதோடு பள்ளிக்கூடம் போவதை நிறுத்தினேன். ஊர் சுற்றினேன். 15 வயதுவரை வெட்டித்தனமான வாழ்க்கை.

சுப்ரமணி என்னும் சமூக ஆர்வலர் எங்கள் சேரிக்கு வந்தார். ஆங்கிலம் படிக்க, எழுத, பேசக் கற்றுத் தந்தார். இவை அனைத்துக்கும் மேலாக, வாழ்க்கையில் முன்னுக்கு வரவேண்டும் என்னும் ஆசையைத் தூண்டிவிட்டார். தனிப்பட்ட முறையில் எஸ். எஸ். எல். சி தேறினேன். சுப்ரமணி ஐயா உதவியால் சிங்கப்பூரில் வேலை கிடைத்தது. எங்கள் குடும்பத் தொழில்தான்- சாக்கடை சுத்தம் செய்யும் வேலை. என் கிராமம் போலவே ஒரு சேரியில் வாழ்ந்தேன். திருமணம் செய்து கொண்டேன். ஒரு மகனும் ஒரு மகளும் பிறந்தார்கள். என்னைப் போலவே அவர்களும், பன்றிகளோடு, சொறிநாய்களோடு விளையாடி வளர்ந்தார்கள்.

அது 1950-கள் காலகட்டம். இப்படியே ஓடின பல ஆண்டுகள். 1964-ல், குடியிருப்புகளில் எங்களுக்கு இடம் தந்தீர்கள். முதலில் அங்கே இடம் பெயர நாங்கள் தயங்கினோம். வலுக்கட்டாயமாக, எங்களைச் சேரியிலிருந்து வெளியேற்றினீர்கள். அப்போது, நான் உங்களை எதேச்சாதிகாரி, ஏழைகள் துயரம் தெரியாத கல்நெஞ்சுக்காரர், எங்களை வெளியேற்றிவிட்டு அந்த நிலத்தை நில முதலைகளுக்குக் கூறுபோட்டு விற்கும் பணப்பிசாசு என்றெல்லாம் வாய்க்கு வந்தபடி

திட்டியிருக்கிறேன். உங்கள் நல்ல மனதைப் புரிந்துகொள்ளாமல் செய்த முட்டாள்தனத்துக்காக வருத்தப்படுகிறேன், அவமான உணர்வால் வேதனைப்படுகிறேன்.

மெள்ள மெள்ள, சுத்தம் என்றால் என்ன, சுகாதாரம் என்றால் என்ன என்று எங்களுக்குக் கற்றுத் தந்தீர்கள். என் மகனும், மகளும் பள்ளிக்கூடம், கல்லூரி எனக் கல்வியில் படிப்படியாக முன்னேறினார்கள். என் மகன் ஒரு நிதி நிறுவனத்தில் உயர் அதிகாரியாக வேலை பார்க்கிறான். மகள் பிரபல மருத்துவமனையில் தலைமைச் செவிலி. இருவருக்கும் தலா ஒரு பெண், ஒரு ஆண் குழந்தை. நானும் என் மனைவியும், நான்கு பேரக் குழந்தைகளுடன் நேரம் செலவிட்டு மகிழ்ச்சியாக வாழ்கிறோம்.

சேரியாக, சதுப்பு நிலமாக நான் வரும்போது இருந்த சிங்கப்பூர் இன்று சொர்க்கபூமியாகிவிட்டது. பொருளாதார வளர்ச்சி, தொழிலாளர் நல்லுறவு, வாழ்க்கைத் தரம், வீட்டு வசதிகள், சுத்தம், மருத்துவ வசதிகள், கல்வி, போக்குவரத்து, சுற்றுலா சுகங்கள், ஊழல் ஒழிப்பு என எல்லா அம்சங்களிலும் டாப் 10 இடங்களில் சிங்கப்பூர் ஜொலிக்கிறது.

ஒரு சாமானியனாக, இந்த வசதிகளின் பலன்கள் அத்தனையையும் அனுபவித்துக்கொண்டிருக்கிறேன். இவை ஒவ்வொன்றும், அங்குலம் அங்குலமாக நீங்கள் செதுக்கியவை. ஆனால், இவை அத்தனையையும் மிஞ்சும் ஒரு சாதனையை நான் பார்க்கிறேன். பொருளாதார வளர்ச்சி கண்ட எல்லா நாடுகளும், தங்கள் வளர்ச்சிக்கு ஒரு விலை கொடுத்திருக்கின்றன. திடீரென வாய்ப்புகள் உருவாகும்போது, மக்களிடம் தன்னலம் தலைவிரித்தாடும், பேராசை பெருகும், மனிதநேயம் மறையும். பணம் மட்டுமே வாழ்க்கையின் ஒரே குறிக்கோளாகும். அடுத்த வீட்டுக்காரன் வீட்டில் அடுப்பு எரிந்தால், இவன் வயிறு எரியும். அடுத்தவன் அடிவயிற்றில் எட்டி மிதித்துச் சமுதாய ஏணியில் ஏறுவது வாடிக்கையாகும், பாரம்பரியம், ஒழுங்கு, கட்டுப்பாடு, நேர்மை குழிதோண்டிப் புதைக்கப்படும். இது சிங்கப்பூரில் நடக்க வில்லை. என் சந்ததிகள் வல்லவர்களாக மட்டுமல்ல, நல்லவர்களாக, நேர்மையானவர்களாக, ஒழுக்கம், கட்டுப்பாடு கொண்டவர்களாக இருக்கிறார்கள் என்னும் ஆத்மதிருப்தி எனக்கு இருக்கிறது. இதற்கு மேல் வாழ்க்கையில் வேறென்ன வேண்டும்? இது சாத்தியமானது உங்களால்தான்.

நீங்கள் எதேச்சாதிகாரி என்று சிலர் உங்கள் மேல் குற்றம் சுமத்து கிறார்கள். நீங்கள் கடுமையான சட்டங்கள் போட்டது நிஜம்; தவறுகள் செய்தால் அபராதம், சிறை, சவுக்கடி என ஈவு இரக்கம் இல்லாமல் தண்டித்தது நிஜம். ஆனால், தன் நாடு முன்னேறவேண்டுமே, தன்

வருங்காலத் தலைமுறைகள் நல்வாழ்வு வாழவேண்டுமே என்னும் ஆதங்கத்தில் ஒரு பொறுப்புள்ள அப்பா காட்டிய கண்டிப்பு இது.

எங்கள் வீட்டுப் பூஜை அறையில் நான்கு படங்கள் வைத்திருக்கிறேன். எங்கள் குலதெய்வம் மாரியம்மன், என் அப்பா சுடலை, எனக்கு வழிகாட்டிய சுப்ரமணி ஐயா, இவர்களோடு என் இன்னொரு அப்பாவான நீங்கள். எங்கள் வீட்டின் விளக்கு நீங்கள் ஏற்றிவைத்தது. காலம் காலமாக இது எங்கள் சந்ததிகளுக்கு வழி காட்டும்.

என் தெய்வமே, உங்களைக் கை கூப்பி வணங்குகிறேன். மனமார்ந்த நன்றி அப்பா.

இப்படிக்கு,

கோடானு கோடித் தமிழர்கள்,
இந்தியர்கள், மலாய்கள், சீனர்கள்,
மற்றும் பன்னாட்டு மக்கள் சார்பில்,

சொரிமுத்து

லீ குவான் யூ - குடும்பம்

குடும்பப் பெயர்	-	லீ
அப்பா	-	லீ சின் கூன் *(1903-1997)*
அம்மா	-	சுவா ஜிம் நியோ*(1907-1980)*
தம்பிகள்	-	டென்னிஸ் லீ கிம் யூ *(1925- 2003)*
	-	ஃப்ரெடி லீ தியாம் யூ *(1927- 2012)*
தங்கைகள்	-	மோனிகா லீ கிம் மோன் *(1929)*
	-	டாக்டர் லீ சுவான் யூ *(1934)*
மனைவி	-	குவா கியோக் சூ *(1920- 2010)*. 1947-ல் திருமணம் நடந்தது.
மகன்கள்	-	லீ ஸியென் லூங் *(1952)*. 2004- லிருந்து முதலமைச்சர்.
	-	லீ சியன் யாங் *(1957)*. Civil Aviation Authority of Singapore தலைவர்.
மகள்	-	டாக்டர் லீ வே லிங் *(1955)*, Director, National Neuroscience Institute of Singapore.

லீ குவான் யூ - காலச்சக்கரம்

1923 செப்டம்பர் 16- பிறப்பு

1929 சூன் குவான் சீனப் பள்ளி, தெலோக் குரா ஆரம்பப் பள்ளி (ஆங்கில அரசுப் பள்ளி) ஆகியவற்றில் ஆரம்பப் படிப்பு.

1936- 39 ராஃபிள்ஸ் பள்ளியில் படிப்பு. சீனியர் கேம்பிரிட்ஜ் தேர்வில், ஒட்டுமொத்த சிங்கப்பூரிலும் மலேயாவிலும் முதல் ராங்க். இதனால், புகழ்பெற்ற ராஃபிள்ஸ் கல்லூரியில் இடமும், கல்விக்கான உதவித்தொகையும் கிடைக்கின்றன.

1940- 42 ராஃபிள்ஸ் கல்லூரிப் படிப்பு. இரண்டாம் உலகப் போரால் படிப்பு பாதியில் நிற்கிறது.

1942 ஜப்பான் சிங்கப்பூரை ஆக்கிரமிக்கிறது. ஜப்பானின் விளம்பரப் பிரிவான ஹொடோபு- வில் வேலைக்குச் சேருகிறார்.

1943-44 கள்ளச் சந்தை வியாபாரம் செய்கிறார். பசை தயாரிக்கிறார்.

வருங்கால மனைவியான குவா கியோக் சூ- வுடன் காதல் மலர்கிறது. மனைவியைச் சுய சம்பாத்தியத்தில் காப்பாற்றும் நிலை வரும்போது திருமணம் செய்துகொள்ள முடிவெடுக்கிறார்கள்.

1945 மறுபடியும் பிரிட்டிஷ் ஆட்சி.

1946 சட்டம் படிக்க இங்கிலாந்து பயணம். லண்டன் ஸ்கூல் ஆஃப் எக்கனாமிக்ஸில் சேர்கிறார். ஹரால்ட் லாஸ்கி என்னும் பொருளாதாரப் பேராசிரியரின் சோஷியலிஸக் கொள்கைகளால் கவரப்படுகிறார். ஆனால், லண்டன் வாழ்க்கை பிடிக்கவில்லை.

1947 கேம்பிரிட்ஜ் பல்கலைக் கழகத்துக்கு மாறுகிறார். சூவும், உதவித் தொகை பெற்று இங்கிலாந்தில் சட்டம் படிக்க

வருகிறார். இருவர் வீடுகளுக்கும் தெரியாமல் ரகசியத் திருமணம்.

அரசியல் ஈடுபாடு வருகிறது. பிரிட்டிஷ் ஆட்சிக்கு ஆதரவாக இருக்கும் மிதவாதிகள், தீவிரவாதப் பாதையில் பயணிக்கும் கம்யூனிஸ்ட்கள், இருவர் மீதும் வெறுப்பு. நடுப்பாதை வகுக்க முடிவெடுக்கிறார்.

1949 லீ முதல் வகுப்பு. அத்தோடு 75 சதவிகித மதிப்பெண் வாங்கி, 'நட்சத்திர அந்தஸ்து' வாங்கிய ஒரே மாணவர். சூவும் முதல் வகுப்பு.

1950 சிங்கப்பூர் திரும்புகிறார். சூவோடு, இருவர் குடும்பங்களும் பங்கேற்கும் திருமணம்.

லேகாக் அண்ட் ஓங் (Laycock& Ong) என்னும் வெற்றிகரமான வழக்கறிஞர் நிறுவனத்தில் வேலைக்குச் சேருகிறார். சில மாதங்களில் மனைவி சூவுக்கும் இங்கே வேலை கிடைக்கிறது. பல தொழிற்சங்கங்களுக்கு வாதாடுகிறார். ஏராளமான வெற்றிகள்.

1952 முதல் மகன் லீ செயின் லூங் பிறப்பு.

1954 Peoples Action Party (PAP) தொடங்குகிறார்.

1955 லீ அன்ட் லீ (Lee& Lee) என்னும் சொந்தச் சட்ட நிறுவனம் ஆரம்பிக்கிறார். மனைவி சூவும், தம்பி டென்னிஸும் கூட்டாளிகள்.

தேர்தலில், தஞ்சோங் பகார் தொகுதியில் ஜெயிக்கிறார். எதிர்க்கட்சித் தலைவராகிறார். (இறப்பதுவரை, 60 வருடங்களுக்கு, இந்தத் தொகுதியின் பிரதிநிதி லீதான்.)

மகள் லீ வே லிங் பிறப்பு.

1956 சிங்கப்பூருக்குச் சுயாட்சி பெற பிரிட்டிஷ் அரசிடம் பேச்சு வார்த்தைகள் நடத்த இங்கிலாந்து செல்லும் அணியில் அங்கத்தினர். இங்கிலாந்து அரசு சுயாட்சி தரச் சம்மதிக்கிறது.

1957 மலேஷியா ஆங்கிலேய ஆட்சியிலிருந்து விடுதலை பெறுகிறது.

மகன் லீ செயின் யாங் பிறப்பு.

1959 ஜூன் - பொதுத் தேர்தலில், லீ தலைமையில் PAP கட்சி பெரும்பான்மை. 35 வயதில், சிங்கப்பூரின் முதல் முதலமைச்சராகிறார்.

ஆங்கிலம், மான்டரின் சீனம், மலாய், தமிழ் ஆகிய நான்கு மொழிகளையும் தேசிய மொழிகளாக அறிவிக்கிறார்.

1960 வீட்டு வசதி வாரியம் அமைக்கிறார். குடிசைவாசிகளுக்குக் குடியிருப்புகள்.

1961 சிங்கப்பூர் மலேஷியாவுடன் இணையவேண்டும் என்று பிரசாரம்.

தொழில் வளர்ச்சிக்காக, சிங்கப்பூர் பொருளாதார முன்னேற்ற வாரியம் (Singapore Economic Developmemt Board) அமைக்கப்படுகிறது.

பெண்கள் முன்னேற்றத்துக்கும், அவர்கள் உரிமையைப் பாதுகாக்கவும், பெண்கள் உரிமைச் சட்டம் (Womens Charter) நிறைவேற்றப்பட்டது.

1962 இணைப்புபற்றி சிங்கப்பூரில் வாக்கெடுப்பு. மக்கள் இணைப்பை ஆதரிக்கிறார்கள்.

நேருஜியுடன் தில்லியில் சந்திப்பு.

1963 சிங்கப்பூர் பிரிட்டிஷ் ஆட்சியிலிருந்து விடுபட்டுச் சுதந்திரம் பெறுகிறது. மலாயா, சராவாக், சபா ஆகிய பகுதிகளோடு இணைந்து, மலேஷியக் குடியரசு பிறக்கிறது.

Operation Cold Store என்னும் நடவடிக்கையால், தொழிற் சங்கங்கள் இரும்புக் கரங்களால் அடக்கப்படுகின்றன.

ஊழலை ஒழிக்க, ஊழல் ஒழிப்பு புலனாய்வுத் துறையைத் (Corrupt Practices Investigation Bureau& CPIB) தன் நேரடிப் பார்வையின் கீழ்க் கொண்டுவந்தார்.

1964 பல மலாய்- சீன இனக் கலவரங்கள். ஏனோ, மலேஷிய மத்திய அரசு கலவரங்களை அடக்க மறுக்கிறது.

நேருஜியுடன் தில்லியில் மறுபடி சந்திப்பு.

1965 ஆகஸ்ட் 9 - சிங்கப்பூருக்கும், மத்திய மலேஷிய அரசுக்குக்குமிடையே பல மனக் கசப்புகள். சிங்கப்பூர் பிரிந்துவந்து தனிநாடாகிறது.

முதல் வேலையாக, இஸ்ரேல் உதவியோடு, பலமான ராணுவம் அமைக்கும் முயற்சிகள் தொடங்குகிறார்.

அண்ணாவுடன் சிங்கப்பூரில் சந்திப்பு. (அண்ணாபற்றி லீ பத்திரிகையாளர் சந்திப்பில் சொன்னார், 'தமிழ் பல்லாயிரக் கணக்கான வருடங்களுக்கு முன்பாகத் தோன்றிய மொழி.

அண்ணா தமிழில் தங்கு தடையின்றிப் பேசுபவர்... அண்ணா வருகைக்காக மதியம் இரண்டு மணி முதலே, மக்கள் காத்திருந்தார்கள். வேறு வேலைகள் இருந்ததால், என் பேச்சை முடித்தவுடன் திரும்பிவிட்டேன். கூட்டம் இரவு *12* மணிவரை நடந்ததாக ராஜரத்னம் சொன்னார்... அண்ணாவுக்கு வந்ததுபோல் பெரும் கூட்டம், இதுவரை நேருவுக்கு மட்டும்தான் வந்திருக்கிறது.)

1966 தில்லியில் பிரதமர் இந்திரா காந்தியுடன் சந்திப்பு.

ஆங்கிலப் பள்ளிகளில் தாய்மொழி கட்டாயப் பாட மாக்கப்படுகிறது.

1967 ஆண்களுக்குக் கட்டாய ராணுவச் சட்டம் அமலுக்கு வந்தது.

1968 தேசியச் சுத்தத் திட்டம்.

1971 சிங்கப்பூர் நிதி ஆணையம் (Singapore Monetary Authority) தொடக்கம். சிங்கப்பூர் உலகப் பணப் பரிவர்த்தனையின் முக்கிய மையமாகும் தொடக்கம்.

மரம் நடும் இயக்கம் தொடக்கம்.

1972 தொழிலாளர் நிலையை உயர்த்த, தேசிய ஊதியக் குழு (National Wage Council) அமைக்கப்பட்டது.

சிங்கப்பூர் ஏர்லைன்ஸ் என்னும் அரசு விமான சேவை ஆரம்பம்.

1976 சீனப் பயணம். உறவுகள் தொடங்குகின்றன.

1978 சீன நாட்டின் சேர்மேன் டாங் ஷா பிங் சிங்கப்பூர் வருகிறார்.

1981 சாங்கி விமான நிலையம் திறப்பு விழா.

1983 தேசிய ஆரோக்கியத் திட்டம் (National Health Plan) நிறைவேற்றப்படுகிறது.

1984 மருத்துவச் செலவுகளுக்கு உதவும் Medisave திட்டம் அறிமுகம். (இதன் விரிவாக்கமாக, *1990*-ல் Medishield, *1993*-ல் Medifund திட்டங்கள் வந்தன.)

1986 சிங்கப்பூர்க் காப்புரிமைச் சட்டம் நடைமுறைக்கு வருகிறது.

1987 சிங்கப்பூர் துரிதக் கடவு ரயில் சேவை (Singapore Mass Rapid Transit System) தொடங்கப்பட்டது.

1990	பதவியேற்ற 31 வருடங்களில் மகத்தான சாதனைகள். முதலமைச்சர் பதவியை, கோ சொக் டாங் (Goh Chok Tong) கைகளில் ஒப்படைக்கிறார். 'மூத்த அமைச்சர்' என்னும் பதவியில் அமர்கிறார்.
1992	PAP கட்சியின் தலைமைப் பதவியிலிருந்து விலகுகிறார்.
1994	அரசு அதிகாரிகளின் சம்பளம், தனியார் நிறுவனங்கள் அளவுக்கு உயர்த்தப்படுகிறது. திறமைசாலிகளை அரசுப் பணிகளுக்கு இழுக்கவும், ஊழலை ஒழிக்கவும் இந்த முயற்சி.
2001	அறிவுசார் தொழில்நுட்ப உரிமைப் பாதுகாப்பு அலுவலகம் (Intellectual Propery Office of Singapore) உருவாக்கப்படுகிறது.
2003	தேசிய நூலக போர்டு (National Library Board) வாசிப்பு இயக்கம் தொடங்குகிறது. வருடா வருடம் தொடர்கிறது.
2004	மகன் லீ செயின் லூங், முதலமைச்சராகிறார். லீ 'வழி காட்டும் அமைச்சர்' என்னும் பதவி ஏற்கிறார்.
2010	மனைவி சூ மரணம்.
2011	52 வருடங்கள் வகித்த அமைச்சர் பதவியிலிருந்து விலகுகிறார்.
2015	பிப்ரவரி 5- நியுமோனியா காய்ச்சல். மருத்துவமனையில் அனுமதிக்கப்படுகிறார்.
	மார்ச் 23, காலை 3.18- 91-ம் வயதில், சகாப்தம் முடிகிறது.

ஆதாரங்கள்

உதவிய நூல்கள்

1. *The Singapore Story, Memoirs of Lee Kuan Yew*, Prentice Hall, 1998.
2. *From third world to first, Singapore and the Asian economic boom - Lee Kuan Yew*, Harper Business, 2011.
3. *Lee Kuan Yew- The crucial years (1951-1970)*, Alex Josey-Marshall Cavendish Editions, Singapore - 2013.
4. *Lee Kuan Yew- The critical years (1971-1978)*, Alex Josey- Marshall Cavendish Editions, Singapore - 2013.
5. *The wit and wisdom of Lee Kuan Yew- Lee Kuan Yew*, Editions Didier Millet Pte Ltd., Singapore - 2013.
6. *Lee Kuan Yew, The unofficial biography,* Ethan Ang, Amazon Digital South Asia Services Inc., 2015.
7. *The life of Sir Stamford Raffles,* Demetrius Charles Boulger, Horace Marshall-Son, 1897.
8. *Mao, The Unknown Story,* Jung Chang & Jon Halliday, Jonathan Cape, 2005.
9. *Can Asians think?* Kishore Mahubani, Times Books International, 1998.
10. *Bound Together. How Traders, Preachers, Adventurers and Warriors shaped Globalization,* Nayan Chanda, Yale University Press, 2007.
11. *Lonely Planet-Singapore,* Christian Bonetto, Lonely Planet Publications, 2015.
12. *Affordable Excellence- The Singapore Healthcare Story,* William A, Haseltine- Brookings Institution Press, 2013.

நாளிதழ்கள், பத்திரிகைகள்

1. *தி இந்து (தமிழ்) நாளிதழ் - மார்ச், 2015*
2. The Hindu - 24th, 25th, 26th , 30th March 2015

3. The New York Times - March 22, 2015.
4. The Sunday Times, Singapore - March 29, 2015.
5. குமுதம்- ஏப்ரல் 6, 2015
6. ஆனந்த விகடன்- ஏப்ரல் 1, 2015.
7. ஆழம்- மே 2015.

இணையதளங்கள்

1. www.straitstimes.com
2. www.bbc.com
3. www.guardian.com
4. www.todayonline.com/rememberinglky
5. www.creativeculinaire.com.sg
6. eresources.nlb.gov.sg
7. lkyspp.nus.edu.sg
8. www.moe.gov.sg/education
9. www.emmasayin.com
10. Singapore's economic statistics - Economywatch.com
11. Global competitiveness report 2014-2015 - weforum.org
12. China: Rise, fall and re-emergence as a global power - Globalresearch.ca
13. Chinese Secret Societies - bibliotecapleyades.net
14. Singapore Mutiny of 1915: A standalone episode not linked to freedom struggle - Times of India
15. The Battle of Singapore, the Massacre of Chinese and Understanding of the Issue in Postwar Japan - Japanfocus.org
16. Burma Railway British POW breaks silence over horrors - www.telegraph.co.uk
17. Bombing of hiroshima and nagasaki - History.com
18. tamil-paadal-varigal.blogspot.com
19. www.middletemple.org.uk
20. www.channelnewsasia.com
21. www.chinesezodiac.com
22. Chinese-Astrology.co.uk
23. tamilcalendar.hosuronline.com

24. www.singapore-elections.com
25. www.pap.org.sg
26. www.howtopronouncenames.com
27. How is new Pope chosen - usccb.org
28. Singapore: Economy, Tilak Abey singhe, August 2007 - courses.nus.edu.sg
29. Transcript of a press conference given by the Prme Minister of Singapore, Mr. Lee Kuan Yew at Broadcasting House, Singapore at 1200 hours on Monday 9th August 1965. - www.nas.gov.sg
30. Bharathiyar Kavithaigal - Tamilvu.org
31. Singapore - Lee Kuan Yew Timeline - Bloomberg.com
32. data.worldbank.org/indicator/IC.BUS.EASE.XQ
33. wwp.greenwichmeantime.com/to/ist/index.htm
34. airaanz.econ.usyd.edu.au/papers/Leggett.pdf
35. The Taming of the union - singaporearmchaircritic.wordpress.com
36. www.ciaworldfactbook.us/asia/singapore
37. www.nas.gov.sg/archivesonline/article/10-men-10-years
38. Speech by Mr.Lee Kuan Yew, Minister Mentor at the key handover ceremony for the Pinnacle@Duxton, 13 December 200, 9.00 AM, at Pinnacle@Duxton. - news.gov.sg
39. The Pinnacle Duxton Singapore, Tall buildings - ctbuh.org
40. skyscraperpage.com
41. The Pinnacle Duxton - msaudcolumbia.org
42. Michael Yap, CEO, National COmputer Board, Singapore - bloomberg.com
43. www.ipos.gov.sg
44. www.temasek.com.sg
45. Singpore History - www.singaporeair.com
46. singaporedepositrate.com
47. cpf.gov.sg
48. www.gic.com.sg
49. Communism in Singpore - www.quazoo.com
50. Communist Party of Malaya - malaysiafactbook.com
51. President, drinking problem cited - www.nytimes.com
52. www.smrt.com.sg

53. Devan Nair's resignation - thevoiddeck.wordpress.com
54. Singapore economy, Small enterprise - photius.com
55. National Wages Council - tripartism.sg
56. www.iac.gov.sg
57. Singapore International Arbitration Centre - singaporelaw.sg
58. Labour Force, 2014 - stats.mom.gov.sg
59. Singapore a city of campaigns - aspxlibrary.ifla.org
60. Singapore, Campaigns of the Past - remembersingapore.org
61. Singapore Laws before you go - goabroad.com
62. Singapore Toilet Manners - reuters.com
63. Singapore Laws - xpat.life
64. Litterting in Singapore - straitstimes.com
65. Food Court - eresources.nlb.gov.sg
66. Singapore Health care Systems - hsph.harvard.edu
67. Singapore Health care Systems - moh.gov.sg
68. assets.ce.columbia.edu/pdf/actu/actu-singapore.pdf
69. Development of Pig Farming Areas and Pig Waste Management- the Singapore Experience - fao.org
70. Pig farming in punggol is announced - eresources.nlb.gov.sg
71. Singapore Water Story - www.pub.gov.sg
72. Singapore Malaysia Water Agreements - www.hci.sg
73. Singapore winning stockholm industry water award - siwi.org
74. World Health Statistics - who.int
75. Singapare corruption revolt - newyorker.com
76. ongtengcheong.com/biography.htm
77. Singapore - Top 5 Corruption cases - eysmart.sg
78. www.straitstimes.com/singapore/ex-cpib-assistant-director-edwin-yeo-jailed-10-years-for-criminal-breach-of-trust
79. news.asiaone.com/news/singapore/ex-mfa-protocol-chief-lim-cheng-hoe-sentenced-15-months-jail-cheating
80. sg.news.yahoo.com/ex-scdf-chief-peter-lim-charged-in-court.html
81. sg.news.yahoo.com/ex-scdf-chief-peter-lim-charged-in-court.html
82. todayonline.com/singapore/nparks-assistant-director-bernard-lim-yong-soon-fined-s5000

83. cpib.gov.sg/cases-interest/cases-involving-public-sector-officers/politicians
84. Teh Cheang Wan's farewell letter to LKY - www.sammyboy.com
85. thehindu.com/todays-paper/tp-opinion/anna-commoner-extraordinary/article1338667.ece
86. sgforums.com/forums/10/topics/127699/corruptionintheleefamily
87. jesscscott.wordpress.com/2014/02/20/nassim-jade-scandal
88. countryeconomy.com/government/corruption-perceptions-index/singapore
89. Singapore and Lee Kuan Yew: Not fade away - economist.com
90. Labour-Force in Singapore 2014 - stats.mom.gov.sg
91. ncee.org/programs-affiliates/center-on-international-education-benchmarking/top-performing-countries/sing
92. bbc.com/news/business-singaporewantscreativitynotcramming
94. straitstimes.com/singapore/books-that-move-me-is-the-theme-for-month-long-reading-festival
95. www.moe.gov.sg/about/files/moe-corporate-brochure.pdf
97. theguardian.com/news/datablog/2010/dec/07/world-education-rankings-maths-science-reading
98. www.beri.com
99. contactsingapore.sg/en/investors-business-owners/why-singapore/about-singapore/international-rankings
100. bloomberg.com/news/articles/2015-03-22/milestones-in-the-life-of-singapore-s-lee-kuan-yew-timeline
101. thefamouspeople.com/profiles/lee-kuan-yew-3976.php
102. Lee Kuan Yew - postcolonialweb.org
103. Remembering Lee Kuan Yew - channelnewsasia.com
104. nas.gov.sg/archivesonline/data/pdfdoc/lky19650811a.pdf
105. Train System Map - lta.gov.sg

நன்றி

- லீ குவான் யூ பற்றி எழுதுமாறு என்னைச் சில வருடங்களாகத் தூண்டிய அருமை நண்பர், சக எழுத்தாளர் ச.ந.கண்ணன்

- தன் வீட்டு நூலகத்தை எனக்கு எப்போதும் திறந்துவைத்த ஐ.ஐ.எம், அகமதாபாத் கல்லூரித் தோழர், பிரபல மேனேஜ்மென்ட் ஆலோசகர் டி.ஆர்.ராஜன்

- தொடராக வெளியிட்ட தினமணி.காம் இணையதள ஆசிரியர், நண்பர் ஆர். பார்த்தசாரதி

- உற்சாகத்தோடு, தனிக்கவனம் செலுத்தி வெளியிட்டிருக்கும் கிழக்கு பதிப்பகத்தின் பத்ரி சேஷாத்ரி

அனைத்து முக்கிய புத்தகக் கடைகள், துணிக்கடைகள் மற்றும் சூப்பர் மார்க்கெட்டுகளிலும் கிழக்கு பதிப்பகத்தின் புத்தகங்கள் விற்பனைக்குக் கிடைக்கும்.

ஆன்லைனில் புத்தகங்கள் வாங்க
www.nhm.in/shop

போன் மூலம் புத்தகம் வாங்க
94459 01234

9445 97 97 97

- இந்தியாவில் எங்கிருந்தாலும் போன் மூலமாக புத்தகம் வாங்கலாம்.
- புத்தகங்கள் வி.பி.பி யில் மட்டுமே அனுப்பி வைக்கப்படும்.
- கொரியர் மூலமாக வாங்க எங்களைத் தொடர்பு கொள்ளவும்.

மேலதிக விபரங்களுக்கு எங்களைத் தொடர்புகொள்ளவும்.
94459 01234, 9445 97 97 97

*நிபந்தனைக்குட்பட்டது.